INSIGHT PUBLICA®

INSIGHT PUBLICA ®

Nadakkavu, Kozhikode, Kerala
Tel:0495–4020666
www.insightpublica.com
e-mail: insightpublica@gmail.com

Kosakkukar

(Malayalam)

Leo Tolstoy

First Insight Edition: March 2020

ISBN 978-93-87398-46-7

Published by
Insightinpublica Publishers Pvt. Ltd.
Printed at Repro India Limited, India

ലിയോ ടോൾസ്റ്റോയി

കൊസാക്കുകാർ

കോക്കസെസ്സിന്റെ ഇതിഹാസം

ചിത്രങ്ങൾ: **വൈ. ലൻസെറേ**

INSIGHT PUBLICA

Левъ Толстой.

ആമുഖം

ഗ്രന്ഥകാരന്റെ സ്വന്തം അനുഭവമാണ് "കൊസാക്കുകാർ" എന്ന നോവലിന് ആധാരം. 1851- ൽ 22 വയസ്സ് പ്രായമുള്ള ലിയോ ടോൾസ്റ്റോയി തന്റെ ജ്യേഷ്ഠസഹോദരനായ നിക്കൊലായോടൊപ്പം കോക്കസസ്സിൽ എത്തി. അവിടെ ടെറെക്ക് എന്ന കാട്ടാറിന്റെ ഇടത്തേ കരയിൽ സ്റ്റാറൊഗ്ലദ്കോവ്സ്കയ എന്നു പേരുള്ള ഒരു കൊസാക്ക് ഗ്രാമുണ്ടായിരുന്നു. ആ ഗ്രാമത്തിൽ താവളമടിച്ചിരുന്ന പീരങ്കിപ്പട്ടാളദളത്തിലെ ഒരു ഓഫീസറായിരുന്നു നിക്കൊലായ് ടോൾസ്റ്റോയി. അവിടെ ഫലഭൂയിഷ്ഠമായ ഒരു ഇടുങ്ങിയ വനപ്രദേശത്ത് കൊസാക്കുകാർ താമസിച്ചിരുന്നു. അവരുടെ പൂർവ്വികർ ദോൺനദീ തടത്തിൽ വന്നത് 16-ാം നൂറ്റാണ്ടിലായിരുന്നു. 17-18 നൂറ്റാണ്ടുകളിൽ മലവാസികളുടെ ആക്രമണം തടയാൻ ടെറെക്ക് നദീതീരത്ത് പ്രതിരോധനിര സ്ഥാപിച്ചപ്പോൾ കൊസാക്കുകാരുടെ മറുകരയിലേക്ക് മാറ്റിത്താമസിപ്പിച്ചു. അവിടെയായിരുന്നു അവരുടെ ഗ്രാമം.

ലിയോ ടോൾസ്റ്റോയി സ്റ്റാറൊഗ്ലാദ്കൊവ്സ്കയയിൽ മൂന്നു വർഷത്തോളം താമസിക്കുകയും യുദ്ധങ്ങളിൽ പങ്കെടുക്കുകയും ചെയ്തു. കോക്കസസ്സിൽവച്ചാണ് അദ്ദേഹം ഒരെഴുത്തുകാരനായത്. അവിടുത്തെ ജീവിതത്തിനിടയിലെ നിരീക്ഷണങ്ങളും ചിത്താനുഭവങ്ങളും അദ്ദേഹത്തിന് "കടാന്നാക്രമണം," "കാട്ടുവെട്ടൽ," "കോക്കസസ്സിലെ തടവുകാരൻ," എന്നീ യുദ്ധകഥാപരമ്പര എഴുതാനുള്ള സാമഗ്രികൾ നൽകി. അദ്ദേഹത്തിന്റെ രണ്ടു മികച്ച നോവലുകളായ "കൊസാക്കുകാർ," "ഹാജി മുറാത്," എന്നിവയ്ക്ക് ആധാരമായിട്ടുള്ളതും അവിടുത്തെ അനുഭവങ്ങളാണ്. 1857-58 കാലത്ത് ലിയോ ടോൾസ്റ്റോയി "കൊസാക്കുകാരു"ടെ രചനയിൽ മുഴുകി. നോവലിന്റെ ഇതിവൃത്തവും കഥാനായകന്റെ സ്വഭാവവും അദ്ദേഹത്തിന്റെ മനസ്സിൽ അന്ത്യരൂപം കൈക്കൊണ്ടതു് അക്കാലത്താണ്.

1863-ൽ "റൂസ്കി വേസ്ത്നിക്" ("റഷ്യൻ ഹെറാൾഡ്") എന്ന ആനുകാലികത്തിന്റെ പ്രഥമലക്കത്തിലാണ് ഈ നോവൽ ആദ്യമായി പ്രസിദ്ധപ്പെടുത്തിയത്.

കൊസാക്കുകാർ-(തുർക്കി ഭാഷയിൽ "സ്വതന്ത്രൻ" എന്നാണ് കൊസാക്ക് എന്ന വാക്കിന്റെ അർത്ഥം)-15-17 നൂറ്റാണ്ടുകളിൽ റഷ്യൻ സ്റ്റേറ്റിന്റെ പ്രാന്തപ്രദേശങ്ങളിലേക്ക് ഓടിപ്പോയി സ്വതന്ത്രരായി

ജീവിച്ച കർഷക അടിയാന്മാരും നഗരത്തിലെ നിർധനരും. അവരുടെയിടയിൽനിന്ന് രൂപംകൊണ്ട സൈനികവർഗ്ഗത്തിലെ അംഗങ്ങൾ ഭൂമി സൗജന്യമായി ഉപയോഗിക്കുന്നതിനു പകരമായി സൈനികസേവനമനുഷ്ഠിക്കാൻ 18-ാം നൂറ്റാണ്ടു മുതൽ നിർബ്ബന്ധിതരായിരുന്നു.

I

മോസ്കോ നഗരം പ്രശാന്തമായിരുന്നു. വല്ലപ്പോഴുമൊരിക്കൽ വണ്ടിച്ചക്രങ്ങൾ പൊടിമഞ്ഞിൽ ഉരയുന്ന ശബ്ദം മാത്രം കേൾക്കാം. ജാലകങ്ങളിലൊന്നും വെളിച്ചമില്ല. തെരുവുവിളക്കുകൾ അണഞ്ഞുകഴിഞ്ഞു. പ്രഭാതത്തിന്റെ വാഗ്ദാനവുമായി പരന്നൊഴുകുന്ന പള്ളിമണികളുടെ നാദം നിദ്രയിലാണ്ടുകിടക്കുന്ന നഗരത്തെ തഴുകിക്കൊണ്ടിരുന്നു.

തെരുവുകൾ ശൂന്യമാണ്. തെന്നുപലകകളാൽ പൊടിമഞ്ഞിലും മണലിലും വീതികുറഞ്ഞ ചാലുകളുണ്ടാക്കിക്കൊണ്ട് അപൂർവ്വം ചിലപ്പോൾ കടന്നുപോകുന്ന നിശാശകടം അടുത്ത തിരിവിലെത്തുമ്പോൾ നിൽക്കുന്നു. സവാരിക്കാരനേയും കാത്തിരിക്കുന്ന അതിന്റെ വണ്ടിക്കാരൻ ഉറക്കം തൂങ്ങുന്നുണ്ട്. അടുക്കം[1] ചിട്ടയുമില്ലാതെ സംവിധാനംചെയ്ത മെഴുകുതിരികൾ വിശുദ്ധചിത്രങ്ങളുടെ സ്വർണ്ണനിറമാർന്ന പശ്ചാത്തലത്തിൽ അങ്ങിങ്ങു ചുവന്നപ്രഭ വിതറിക്കൊണ്ട് കത്തിയെരിയുന്ന പള്ളിക്കുള്ളിലേക്ക് ഒരു വൃദ്ധ കയറിപ്പോകുന്നു. നീണ്ട ഹേമന്തയാമിനിയുടെ ആ അന്ത്യയാമത്തിൽ നഗരത്തിലെ അദ്ധ്വാനിക്കുന്ന ജനങ്ങൾ ഉണർന്ന് പണിസ്ഥലത്തേക്കു പുറപ്പെട്ടുകഴിഞ്ഞു.

എന്നാൽ മാന്യന്മാരുടെ ലോകത്തിൽ അപ്പോഴും "സായാഹ്ന"മായിരുന്നു.

"ഷെവല്യേ" യിലെ[1] അടഞ്ഞുകിടന്ന ജനാലകളിലൊന്നിന്റെ പിന്നിൽ കർശനമായ പോലീസ് നിബന്ധനയെ ലംഘിച്ചുകൊണ്ട് ഒരു വിളക്കു കത്തിക്കൊണ്ടിരിക്കുന്നു. പടിക്കൽ ഒരു സവാരിവണ്ടിയും ഒരു ഹിമശകടവും കിടക്കുന്നുണ്ട് വണ്ടികൾ ഒന്നിനോടൊന്ന് തൊട്ടുതൊട്ട് നിരയായിക്കിടക്കുകയാണ്. മൂന്നു കുതിരകളെ പൂട്ടിയ ഒരു പോസ്റ്റ് വണ്ടിയും അവിടെ കാത്തു നിൽക്കുന്നുണ്ട്. ദ്വാരപാലൻ അടിമുടി മൂടിപ്പുതച്ച് ഒളിച്ചിരിക്കുന്നതുപോലെ കെട്ടിടത്തിന്റെ ഒരു മൂലയിൽ കൂനിക്കൂടി ഇരിക്കുന്നുണ്ട്.

"അവർ വെടിപറച്ചിൽ മതിയാക്കിയിരുന്നെങ്കിൽ," മുൻവശത്തെ മുറിയിലിരുന്ന് ഉറക്കംതൂങ്ങുന്ന വെയിറ്റർ വിചാരിച്ചു.

"രാത്രി മുഴുവൻ ഞാൻ ഉണർന്നിരിക്കണം!"

അത്താഴം കഴിച്ചുകൊണ്ടിരിക്കുന്ന മൂന്നു ചെറുപ്പക്കാരുടെ ശബ്ദം

1 "ഷെവല്യേ" - മോസ്കോയിലെ ഒരു വലിയ റസ്റ്റോറണ്ട്

തൊട്ടടുത്തുള്ളപ്രകാശമാനമായ മുറിയിൽനിന്ന് ഉയർന്നുകൊണ്ടിരുന്നു. ഒഴിഞ്ഞ കുപ്പികളും മദ്യചഷകങ്ങളും വിഭവസമൃദ്ധമായ അത്താഴത്തിന്റെ അവശിഷ്ടങ്ങളും നിരന്നിരിക്കുന്ന മേശയ്ക്കടുത്ത് ഇരിക്കുകയായിരുന്നു അവർ.

അവരിലൊരാൾ - വെടിപ്പായി വസ്ത്രം ധരിച്ച ചന്തമില്ലാത്ത ഒരു ചെറുമനുഷ്യൻ-ദൂരയാത്രയ്ക്കു തയ്യാറായി നിൽക്കുകയാണെന്നു തോന്നിച്ച തന്റെ സ്നേഹിതനെ ആർദ്രമായ തളർന്ന കണ്ണുകളാൽ നോക്കിക്കൊണ്ടിരുന്നു. ദീർഘകായനായ മറ്റൊരാൾ വാച്ചിന്റെ ചാവിയിൽ തെരുപ്പിടിച്ചുകൊണ്ട് മേശയ്ക്കടുത്തുള്ളഒരു സോഫയിൽ ചാരിക്കിടക്കുകയാണ്. ഇറക്കം കുറഞ്ഞ രോമക്കോട്ടു ധരിച്ച മൂന്നാമൻ മുറിയിലൂടെ ഉലാത്തുന്നു. ഭംഗിയായി വളർത്തിയ നഖങ്ങളോടുകൂടിയ തന്റെ കരുത്തുറ്റ തടിച്ച വിരലുകൾക്കിടയിൽ വെച്ച് ഒരു ബദാമിന്റെ തോടു പൊട്ടിക്കാൻ ഇടയ്ക്കിടെ അയാൾ നടപ്പു നിർത്തുന്നുണ്ട് . അയാളുടെ ചുണ്ടിൽ ഒരു പുഞ്ചിരി തങ്ങിനിന്നു. കണ്ണുകളും മുഖവും തിളങ്ങുന്നുണ്ട്. ആവേശത്തോടും അംഗവിക്ഷേപങ്ങളോടും കൂടിയാണ് സംസാരം. അയാൾക്ക് വേണ്ട വാക്കുകൾ കിട്ടുന്നില്ലെന്നു സ്പഷ്ടമാണ്. അയാൾ ഉച്ചരിക്കുന്ന വാക്കുകൾ അയാളുടെ ഹൃദയത്തിലുള്ളതു മുഴുവൻ പ്രകാശിപ്പിക്കാൻ അപര്യാപ്തമാണെന്നു തോന്നി. എങ്കിലും അയാൾ സദാ പുഞ്ചിരിക്കുന്നു.

“എല്ലാം ഇപ്പോൾ പറയാം!” അയാൾ ഉൽഘോഷിച്ചു. “ഞാൻ സ്വയം ന്യായീകരിക്കാൻ ശ്രമിക്കുകയില്ല. എന്നാൽ നിങ്ങൾ ചുരുങ്ങിയപക്ഷം എന്നെ ഞാൻ സ്വയം മനസ്സിലാക്കുന്നതുപോലെ മനസ്സിലാക്കുമെന്നും നീചപ്പരിഷയുടെ കണ്ണുകളിലൂടെ ഈ സംഗതി നോക്കിക്കാണുകയില്ലെന്നും ഞാൻ പ്രതീക്ഷിക്കുന്നു. ഞാൻ അവളുടെ മുമ്പിൽ കുറ്റക്കാരനാണെന്ന് നിങ്ങൾ കരുതുന്നു,” ആർദ്രമായ കണ്ണുകൾകൊണ്ട് തന്നെ നോക്കിക്കൊണ്ടിരിക്കുന്ന സ്നേഹിതനോടായി അയാൾ പറഞ്ഞു.

“അതെ, താൻ കുറ്റക്കാരനാണ്,” മെലിഞ്ഞ ചെറിയ മനുഷ്യൻ പറഞ്ഞു. അയാളുടെ കണ്ണുകളിൽ മുമ്പെന്നത്തെക്കാൾക്കൂടുതൽ തളർച്ചയും ആർദ്രതയും പ്രതിഫലിക്കുന്നുണ്ടെന്നു തോന്നി.

“താൻ അതു പറയാൻ കാരണമെന്തെന്ന് എനിക്കറിയാം,” യാത്രയ്ക്കു തയ്യാറായി നിൽക്കുന്ന ആൾ തുടർന്നു. “പ്രേമിക്കപ്പെടുന്നതു് പ്രേമിക്കുന്നതിനോളംതന്നെ സന്തുഷ്ടി നൽകുന്നുവെന്നും ഒരിക്കൽ അതു മതിയാകുമെന്നുമാണ് തന്റെ അഭിപ്രായം.”

“പക്ഷേ ഒരാൾക്ക് ആ പ്രേമം തിരിച്ചു നൽകാൻ കഴിയാത്തതെന്തുകൊണ്ടാണ്? “യാത്രയ്ക്കു തയ്യാറായി നിൽക്കുന്ന യുവാവ്

ചിന്താമഗ്നനായി ഒരുതരം അനുകമ്പയോടെ സ്നേഹിതനെ നോക്കിക്കൊണ്ട് പറഞ്ഞു." എന്തുകൊണ്ട് തിരിച്ച് പ്രേമിക്കാൻ കഴിയുന്നില്ല.? ഇച്ഛാശക്തികൊണ്ട് പ്രേമിക്കാൻ സാദ്ധ്യമല്ല. അല്ല! പ്രേമിക്കപ്പെട്ടന്നത് ഒരു ഭാഗ്യമല്ല, ദൗർഭാഗ്യമാണ്. തനിക്കു മടക്കിക്കൊടുക്കാൻ കഴിവില്ലാത്തതു് മടക്കിക്കൊടുക്കാത്തതിന് കുറ്റബോധം തോന്നുമ്പോൾ അതൊരു ദൗർഭാഗ്യമാണ്. ദൈവമേ!" അയാൾ കൈവീശി. "ഇതെല്ലാം യുക്തിക്കനുസരിച്ച് നടന്നിരുന്നെങ്കിൽ തരക്കേടില്ലായിരുന്നു. എന്നാൽ നമ്മുടെ ഇച്ഛാനുസരണമല്ലാതെ തോന്നിയതുപോലെ സംഭവിക്കുന്നമട്ടിൽ യാതൊരു പൊരുത്തവുമില്ലാതെയാണ് കാര്യങ്ങളുടെ കിടപ്പ്. ഞാൻ ആ മഹിളയുടെ പ്രേമം കവർന്നെടുത്തതായിട്ടാണ് കാണപ്പെടുന്നതു്. താൻപോലും അങ്ങനെയാണ് കരുതുന്നത്. അത് നിഷേധിക്കാൻ തുനിയേണ്ട. തനിക്ക് അങ്ങനെ വിചാരിക്കാതിരിക്കാൻ സാദ്ധ്യമല്ല. എന്നാൽ ജീവിതത്തിൽ ഞാൻ ചെയ്തിട്ടുള്ള ബുദ്ധിശൂന്യവും നിന്ദ്യവുമായ അനവധി കൃത്യങ്ങളിൽ എനിക്കു പശ്ചാത്താപം തോന്നാത്തതു്, എനിക്കു പശ്ചാത്തപിക്കാൻ കഴിയാത്തതു്, ഈ ഒരൊറ്റക്കാര്യത്തിലാണെന്നു പറഞ്ഞാൽ താൻ അതു വിശ്വസിക്കുമോ? തുടക്കംമുതൽ അവസാനംവരെ ഒരിക്കൽപ്പോലും ഞാൻ എന്നെത്തന്നെയോ അവളെയോ വഞ്ചിച്ചിട്ടില്ല. ഞാൻ പ്രേമബദ്ധനാകാൻ പോവുകുകയാണെന്ന് ഒടുവിൽ എനിക്കു തോന്നിയ ഒരു സമയമുണ്ടായിരുന്നു. ഇത്തരത്തിൽ പ്രേമിക്കാൻ സാദ്ധ്യമല്ലെന്നും എനിക്കു താമസിയാതെ മനസ്സിലായി. എനിക്കു മുമ്പോട്ടു പോകാൻ കഴിഞ്ഞില്ല. എന്നാൽ അവൾ മുമ്പോട്ടു പോയി. എനിക്ക് അതു കഴിയാതിരുന്നതു് എന്റെ കുറ്റമാണോ? ഞാൻ എന്തു ചെയ്യണമായിരുന്നു?"

"ശരി, ഇപ്പോൾ അതെല്ലാം കഴിഞ്ഞല്ലോ!"ഉറങ്ങിപ്പോകാതിരിക്കാൻ സിഗാർ വലിച്ചുകൊണ്ട് സ്നേഹിതൻ പറഞ്ഞു. "എന്നാൽ ഒരു കാര്യമുണ്ട്. താൻ ഇതേവരെ ആരേയും പ്രേമിച്ചിട്ടില്ല. പ്രേമിക്കുക എന്നുവെച്ചാൽ എന്താണെന്ന് ഇനിയും താൻ അറിഞ്ഞിട്ടില്ല."

രോമക്കോട്ടു ധരിച്ച യുവാവിന് മറ്റെന്തോകൂടി പറയാൻ ആഗ്രഹമുണ്ടായിരുന്നു. അയാൾ തലയിൽ കൈവെച്ചു. എന്നാൽ പറയാൻ ആഗ്രഹിച്ചതു് പറയാൻ അയാൾക്കു കഴിഞ്ഞില്ല.

"ശരിയാണ്! പ്രേമിച്ചിട്ടില്ല! എങ്കിലും എനിക്കു പ്രേമിക്കാൻ ആഗ്രഹമുണ്ട്! മറ്റെന്തിനെക്കാളും ഉപരിയായി ഞാൻ പ്രേമിക്കാൻ ആഗ്രഹിക്കുന്നു! പക്ഷേ അത്തരം പ്രേമം വാസ്തവത്തിൽ ഉണ്ടോ? എന്തോ ഒന്ന് പൂർത്തിയാക്കപ്പെടാതെ എപ്പോഴും അവശേഷിക്കുന്നു, പക്ഷേ എന്തിന് അതേപ്പറ്റി പറയുന്നു? എനിക്കു തെറ്റുപറ്റിയിരിക്കുന്നു,

എനിക്ക് ജീവിതത്തിൽ ശരിയായ പാത കണ്ടുപിടിക്കാൻ കഴിഞ്ഞിട്ടില്ല. എന്നാൽ താൻ പറയുന്നതുപോലെ ഇപ്പോൾ അതെല്ലാം കഴിഞ്ഞിരിക്കണം. ഒരു പുതിയ ജീവിതം ആരംഭിക്കാൻ പോവുകയാണെന്ന് എനിക്കു തോന്നുന്നു."

"അതും താൻ കളഞ്ഞുകുളിക്കും," വാച്ചിന്റെ ചാവിയിൽ തെരുപ്പിടിച്ചുകൊണ്ട് സോഫയിൽ കിടന്നിരുന്ന കിളരംകൂടിയ യുവാവു പറഞ്ഞു. എന്നാൽ ദീർഘയാത്രയ്ക്കൊരുങ്ങി നിൽക്കുന്ന ചെറുപ്പക്കാരൻ അതു കേട്ടില്ല.

"യാത്രയെപ്പറ്റി ആലോചിക്കുമ്പോൾ എനിക്ക് ഒരേ സമയം വിഷാദവും സന്തോഷവും തോന്നുന്നു," അയാൾ തുടർന്നു. "പക്ഷേ വിഷാദം എന്തിനാണ്? എനിക്കുതന്നെ അതിന്റെ ഉത്തരം അറിയില്ല."

ആ യുവാവ് മറ്റെല്ലാം മറന്ന് തന്നെപ്പറ്റിത്തന്നെ സംസാരിച്ചുതുടങ്ങി. അതിൽ തനിക്കുള്ളത്ര താല്പര്യം തന്റെ ശ്രോതാക്കൾക്കില്ലെന്ന വസ്തുത അയാൾ ശ്രദ്ധിച്ചില്ല. ഒരു മനുഷ്യന് ആത്മീയനിർവൃതി അനുഭവപ്പെടുന്ന നിമിഷത്തിലായിരിക്കും അയാൾ ഏറ്റവും വലിയ സ്വാർത്ഥമതിയായിത്തീരുന്നത്. തന്നെക്കാൾ കൂടുതൽ സുന്ദരവും താല്പര്യജനകവുമായ മറ്റൊന്നും ഭൂമുഖത്തില്ലെന്ന് ആ നിമിഷത്തിൽ അയാൾക്കു തോന്നുന്നു.

"ദ്മീത്രി അന്ദ്രേയെക്കുറിച്ച്, വണ്ടിക്കാരൻ ഇനി ഒട്ടും കാത്തുനിൽക്കുകയില്ല." ആട്ടിൻതോൽക്കോട്ടു ധരിച്ച് ഒരു ഷാളുകൊണ്ട് മൂടിപ്പുതച്ച് മുറിയിൽ കയറിവന്ന ചെറുപ്പക്കാരനായ ഒരു ഭൃത്യൻ പറഞ്ഞു. "പന്ത്രണ്ടു മണിക്ക് കുതിരകളെ തയ്യാറാക്കി നിർത്തിയതാണ്. ഇപ്പോൾ മണി നാലായി."

അവന്റെ ഷാളിന്റെ മടക്കുകളും കമ്പിളി ബൂട്ടുകളും ഉറക്കംതൂങ്ങുന്ന മുഖവും തന്നെ അദ്ധ്വാനത്തിന്റേതായ പുതിയൊരു ജീവിതത്തിലേക്കു മാടിവിളിക്കുകയാണെന്ന് അയാൾക്കു തോന്നി.

"അതെ, വിട പറയാൻ വാസ്തവത്തിൽ സമയമായി," ഊരിപ്പോയ ഒരു ബട്ടൺ ഇടാൻ ശ്രമിച്ചുകൊണ്ട് അയാൾ പറഞ്ഞു.

വണ്ടിക്കാരനു വോഡ്ക്കയ്ക്കു കുറച്ചുകൂടി പണംകൊടുത്താൽ മതിയെന്ന അഭിപ്രായം ചെവിക്കൊള്ളാതെ അയാൾ തൊപ്പി ധരിച്ച്കൊണ്ട് മുറിയുടെ നടുക്കു ചെന്നുനിന്നു. ചെറുപ്പക്കാർ ഒരു തവണ പരസ്പരം ചുംബിച്ചു. ഒരിക്കൽക്കൂടി ചുംബിച്ചു. തെല്ലിട വെറുതെ നിന്നിട്ട് അവർ മൂന്നാംതവണയും ചുംബിച്ചു. ഇറക്കം കുറഞ്ഞ രോമക്കോട്ടു ധരിച്ചിരുന്ന യുവാവ് മേശയ്ക്കടുത്തു ചെന്നുനിന്ന് മേശപ്പുറത്തിരുന്ന

ഒരു മദ്യചഷകം കാലിയാക്കിയിട്ട് ചന്തമില്ലാത്ത ചെറിയ മനുഷ്യന്റെ കൈയിൽ പിടിച്ചുകൊണ്ട് ഇരുണ്ട മുഖത്തോടെ പറഞ്ഞു:

"ഇല്ല, എനിക്കു പറയാതിരിക്കാൻ കഴിയുകയില്ല. തന്നോടു തുറന്നു പറയാൻ എനിക്കവകാശമുണ്ട്, കാരണം താൻ എന്റെ സ്നേഹിതനാണ്. താൻ അവളെ സ്നേഹിക്കുന്നുണ്ട്, ഇല്ലേ? എനിക്കു എപ്പോഴും അങ്ങനെ തോന്നിയിരുന്നു. എന്താ, ശരിയല്ലേ?"

"അതെ, "കുറെക്കൂടി സൗമ്യമായ ഒരു പുഞ്ചിരിയോടെ സുഹൃത്തു മറുപടി പറഞ്ഞു.

"ഒരു പക്ഷേ...

"ക്ഷമിക്കണം, മെഴുകുതിരികൾ കെടുത്താൻ എനിക്കു കല്പന കിട്ടിയിരിക്കുന്നു," ഈ മാന്യന്മാരുടെ സംസാരം എപ്പോഴും ഒരേ ഒരു വിഷയത്തിൽ കേന്ദ്രീകരിച്ചിരിക്കുന്നതെന്താണ് അത്ഭുതപ്പെട്ടുകൊണ്ട് സംഭാഷണത്തിന്റെ അവസാന ഭാഗം കേട്ടുകൊണ്ടിരുന്നവെയിറ്റർ ഉറക്കച്ചടവോടെ പറഞ്ഞു. "ഞാൻ ഇന്നത്തെ കണക്ക് ആരുടെ പേരിലാണ് എഴുതേണ്ടതു്? അങ്ങുന്നിന്റെ പേരിലാണോ?" അക്കാര്യം നേരത്തെ അറിഞ്ഞിട്ടെന്നവണ്ണം പൊക്കം കൂടിയ യുവാവിന്റെ നേരെ തിരിഞ്ഞു് അവൻ ചോദിച്ചു.

"അതെ," ദീർഘകായൻ പറഞ്ഞു. "എത്രയാണ്?"

"ഇരുപത്താറു റൂബിൾ."

ദീർഘകായൻ ഒരു നിമിഷം ആലോചിച്ചുനിന്നെങ്കിലും എതിർപ്പൊന്നും പ്രകടിപ്പിക്കാതെ ബില്ല് വാങ്ങി പോക്കറ്റിലിട്ടു.

ഈ സമയത്ത്് മറ്റു രണ്ടുപേരും തങ്ങളുടെ സംഭാഷണം തുടരുകയായിരുന്നു.

"പ്രിയസ്നേഹിതാ, വിട,": ആർദ്രമായ കണ്ണുകളുള്ള സുന്ദരനല്ലാത്ത ചെറിയ മനുഷ്യൻ പറഞ്ഞു.

രണ്ടുപേരുടേയും കണ്ണുകൾ ഈറനായി. അവർ പൂമുഖത്തേയ്ക്കിറങ്ങി.

"പിന്നെ ഒരു കാര്യം," യാത്രക്കിറങ്ങിയ യുവാവ് ദീർഘകായനോട് പറഞ്ഞു. "ഷെവല്യയിലെ ബില്ല് കൊടുത്തിട്ട് താൻ എനിക്ക് എഴുതണം," അതു പറഞ്ഞപ്പോൾ അയാളുടെ മുഖം ചുവന്നു.

"ശരി,"കയ്യുറകൾ ഇടുന്നതിനിടയിൽ ദീർഘകായൻ മറുപടി പറഞ്ഞു. പിന്നീട് അവർ പടവുകളിറങ്ങുമ്പോൾ തികച്ചും അപ്രതീക്ഷിതമായി അയാൾ പറഞ്ഞു: "എനിക്ക് തന്നോട്ട് അസൂയ തോന്നുന്നു!"

മറ്റെയാൾ അതിനു മറുപടി പറഞ്ഞതിങ്ങനെയാണ്," മീത്യ[2] വിട; ദൈവം തനിക്ക്..." സ്നേഹിതൻ കഴിയുന്നതും വേഗം യാത്ര തുടങ്ങണമെന്നല്ലാതെ മറ്റൊന്നും ആശംസിക്കാനില്ലായിരുന്നതിനാൽ അയാൾ ആ വാചകം മുഴുവനാക്കിയില്ല.

മൂവരും നിശ്ശബ്ദരായി. പിന്നീട് അവരിലൊരാൾ പറഞ്ഞു: "വിട" "പുറപ്പെടാം," ആരോ കല്പന കൊടുത്തു. വണ്ടിക്കാരൻ കുതിരകളെ ഓടിച്ചുതുടങ്ങി.

"യെലിസാർ, എന്റെ വണ്ടി കൊണ്ടുവരു," അവിടെ അവശേഷിച്ച ചെറുപ്പക്കാരിൽ ഒരാൾ പറഞ്ഞു. വണ്ടിക്കാരും കുതിരക്കാരനും ഉണർന്ന് നാക്കുകൊണ്ട് ശബ്ദം കേൾപ്പിച്ചിട്ട് കടിഞ്ഞാൺ ഇളക്കി. തണുത്തുമരവിച്ച വണ്ടിച്ചക്രങ്ങൾ പൊടിമഞ്ഞിൽ ഉയരുന്ന ശബ്ദം കേട്ടുതുടങ്ങി.

"ഈ ഒലേനിൻ അതിസമർത്ഥനായ ഒരു യുവാവാണ്," ചെറുപ്പക്കാരിലൊരാൾ പറഞ്ഞു. "പക്ഷേ കോക്കസസ്സിലേക്ക് പോകാൻ, അതും ഒരു യുങ്കറുയുടെ[3] പദവിയിൽ അങ്ങോട്ടു പോകാൻ അയാൾ ആഗ്രഹിക്കുന്നത് വളരെ വിചിത്രമായിരിക്കുന്നു. ഞാൻ അതിനു തുനിയുകയില്ല! നാളെ താൻ ക്ലബ്ബിലാണോ ഉച്ചഭക്ഷണം കഴിക്കുന്നത്?"

"അതെ." ആ സുഹൃത്തുക്കൾ പിരിഞ്ഞു.

ദൂരയാത്രയ്ക്കു പുറപ്പെട്ട ചെറുപ്പക്കാരന് ചൂടു തോന്നി. രോമക്കോട്ടിന് വേണ്ടതിലേറെ ചൂടുണ്ടെന്നു തോന്നിയതിനാൽ അയാൾ ഹിമശകടത്തിന്റെ അടിയിൽ ഇരുന്ന് കോട്ട് തുറന്നിട്ടു. എഴുന്നുനിൽക്കുന്ന കുഞ്ചിരോമമുള്ളമൂന്നു വാടകക്കുതിരകളും അയാൾ മുമ്പൊരിക്കലും കണ്ടിട്ടില്ലാത്ത കെട്ടിടങ്ങളെ കടന്ന് ഇരുളടഞ്ഞ ഒരു തെരുവിൽനിന്ന് മറ്റൊന്നിലേക്കു പാഞ്ഞുകൊണ്ടിരുന്നു. ദീർഘയാത്രയ്ക്കിറങ്ങിത്തിരിക്കുന്നവർ മാത്രമേ ഈ തെരുവുകളിലൂടെ സഞ്ചരിക്കാറുള്ളെന്ന് ഒലേനിനു തോന്നി. സ്മരണകൾ, സ്നേഹത്തിന്റേയും കദനത്തിന്റെയും മധുരമായ വേദന പകരുന്ന കണ്ണീരിന്റേയും സ്മരണകൾ, അയാളുടെ ആത്മാവിൽ നിറഞ്ഞുകവിഞ്ഞു...

---

2 ദ്മീത്രി എന്ന പേരിൽനിന്നുണ്ടായ ഓമനപ്പേര് - എഡി

3 യുങ്കർ- കുലീനന്മാർ സൈനിക സേവനം സ്വീകരിക്കുമ്പോൾ ലഭിക്കുന്ന ആദ്യത്തെ പദവി എന്നാണ് ഇവിടെ ഉദ്ദേശിക്കുന്നത്. അത് ഒരു നോൺകമ്മിഷൻഡ് ഓഫീസറുടെ പദവിക്കു തുല്യമാണ്.

II

"എനിക്ക് അവരെ ഇഷ്ടമാണ്! വളരെ ഇഷ്ടമാണ്! എത്ര നല്ല മനുഷ്യർ! കൊള്ളാം! "അയാൾ ആ വാക്കുകൾ പലതവണ ഉരുവിട്ടു. കണ്ണീരൊഴുക്കാനുള്ളശക്തിയായ പ്രചോദനം അയാൾക്കുണ്ടായി. എന്നാൽ താൻ എന്തിന്റെ പേരിൽ കരയണം? ആരാണ് നല്ല മനുഷ്യർ? ആരെയാണ് താൻ ഇഷ്ടപ്പെടുന്നത് ? അയാൾക്ക് അതു ശരിയ്ക്കറിഞ്ഞുകൂടായിരുന്നു. ഇടയ്ക്ക് ഏതെങ്കിലുമൊരു കെട്ടിടം അയാളുടെ കണ്ണിൽപ്പെടും, അതിത്ര വിചിത്രമായി പണിതിരിക്കുന്നതെന്തുകൊണ്ടാണെന്ന് അയാൾ അത്ഭുതപ്പെടും. തന്നിൽനിന്ന് തികച്ചും വിഭിന്നരായ വന്യൂഷയും വണ്ടിക്കാരനും തന്റെ തൊട്ടടുത്തിരുന്നു സവാരി ചെയ്യുന്നതെന്തുകൊണ്ടാണെന്നും കുതിരകൾ തണുത്തുറഞ്ഞ വഴിയിലൂടെ ഓടുമ്പോൾ തന്നോടൊപ്പം അവരും ആടുകയും കുടുങ്ങുകയും ചെയ്യുന്നതെന്തുകൊണ്ടാണെന്നും അയാൾ അത്ഭുതപ്പെട്ടു. അയാൾ വീണ്ടും പറഞ്ഞു:

"നല്ല മനുഷ്യർ! എനിക്ക് ഇഷ്ടമാണ്." ഇത്തവണ അയാൾ ഇതുകൂടി പറഞ്ഞു: "എത്രനന്നായിരുന്നു! ഒന്നാന്തരം?"

എന്നാൽ ഇങ്ങനെ പറയുന്നതിൽ അയാൾക്കുതന്നെ അത്ഭുതം തോന്നി. "ഞാൻ കുടിച്ചു വെളിവുകെട്ടിരിക്കുകയാണോ?" അയാൾ സ്വയം ചോദിച്ചു.

വാസ്തവത്തിൽ ഒലേനിൻ രണ്ടു കുപ്പി ഷാംപെയിൻ മുഴുവൻ കുടിച്ചിട്ടുണ്ടായിരുന്നു. എന്നാൽ അയാളെ ഉത്തേജിതനാക്കിയത് മദ്യം മാത്രമായിരുന്നില്ല. താൻ പുറപ്പെടുന്നതിനുമ്പ് സങ്കോചത്തോടെയും ഒരുപക്ഷേ യാദൃഛികമായും തന്നോട്ട് പറയപ്പെട്ട ഹൃദയസ്പർശകമെന്നു തോന്നിച്ച സ്നേഹവചനങ്ങളെല്ലാം അയാൾ ഓർത്തു. ഊഷ്മളമായ കരസ്പർശനങ്ങളും നോട്ടങ്ങളും നിശ്ശബ്ദനിമിഷങ്ങളും, താൻ ഹിമശകടത്തിൽ കയറിയിരുന്നു കഴിഞ്ഞപ്പോൾ "മീത്യ, വിട!" എന്നു പറഞ്ഞ സ്നേഹിതന്റെ സ്നേഹനിർഭരമായ സ്വരവും അയാൾ ഓർത്തു. താൻ കലവറയില്ലാതെ സംസാരിക്കാൻ തീരുമാനിച്ചതും അയാൾക്ക് ഓർമ്മവന്നു. ഇവയെല്ലാം അയാളെ വികാരതരളിതനാക്കി.

"ഒരുപക്ഷേ കോക്കസസ്സിൽനിന്നു എനിക്ക് ഒരിക്കലും മടങ്ങിവരാൻ സാധിക്കയില്ലായിരിക്കും," അയാൾ സ്വയം പറഞ്ഞു. തന്റെ ഹൃദയം നിറഞ്ഞൊഴുകുകയാണെന്ന് അയാൾക്കു തോന്നി. തന്നോടുതന്നെയുള്ള അനുകമ്പ അയാളിൽ നാമ്പിട്ടു. എന്നാൽ അയാളുടെ ആത്മാവിനെ ആർദ്രവും ഉൽകൃഷ്ടമാക്കിയതും സുഹൃത്തുക്കളോടുള്ള സ്നേഹമോ ഏതെങ്കിലുമൊരു സ്ത്രീയോടുള്ള പ്രേമമോ

ആയിരുന്നില്ല- അയാൾ ഇനിയും ആരേയും പ്രേമിച്ചിരുന്നില്ല. തന്നോടുതന്നെയുള്ള സ്നേഹമായിരുന്നു, സ്വന്തം ഹൃദയത്തിലെ നന്മയോടുള്ള (തന്റെ ഹൃദയത്തിൽ നന്മയല്ലാതെ മറ്റൊന്നുമില്ലെന്ന് ഇപ്പോൾ അയാൾക്കു തോന്നിയിരുന്നു) ഊഷ്മളവും ആശാനിർഭരവും യുവസഹജവുമായ സ്നേഹമായിരുന്നു അത്. അയാൾ കണ്ണീരൊഴുക്കാനും പരസ്പരബന്ധമില്ലാത്ത വാക്കുകൾ ഉരുവിടാനും അതായിരുന്നു കാരണം.

ബിരുദമെടുക്കുന്നതിനുമുമ്പ് സർവ്വകലാശാലയോടു വിടപറഞ്ഞ ഒരു യുവാവാണ് ഒലേനിൻ. അയാൾ ഒരിക്കലും യഥാർത്ഥത്തിൽ ഉദ്യോഗമൊന്നും വഹിച്ചിട്ടില്ല- ഏതോ ഒരു സർക്കാർ ഓഫീസിൽ വെറുതെ പേരു റജിസ്റ്റർ ചെയ്തിരുന്നെന്നു മാത്രം. തന്റെ കുടുംബസ്വത്തിൽ പകുതി ധൂർത്തടിച്ചുകഴിഞ്ഞ ആ യുവാവ് വയസ്സ് ഇരുപത്തിനാലായിട്ടും ഏതെങ്കിലും തൊഴിൽ തെരെഞ്ഞെടുക്കുകയോ എന്തെങ്കിലും ചെയ്യുകയോ ഉണ്ടായിട്ടില്ല . മോസ്കോയിലെ ഉന്നതസമുദായത്തിൽ "ചെറുപ്പക്കാരൻ" എന്നു വിളിക്കപ്പെടുന്ന ഒരുവനായിരുന്നു അയാൾ.

പതിനെട്ടാമത്തെ വയസ്സുമുതൽ ഒലേനിൻ സർവ്വതന്ത്രനായി ജീവിച്ചുതുടങ്ങി- ശൈശവത്തിൽത്തന്നെ മാതാപിതാക്കളെ നഷ്ടപ്പെട്ട "നാല്പതുകളിലെ" റഷ്യൻ കുബേരകുമാരന്മാർക്കു മാത്രം എത്തിച്ചേരാൻ കഴിയുന്ന ഒരവസ്ഥയായിരുന്നു അത്. ഭൗതികമോ ധാർമ്മികമോ ആയ യാതൊരു വിലക്കുകളും അയാൾക്കനുഭവപ്പെട്ടിരുന്നില്ല. എന്തു വേണമെങ്കിലും ചെയ്യാൻ അയാൾക്കു കഴിയും. ഒന്നും അയാൾക്ക് ആവശ്യമില്ലായിരുന്നു. അയാൾക്ക് കുടുംബമോ രാജ്യമോ മതവിശ്വാസമോ ദൗർഭിക്ഷതയോ ഉണ്ടായിരുന്നില്ല. അയാൾക്ക് ഒന്നിലും വിശ്വാസമില്ല. ആരോടും കടപ്പാടുമില്ല. ഇതൊക്കെയാണെങ്കിലും അയാൾ നിരുന്മേഷനും യുക്തിപൂർവ്വം ചിന്തിക്കുന്നവനുമായ ഒരു യുവാവാണെന്നു ധരിക്കുന്നതു തെറ്റായിരിക്കും നേരെമറിച്ച് പൊടുന്നനെയുള്ള അന്തർപ്രേരണകൾക്ക് സദാ സാന്നിദ്ധ്യം ഒന്നുകൊണ്ടു മാത്രം അയാൾ വികാരവിക്ഷുബ്ധനായിത്തീരുക പതിവാണ്. സ്ഥാനമാനങ്ങളിൽ യാതൊരു കഴമ്പുമില്ലെന്ന് വളരെക്കാലമായി അയാൾ വിശ്വസിച്ചിരുന്നു. എങ്കിലും ഒരു നൃത്തവിരുന്നിൽവെച്ച് സെർഗേയ് പ്രഭു അയാളുടെയടുത്തുചെന്ന് അയാളോട്ട് സ്നേഹപൂർവ്വം സംസാരിച്ചപ്പോൾ അതിൽ ആഹ്ലാദംകൊള്ളാതിരിക്കാൻ അയാൾക്കു കഴിഞ്ഞില്ല. തന്റെ അന്തർപ്രേരണകൾക്ക് ആ യുവാവ് കടിഞ്ഞാണിട്ടിരുന്നില്ലെങ്കിലും അയാൾ ഒരിക്കലും അവയുടെ അടിമയായിരുന്നില്ല. തന്നെ പിടികൂടുന്ന പുതിയ ഒരാവേശം അദ്ധ്വാനത്തിലേക്കോ സംഘട്ടനങ്ങളിലേക്കോ, നയിക്കുന്നുവെന്ന് സംശയം തോന്നിയാലുടൻ അയാൾ

നൈസർഗികമായ വാസനാവൈഭവത്തോടെ ദ്രുതഗതിയിൽ ആ വികാരത്തെയോ സംഗതിയെയോ നിഷ്കാസനം ചെയ്യുകയും തന്റെ സ്വാതന്ത്ര്യം വീണ്ടെടുക്കുകയും ചെയ്യും.

ഈ രീതിയിൽ അയാൾ സുഖലോലുപമായ ജീവിതവും സർക്കാർസേവനവും തന്റെ എസ്റ്റേറ്റിന്റെ നടത്തിപ്പും സംഗീതവും തുടങ്ങിവെച്ചു. സംഗീതം തന്റെ തൊഴിലായി സ്വീകരിക്കുന്നതിനെപ്പറ്റി കാര്യമായി അയാൾ ആലോചിച്ചിരുന്ന ഒരു കാലഘട്ടംപോലും ഉണ്ടായിരുന്നു. അയാൾ പ്രേമത്തിലും ചില പരീക്ഷണങ്ങളൊക്കെ നടത്തിയിട്ടുണ്ട്, എന്നാൽ അയാൾക്ക് അതിൽ-പ്രേമത്തിൽ -തീരെ വിശ്വാസമില്ലായിരുന്നു. ഒരു പ്രശ്നം അയാളെ അലട്ടിയിരുന്നു. തന്റെ ശക്തി മുഴുവൻ, താൻ എന്തിനുവേണ്ടി? ഉപയോഗിക്കുന്നതാണ് ഉത്തമം? കലയ്ക്കോ ശാസ്ത്രത്തിനോ പ്രേമത്തിനോ അതോ പ്രായോഗികകാര്യങ്ങൾക്കോ? ബുദ്ധിപരമോ മാനസികമോ ഭാവനാപരമോ ആയ തന്റെ കഴിവിനെയല്ല, പിന്നെയോ നഷ്ടപ്പെട്ടാൽ പിന്നീട് ഒരിക്കലും വീണ്ടെടുക്കാനാവാത്ത തന്റെ യുവസഹജമായ നവചൈതന്യത്തെ, താനാഗ്രഹിക്കുന്നതെന്തോ അതായിത്തീരാനും തന്റെ ഹൃദയാഭിലാഷങ്ങൾക്കനുസരിച്ച് ലോകത്തെ മുഴുവൻ രൂപാന്തരപ്പെടുത്താനും മനുഷ്യന് ഒരിക്കൽ മാത്രം ലഭിക്കുന്ന ആ ശക്തിയെ ആണ് ഇവിടെ ഉദ്ദേശിക്കുന്നത്.

ആ ശക്തി ഇല്ലാത്ത ചിലർ ഉണ്ടെന്നുള്ളതു സത്യമാണ്. അത്തരക്കാർ ജീവിതത്തിലേക്കു കാലൂന്നിയാലുടൻ ആദ്യം കഴുത്തിൽ വീഴുന്ന നുകവും പേറി ജീവിതാവസാനം വരെ സത്യസന്ധമായി പണിയെടുക്കും. എന്നാൽ ഒലേനിൻ തന്നിൽ കുടികൊള്ളുന്ന സർവ്വശക്തനായ ആ താരുണ്യദേവനെപ്പറ്റി തികച്ചും ബോധവാനായിരുന്നു. ഒരഭിലാഷത്തിൽ, ഒരു ചിന്തയിൽ, മുഴുകാനുള്ളആ കഴിവ്, ഇച്ഛിക്കാനും അതു നടപ്പിലാക്കാനുമുള്ളകഴിവ്, എങ്ങോട്ടെന്നോ എന്തിനെന്നോ അറിയാതെ ഏതു് അടികാണാക്കയത്തിലേക്കും കൂപ്പുകുത്താനുള്ളആ കഴിവ്, തനിക്കുണ്ടെന്ന് അയാൾക്കറിയാമായിരുന്നു. ആ ബോധവുമായാണ് അയാൾ യാത്ര പുറപ്പെട്ടതു്. അയാൾ അതിൽ അഭിമാനംകൊണ്ടു. താനറിയാതെതന്നെ അയാൾ യാത്ര പുറപ്പെട്ടതു്. അയാൾ സന്തോഷിച്ചു. ഇതഃപര്യന്തമുള്ള ജീവിതത്തിൽ അയാളുടെ ഒരേയൊരു വാത്സല്യഭാജനം താൻതന്നെയായിരുന്നു. അയാൾ തന്നിൽനിന്ന് നന്മയല്ലാതെ മറ്റൊന്നും പ്രതീക്ഷിച്ചിരുന്നില്ല എന്നതും തന്നെപ്പറ്റിയുള്ളഅയാളുടെ വ്യാമോഹങ്ങൾ ഇനിയും തകർന്നിരുന്നില്ല എന്നതുമായിരുന്നു അതിനു കാരണം. താൻ ചെയ്തിട്ടുള്ള തെറ്റുകൾ മനസ്സിലാക്കി, താൻ ശരിയായ മാർഗ്ഗത്തിലൂടെയല്ല

സഞ്ചരിച്ചതെന്നും തന്റെ മുൻപ്രവൃത്തികളെല്ലാംതന്നെ യാദൃച്ഛികവും അർത്ഥശൂന്യവും തനിക്ക് മുമ്പുണ്ടായിരുന്നില്ലെന്നും പൊടുന്നനെ ഏറ്റുപറയാൻ ഒരു യുവാവിനെ പ്രാപ്തനാക്കുന്ന യുവസഹജവും സന്തുഷ്ടവുമായ ഒരു മാനസികാവസ്ഥയാണ് മോസ്കോയോടു വിട പറയുന്ന ആ നിമിഷങ്ങളിൽ ഒലേനിന് അനുഭവപ്പെട്ടത്. മോസ്കോ ഉപേക്ഷിച്ചുപോകുന്നതോടെ ഒരു പുതിയ ജീവിതം ആരംഭിക്കുക യാണെന്നും തന്റെ പഴയ തെറ്റുകളും പശ്ചാത്താപങ്ങളും അവിടെ ആവർത്തിക്കപ്പെടുകയില്ലെന്നും സന്തുഷ്ടിമാത്രമേ ആ ജീവിതത്തിൽ കാണുകയുള്ളൂവെന്നും അയാൾക്കു തോന്നി.

ഒരു ദീർഘയാത്ര നടത്തുമ്പോൾ രണ്ടോ മൂന്നോ തവണ കുതിരകളെ മാറ്റിക്കഴിഞ്ഞാലും നമ്മുടെ ഭാവന നാം യാത്രയ്ക്കിടയിലെ ആദ്യത്തെ പ്രഭാതത്തിൽ പൊടുന്നനെ അത് ലക്ഷ്യസ്ഥാനത്തേക്കു കുതിച്ചുപാഞ്ഞ് അവിടെ ഭാവിയെപ്പറ്റിയുള്ളമനക്കോട്ടകൾ കെട്ടി ത്തുടങ്ങുന്നതായും അനുഭവപ്പെടാറുണ്ട്. ഒലേനിനു സംഭവിച്ചതും അതുതന്നെയാണ്.

നഗരത്തിന്റെ അതിർത്തി വിട്ട് പൊടിമഞ്ഞു പുതച്ചുകിടക്കുന്ന വിസ്തൃതമായ വയലുകൾക്കു മദ്ധ്യത്തിലെത്തിയപ്പോൾ അനുഭവപ്പെട്ട ഏകാന്തത അയാളെ സന്തുഷ്ടനാക്കി. രോമക്കോട്ട് പുതച്ചുകൊണ്ട് ഹിമശകടത്തിന്റെ അടിത്തട്ടിൽ നീണ്ടുനിവർന്നു കിടന്ന് അയാൾ മയങ്ങി. സുഹൃത്തുക്കളിൽനിന്നുള്ള വേർപാട് അയാളെ ആഴത്തിൽ സ്പർശിച്ചു. മോസ്കോയിൽ ചെലവഴിച്ച അവസാനത്തെ ഹേമന്ത ത്തിലെ സംഭവങ്ങൾ ഓരോന്നും അയാളുടെ മനസ്സിൽ പൊന്തിവന്നു. നടന്ന കാര്യങ്ങളുടെ ചിത്രങ്ങൾ അസ്പഷ്ടമായ ചിന്തകളോടും കുറ്റപ്പെടു ത്തലുകളോടും കൂടിക്കുഴഞ്ഞ് അയാളുടെ ഭാവനയിൽ തെളിഞ്ഞുവന്നു.

അല്പം മുമ്പ് താൻ വേർപിരിഞ്ഞ സ്നേഹിതനെ അയാൾ ഓർത്തു. തങ്ങളുടെ സംസാരത്തിന് വിഷയമായ ആ യുവതിയെപ്പറ്റിയും അയാളോർത്തു. ആ പെൺകിടാവ് ധനികയായിരുന്നു.

"അവൾ എന്നിൽ അനുരക്തയാണെന്നറിഞ്ഞുകൊണ്ടു അയാൾക്ക് എങ്ങനെ അവളെ സ്നേഹിക്കാൻ കഴിഞ്ഞു?" ഒലേനിൻ സ്വയം ചോദിച്ചു. അയാളുടെ മനസ്സിൽ കൊള്ളരുതാത്ത ഒരു സംശയം തലപൊക്കി. "ചികഞ്ഞുനോക്കിയാൽ ആളുകളിൽ ഗർഹണീയമായ പലതും ഉണ്ടായിരിക്കും. പക്ഷേ എനിക്ക് ഇതേവരെ ആരെയും യഥാർത്ഥത്തിൽ പ്രേമിക്കാൻ കഴിയാത്തതെന്തുകൊണ്ടാണ്?" ആ ചോദ്യം അയാളെ അലട്ടി. "ഞാൻ ആരെയും പ്രേമിച്ചിട്ടില്ലെ ന്ന് എല്ലാവരും പറയുന്നു. ഞാൻ ധാർമ്മികവൈകൃതം ബാധിച്ച ഒരുവനാണോ?"

മുൻകാലത്തെ തന്റെ പ്രേമഭാജനങ്ങളെ അയാൾ ഓർത്തു. ഉന്നത സമൂഹവൃത്തത്തിൽ താൻ ആദ്യമായി കാൽകുത്തിയതും തന്റെ ഒരു സ്നേഹിതന്റെ സഹോദരിയോടൊപ്പം മേശയ്ക്കടുത്തിരുന്ന് അനേകം സായാഹ്നങ്ങൾ ചെലവഴിച്ചതും അയാളുടെ ഓർമ്മയിൽ തെളിഞ്ഞുവന്നു. മേശയ്ക്കടുത്ത് കത്തിക്കൊണ്ടിരുന്ന ഒരു വിളക്ക് ചിത്രത്തുന്നലിൽ വ്യാപൃതയായിരുന്ന അവളുടെ നീണ്ടുമെലിഞ്ഞ കൈ വിരലുകളിലും മൃദുലകോമളമായ മുഖത്തിന്റെ അടിവശത്തും പ്രകാശം പരത്തിക്കൊണ്ടിരുന്നു. "ഫോക്സ്"എന്ന കളിപോലെ ഒരല്പം സങ്കോചവും അധീരത ദൂരീകരിക്കാനുള്ള നിരന്തരമായ തന്റെ പ്രയത്നത്തെപ്പറ്റിയുള്ള ബോധവും എല്ലാം അയാളുടെ ചെവിയിൽ മന്ത്രിച്ചുകൊണ്ടേയിരുന്നു, "ഇവളല്ല, ഇവളല്ല." "ഇവളല്ല," എന്ന് പിന്നീടു തെളിയുകയും ചെയ്തു. പിന്നീട് ഒരു നൃത്തവിരുന്നും സുന്ദരിയായ ഡി-രാജകുമാരിയുമുള്ള മസൂർക്കനൃത്തവും അയാൾ ഓർത്തു. "ആ സായാഹ്നത്തിൽ ഞാൻ എത്ര അഗാധമായി പ്രേമിച്ചിരുന്നു! എത്ര സന്തുഷ്ടനായിരുന്നു അന്ന് ഞാൻ! പിറ്റേന്നു രാവിലെ ഉറക്കമുണർന്ന് ഞാൻ ഇപ്പോഴും സ്വതന്ത്രനാണെന്നു മനസ്സിലാക്കിയപ്പോൾ ഞാൻ എത്ര ദുഃഖിച്ചു! പ്രേമം എന്നിൽനിന്ന് ഒഴിഞ്ഞുമാറുന്നതെന്തുകൊണ്ടാണ്? പ്രേമം എന്റെ കൈകാലുകൾ വരിഞ്ഞു കെട്ടാത്തതെന്തുകൊണ്ടാണ്?" അയാൾ ആലോചിച്ചു. "ഇല്ല! പ്രേമം എന്നൊന്നില്ല! എന്നോടും ദുബ്രോവിനോടും മാർഷലിനോടും[4] താൻ നക്ഷത്രങ്ങളെ സ്നേഹിക്കുന്നുവെന്നു പറഞ്ഞ ഞങ്ങളുടെ അയലത്തെ പെൺകുട്ടിയും 'അവളല്ലായിരുന്നു.'

നാട്ടിൻപുറത്തെ എസ്റ്റേറ്റ് നോക്കിനടത്താനുള്ള തന്റെ ശ്രമങ്ങളെപ്പറ്റിയാണ് അയാൾ പിന്നീട് ഓർത്തത്. അക്കാര്യത്തിലും സ്തുത്യർഹമായി ഒന്നും അയാൾക്ക് കഴിഞ്ഞില്ല. "അവർ" താൻ കോക്കസസ്സിലേക്കു പോകുന്നതിനെപ്പറ്റി ഒരുപാടു സംസാരിക്കുമോ എന്ന ചോദ്യമാണ് പിന്നീട് അയാളുടെ മനസ്സിൽ പൊന്തിവന്നത്. എന്നാൽ "അവർ" എന്ന പദംകൊണ്ട് താൻ ഉദ്ദേശിക്കുന്നത് ആരെയാണ് അയാൾക്കുതന്നെ നിശ്ചയമുണ്ടായിരുന്നില്ല. ആ ചിന്ത മറ്റൊരു ചിന്തയ്ക്ക് വഴിമാറിക്കൊടുത്തു- അത് നെറ്റി ചുളിക്കാനും ചില ശബ്ദങ്ങൾ പുറപ്പെടുവിക്കാനും അയാളെ പ്രേരിപ്പിച്ചു. തന്റെ തുന്നൽക്കാരനായ മെസ്യേ[5] കപേലിനെപ്പറ്റിയും അയാൾക്കു താൻ കൊടുക്കാനുള്ളഅറുനൂറ്റി എഴുപത്തെട്ടുറൂബിളിനെപ്പറ്റിയുള്ള ചിന്തയായിരുന്നു അത്. ഒരു വർഷംകൂടി കാത്തിരിക്കാൻ നിർബ്ബന്ധിച്ചുകൊണ്ട് താൻ അയാളോടു പറഞ്ഞ വാക്കുകളും അതു കേട്ടപ്പോൾ അയാളുടെ മുഖത്തു പ്രകടമായ അമ്പരപ്പും വിധിക്കു കീഴടങ്ങുന്ന ഭാവം

4 മാർഷൽ- കുലീനന്മാരുടെ പ്രതിനിധി.

5 monsieur-ശ്രീമാൻ (ഫ്രഞ്ച്).

പോലും ഒലേനിന് ഓർമ്മവന്നു.

"ദൈവമേ! ദൈവമേ!" അസുഖകരമായ ആ ചിന്തയെ ആട്ടിയ കറ്റാൻ ശ്രമിക്കുകയും കൺചിമ്മുകയും ചെയ്തുകൊണ്ട് അയാൾ പലതവണ ആവർത്തിച്ചു. "ഇതൊക്കെയായിട്ടും അവൾ എന്നെ സ്നേഹിക്കുന്നു," അന്നു വൈകിട്ട് സംഭാഷണ വിഷയമായിരുന്ന ആ യുവതിയെപ്പറ്റിയുള്ള ഓർമ്മകളിൽ ആശ്വാസം തേടാൻ ശ്രമിച്ചുകൊണ്ട് അയാൾ സ്വയം പറഞ്ഞു. "അതെ, ഞാൻ അവളെ വിവാഹം ചെയ്തിരുന്നെങ്കിൽ എന്റെ കടങ്ങളെല്ലാം വീട്ടാൻ കഴിഞ്ഞേനെ. ഇപ്പോൾ തുന്നൽക്കാരന്റെ കൂലി കൊടുത്തിട്ടില്ല. വസീല്യെവിന്റെ കടക്കാരനാണു ഞാൻ." മി. വസീല്യെവുമായി താൻ ക്ലബിൽവെച്ചു ചീട്ടുകളിച്ച അവസാന സായാഹ്നം അയാൾ ഓർത്തു. അവളുടെ വീട്ടിൽനിന്ന് താൻ നേരെ ക്ലബിലേക്കാണു പോയത്. ഒരു കൈകൂടി കളിക്കാൻ തന്നെ അനുവദിക്കണമെന്ന് താൻ കെഞ്ചിയതും തന്റെ എതിരാളി ധിക്കാരപൂർവ്വം അതു നിരസിച്ചതും അയാൾ മറന്നിരുന്നില്ല. "ഒരു വർഷത്തെ മിതവ്യയം കൊണ്ട് എനിക്ക് കടമെല്ലാം വീട്ടാൻ കഴിയും."

എന്നാൽ ഇങ്ങനെ സ്വയം ഉറപ്പു കൊടുത്തെങ്കിലും അയാൾ പിന്നെയും തന്റെ കടങ്ങൾ എത്രയാണെന്നും കാലാവധി എത്രനാൾ നീട്ടാൻ കഴിയുമെന്നും കണക്കുകൂട്ടിത്തുടങ്ങി. "ഷെവല്യേയിൽ മാത്രമല്ല മൊറേലയിലും എനിക്കു കടമുണ്ട്." താൻ അങ്ങനെയൊരു കടം വരുത്തിവെച്ച രാത്രി അയാൾക്ക് ഓർമ്മവന്നു. പീറ്റേഴ്സ്ബർഗിൽനിന്നുള്ള സന്ദർശകർ നടത്തിയ ജിപ്സികളുടെ ഒരു മദ്യക്കുത്തിൽവെച്ചാണ് താൻ ആ കടം വരുത്തിവെച്ചത്. സാഷ്ക ബി. ഡി. പ്രഭു, പ്രമാണിയായ ഒരു വൃദ്ധൻ എന്നിവരായിരുന്നു പീറ്റേഴ്സ്ബർഗിൽനിന്നു വന്ന അതിഥികൾ. "അവർക്ക് ഇത്രയേറെ ആത്മസംതൃപ്തി എങ്ങനെയുണ്ടായി," അയാൾ ആലോചിച്ചു. "അവർ സ്വന്തമായ ഒരു വ്യൂഹം സൃഷ്ടിച്ചിരിക്കുന്നതും മറ്റുള്ളവർക്ക് അതിൽ പ്രവേശനം ലഭിക്കുന്നത് ഒരു വലിയ ബഹുമതിയായി കണക്കാക്കപ്പെടണമെന്ന് അവർ വിശ്വസിക്കുന്നതും എന്തുകൊണ്ടാണ്? അവർ ചക്രവർത്തിയുടെ കാര്യാലയത്തിൽ പ്രവർത്തിക്കുന്നതുകൊണ്ടാണോ? മറ്റുള്ളവരെ മരത്തലയന്മാരും അപരിഷ്കൃതരുമായി അവർ കണക്കാക്കുന്നത് അങ്ങേയറ്റം അപമാനകരമാണ്! അവരിൽ ഒരാളായിത്തീരാൻ എനിക്കാഗ്രഹമില്ലെന്ന് ഞാൻ സ്പഷ്ടമായി അവരെ മനസ്സിലാക്കിയിരുന്നു. എങ്കിലും കേണലും ചക്രവർത്തിയുടെ കാര്യാലയത്തിലെ അംഗവുമായ സാഷ്ക ബി.യെപ്പോലുള്ള മാന്യവ്യക്തികളുമായി എനിക്ക് അടുപ്പമുണ്ടെന്നറിഞ്ഞാൽ എന്റെ

കാര്യസ്ഥനായ അന്ദ്രേയ്ക്ക് എന്നെപ്പറ്റി കൂടുതൽ മതിപ്പുതോന്നുമെന്നു സമ്മതിക്കേണ്ടിയിരിക്കുന്നു... പിന്നെ, അന്നത്തെ സായാഹ്നത്തിൽ ഏറ്റവും കൂടുതൽ കുടിച്ചതു ഞാനാണ്. ഞാൻ ജിപ്സികളെ ഒരു പുതിയ പാട്ടു പഠിപ്പിച്ചു. എല്ലാവരും അതു് കേട്ടുകൊണ്ടിരുന്നു. പല വിഡ്ഢിത്തങ്ങളും കാട്ടിയിട്ടുണ്ടെങ്കിലും ഞാൻ യോഗ്യനായ, പരമയോഗ്യനായ, ഒരു യുവാവാണ്." അതായിരുന്നു അയാളുടെ വിശ്വാസം.

പ്രഭാതത്തിൽ ഒലേനിൻ മൂന്നാമത്തെ പോസ്റ്റ് സ്റ്റേഷനിലെത്തി. അയാൾ ചായകുടിച്ചു. വന്യൂഷയുടെ സഹായത്തോടെ കെട്ടുകളുടേയും പെട്ടികളുടേയും സ്ഥാനം മാറ്റുകയും ഒതുക്കിവയ്ക്കുകയും ചെയ്തിട്ട് അടുക്കും ചിട്ടയും വരുത്തി സൗകര്യപ്രദമാക്കിയ ഹിമശകടത്തിൽ കയറി ഇരുന്നു. തന്റെ പണം എവിടെയാണെന്നും എത്രയുണ്ടെന്നും ഇപ്പോൾ അയാൾക്കു കൃത്യമായിട്ടറിയാം. വഴിക്കുവേണ്ട രേഖകളെല്ലാം അയാൾ പ്രത്യേകം എടുത്തുവെച്ചു. ഇതെല്ലാം അങ്ങേയറ്റം പ്രായോഗികബുദ്ധിയോടെയാണു താൻ ചെയ്തതെന്ന ബോധം അയാളെ സന്തുഷ്ടനാക്കി. ആ ദീർഘയാത്രയ്ക്ക് ഒരു നീണ്ട ഉല്ലാസയാത്രയുടെ മട്ടു കൈവന്നു.

ഇതിനകം താൻ എത്ര മൈൽ സഞ്ചരിച്ചു, അടുത്ത പോസ്റ്റ് സ്റ്റേഷനിലെത്താൻ എത്ര ദൂരമുണ്ട്, അടുത്ത നഗരത്തിലേക്ക് എത്ര ദൂരമുണ്ട്, ഉച്ചഭക്ഷണത്തിനു മുമ്പ് എത്ര ദൂരം പോകണം, സ്താവ്റൊപ്പൊളിലേക്ക് എത്ര ദൂരമുണ്ട്, മുഴുവൻ യാത്രയുടെ എത്രയിൽ ഒരു ഭാഗമാണ് താനിതിനകം തരണം ചെയ്തതു്, ഇത്യാദി കണക്കുകളിൽ വ്യാപൃതനായിരുന്നെന്നും താനെത്ര ചെലവിട്ടെന്നും ഓരോ മാസവും തനിക്കു കിട്ടുന്ന തുകയിൽനിന്ന് കടം വീട്ടാൻ എന്തു മാറ്റിവയ്ക്കേണ്ടി വരുമെന്നും പിന്നീടയാൾ കണക്കു കൂട്ടിത്തുടങ്ങി.

താൻ മോസ്കോമുതൽ സ്താവ്റൊപ്പൊൾവരെയുള്ളദൂരത്തിന്റെ പതിനൊന്നിൽ ഏഴു ഭാഗം തരണം ചെയ്തുകഴിഞ്ഞെന്നും തന്റെ കടംവീട്ടാൻ ഏഴുമാസത്തെ മിതവ്യയവും തന്റെ മൊത്തം സ്വത്തിന്റെ എട്ടിലൊരു ഭാഗവും വേണ്ടിവരുമെന്നും വൈകുന്നേരത്തെ ചായകുടി സമയത്ത് അയാൾ കണക്കുകൂട്ടിയെടുത്തു. അങ്ങനെ തന്റെ മനസ്സിനെ തൃപ്തിപ്പെടുത്തിയശേഷം രോമക്കോട്ടുകൊണ്ടു് മൂടിപ്പുതച്ച് ഹിമശകടത്തിനുള്ളിൽ കിടന്ന് അയാൾ വീണ്ടും മയങ്ങി.

കോക്കസസ്സിൽ തന്നെ കാത്തിരിക്കുന്നതെന്താണ് ഇത്തവണ അയാൾ സങ്കല്പിച്ചുനോക്കി. ഭാവിയെക്കുറിച്ചുള്ളഅയാളുടെ സ്വപ്നങ്ങളെല്ലാം അമലാത്- ബെക്കി[6]നെപ്പോലുള്ള വീരപുരുഷന്മാരുടേയും

6 അമാളാത് -ബെക്ക്- എ.ബെസ്ത്തുഷെവ്-മർലീൻസ്കിയുടെ (1797-1837) അതേ പേരിലുള്ള നോവലിലെ കഥാനായകൻ.

ചെർക്കീസ്[7] പെൺകൊടികളുടേയും മലയിടുക്കുകളുടേയും ചീറിപ്പായുന്ന ജലപ്രവാഹങ്ങളുടേയും അപായങ്ങളുടേയും ചിത്രങ്ങൾകൊണ്ട് നെയ്യെപ്പെട്ടവയായിരുന്നു. അവയിൽ വ്യക്തവും കൃത്യവുമായ യാതൊന്നും ഉണ്ടായിരുന്നില്ല . എന്നാൽ കീർത്തിയുടെ പ്രലോഭനവും മരണത്തിന്റെ ഭീഷണിയും ആ അജ്ഞാതമായ ഭാവിയിൽ താല്പര്യമുളവാക്കി. അസാധാരണമായ ധീരതയോടും അവിശ്വസനീയമായ കരുത്തോടും കൂടി എണ്ണമറ്റ മലവാസികളെ താൻ സംഹരിക്കുന്നതായി അയാൾ സങ്കൽപ്പിച്ചു. തന്റെ സ്വാതന്ത്ര്യം സംരക്ഷിക്കാൻ പൊരുതുന്ന ഒരു മലവാസിയായി പിന്നീട് അയാൾ സ്വയം സങ്കല്പിച്ചുനോക്കി. എന്നാൽ ആ ചിത്രത്തിന്റെ വിശദാംശങ്ങൾ വിഭാവനം ചെയ്യാൻ അയാൾ ഒരുങ്ങിയ നിമിഷത്തിൽ മോസ്കോയിലെ തന്റെ പഴയ പരിചയക്കാർ അവിടെ പ്രത്യക്ഷപ്പെട്ടു. സാഷ്ക ബി. മാറി മാറി റഷ്യാക്കാരുടെ ഭാഗത്തും മലവാസികളുടെ ഭാഗത്തും ചേർന്ന് അയാളോടു യുദ്ധം ചെയ്തുതുടങ്ങി. വിചിത്രമായ ഏതോ കാരണത്താൽ തുന്നൽക്കാരൻ മെസ്യേ കപേൽ വിജയിയുടെ ആഹ്ലാദപ്രകടനങ്ങളിൽ പങ്കുകൊള്ളുന്നത് അയാൾ കണ്ടു. തനിക്കുണ്ടായിട്ടുള്ള അപമാനങ്ങളും തന്റെ ബലഹീനതകളും തെറ്റുകളും ഇതിനിടയ്ക്ക് അയാൾക്ക് ഓർമ്മവന്നു. എന്നാൽ ആ ഓർമ്മകൾക്ക് സന്തോഷപ്രദമായ മറ്റൊരു വശംകൂടി ഉണ്ടായിരുന്നു. അവിടെ, പർവ്വതങ്ങളുടേയും ചെർക്കീസ് പെൺകിടാങ്ങളുടേയും അപകടങ്ങളുടേയും മദ്ധ്യത്തിൽ അത്തരം തെറ്റുകൾ ആവർത്തിക്കപ്പെടാൻ സാദ്ധ്യമല്ലെന്ന് സ്പഷ്ടമായിരുന്നു. തന്റെ ആത്മാവിന്റെ ശ്രീകോവിലിനു മുമ്പിൽ അയാൾ അവയെല്ലാം ഏറ്റുപറഞ്ഞു് മാപ്പു ചോദിച്ചിട്ടുണ്ട്. അവ എന്നെന്നേക്കുമായി കുഴിച്ചുമൂടപ്പെട്ടു.

ഭാവിയെപ്പറ്റിയുള്ളആ യുവാവിന്റെ സങ്കൽപ്പത്തിൽ സദാ കടന്നുവരുന്ന ഉൽകൃഷ്ടമായ മറ്റൊരു സ്വപ്നമുണ്ട്. ഒരു സ്ത്രീയെക്കുറിച്ചുള്ള സ്വപ്നമാണത്. മലകളുടെ മദ്ധ്യത്തിൽ നിൽക്കുന്ന ഒരു ചെർക്കീസ് അടിമപ്പെണ്ണിന്റെ രൂപത്തിലാണ് ഇപ്പോൾ അവൾ അയാളുടെ ഭാവനയിൽ പ്രത്യക്ഷപ്പെടുന്നത്. വടിവൊത്ത ദേഹവും നീണ്ടമുടിയും ആഴമുള്ളവിനീതമായ കണ്ണുകളുമുള്ളഒരു യുവസുന്ദരി. മലകളുടെ നടുക്ക് ഏകാന്തമായി നിൽക്കുന്ന ഒരു കുടിൽ അയാൾക്കു കാണാം. പൊടിയണിഞ്ഞു്, രക്തം പുരണ്ട്, വിജയശ്രീലാളിതനായി അയാൾ തന്റെയടുത്തേക്കു വരുന്നതും കാത്ത് കുടിലിന്റെ വാതിൽക്കൽ അവൾ നിൽക്കുന്നുണ്ട്. അവളുടെ ചുംബനവും വടിവൊത്ത തോളുകളും വശ്യമായ ശബ്ദവും അവളുടെ വിധേയത്വവും അയാളെ വിസ്മയഭരിതനാക്കുന്നു. നീണ്ട ഹേമന്തസായാഹ്നങ്ങളിൽ അയാൾ

7 ചെർക്കീസ്- കൊക്കസസ്സിലെ ഒരു ദേശീയജനവിഭാഗം.

അവളുടെ വിദ്യാഭ്യാസത്തിന്റെ അടിത്തറ കെട്ടാനാരംഭിക്കുന്നു. അവൾ ബുദ്ധിമതിയും കഴിവും ധാരണാശേഷിയുമുള്ളവളുമാണ്. വിജ്ഞാനലബ്ധിക്ക് അവശ്യം ആവശ്യമായ എല്ലാ കാര്യങ്ങളുമായും അവൾ വളരെ വേഗം ഇണങ്ങിച്ചേരുന്നു. എന്തുകൊണ്ട് പാടില്ല? ഒരു പുതിയ ഭാഷ സ്വായത്തമാക്കാനും ഫ്രഞ്ച് സാഹിത്യത്തിലെ അമൂല്യഗ്രന്ഥങ്ങൾ വായിച്ചു മനസ്സിലാക്കാനും അവൾക്കുള്ളകഴിവ് നിസ്സീമമാണ്. ഉദാഹരണത്തിന് "Notre Dame de Paris" അവൾക്ക് വളരെ ഇഷ്ടപ്പെട്ടു. ഫ്രഞ്ച് ഭംഗിയായി സംസാരിക്കാൻ പോലും അവൾക്കറിയാം. വിരുന്നുമുറികളിൽ ഉന്നതസമുദായത്തിൽ ജനിച്ചുവളർന്ന ഏതൊരു മഹിളയെക്കാളും അന്തസ്സോടെ പെരുമാറാൻ അവൾക്കു സ്വതസ്സിദ്ധമായ കഴിവുണ്ടായിരിക്കും. ലളിതവും ശക്തവും ആവേശഭരിതവുമായ ശൈലിയിൽ അവൾ പാട്ടു പാടും.

"ഛീ! എന്തൊക്കെ അസംബന്ധങ്ങൾ!" അയാൾ സ്വയം പറഞ്ഞു. ആ സമയത്ത് അവർ ഏതോ ഒരു പോസ്റ്റ് സ്റ്റേഷനിൽ എത്തി. സാമാനങ്ങൾ മറ്റൊരു ഹിമശകടത്തിലേക്കു മാറ്റി വയ്ക്കുന്നതിലും കൂലിക്കാർക്കു വോഡ്ക്ക വാങ്ങാൻ പണം കൊടുക്കുന്നതിലും അയാൾ വ്യാപൃതനായി. എന്നാൽ പിന്നെയും "അസംബന്ധം" എന്ന് അയാൾ അല്പംമുമ്പ് വിശേഷിപ്പിച്ച അതേ സങ്കല്പലോകത്തേക്ക് അയാളുടെ മനസ്സു തിരിച്ചുപോയി. വീണ്ടും ചെർക്കീസ് പെൺകിടാങ്ങളും യശസ്സും റഷ്യയിലേക്കുള്ളതിരിച്ചുവരവും ചക്രവർത്തികാര്യാലയത്തിലെ ഉദ്യോഗവും സുന്ദരിയായ ഒരു ഭാര്യയും അയാളുടെ മനസ്സിൽ നിറഞ്ഞുനിന്നു.

"പക്ഷേ പ്രേമമെന്നൊന്നില്ലെന്നാണ് എന്റെ വിശ്വാസം," അയാൾ സ്വയം പറഞ്ഞു "ബഹുമതികൾ വെറും അസംബന്ധങ്ങളുമാണ്... എങ്കിലും ആ അറുന്നൂറ്റി എഴുപത്തെട്ടു റൂബിൾ എങ്ങനെ കൊടുത്തുതീർക്കും?... ഞാൻ പിടിച്ചടക്കുന്ന ഒരു പ്രവശ്യ, ജീവിതകാലം മുഴുവൻ അനുഭവിക്കാൻ വേണ്ടതിൽ കൂടുതൽ സ്വത്ത് എനിക്കും നേടിത്തരികയില്ലേ?... പോരെങ്കിൽ അങ്ങനെ കിട്ടുന്ന സ്വത്ത് ഞാൻ ഒരാൾ മാത്രം ഉപയോഗിക്കുന്നതു ശരിയുമല്ല. അത് മറ്റുള്ളവരുമായി പങ്കിടണം... പക്ഷേ ആരുമായിട്ട്?... ഉന്നൽക്കാരനുള്ളഅറന്നൂറ്റി എഴുപത്തെട്ടു റൂബിൾ ആദ്യം കൊടുത്തു തീർക്കണം... അതു കഴിഞ്ഞു നോക്കാം..."

പരസ്പരബന്ധമില്ലാത്ത ദൃശ്യങ്ങൾ അയാളുടെ ചിന്തയെ അസ്പഷ്ടമാക്കി. വന്യൂഷയുടെ ശബ്ദവും പെട്ടെന്നു ചലനം നിലയ്ക്കുന്നതായുള്ള തോന്നലും മാത്രമേ ആരോഗ്യദൃഢഗാത്രനും യുവാവുമായ അയാളുടെ നിദ്രയെ ശല്യപ്പെടുത്തിയുള്ളു: മറ്റൊരു സ്റ്റേഷനിലെത്തുമ്പോൾ

സ്വപ്നത്തിലെന്നപോലെ അയാൾ മറ്റൊരു ഹിമശകടത്തിലേക്കു സ്ഥാനം മാറും. ഇങ്ങനെ അയാളുടെ യാത്ര പുരോഗമിച്ചുകൊണ്ടിരുന്നു.

പിറ്റേ ദിവസവും അതുപോലെതന്നെയാണ് കടന്നുപോകുന്നത്- അതേ തരത്തിലുള്ള പോസ്റ്റ് സ്റ്റേഷനുകൾ, അതേ ചായ, അതേപോലെ ഓടുന്ന ഉശിരൻ കുതിരകൾ , വന്യൂഷയുമായുള്ളഹ്രസ്വമായ അതേ സംഭാഷണങ്ങൾ, ഒരു ദിവസം അവസാനിക്കുമ്പോഴുള്ളഅതേ അസ്പഷ്ടമായ ചിന്തകൾ, രാത്രിയിലെ യുവസഹജവും ആരോഗ്യകരവുമായ തളർന്ന അതേ നിദ്ര.

III

താൻ റഷ്യയുടെ കേന്ദ്രത്തിൽനിന്ന് അകന്നകന്നു പോകുന്നതിനനുസരിച്ച് അയാളുടെ മനസ്സിന്റെ ഭാരം കുറഞ്ഞുകൊണ്ടിരുന്നു. എന്നെന്നേയ്ക്കുമായി താൻ പോവുകയാണെന്നും ഇനിയൊരിക്കലും തിരിച്ചുവരില്ലെന്നും ഉന്നത സമൂഹത്തിൽ പ്രത്യക്ഷപ്പെടുകയില്ലെന്നുമുള്ള തോന്നൽ അയാളുടെ മനസ്സിലേക്ക് വീണ്ടും വീണ്ടും കടന്നുവന്നു. "ഞാൻ ഇവിടെ കാണുന്ന ഈ മനുഷ്യർ ആളുകളല്ല. ഇവരിലൊരാൾക്കുപോലും എന്നെ അറിയില്ല. മോസ്കോയിൽ ഞാൻ ഇടപഴകിയിരുന്ന സമൂഹത്തിൽ ഇവരിലൊരാളും ഒരിക്കലും കടന്നു ചെന്നിരിക്കാനിടയില്ല. എന്റെ ഭൂതകാലം ഇവർക്ക് അജ്ഞാതമാണ്. ഇവിടെ ഈ മനുഷ്യരോടൊപ്പം കഴിയുന്ന കാലഘട്ടത്തിൽ ഞാൻ ചെയ്യുന്നതെന്താണ് ആ സമൂഹത്തിലുള്ള ആരും അറിയുകയില്ല." താൻ വഴിക്കു കണ്ടുമുട്ടുന്ന ഈ പരുക്കൻ മനുഷ്യരുടെ_മോസ്കോയിലെ തന്റെ പരിചയക്കാരെ വിളിക്കുന്ന അതേ അർത്ഥത്തിൽ "ആളുകൾ "എന്നു വിശേഷിപ്പിക്കാൻ തനിക്കു കഴിയാത്ത, ഈ പരുക്കൻ മനുഷ്യജീവികളുടെ-മദ്ധ്യത്തിൽ നിൽക്കുമ്പോൾ അയാൾക്കു മുമ്പൊരിക്കലും അനുഭവപ്പെടാത്ത സ്വാതന്ത്ര്യബോധം, ഭൂതക്കാലത്തിൽനിന്നു താൻ പൂർണ്ണമായും വിമുക്തനാണെന്ന ബോധം ഉണ്ടായി. സ്താവ്റൊപ്പൊളിലൂടെ അയാൾക്കു കടന്നു പോകേണ്ടിവന്നു. ആ നഗരം അയാളിൽ വിഷാദം ജനിപ്പിച്ചു. അവിടുത്തെ കടകളുടെ ബോർഡുകളും-ഫ്രഞ്ചിൽ എഴുതപ്പെട്ടവപോലും അക്കൂട്ടത്തിലുണ്ടായിരുന്നു- ഇരട്ട സീറ്റുകൾ അഭിമുഖമായി സംവിധാനം ചെയ്ത വണ്ടികളിൽ സവാരി ചെയ്യുന്ന മഹിളകളും മൈതാനത്തിൽ നില്ക്കുന്ന കുതിരവണ്ടികളും അവിടുത്തെ രാജവീഥികളും വഴിപോക്കരെ തുറിച്ചുനോക്കിക്കൊണ്ട് നടക്കാവിലൂടെ ഉലാത്തുന്ന, ഓർക്കോട്ടും തൊപ്പിയും ധരിച്ച മാന്യനും അയാളിൽ മനഃക്ലേശമുളവാക്കി.

"ഇക്കൂട്ടത്തിൽ എന്റെ പരിചയക്കാരെ അറിയാവുന്ന ആരെങ്കിലും ഉണ്ടായിരിക്കുമോ?" ക്ലബ്ബും തുന്നൽക്കാരനും ചീട്ടും ഉന്നത സമൂഹവും വീണ്ടും അയാളുടെ ചിന്തയിൽ പൊന്തിവന്നു... അതിനാൽ സ്താവ്റൊപ്പൊൾ പിന്നിലായപ്പോൾ അയാൾക്കു സന്തോഷം തോന്നി. ഇപ്പോൾ ചുറ്റുമുള്ളതെല്ലാം വന്യമെന്നു മാത്രമല്ല അതിമനോഹരവും ഉഗ്രവുമായിരുന്നു. ഓലേനിൻ കൂടുതൽ കൂടുതൽ ഉല്ലാസവാനായിത്തീർന്നു. സകല കൊസാക്കുകാരും വണ്ടിക്കാരും സ്റ്റേഷൻ സൂക്ഷിപ്പുക്കാരും കൃത്രിമത്വം തൊട്ടു തീണ്ടാത്ത ജീവികളാണെന്നും ആര് ഏതു വർഗ്ഗത്തിൽപ്പെട്ടവനാണെന്നാലോചിക്കാതെ തനിക്ക് അവരോട് ലളിതമായി തമാശപറയാനും സംസാരിക്കാനും കഴിയുമെന്നും

അയാൾക്കു തോന്നി. ഒലേനിൻ താനറിയാതെ സ്നേഹിച്ചിരുന്ന മുഴുവൻ മനുഷ്യവർഗ്ഗത്തിന്റെയും സന്തതികളാണ് അവർ അവരെല്ലാവരും അയാളോട്ട് സ്നേഹപൂർവ്വം പെരുമാറുകയും ചെയ്തു.

ദോൺ കൊസാക്കുകാരുടെ പ്രദേശത്തുനിന്ന് പുറത്തു കടക്കുന്നതിനു മുമ്പുതന്നെ ഹിമശകടം മാറ്റി ചക്രങ്ങളുള്ള കുതിരവണ്ടിയിൽ അവർ യാത്രചെയ്തുതുടങ്ങിയിരുന്നു. സ്താവ്റൊപ്പൊൾ കഴിഞ്ഞപ്പോഴേക്കും തണുപ്പ തീരെ കുറഞ്ഞതിനാൽ ഒലേനിൻ രോമക്കോട്ടു മാറ്റി. അപ്രതീക്ഷിതവും ആഹ്ലാദനിർഭരവുമായ വസന്തം ഒലേനിനെ എതിരേറ്റു. ഇപ്പോൾ രാത്രിയിൽ കൊസാക്ക് ഗ്രാമങ്ങളിൽനിന്ന് പുറത്തുപോകാൻ അനുവാദമില്ല. വൈകുന്നേരം യാത്രചെയ്യുന്നത് അപകടമാണെന്നു പറയപ്പെട്ടു. വന്യൂഷ ഭയന്നിരിക്കയാണെന്നു തോന്നി. അവൻ ഞൊടിയിൽ ഉപയോഗിക്കാൻ പാകത്തിന് ഒരു തോക്കു നിറച്ചുവെച്ചു. ഒലേനിൻ കൂടുതൽ ഉല്ലാസവാനായിത്തീർന്നു. പെരുവഴിയിൽ ആയിടെ ഒരു കൊലപാതകം നടന്നതായി ഒരു സ്റ്റേഷൻ സൂക്ഷിപ്പുകാരൻ പറഞ്ഞു. ആയുധധാരികളായ ആളുകളെ അവർ വഴിക്കു കണ്ടുമുട്ടിത്തുടങ്ങി.

“ഇവിടെയാണു തുടക്കം,” ഒലേനിൻ സ്വയം പറഞ്ഞു. പലരും പറഞ്ഞു താൻ കേട്ടിട്ടുള്ളമഞ്ഞുമൂടിയ മലകളുടെ ഒരു ദൃശ്യം കിട്ടാൻ ഒലേനിൻ കൊതിച്ചു. ഒരിക്കൽ, സന്ധ്യയോടടുത്ത നേരത്ത് നൊഗായ്ക്കാരനായ[8] വണ്ടിക്കാരൻ മേഘങ്ങൾക്കു മുകളിൽ പ്രത്യക്ഷപ്പെട്ട പർവ്വതനിര ചൂണ്ടിക്കാണിച്ചു. ഒലേനിൻ ആകാംക്ഷയോടെ അങ്ങോട്ട് ഉറ്റുനോക്കി. എന്നാൽ നേരം ഇരുട്ടിത്തുടങ്ങിയിരുന്നു. മേഘങ്ങൾ മലകളെ മറച്ചിരുന്നു. ചാരനിറമുള്ളതും വെളുത്തതും ലോമശവുമായ എന്തോ ഒന്ന് താൻ കാണുന്നുണ്ടെന്ന് ഒലേനിനു തോന്നി. എന്നാൽ വായിച്ചും ആളുകൾ പറഞ്ഞുകേട്ടും തന്റെ മനസ്സിൽ പതിഞ്ഞിട്ടുള്ള അവയുടെ അവാച്യമായ സൗന്ദര്യം എത്ര സൂക്ഷിച്ചുനോക്കിയിട്ടും അയാൾക്കു കണ്ടുപിടിക്കാൻ കഴിഞ്ഞില്ല മേഘങ്ങളും മലകളും തമ്മിലുള്ളസാദൃശ്യം പരിപൂർണ്ണമാണോന്നും

8 നൊഗായ്ക്കാർ-സ്താവ്റൊപ്പൊൾ പ്രദേശത്തെ ഒരു ജനവിഭാഗം.

ഹിമമകടമണിഞ്ഞ ഗിരിശൃംഗങ്ങളെപ്പറ്റി താൻ കേട്ടിട്ടുള്ളതെല്ലാം ബാഹി[9]ന്റെ സംഗീതമോ സ്ത്രീകളോടുള്ള പ്രേമമോ പോലെ , തനിക്കു തോന്നി. അതിനാൽ പർവ്വതം കാണാനുള്ള അയാളുടെ ആകാംക്ഷ കെട്ടടങ്ങി. എന്നാൽ പിറ്റേ ദിവസം അതിരാവിലെ വണ്ടിക്കുള്ളിൽ അനുഭവപ്പെട്ട തണുപ്പ് അയാളെ ഉണർത്തി. അലക്ഷ്യമായി അയാൾ പുറത്തേക്കു നോക്കി. തെളിഞ്ഞ ഒരു പ്രഭാതമായിരുന്നു അത്. പെട്ടെന്ന് ഇരുപതു ചുവടകലെ- പ്രഥമദൃഷ്ടിയിൽ അയാൾക്ക് അങ്ങനെയാണ് തോന്നിയത്- ശുദ്ധശുഭ്രമായ പർവ്വതത്തിന്റെ സ്ഥലരൂപം പ്രത്യക്ഷപ്പെട്ടു. അതിന്റെ മൃദുലമായ വളവുകളും വിദൂരസ്ഥിതമായ ആകാശത്തിന്റെ പശ്ചാത്തലത്തിൽ അന്തരീക്ഷത്തിലേക്ക് ഉയർന്നു നിൽക്കുന്ന കൊടുമുടികളുടെ അത്ഭുതകരമായ, തികവുറ്റ ബാഹ്യരേഖയും അയാളെ ആശ്ചര്യഭരിതനാക്കി. മലകൾക്കും ആകാശത്തിനും തനിക്കുമിടയ്ക്കുള്ളദൂരത്തെപ്പറ്റിയും മലകളുടെ ഗാംഭീര്യത്തെപ്പറ്റിയും ആ സൗന്ദര്യപൂരത്തിന്റെ അനന്തതയെപ്പറ്റിയും ബോധവാനായപ്പോൾ ഇതൊരു മിഥ്യയാണെന്ന്, സ്വപ്നം മാത്രമാണെന്ന് അയാൾ ഭയന്നു. ഉണരാൻവേണ്ടി അയാൾ ദേഹം കുടഞ്ഞു. പക്ഷേ, പർവ്വതം അവിടെത്തന്നെയുണ്ട്!

"അതെന്താണ്? അക്കാണുന്നതെന്താണ്?" അയാൾ വണ്ടിക്കാരനോടു ചോദിച്ചു.

"മല," നൊഗാക്കാരനായ വണ്ടിക്കാരൻ അലക്ഷ്യഭാവത്തിൽ പറഞ്ഞു.

"വളരെ നേരമായി ഞാനും അതുതന്നെ നോക്കിക്കൊണ്ടിരിക്കുകയാണ്! എന്തൊരു ഭംഗി! വീട്ടിൽ ചെന്നു പറഞ്ഞാൽ ആരും ഇതു വിശ്വസിക്കയില്ല!" വന്യൂഷ പറഞ്ഞു.

നിരപ്പായ റോഡിലൂടെ അതിവേഗം പാഞ്ഞുപൊയ്ക്കൊണ്ടിരിക്കുകയാണോന്നു തോന്നി. മലകൾ കണ്ടപ്പോൾ ഒലേനിന് ആദ്യം അത്ഭുതവും പിന്നീട് ആഹ്ലാദവും തോന്നി. എന്നാൽ പിന്നീട്, മറ്റു കറുത്തമലകളുടെ പിന്നിൽനിന്ന് ഉയരുന്നതിനു പകരം നേരെ സെപ്പിയിൽനിന്നുയർന്ന് നീണ്ടു പോകുന്ന ഹിമാവൃതമായ ആ പർവ്വതശൃംഖലയിലേക്കുതന്നെ നോക്കിക്കൊണ്ടിരിക്കെ, ഒലേനിന് കുറെശ്ശെക്കുറേശ്ശയായി അതിന്റെ സൗന്ദര്യസത്ത കണ്ടെത്താൻ കഴിഞ്ഞു. പർവ്വതം അക്ഷരാർത്ഥത്തിൽത്തന്നെ അയാൾക്ക് അനുഭവവേദ്യമായിത്തീർന്നു.

ആ നിമിഷം മുതൽ അയാളുടെ ചിന്തകൾക്കും വികാരങ്ങൾക്കും മലകളുടെ കാർക്കശ്യവും ഗാംഭീര്യവാർന്ന പുതിയൊരു ഭാവം

9 ബാഹ്-Bach, Yohann Sebastian (1685-1750) പ്രശസ്ത ജർമ്മൻ സംഗീതജ്ഞൻ

കൈവന്നു. മോസ്കോയെപ്പറ്റിയുള്ളഓർമ്മകളും അപമാനബോധവും പശ്ചാത്താപങ്ങളും കോക്കസെസ്സിനെക്കുറിച്ച് വെച്ചുപുലർത്തിയിരുന്ന ദിവാസ്വപ്നങ്ങളും എന്നെന്നേയ്ക്കുമായി അയാളെ വിട്ടുപിരിഞ്ഞു. "ഇനി ജീവിതം തുടങ്ങാം," ഘനഗംഭീരമായ ഒരു ശബ്ദം തന്റെ കാതിൽ മന്ത്രിക്കുന്നതായി അയാൾക്കു തോന്നി. നീണ്ടപാതയോ അങ്ങകലെ പ്രത്യക്ഷപ്പെട്ടുതുടങ്ങിയ ടെറെക്ക് മലനിരയുടെ രൂപരേഖയോ കൊസാക്ക് ഗ്രാമങ്ങളോ മനുഷ്യരോ അപ്രധാനമാണെന്നു കരുതാൻ ഇപ്പോൾ അയാൾക്കു കഴിയുന്നില്ല. അയാൾ ആകാശത്തിലേക്കു നോക്കി- മലകളാണ് ഓർമ്മയിൽ വരുന്നത്. തന്നെത്തന്നെയും വന്യൂഷയേയും നോക്കി- പിന്നെയും മലകൾ! തവിട്ടുനിറവും ചാര നിറവുമുള്ളകാലുകൾ ഇടകലർത്തി ഓടുന്ന കുതിരകളുടെ പുറത്തു കയറി, താളക്രമത്തിൽ പുറത്തു കിടന്ന് ആടിക്കൊണ്ടിരിക്കുന്ന തോക്കുകളുമായി രണ്ടു് കൊസാക്കുകാർ പ്രത്യക്ഷപ്പെട്ടു... ടെറെക്കിനപ്പുറത്തുള്ളഏതോ ഒരു ഔളിൽ[10] നിന്ന് പുകയുയരുന്നുണ്ട്... ഞാങ്ങണക്കിടയിലൂടെ വളഞ്ഞുപുളഞ്ഞൊഴുകുന്ന പുഴയ്ക്കു തിളക്കം പകർന്നുകൊണ്ടു് സൂര്യൻ ഉദിച്ചുയർന്നു...

ഒരു കൊസാക്ക് ഗ്രാമത്തിൽ നിന്ന് ഒരു കാളവണ്ടി പുറത്തു വരുന്നു, സുന്ദരിമാരായ സ്ത്രീകൾ നടന്നുപോകുന്നു, യൗവ്വനയുക്തകൾ... എങ്കിലും മലകൾ!... അബ്റെക്കുക [11]സ്റ്റെപ്പിയിലൂടെ കുതിരപ്പുറത്തു സഞ്ചരിക്കുന്നുണ്ടു്. എന്നാൽ ഞാൻ വരികയാണ്. എനിക്കവരെ ഭയമില്ല. എനിക്ക് കരുത്തും യുവത്വവും ആയുധബലവുമുണ്ടു്... എങ്കിലും മലകൾ!...

---

10 ഔൾ-ഉത്തരകോക്കസെസ്സിലെ മലവാസികളുടെ ഗ്രാമം

11 അബ്റെക്ക്-കോക്കസെസ്സിനെ റഷ്യയോടു ചേർത്ത കാലത്തു് റഷ്യൻ പട്ടാളത്തിനെതിരായി സമരം ചെയ്തിരുന്ന മലവാസികളുടെ പ്രതിനിധികളെ അബ്റെക്കുകൾ എന്നാണ് വിളിച്ചിരുന്നത്.

IV

ടെറെക്ക് രേഖയോട്ട് ചേർന്ന്, ഗ്രേബെൻസ്കി കൊസാക്ക് ഗ്രാമങ്ങൾ വ്യാപിച്ചുകിടക്കുന്ന ഏതാണ്ട് എൺപതു വേഴ്സ്റ്റ്[12]ദൈർഘ്യമുള്ളപ്രദേശം സ്ഥാനംകൊണ്ടു മാത്രമല്ല ജനവാസംകൊണ്ടും സവിശേഷസ്വഭാവമുൾക്കൊള്ളുന്നു.

കൊസാക്കുകാരെ പർവ്വതവാസികളിൽനിന്ന് വേർതിരിക്കുന്ന ടെറെക്ക് നദിക്ക് ഇവിടെയെത്തുമ്പോൾ വിസ്താരവും ശാന്തതയും കൈവന്നിരുന്നെങ്കിലും വെള്ളം കലങ്ങിയതും ഒഴുക്ക് ശക്തവുമാണ്. താണ വലത്തെ കരയിൽ അത് നിരന്തരം കറുത്തമണൽനിക്ഷേപിച്ചുകൊണ്ടിരിക്കുന്നു. അതേസമയംതന്നെ നൂറ്റാണ്ടിന്റെ പഴക്കമുള്ളഓക്കുമരങ്ങളുടെ വേരുകളും കുശുത്ത ചിനാർ മരങ്ങളും കുറ്റിച്ചെടികളും നിറഞ്ഞ ഉയരം കുറഞ്ഞതെങ്കിലും ചെങ്കുത്തായ ഇടത്തെ കരയെ അതു സദാ കാർന്നുതിന്നുക്കൊണ്ടിരിക്കുന്നു.

വലത്തെ കരയിൽ ഔളുകൾ എന്നറിയപ്പെടുന്ന തദ്ദേശീയരുടെ ഗ്രാമങ്ങൾ സ്ഥിതിചെയ്യുന്നു. അവ റഷ്യൻ ഭരണത്തിൻകീഴിലാണെങ്കിലും അസ്വസ്ഥമാണ്. ഇടത്തെ കരയിൽ, പുഴയിൽനിന്ന് അര വേഴ്സ്റ്റ് അകലെ, ഏഴോ എട്ടോ വേഴ്സ്റ്റ് ഇടവിട്ടിടവിട്ട് കൊസാക്ക് ഗ്രാമങ്ങളിൽ അധികവും പുഴവക്കിൽത്തന്നെയായിരുന്നു. എന്നാൽ ഓരോ വർഷവും പർവ്വതത്തിൽനിന്ന് കൂടുതൽ കൂടുതൽ വടക്കോട്ട് മാറിക്കൊണ്ടിരുന്ന ടെറെക്ക് നദി സദാ അവയുടെ ചുവടുമാന്തിക്കൊണ്ടിരുന്നതിനാൽ ഇപ്പോൾ അവിടെ പഴയ ഗ്രാമത്തിന്റെ അവശിഷ്ടങ്ങളും കാടുപിടിച്ചുകിടക്കുന്ന തോട്ടങ്ങളും, ബ്ലാക്ബെറിവള്ളികളും കാട്ടുമുന്തിരിവള്ളികളും ചുറ്റിപ്പിണഞ്ഞുകിടക്കുന്ന പേർമരങ്ങളും പോപ്ലാറുകളും ലിണ്ടൻമരങ്ങളും മാത്രമേ കാണാനുള്ളൂ. അവിടെ ഇപ്പോൾ ആൾപ്പാർപ്പില്ല. അത്തരം സ്ഥലങ്ങൾ ഇഷ്ടപ്പെടുന്ന മാനുകളും ചെന്നായ്ക്കളും മുയലുകളും കാട്ടുകോഴികളും മണലിൽ അവശേഷിപ്പിക്കുന്ന കാല്പാടുകൾ മാത്രമേ ഇപ്പോൾ ജീവന്റെ ലക്ഷണമായി അവിടെ കാണാൻ കഴിയൂ.

കാട്ടിനുള്ളിൽ, വെടിവെച്ചാൽ കൊള്ളാവുന്നത്ര അകലെ വെട്ടിയിരിക്കുന്ന പാതകൾ കൊസാക്ക് ഗ്രാമങ്ങളെ പരസ്പരം കൂട്ടിയിണക്കുന്നു. ആ വഴിയിൽ കൊസാക്കുകാർ താവളമടിച്ചിരിക്കുന്ന കോർഡനുകൾ[13] ഉണ്ടായിരുന്നു. ഇത്തരം താവളങ്ങൾക്കിടയ്ക്ക്, പാറാവുകാർ ഗാട്ടനിൽക്കുന്ന കാവൽഗോപുരങ്ങളുണ്ട്.

ഫലഭൂയിഷ്ഠമായ വനഭൂമിയുടെ ഇടുങ്ങിയ, കഷ്ടിച്ച് എഴുന്നൂറുവാര

12 വേഴ്സ്റ്റ്-ഒരു കിലോമീറ്ററിൽ അല്പം കൂടുതൽ.

13 കോർഡൻ-അതിർത്തി കാവൽക്കാരുടെ ദളം.

വീതിവരുന്ന, ഒരു ചെറുകീറു മാത്രമാണ് കൊസാക്കുകാരുടെ ആധിപത്യത്തിലുള്ളത്. അതിനു വടക്കു ഭാഗത്ത് നൊഗായ് അഥവാ മൊസ്ദോക് സ്റ്റെപ്പിയെന്നറിയപ്പെടുന്ന മണൽക്കുന്നുകൾ ആരംഭിക്കുന്നു. വടക്കോട്ടു നീണ്ടുനീണ്ടുപോകുന്ന ആ സ്റ്റെപ്പി പ്രദേശം എവിടെയോ-എവിടെവെച്ചാണെന്നു ദൈവത്തിനറിയാം-ത്രുഹ്മെൻസ്കി, ആസ്ത്രഹൻ കിർഗീസ് -കൈസാത്സ് സ്റ്റെപ്പികളിൽ ലയിക്കുന്നു. തെക്കു ഭാഗത്ത്, ടെറെക്കിനപ്പുറത്ത് ആകാശത്തെ തൊട്ടുരുമ്മി നിൽക്കുന്ന, മനുഷ്യന്റെ പാദസ്പർശമേല്ക്കാത്ത, ഹിമാവൃതമായ പർവ്വതനിരയും സ്ഥിതിചെയ്യുന്നു.

എല്ലാത്തരം സസ്യങ്ങളും വളരുന്ന ഫലഭൂയിഷ്ഠമായ ആ ഒരു കീറു വനഭൂമിയിൽ അനാദികാലം മുതലേ അധിവസിക്കുന്ന യുദ്ധോത്സുകരും സുഭദരും ധനികരുമായ ഒരു റഷ്യൻ ജനവിഭാഗമുണ്ട്. "പഴയ വിശ്വാസിക"[14]ളായ അക്കുട്ടർ ഗ്രേബെൻസ്കി കൊസാക്കുകാർ എന്ന പേരിലാണ് അറിയപ്പെടുന്നത്. അവരുടെ പഴയവിശ്വാസികളായ പൂർവ്വികർ വളരെ വളരെ കാലം മുമ്പ് റഷ്യയിൽനിന്ന് ഒളിച്ചോടി ടെറെക്കിനപ്പുറത്തുള്ളചെച്ചെന്മാരുടെയിടയിൽ "ഗ്രേബെനി" ലാണ് അവർ വാസമുറപ്പിച്ചത്. ഈ കൊസാക്കുകാർ തങ്ങളുടെ പുതിയ അയല്ക്കാരായ ചെചെന്മാരുമായി വിവാഹബന്ധത്തിലേർപ്പെടുകയും പർവ്വതവാസികളുടെ ശീലങ്ങളും ജീവിതരീതിയും ആചാരമര്യാദകളും സ്വീകരിക്കുകയും ചെയ്തു. എന്നാൽ റഷ്യൻ ഭാഷയും തങ്ങളുടെ പഴയ വിശ്വാസവും പഴയപടി ശുദ്ധമായിത്തന്നെ നിലനിർത്താൻ അവിടേയും അവർക്ക് കഴിഞ്ഞു. ഭയങ്കരനായ ഇവാൻ എന്നറിയപ്പെടുന്ന റഷ്യൻ ചക്രവർത്തി ടെറെക്കിനടുത്തു വരികയും ഗ്രേബെനിലെ കൊസാക്ക്കാരണവന്മാരെ വിളിച്ചുവരുത്തി പുഴയുടെ ആ വശത്തുള്ളഭൂമി അവർക്കു ദാനംചെയ്യുകയും അവിടെ സമാധാനമായി ജീവിക്കാൻ അവരോട്ട് അഭ്യർത്ഥിക്കുകയും അവർ കീഴടങ്ങുകയോ വിശ്വാസം മാറ്റുകയോ ചെയ്യേണ്ടതില്ലെന്ന് അവർക്ക് ഉറപ്പുകൊടുക്കുകയും ചെയ്തു എന്നു സൂചിപ്പിക്കുന്ന ഒരു ഐതിഹ്യം ഇപ്പോഴും അവരുടെയിടയിൽ പ്രചാരത്തിലുണ്ട്.

അതിനുശേഷം ഇന്നോളം കൊസാക്ക് കുടുംബങ്ങൾ പർവ്വതവാസികളുമായി ബന്ധം പുലർത്തിപ്പോരുന്നു. അവരുടെ സ്വഭാവസവിശേഷതകൾ സ്വാതന്ത്ര്യപ്രേമവും അലസതയും പിടിച്ചുപറിയും യുദ്ധവുമാണ്.

ഹാനികരമായ രീതിയിൽ മാത്രമാണ് റഷ്യയുടെ സ്വാധീനം

14 "പഴയ വിശ്വാസികൾ"-17-ാം നൂറ്റാണ്ടിന്റെ മദ്ധ്യത്തിൽ ഓർത്തഡോക്സ് സഭയെ എതിർത്ത ഒരു മതപ്രസ്ഥാനം. അതിന്റെ അനുയായികളെ "വിതന്മാർ" എന്നു വിളിച്ചുപോന്നു.

ഇവർക്കിടയിൽ ദൃശ്യമായിരുന്നത്- തിരഞ്ഞെടുപ്പിലെ കൈകട ത്തൽ, പള്ളിമണികൾ മാറ്റപ്പെടുന്നത്, അവിടെ താവളമടിക്കുക യും വന്നുപോവുകയും ചെയ്യുന്ന പട്ടാളക്കാരുടെ സാന്നിദ്ധ്യം. ഒരു കൊസാക്കുകാരന് തന്റെ സഹോദരനെ കൊല്ലുന്ന പരാക്രമശാലി യായ മലവാസിയോടുള്ളതിനേക്കാൾ കൂടുതൽ വെറുപ്പ് തന്റെ ഗ്രാമം കാത്തുസൂക്ഷിക്കാനായി തന്നോടൊപ്പം താമസമുറപ്പിച്ചിരിക്കുന്ന, തന്റെ പാർപ്പിടത്തിൽ പുകയിലയുടെ മണം പരത്തുന്ന, പട്ടാളക്കാര നോടായിരുന്നു. പർവ്വതവാസിയായ തന്റെ ശത്രുവിനെ ഒരു കൊസാ ക്കുകാരൻ ബഹുമാനിക്കുന്നു. എന്നാൽ ഒരു മർദ്ദകനും അന്യനുമായി താൻ കാണുന്ന റഷ്യൻ പട്ടാളക്കാരനോട്ട് അയാൾക്ക് പുച്ഛമാണ്. റഷ്യൻ കൃഷീവലന്മാരെ അപരിഷ്കൃതരും പരിഹാസ്യരുമായ ഒരുതരം വിചിത്ര സൃഷ്ടികളായാണ് കൊസാക്കുകാർ കാണുന്നത്. തങ്ങൾ പരിഹാസപൂർവ്വം "ഷപൊവാൾ"[15] എന്നു വിളിക്കാറുള്ള ഉക്രെയിനി യൻ കച്ചവടക്കാരനേയും പ്രവാസിയേയും പോലെയാണ് അവരെ ല്ലാവരുമെന്നാണ് കൊസാക്കുകാരുടെ ധാരണ.

ചെർക്കീസുകാരെപ്പോലെ വേഷംധരിക്കുന്നതാണ് കൊസാ ക്കുകാരുടെയിടയിൽ പരിഷ്കാരം. തന്റെ ഏറ്റവും നല്ല ആയുധങ്ങൾ അയാൾ കരസ്ഥമാക്കുന്നത് പർവ്വതനിവാസികളിൽനിന്നാണ്. തന്റെ ഏറ്റവും നല്ല കുതിരകളെ അയാൾ അവരിൽനിന്നു വിലയ്ക്കു വാങ്ങുകയോ മോഷ്ടിക്കുകയോ ചെയ്യുന്നു. ധീരനായ ഒരു കൊസാക്ക് യുവാവ് തനിക്കു ടാട്ടാർ ഭാഷയിലുള്ള പരിജ്ഞാനം ഒരു അന്തസ്സായി കരുതുന്നു. കുടിച്ചുല്ലസിക്കുന്ന അവസരത്തിൽ അയാൾ സ്വന്തം സഹോദരനോടുപോലും ടാട്ടാർ ഭാഷയിൽ സംസാരിക്കുന്നു.

എങ്കിലും ലോകത്തിന്റെ ഒരു കൊച്ചുകോണിൽ അപരിഷ്കൃതരായ മുഹമ്മദീയ ആദിവാസി വംശങ്ങളാലും പട്ടാളക്കാരാലും ചുറ്റപ്പെട്ട് ഒറ്റപ്പെട്ടു കഴിയുന്ന ഈ ക്രിസ്ത്യൻ ജനവിഭാഗം സ്വയം കരുതുന്ന ത്, സംസ്കാരത്തിന്റെ ഔന്നത്യങ്ങളിലെത്തിയ ഒരേയൊരു കൂട്ടർ തങ്ങൾ മാത്രമാണെന്നും മനുഷ്യൻ എന്ന പേരിന് കൊസാക്കു കാരൻ മാത്രമേ അർഹനായിട്ടുള്ളുവെന്നുമാണ്. മറ്റുള്ളവരോടെല്ലാം അവർക്കു പുച്ഛമാണ്. ഒരു കൊസാക്കുകാരൻ കോർഡുകളിലും പടയോട്ടത്തിലും നായാട്ടിലും മീൻപിടുത്തത്തിലുമായി തന്റെ സമയ ത്തിന്റെ ഏറിയ പങ്കും ചെലവഴിക്കുന്നു. അയാൾ വീട്ടിലിരിക്കുന്നത് വളരെ വിരളമാണ്. ഗ്രാമത്തിൽ അയാൾ തങ്ങുന്നത് ഒരസാധാരണ സംഭവമായി കരുതാം. എന്നാൽ അവിടെ ഉള്ളപ്പോൾ അയാൾ

15 "ഷപൊവാൾ"-കമ്പിളി തൊപ്പികൾ മുതലായവ ഉണ്ടാക്കുന്ന കൈത്തൊഴി ൽക്കാരൻ എന്ന് അർത്ഥം.

അതു ശരിക്കും ആഘോഷിക്കും. കൊസാക്ക് ഭവനങ്ങളിൽ വീഞ്ഞു സർവ്വസാധാരണമാണ്. കുടിച്ച് ഉന്മത്തരാകുന്നത് അവരുടെയിട യിലെ പൊതുപ്രവണത മാത്രമല്ല, ഒഴിച്ചുകൂടാനാവാത്ത ഒരു പൊതു ചടങ്ങുകൂടിയാണ്. അതു നിറവേറ്റാതിരിക്കുന്നത് ധർമ്മഭ്രംശമായി കണക്കാക്കപ്പെടും.

കൊസാക്കുകാരൻ തന്റെ ക്ഷേമത്തിനുള്ള ഒരു ഉപാധിയായിട്ടാണ് സ്ത്രീയെ കാണുന്നത്. അവിവാഹിതയായിരിക്കുന്നിടത്തോളം കാലം ഒരു സ്ത്രീയ്ക്ക് ഉല്ലസിക്കാൻ അനുവാദമുണ്ട്. എന്നാൽ വിവാഹിതയാകു ന്നതോടെ യുവസഹജമായ എല്ലാ ജീവിതസൗഖ്യങ്ങളും വെടിഞ്ഞു ജീവാവസാനംവരെ ഭർത്താവിന്റെ ക്ഷേമത്തിനുവേണ്ടി പണി യെടുക്കാൻ അവൾ ബാദ്ധ്യസ്ഥയാണ്. പൗരസ്ത്യരുടെ വീക്ഷണം വെച്ചുപുലർത്തിക്കൊണ്ട് അവർ സ്ത്രീകളിൽനിന്ന് പരിപൂർണ്ണമായ അനുസരണയും കഠിനമായ അദ്ധ്വാനവും ആവശ്യപ്പെടുന്നു. ഇതിന്റെ ഫലമായി, പ്രത്യക്ഷത്തിൽ അടിമകളാണെന്നു തോന്നിക്കുന്ന ഈ സ്ത്രീകൾ കായികമായും ധാർമ്മികമായും കൂടുതൽ കരുത്താർജ്ജിക്കു കയും പൗരസ്ത്യരുടെയിടയിൽ സാധാരണ കണ്ടുവരുന്നതുപോലെ ഗാർഹികകാര്യങ്ങളിൽ പശ്ചാത്യവനിതകളേക്കാൾ വളരെ കൂടുതൽ സ്വാധീനവും പ്രമാണിത്വവും നേടുകയും ചെയ്യുന്നു. സമൂഹത്തിൽനി ന്ന് അവർ ഒറ്റപ്പെട്ടുനിൽക്കുന്നതുകൊണ്ടും കഠിനമായ കായികാ ദ്ധ്വാനവുമായി പഴകുന്നതുകൊണ്ടും വീട്ടുകാര്യങ്ങളിൽ അവർക്ക് കൂടുതൽ അധികാരവും ആജ്ഞാശക്തിയും സിദ്ധമാകുന്നു. അന്യരുടെ മുമ്പിൽവെച്ച് ഭാര്യയോട്ട് സ്നേഹപൂർവ്വം സംസാരിക്കുന്നതും അടക്കം പറയുന്നതും മോശമാണെന്നു വിചാരിക്കുന്ന കൊസാക്കുകാരനും ഭാര്യയോടൊപ്പം ഒറ്റയ്ക്കിരിക്കുമ്പോൾ അവളുടെ ഔന്നത്യം അനുഭ വപ്പെടുന്നു. അയാളുടെ വീടും കുടുംബവും സ്വത്തും മുഴുവൻ നേടിയത് അവളാണെന്നും അവളുടെ അദ്ധ്വാനവും ശ്രദ്ധയും കൊണ്ടുമാത്രമാണ് അതു നിലനിൽക്കുന്നതെന്നും അയാൾക്കറിയാം. അദ്ധ്വാനത്തിന്റെ ഫലങ്ങളാണെന്ന അസ്പഷ്ടമായ ബോധം അയാൾക്കുണ്ട്. തന്റെ ചേടി വേലചെയ്യാൻ ബാദ്ധ്യസ്ഥയായ ഒരാളായാണ് താൻ സ്ത്രീയെ—തന്റെ അമ്മയേയോ ഭാര്യയേയോ—കാണുന്നതെങ്കിലും തന്റെ ജീവിതം സുഖകരമാക്കുന്ന സർവ്വതും തന്നിൽനിന്നു തട്ടിമാറ്റാൻ അവൾക്ക് ശക്തിയുണ്ടെന്ന് അയാൾക്കറിയാം.

പോരാത്തതിന് നിരന്തരവും കഠിനവുമായ അദ്ധ്വാനവും തങ്ങളിൽ നിക്ഷിപ്തമായ മറ്റു കടമകളും ഗ്രേബെൻ സ്ത്രീകളെ വിശേഷിച്ചും സ്വതന്ത്രരും തന്റേടമുള്ളവരുമാക്കിത്തീർക്കുകയും അവരുടെ കായികബലവും സ്വഭാവദാർഢ്യവും അസാധാരണ മാംവണ്ണം വികസിപ്പിക്കുകയും ചെയ്തിട്ടുണ്ട്. അവിടുത്തെ സ്ത്രീകൾ

പൊതുവെ പുരുഷന്മാരേക്കാൾ കൂടുതൽ കരുത്തും ബുദ്ധിയും സൗന്ദര്യവുമുള്ളവരാണ്. കലർപ്പറ്റ ചെർക്കീസ് മുഖലക്ഷണങ്ങളും വടക്കൻ സ്ത്രീകളുടെ പൂർണ്ണവികാസം പ്രാപിച്ച വടിവൊത്ത ശരീരവും ഒത്തുചേർന്നുണ്ടായതാണ് ഗ്രേബെൻസ്കി കൊസാക്ക് സ്ത്രീകളുടെ സൗന്ദര്യം. ടാട്ടാർ ഷർട്ടും ബെഷ്മത്തും[16] ചുവ്യക്കി എന്നറിയപ്പെടുന്ന പാദുകങ്ങളും ചേർന്ന ചെർക്കീസ് വേഷമാണ് അവർ സാധാരണ ധരിക്കുന്നത്. എന്നാൽ അവർ തലയിൽ തുവാല കെട്ടുന്നത് റഷ്യൻ ശൈലിയിലാണ്. വൃത്തിയുള്ളതും വീടും വെടിപ്പായി സൂക്ഷിക്കുന്നതും അവരെ സംബന്ധിച്ചിടത്തോളം ഒരു ശീലവും ഒഴിച്ചുകൂടാനാവാത്ത ഒരാവശ്യവുമാണ്. പുരുഷന്മാരുമായി ഇടപെടുന്നതിൽ സ്ത്രീകൾക്കുള്ളസ്വാതന്ത്ര്യം, പ്രത്യേകിച്ചും അവിവാഹിതകൾക്കുള്ള സ്വാതന്ത്ര്യം, നിസ്സീമമാണ്. മുന്തിരിത്തോപ്പുകളും മത്തപ്പാടങ്ങളും മീൻപിടുത്തവും വേട്ടയും ചോള വയലുകളും ചാമ പാടങ്ങളും യുദ്ധത്തിൽനിന്നുള്ള കൊള്ളമുതലുമാണ് കൊസ്സാക്കുകാരുടെ ഉപജീവനമാർഗ്ഗങ്ങൾ. നൊവൊമ്ളീൻസ്ക് എന്ന ഗ്രാമം ഗ്രേബെനിലെ കൊസാക്കുകാരുടെ ജീവനാഡിയാണ് കരുതപ്പെടുന്നത്. പഴയ ഗ്രേബെനിലെ നിവാസികളുടെ ആചാര്യമര്യാദകൾ മറ്റെവിടുത്തെക്കാളും കൂടുതൽ ഇപ്പോഴും നിലനിൽക്കുന്നത് അവിടെയാണ്. ആ ഗ്രാമത്തിലെ സ്ത്രീകളുടെ സൗന്ദര്യം എക്കാലത്തും കോക്കസസ്സിൽ മുഴുവൻ പ്രസിദ്ധമായിരുന്നു.

ടെറെക്കിന്റെ തീരത്തുനിന്ന് മൂന്നു വേഴ്സ്റ്റ് അകലെയാണ് ആ ഗ്രാമം സ്ഥിതിചെയ്യുന്നത്. നിബിഡമായ ഒരു വനപ്രദേശമാണ് നദിക്കും ഗ്രാമത്തിനും ഇടയ്ക്കുള്ളത്. ഗ്രാമത്തിലെ പ്രധാന തെരുവിന്റെ ഒരു വശത്ത് ഒരു അരുവിയും മറുവശത്ത് മരതകവർണ്ണമാർന്ന മുന്തിരിത്തോപ്പുകളും ഫലത്തോട്ടങ്ങളുമാണ്. തോട്ടങ്ങൾക്കപ്പുറം നൊഗായ് സ്റ്റെപ്പിയിലെ മണൽക്കൂനകൾ കാണാം.

ഗ്രാമത്തെ ചുറ്റി ഒരു മൺകയ്യാലയും മുള്ളുവേലിയുമുണ്ട്. ഗ്രാമത്തിലേക്കു പ്രവേശിക്കാൻ പൊക്കമുള്ളതൂണുകളിൽ ഉറപ്പിച്ചിരിക്കുന്ന ഒരു കവാടമുണ്ട്. ഞാങ്ങണപ്പുല്ലു മേഞ്ഞ ചെറിയ മേൽക്കൂര അതിനെ സംരക്ഷിക്കുന്നു. കവാടത്തിന്റെ അടുത്ത് തടികൊണ്ടുണ്ടാക്കപ്പെട്ട ഒരു തട്ടുണ്ട്. തട്ടിന്മേൽ കോലംകെട്ട ഒരു പീരങ്കിവെച്ചിരിക്കുന്നു. ആ പീരങ്കിയിൽനിന്ന് കഴിഞ്ഞ ഒരു നൂറ്റാണ്ടായി ഒരിക്കലും വെടിവയ്ക്കപ്പെട്ടിട്ടില്ല. കൊസാക്കുകാർ ഏതോ ഒരു യുദ്ധത്തിൽ പിടിച്ചെടുത്തതാണ് അത്.

യൂണിഫോറവും ധരിച്ച് തോക്കുമേന്തി ഒരു കൊസാക്കുകാരൻ

16 ബെഷ്മെത്-പൗരസ്ത്യരുടെ ഒരു തരം കുപ്പായം. ചിലപ്പോൾ ഇതിനടിയിൽ പഞ്ഞി വെച്ചടിച്ച ലൈനിംഗ് ഉണ്ടായിരുക്കും.

കവാടത്തിൽ കാവൽനിന്നെന്നും നിന്നില്ലെന്നും വരാം. ആ വഴി കടന്നുപോകുന്ന മിലിട്ടറി ഓഫീസർമാരെ ചിലപ്പോൾ അയാൾ സല്യൂട്ട ചെയ്യാറുണ്ട്. ചിലപ്പോൾ അയാൾ അതു മറക്കും. കവാടത്തിന്റെ മേൽക്കൂരയ്ക്കിടയിൽ, വെളുത്ത ചായമടിച്ച ഒരു പലകയിൽ, കറുത്ത അക്ഷരത്തിൽ ഇങ്ങനെ എഴുതിയിരിക്കുന്നു: വീടുകൾ 266, പുരുഷന്മാർ 897, സ്ത്രീകൾ 1012. തറനിരപ്പിൽനിന്ന് രണ്ടോ മൂന്നോ അടി ഉയരമുള്ള തൂണുകളുടെ മീതെയാണ് കൊസാക്ക് ഭവനങ്ങൾ നിർമ്മിക്കപ്പെട്ടിരിക്കുന്നത്. മേൽക്കൂരകൾ ഭംഗിയായി പുല്ലുമേഞ്ഞിരിക്കുന്നു. കൊത്തുപണികളുള്ളഉയർന്ന മട്ടച്ചുമരുള്ളവീടുകൾ ഒന്നൊഴിയാതെ എല്ലാം, പഴയവീട്ടുകൾ പോലും, വെടിപ്പായും വൃത്തിയായും സൂക്ഷിക്കപ്പെടുന്നു. വീതിയുള്ള വഴികളുടെ ഇരുവശങ്ങളിലും അകന്നകന്ന് അണിനിരന്നുനിൽക്കുന്ന, വിവിധ ഉയരത്തിലുള്ള മട്ടച്ചുമരുകളോടുകൂടിയ ആ വീടുകൾ ഒന്നൊഴിയാതെ എല്ലാം-പഴയ വീടുകൾപോലും-വെടിപ്പായും വൃത്തിയായും സൂക്ഷിക്കപ്പെടുന്നു. വീതിയുള്ള വഴികളുടേയും ഇടവഴികളുടേയും ഇരുവശങ്ങളിലും അകന്നകന്ന് അണിനിരന്നുനിൽക്കുന്ന, വിവിധ ഉയരത്തിലുള്ള മട്ടച്ചുമരുകളോടുകൂടിയ ആ വീടുകൾ നയനാനന്ദകരമായ ഒരു ദൃശ്യം ചമയ്ക്കുന്നു. മിക്ക വീടുകളുടേയും വെളിച്ചമുള്ള വലിയ ജനലുകൾക്കു മുമ്പിൽ, പുറംവേലിയ്ക്കുള്ളിൽ, കടുംപച്ചനിറമുള്ള പോപ്ലാർമരങ്ങളും, നിറപ്പകിട്ടുള്ള ഇലകളോടും സൗരഭ്യമുള്ള വെളുത്ത പൂങ്കുലകളോടും കൂടിയ അക്കേഷ്യ്യാമരങ്ങളും അന്തസ്സിൽ തലയുയർത്തിനിൽക്കുന്ന മഞ്ഞ സൂര്യകാന്തിപ്പൂക്കളും പടർന്നു കയറുന്ന പയറ്റുവള്ളികളും മുന്തിരിവള്ളികളും വളർന്നുനിൽക്കുന്നതു കാണാം.

വിശാലമായ മൈതാനത്തിൽ വിത്തുകൾ, മലക്കറികൾ, മധുരപലഹാരങ്ങൾ, വർണ്ണശബളമായ തുണിത്തരങ്ങൾ മുതലായവ നിരത്തിവെച്ചിരിക്കുന്ന രണ്ടുമൂന്നു കടകൾ ഉണ്ട്. ഉയരമുള്ള ഒരു വേലിക്കു പിന്നിൽ വരിവരിയായിനിൽക്കുന്ന പഴക്കമുള്ള കുറേ പോപ്ലാർമരങ്ങൾക്കിടയിൽ മടക്കിവയ്ക്കാവുന്ന ജനവാതിലുകളോടുകൂടിയ കേണലിന്റെ ഭവനം മറ്റെല്ലാ വീടുകളേക്കാളും ഉയർന്നു നിൽക്കുന്നു.

ജോലി സമയത്ത് പ്രത്യേകിച്ചും വേനൽക്കാലത്ത് തെരുവുകൾ പൊതുവേ ശൂന്യമാണ്. കൊസാക്കുകാർ ജോലിക്കു പോയിരിക്കയാണ്- ചെറുപ്പക്കാർ കോർഡനുകളിൽ ഡ്യൂട്ടിക്കോ പടനീക്കത്തിനോ പോകുന്നു, വൃദ്ധന്മാർ വേട്ടയാടാനോ മീൻ പിടിക്കാനോ തോട്ടങ്ങളിലെ പണിയിൽ സ്ത്രീകളെ സഹായിക്കാനോ പോകുന്നു. പടുവൃദ്ധന്മാരും കുട്ടികളും രോഗികളും മാത്രം വീടുകളിൽ അവശേഷിക്കും.

V

കോക്കസസ്സിൽ മാത്രം കാണാൻ കഴിയുന്ന അതിമനോഹരമായ ഒരു സായാഹ്നമായിരുന്നു അത്. സൂര്യൻ മലകളുടെ പിന്നിലേക്കുതാണു കഴിഞ്ഞിരുന്നെങ്കിലും വെളിച്ചം ഇനിയും മങ്ങിയിട്ടില്ല. സന്ധ്യാദീപ്തി ആകാശത്തിന്റെ മൂന്നിലൊന്നു ഭാഗത്തെ ആശ്ലേഷിച്ചു കൊണ്ടിരുന്നു. അസ്തമനത്തിന്റെ ഉജ്ജ്വലപ്രഭയ്ക്കെതിരെ മിഴിവോടെ നിന്ന മങ്ങിയ വെളുപ്പുനിറമുള്ള പർവ്വതനിരയുടെ സ്ഥലരൂപം അതിൽനിന്ന് തികച്ചും വ്യത്യസ്തമായ ഒരു കാഴ്ചവെച്ചു. സാന്ദ്രതകുറഞ്ഞ വായു നിശ്ചലവും ശബ്ദമുഖരിതവുമായിരുന്നു. പർവ്വതനിരയുടെ ഏതാനും വേഴ്സ്റ്റുകളോളം നീളമുള്ളനിഴൽ സ്റ്റെപ്പിയും പുഴയുടെ മറുകരയും വഴികളും വിജനമാണ്. വല്ലപ്പോഴുമൊരിക്കൽ ഒരു കുതിരസ്സവാരിക്കാരൻ എവിടെയെങ്കിലും പ്രത്യക്ഷപ്പെട്ടാൽ കോർഡനിലുള്ളകൊസാക്കുകാരും ഔളുകളിലെ ചെച്ചെന്മാരും ഒരുപോലെ അയാളെ ഉറ്റുനോക്കിക്കൊണ്ടിരിക്കും. സംശയം ജനിപ്പിക്കുന്ന അത്തരം സവാരിക്കാർ ആരായിരിക്കുമെന്ന് ഊഹിക്കാനാണ് അവരുടെ ശ്രമം.

സന്ധ്യയായാലുടൻ ആളുകൾ പരസ്പരം ഭയന്ന്, ധൃതിയിൽ വീടുകളിലേക്കു മടങ്ങും. മനുഷ്യരെ ഭയമില്ലാത്ത കാട്ടുമൃഗങ്ങളും ഇരതേടുന്ന പക്ഷികളും മാത്രം ആ വിജനപ്രദേശത്തു സ്വൈരവിഹാരം നടത്തും.

തോട്ടങ്ങളിൽ ചുള്ളിക്കമ്പുകൾ മിടഞ്ഞു വേലികെട്ടിക്കൊണ്ടിരിക്കുന്ന കൊസാക്ക് സ്ത്രീകൾ ഉല്ലാസപൂർവ്വം സംസാരിച്ചുകൊണ്ട് സൂര്യൻ അസ്തമിക്കുന്നതിനു മുമ്പുതന്നെ വീടുകളിലേക്കു മടങ്ങുന്നു. അതോടെ ചുറ്റുമുള്ള പ്രദേശംപോലെതന്നെ തോട്ടങ്ങളും വിജനമായിത്തീരും.

എന്നാൽ ഈ സമയത്ത് ഗ്രാമത്തിലെ തെരുവുകൾ സജീവമായിത്തീരുന്നു. നാനാദിശകളിൽനിന്നും ആളുകൾ കാൽനടയായും കുതിരപ്പുറത്തും ഞരങ്ങുന്ന കാള വണ്ടികളിലും ഗ്രാമത്തിലേക്കു മടങ്ങുന്നനേരമാണത്. മുട്ടിനു മുകളിലേക്ക് പാവാടകൾ ചുരുട്ടിക്കയറ്റി ചുള്ളിക്കെട്ടുകളുമേന്തി പെൺകിടാങ്ങൾ ആഹ്ലാദത്തോടെ സംസാരിച്ചുകൊണ്ട്, സ്റ്റെപ്പിയിൽനിന്ന് ഗ്രാമത്തിലേക്കു കൂട്ടിക്കൊണ്ടുപോകാനായി ധൃതിയിൽ കവാടങ്ങളുടെയടുത്തേക്കു നടക്കുന്നു. പൊടിയിൽ കുളിച്ച, കാട്ടീച്ചകൾ പൊതിഞ്ഞ,തടിച്ചുകൊഴുത്ത പശുക്കളേയും എരുമകളേയും കൊണ്ട് തെരുവുകൾ നിറയും. വർണ്ണശബളമായ ബെഷ്മെത്തുകൾ ധരിച്ച കൊസാക്ക് സ്ത്രീകൾ അവയെ വീടുകളിലേക്കു നയിക്കുന്നു. അവരുടെ പരിഹാസോക്തികളും

ആഹ്ലാദംനിറഞ്ഞപൊട്ടിച്ചിരികളും വിളിച്ചുകൂവലുകളും കന്നുകാലികൾ അമറുന്ന ശബ്ദവും ഉയർന്നു കേൾക്കാം. അതാ കോർഡനിൽനിന്ന് അവധി കിട്ടിയ ആയുധധാരിയായ ഒരുകൊസാക്കുകാരൻ കുതിരപ്പുറത്തു വരുന്നു. അയാൾ ഒരു വീടിന്റെയടുത്തേക്കു ചെന്ന് ജനലിൽ മുട്ടിയിട്ട് കുനിഞ്ഞു ഉള്ളിലേക്കു നോക്കുന്നു. തൽക്ഷണം തന്നെ സുന്ദരിയായ ഒരു കൊസാക്ക് യുവതിയുടെ തല ജനലിൽ പ്രത്യക്ഷപ്പെടുന്നു. അവരുടെ ആഹ്ലാദം നിറഞ്ഞ പ്രേമസല്ലാപത്തിന്റെ മൃദുസ്വരം ഉയരുന്നതു കേൾക്കാം.

മറ്റൊരിടത്ത് ജീർണ്ണവസ്ത്രങ്ങളണിഞ്ഞ ഒരു നൊഗായ് പണിക്കാരൻ സ്റ്റെപ്പിയിൽനിന്നു ഞരങ്ങുന്ന കാളവണ്ടി വെടിപ്പുള്ള വിശാലമായ വീട്ടുമുറ്റത്തേക്കു കയറ്റിയിട്ട് കാളകളുടെ കഴുത്തിൽനിന്ന് നുകം മാറ്റുന്നു. കാളകൾ തല കുടയുന്നുണ്ട്. പണിക്കാരൻ ടാട്ടാർ ഭാഷയിൽ തന്റെ യജമാനനുമായി എന്തോ സംസാരിക്കുന്നു.

തെരുവിൽ ഒരിടത്ത് വലിയ ഒരു ചേറ്റുകുഴിയുണ്ട്. ആളുകൾ അരിക്ചേർന്ന്, വേലികളിൽ പിടിച്ചുപിടിച്ച് വളരെ പ്രയാസപ്പെട്ടാണ് അതിൽ ചാടാതെ അപ്പുറം കടക്കുന്നത്. അനേകം വർഷങ്ങളായി ആ കുഴി അവിടെ സ്ഥിതിചെയ്യുന്നു. പുറത്ത് ഒരുകെട്ടുചുള്ളിയുമായി വരുന്ന ഒരു കൊസാക്ക് യുവതി പാവാട ഉയർത്തിപ്പിടിച്ച് അരികുപറ്റി കുഴിക്കപ്പുറത്തേക്കു നടക്കുകയാണ്. അവളുടെ നഗ്നമായ വെളുത്ത കാലുകൾ മുഴുവൻ പുറത്തു കാണാം. ആ വഴി കുതിരപ്പുറത്തു വന്ന ഒരു വേട്ടക്കാരൻ "അതു കുറച്ചുകൂടി പൊക്കിപ്പിടിക്ക്, പെണ്ണേ!" എന്നു

പറഞ്ഞു് അവളെ പരിഹസിക്കുകയും തന്റെ തോക്ക് അവളുടെ നേരെ ഉന്നം പിടിക്കുകയും ചെയ്തു. യുവതി പരിഭ്രമിച്ച് പാവാടത്തുമ്പ് താഴ്ത്തിയിട്ടു. അതിനിടെ അവളുടെ ചുള്ളിക്കെട്ട് താഴെ വീണു.

നരച്ചരോമങ്ങളുള്ള നെഞ്ച് പുറത്തു കാട്ടി, കാൽച്ചട്ട തെറുത്തു മുകളിലേക്കു കയറ്റി ഒരു വൃദ്ധനായ കൊസാക്കുകാരൻ നടന്നുവരുന്നുണ്ട്. മീൻപിടുത്തം കഴിഞ്ഞു് വീട്ടിലേയ്ക്കു മടങ്ങുന്ന ആ വൃദ്ധന്റെ ചുമലിൽ തൂക്കിയിരിക്കുന്ന ഒരു വലയിൽ നിറയെ വെള്ളിനിറമുള്ളപിടയ്ക്കുന്ന മത്സ്യങ്ങളാണ്. വഴി ലാഭിക്കാനായി തന്റെ അയല്ക്കാരന്റെ വേലിയിലുള്ളഒരു വിടവിലൂടെ അപ്പുറം കടക്കാൻ ശ്രമിക്കുന്നതിനിടയിൽ ആ വൃദ്ധന്റെ കോട്ട് ഒരു മുള്ളിൽ ഉടക്കി കീറുന്നു.

മറ്റൊരിടത്തു് ഒരു വൃദ്ധ ഉണങ്ങിയ മരക്കൊമ്പ് വലിച്ചുകൊണ്ടു പോകുന്നു. ഒരു മൂലയ്ക്കപ്പുറത്തുനിന്ന് കോടാലികൊണ്ടു വെട്ടുന്ന ശബ്ദം കേൾക്കാം. കൊസാക്ക് കുട്ടികൾ നിരപ്പായ ഇടങ്ങളിലെല്ലാം പമ്പരം കറക്കി കളിച്ചുകൊണ്ട് ഉറക്കെ ശബ്ദമുണ്ടാക്കുന്നു. ഏതാനും ചുവടുകൾ ലാഭിക്കാൻവേണ്ടി സ്ത്രീകൾ വേലികൾ ചാടുന്നതു് ഒരു സാധാരണ കാഴ്ചയാണ്. ചാണകവരളികൾ കത്തിക്കുന്നതിന്റെ രൂക്ഷഗന്ധമുള്ള പുക എല്ലാ പുകക്കുഴലുകളിൽ നിന്നും ഉതിരുന്നുണ്ട്. രാത്രിയിലെനിശ്ശബ്ദതയ്ക്കു തൊട്ടുമുമ്പുള്ള ധൃതഗതിയിലുള്ള പ്രവർത്തനങ്ങൾ എല്ലാ വീട്ടുവളപ്പുകളിലും കാണാം.

കൊസാക്ക് കോർണെറ്റും അദ്ധ്യാപകനുമായ വൃദ്ധന്റെ ഭാര്യയായ ബബൂക്ക ഉലീത്ക തന്റെ കന്നുകാലികളേയും കാത്തു് വീട്ടുപടിക്കൽ ചെന്നുനിന്നു. അവരുടെ മകൾ മര്യാനയാണ് അവയെ തെരുവിലൂടെ തെളിയിച്ചുകൊണ്ടുവരുന്നതു്. പടി മുഴുവൻ തുറക്കാൻ അവർക്ക് സമയം കിട്ടുന്നതിന് മുമ്പുതന്നെ ഈച്ചകൾ പൊതിഞ്ഞ ഒരു വലിയ എരുമ അമറിക്കൊണ്ട് മുറ്റത്തേക്കു പാഞ്ഞു. വലിയ കണ്ണുകളുള്ള തടിച്ചുകൊഴുത്ത പശുക്കൾ സ്വന്തം പാർശ്വങ്ങളിൽ വാലിട്ടടിച്ചുകൊണ്ട് അനുസരണയോടെ യജമാനത്തിയുടെ പിന്നിൽ മന്ദംമന്ദം നടന്നു വന്നു.

വടിവൊത്ത ദേഹമുള്ള സുന്ദരിയായ മര്യാന പടിക്കുള്ളിൽ കടന്ന് കമ്പ് താഴെയിട്ടിട്ട് പടി അടച്ചു. കന്നുകാലികളെ വേർതിരിച്ച് അവയുടെ തൊഴുത്തുകളിൽ കയറ്റാനായി അവൾ ചുറുചുറുക്കോടെ മുറ്റത്തു് ഓടിനടന്നു.

"പിശാചുപിടിച്ച പെണ്ണേ, നീ നിന്റെ ചെരിപ്പ് വൃത്തികേടാക്കും. വേഗം അതു മാറ്റ്, "അമ്മ വിളിച്ചുപറഞ്ഞു.

"പിശാചുപിടിച്ച പെണ്ണേ," എന്ന് തന്നെ വിളിക്കുന്നതിൽ മര്യാനയ്ക്കു് ഒട്ടും വിരോധമില്ല. അതു് ഒരു ഓമനപ്പേരായിട്ടാണ് അവൾ

കണക്കാക്കുന്നത്. അവൾ ഉത്സാഹത്തോടെ തന്റെ ജോലി തുടർന്നു. ചുറ്റിക്കെട്ടിയ ഒരു തുവാല അവളുടെ മുഖത്തെ മറച്ചിരിക്കുന്നു. റോസ് നിറത്തിലുള്ളഒരു കുപ്പായവും പച്ചനിറമുള്ള ബെഷ്‌മെത്തുമാണ് അവൾ ധരിച്ചിരിക്കുന്നത്. തടിച്ച കന്നുകാലികൾ കയറിപ്പോയ തൊഴുത്തിലേക്കു അവളും കയറി. അവൾ എരുമയോട്ട് പുന്നാരം പറയുന്നതിന്റെ ശബ്ദം തൊഴുത്തിൽനിന്നു കേട്ടു: "അടങ്ങിനിൽക്ക് മോളേ! അടങ്ങിനിൽക്ക്! മിട്ടുക്കി!" പിന്നീട് ആ യുവതി അമ്മയോടൊപ്പം തടികൊണ്ടു പണിത ഒരു ചെറിയ പുരയിലേക്കു പോയി. രണ്ടുപേരുടേയും കൈയിൽ പാൽ നിറച്ച ഓരോ വലിയ മൊന്തയുണ്ടായിരുന്നു. അന്നത്തെ കറവയിൽനിന്നു കിട്ടിയ പാലാണത്. ചെറുപുരയിലെ പുകക്കുഴലിൽനിന്ന് കട്ടിയുള്ള പുക ഉയർന്നു. അവർ പാൽ കാച്ചിക്കുറുക്കുകയാണ്. പെൺകുട്ടി തീ കത്തിച്ചുകൊണ്ടിരുന്നപ്പോൾ അമ്മ വീണ്ടും പടിക്കൽ ചെന്നുനിന്നു.

ഗ്രാമം സന്ധ്യാദീപ്തിയിൽ മുങ്ങിക്കിടക്കുകയാണ്. പച്ചക്കറികളുടേയും കന്നുകാലികളുടേയും രൂക്ഷമായ ചാണകപ്പുകയുടേയും ഗന്ധം വായുവിൽ നിറഞ്ഞു. തെരുവിലും വീട്ടുപടിക്കൾക്കടുത്തു കത്തിച്ച പഴന്തുണിപ്പന്തങ്ങളുമായി സ്ത്രീകൾ തിരക്കിട്ടു നടന്നു. കന്നുകാലികൾ മുക്രയിടുന്ന ശബ്ദവും മെല്ലെ അയവിറക്കുന്ന ശബ്ദവും വീട്ടുവളപ്പുകളിൽ കേൾക്കാം. സ്ത്രീകളുടേയും കുട്ടികളുടേയും ശബ്ദം മാത്രമാണ് തെരുവുകളിലും മുറ്റത്തും മുഴങ്ങിക്കേൾക്കുന്നത്. ഇതൊരു പ്രവൃത്തിദിവസമായതിനാൽ കുടിച്ചുമദിച്ച ഒരു പുരുഷശബ്ദം ഉയരുന്നത് വളരെ അപൂർവ്വമാണ്.

"ബബൂക്കാ, ജോലിയെല്ലാം കഴിഞ്ഞോ?" എന്നാണ് അവർ ആദ്യം ചോദിച്ചത്.

"മകൾ തീ കൂട്ടുന്നു. എന്താ, തീ വേണമായിരിക്കും, അല്ലേ? "ഉപകാരം ചെയ്യാൻ അവസരം കിട്ടിയതിലുള്ള ഡംഭോടെ ബബൂക്ക ഉലീത്ക ചോദിച്ചു.

രണ്ടു സ്ത്രീകളും വീട്ടിനുള്ളിലേക്കു കയറി. കോക്കസസ്സിൽ തീപ്പെട്ടി ഒരു അപൂർവ്വവസ്തുവായിരുന്നു. താൻ നിധിപോലെ സൂക്ഷിക്കുന്ന തീപ്പെട്ടി ബബൂക്ക ഉലീത്ക പുറത്തെടുത്തു. ചെറിയ സാധനങ്ങൾ കൈകാര്യംചെയ്തു ശീലമില്ലാത്ത അവരുടെ പരുക്കൻ കൈകൾ അതിന്റെ കൂട്ട മാറ്റുമ്പോൾ വിറച്ചുകൊണ്ടിരുന്നു. കുറച്ചുനേരം വർത്തമാനം പറഞ്ഞിരിക്കാമെന്ന സ്പഷ്ടമായ ഉദ്ദേശത്തോടെ ആഗത പടിയിൽ ഇരുന്നു.

"അമ്മേ, നിങ്ങളുടെ ആൺപിറന്നവൻ സ്കൂളിലാണോ? "അവർ ചോദിച്ചു.

"അതെ, അമ്മേ. എപ്പോഴും പിള്ളേരെ പഠിപ്പിച്ചുകൊണ്ടിരിക്കയാണ്. വിശേഷദിവസം വീട്ടിൽ വരുമെന്ന് എഴുതിയിരുന്നു," ബബൂക്ക ഉലീത്ക പറഞ്ഞു.

"പഠിപ്പുള്ള ഒരു മനുഷ്യൻ! അതു നല്ല കാര്യമാണ്."

"അതെ, നല്ല കാര്യമാണ്."

"എന്റെ ലൂക്കാഷ കാവൽചൗക്കയിലാണ്. വീട്ടിലേക്കു വരാൻ അവധി കിട്ടുന്നില്ല. "ഇക്കാര്യം ബബൂക്ക ഉലീത്ക്കയ്ക്ക് ഒരു പുതിയ വാർത്തയല്ലെന്ന് ആഗതയ്ക്കറിയാം. എങ്കിലും ആയിടെ കൊസാക്ക് സേനയിൽ ചേർന്ന തന്റെ ലൂക്കാഷയെപ്പറ്റി എന്തെങ്കിലും പറയാനുള്ള അടക്കാനാവാത്ത ആഗ്രഹം അവരെക്കൊണ്ട് അതു പറയിച്ചു. അവനെക്കൊണ്ട് ബബൂക്കയുടെ മകളായ മര്യാനയെ കല്യാണം കഴിപ്പിക്കണമെന്നുള്ള തന്റെ മോഹം അവർ മറച്ചുവെച്ചിരുന്നില്ല.

"അവൻ ചൗക്കയിലാണോ താമസിക്കുന്നത്?"

"അതെ, അമ്മേ. പെരുന്നാളിനുശേഷം അവൻ വീട്ടിൽ വന്നിട്ടേയില്ല. അബ്റേക്കുകളുടെ മറ്റൊരാക്രമണം താമസിയാതെ ഉണ്ടായേക്കുമെന്നും അവനു് കുഴപ്പമൊന്നുമില്ലെന്നും അറിഞ്ഞു."

"ദൈവത്തിനു സ്തുതി!" കോർണെറ്റിന്റെ ഭാര്യ പറഞ്ഞു.

"ചുരുക്കിപ്പറഞ്ഞാൽ അവൻ ഇപ്പോഴും പഴയ 'ഉർവാൻ' തന്നെയാണെന്നർത്ഥം!"

ലൂക്കാഷയ്ക്ക് "ഉർവാൻ "-പൊക്കിയെടുക്കുന്നവൻ-എന്ന വട്ടപ്പേരു കിട്ടിയതു് അവൻ വെള്ളത്തിൽ വീണ് മുങ്ങിച്ചാവാൻപോയ ഒരു യുവാവിനെ പിടിച്ചു കരയ്ക്കു കയറ്റിയപ്പോൾ മുതലാണ്. ബബൂക്ക ഉലീത്ക ഇപ്പോൾ അവനെ ആ പേരിൽ വിളിച്ചതു് അവന്റെ അമ്മയെ സന്തോഷിപ്പിക്കാനായിരുന്നു.

"ഞാൻ അതിന് ദിവസവും ദൈവത്തോടു നന്ദി പറയുന്നുണ്ട്. ഒരു നല്ല മകനെയാണ് ദൈവം എനിക്ക് തന്നിരിക്കുന്നതു്. എല്ലാവർക്കും അവനെ ഇഷ്ടമാണ്, "ലൂക്കാഷയുടെ അമ്മ പറഞ്ഞു.

"അവന്റെ കല്യാണംകൂടി നടത്തിയാൽ എനിക്കു സമാധാനമായി മരിക്കാമായിരുന്നു."

"അതിനെന്താ പ്രയാസം? ഗ്രാമത്തിൽ പെൺകുട്ടികൾക്ക് കുറവില്ലല്ലോ!" തന്റെ വളഞ്ഞ വിരലുകൾകൊണ്ട് തീപ്പെട്ടി കൂട്ടിനുള്ളിലേക്കു കടത്താൻ ശ്രമിക്കുന്നതിനിടയിൽ കൗശലപൂർവ്വം ബബൂക്ക ഉലീത്ക്ക പറഞ്ഞു.

"പെമ്പിള്ളേർക്ക് കുറവൊന്നുമില്ല, ബബൂക്ക," തലയാട്ടിക്കൊണ്ട് ലൂക്കാഷയുടെ അമ്മ പറഞ്ഞു. "പക്ഷേ നിങ്ങളുടെ മര്യാനപ്പോലൊരു

പെണ്ണ് ഈ അടുത്ത പ്രദേശത്തെങ്ങുമില്ല!"

ബബൂക്ക ഉലീത്കയ്ക്ക് തന്റെ അയല്ക്കാരിയുടെ സൂചന മനസ്സിലായി. ലൂക്കാഷ നല്ല ഭാവിയുള്ളകൊസാക്കുകാരനാണെന്ന് അവർക്കറിയാമായിരുന്നെങ്കിലും ആ സംഭാഷണവിഷയം മാറ്റാൻ അവർ ആഗ്രഹിച്ചു. താൻ ഒരു ഓഫീസറുടെ ഭാര്യയും ധനികയും ലൂക്കാഷ പരേതനായ ഒരു സാധാരണ കൊസാക്കുകാരന്റെ മകനുമാണ് എന്നതായിരുന്നു അതിനു ഒരു കാരണം. തന്റെ മകളെ അത്ര വേഗം വിട്ടുപിരിയാൻ അവർക്കു് ആഗ്രമില്ലായിരുന്നുവെന്നതാണ് മറ്റൊരു കാരണം.

"അതെ, മര്യാനയ്ക്കും പ്രായം തികയാറായി, "അവർ എങ്ങും തൊടാത്ത മട്ടിൽ തന്ത്രപൂർവ്വം പറഞ്ഞു.

"ഞാൻ കല്യാണാലോചനയ്ക്ക് ആളുകളെ ഇങ്ങോട്ടയയ്ക്കാം. തീർച്ചയായും അയയ്ക്കാം. വിളവെടുപ്പു കഴിഞ്ഞു് ഞങ്ങൾ വന്ന് വേണ്ടതുപോലെ പെണ്ണിനെ ചോദിക്കാം," ലൂക്കാഷയുടെ അമ്മ പറഞ്ഞു. "ഇലിയ വസീല്യെവിച്ചിനെ പ്രണമിക്കാം."

"ഭർത്താവിന് ഇതിൽ കാര്യമെന്താണ്?" ബബൂക്ക ഉലീത്ക ഗർവ്വോടെ പറഞ്ഞു. "എന്നോടാണ് ചോദിക്കേണ്ടതു്. പക്ഷേ അതിനു സമയമാകട്ടെ. അപ്പോഴാകാം."

കൂടുതൽ എന്തെങ്കിലും പറയുന്നതു് അനൗചിത്യമായിരിക്കുമെന്ന് ബബൂക്ക ഉലീത്കയുടെ മുഖത്തെ അഹംഭാവം കണ്ടപ്പോൾ ലൂക്കാഷയുടെ അമ്മയ്ക്കു മനസ്സിലായി. അവർ തീപ്പെട്ടിക്കോലുരച്ച് തന്റെ പഴന്തുണിപ്പന്തം കത്തിച്ചിട്ടു് പോകാനെണീറ്റു. "ഞാൻ പറഞ്ഞതു് ഓർമ്മയിലിരിക്കട്ടെ, അമ്മേ. എനിക്കു പോകാൻ നേരമായി. വീട്ടിൽ ചെന്ന് തീക്കൂട്ടണം, "ഇറങ്ങാൻ നേരത്തു് അവർ പറഞ്ഞു.

കൈ നീട്ടിപ്പിടിച്ച് കത്തിച്ച പന്തം വീശിക്കൊണ്ടു് തെരുവിലേക്കു നടക്കുന്നതിനിടയിൽ അവർ മര്യാനയെ കണ്ടുമുട്ടി. മര്യാന അവരെ പ്രണമിച്ചു.

"ഒരു റാണിയെപ്പോലിരിക്കുന്ന പെണ്ണ്! അസ്സലായി പണിയെടുക്കും!" സുന്ദരിയായ ആ യുവതിയെ നോക്കിക്കൊണ്ടു് വൃദ്ധ മനസ്സിൽ പറഞ്ഞു, "ഇനി ഇവൾക്കു് എന്തു പ്രായംതികയാനാണ്? കല്യാണം കഴിച്ച് നല്ലൊരു കുടുംബത്തിൽ ചെന്നുകയറാൻ ഇവൾക്കു വേണ്ടത്ര പ്രായമായി! എന്റെ ലൂക്കാഷയായിരിക്കും ഇവളുടെ ഭർത്താവ്. "

ബബൂക്ക ഉലീത്കയ്ക്ക് ചെയ്തുതീർക്കാൻ ഇനിയും കുറെ ജോലി ബാക്കിയുണ്ടു്. എങ്കിലും എന്തോ ഗഹനമായി ആലോചിച്ചുകൊണ്ടു് അവർ ഇരുന്നിടത്തുതന്നെ ഇരുന്നതേയുള്ളൂ. മര്യാന വന്നു വിളിച്ചപ്പോഴാണ് അവർ എണീറ്റതു്.

VI

ഗ്രാമത്തിലെ പുരുഷന്മാർ പടനീക്കങ്ങളിലും കോർഡനുകളിലുമായി സമയം ചെലവഴിക്കുന്നു. കോർഡനുകളെ കൊസാക്കുകാർ "ചൗക്കകൾ" എന്നാണ് വിളിക്കുന്നത്. ആ രണ്ടു വൃദ്ധകളുടേയും സംസാരവിഷയമായിരുന്ന ഉർവാൻ എന്നു വട്ടപ്പേരുള്ള ലൂക്കാഷ അസ്തമനത്തിനു തൊട്ടുമുമ്പ് നീഷ്നി പ്രൊതോത്സ്കി എന്ന ചൗക്ക ടെറെക്ക് നദിയുടെ വക്കിൽത്തന്നെയാണു സ്ഥിതി ചെയ്യുന്നത്. അവൻ കണ്ണു ചെറുതാക്കി ടെറെക്കിനപ്പുറത്തുള്ള വിദൂരതയിലേക്കും താഴെ നിൽക്കുന്ന തന്റെ സഖാക്കളായ കൊസാക്കുകാരുടെ നേർക്കും നോക്കിക്കൊണ്ട് അഴികളിൽ ചാരിനിൽക്കുകയാണ്. എന്നാൽ അവൻ അപൂർവ്വമായേ അവരോട് എന്തെങ്കിലും പറയാറുള്ളൂ. സൂര്യൻ, മേഘച്ചുരുളുകൾക്കിടയിൽ വെളുത്തു തിളങ്ങിക്കൊണ്ടിരുന്നു. അടിവാരത്തിലുള്ള കൊക്കകളിലേക്ക് ഊർന്നിറങ്ങിക്കൊണ്ടിരുന്ന മേഘങ്ങൾ കൂടുതൽ കൂടുതൽ ഇരുണ്ടു.

സായംസന്ധ്യ വായുവിന് സുതാര്യത പകർന്നു. ഇടതൂർന്ന വന്യമായ കാട്ടിൽ കുളിർകാറ്റു വീശിത്തുടങ്ങി. എന്നാൽ ചൗക്കയ്ക്കടുത്ത് ഇപ്പോഴും നല്ല ഉഷ്ണം അനുഭവപ്പെട്ടു. പരസ്പരം സംസാരിച്ചുകൊണ്ടിരുന്ന കൊസാക്കുകാരുടെ സ്വരം ഉച്ചത്തിൽ മുഴങ്ങിക്കൊണ്ടിരുന്നു. അത് വായുവിൽ തങ്ങിനിൽക്കുകയാണെന്നു തോന്നി. അതിവേഗം ഒഴുകിക്കൊണ്ടിരുന്ന ടെറെക്കിലെ തവിട്ടുനിറമുള്ള വെള്ളവും നിശ്ചലമായ അതിന്റെ കരകളും തമ്മിലുള്ള അന്തരം കൂടുതൽ തെളിഞ്ഞു കാണപ്പെട്ടു. വെള്ളം ഇറങ്ങിത്തുടങ്ങിയിരുന്നതിനാൽ ഓരങ്ങളിലും ആഴംകുറഞ്ഞ ഭാഗങ്ങളിലും അവിടവിടെ തവിട്ടുനിറവും ചാരനിറവും കലർന്ന നനഞ്ഞ മണ്ണ് തെളിഞ്ഞുവന്നു. കാവൽ ചൗക്കയുടെ നേരേ എതിർവശത്തുള്ള പുഴക്കര വെറും തരിശു ഭൂമിയാണ്. നദി മുതൽ പർവ്വതനിരവരെ മരുഭൂമിയിൽ വളരുന്ന പൊക്കം കുറഞ്ഞ ഒരുതരം പുല്ലുകൊണ്ടു മൂടിയിരിക്കുന്നു. ഒരു വശത്തേക്ക് അല്പം മാറി പൊക്കം കുറഞ്ഞ പുഴവക്കിൽ ചെച്ചെന്മാരുടെ ഒരു ഔൾ കാണാം. മണ്ണു കൊണ്ടുണ്ടാക്കിയ അവരുടെ വീടുകൾക്ക് പരന്ന മേൽക്കൂരകളും ചോർപ്പിന്റെ ആകൃതിയിലുള്ള പുകക്കുഴലുകളുമാണ് ഉള്ളത്. കാവൽ ഗോപുരത്തിന്റെ മുകളിൽ നിന്നിരുന്ന ആ കൊസാക്കുകാരന്റെ കൂർമ്മദൃഷ്ടികൾക്ക് ദൂരെയുള്ള ഔളുകളിലൂടെ നീങ്ങുന്ന സ്ത്രീകളുടെ നീലയും ചുവപ്പും ഉടുപ്പുകൾ സന്ധ്യാസമയത്തെ പുകപടലത്തിനിടയിലൂടെ തിരിച്ചറിയാൻ കഴിഞ്ഞു.

ടെറെക്കിന്റെ മറുകരയിൽ സാദ്ധ്യതയുണ്ടെന്നും മെയ് മാസമായതിനാൽ ഇപ്പോൾ ടെറെക്കിന്റെ കരയിലുള്ള കാടുകൾ നിബിഡവും

അഗമ്യവുമാണെന്നും വെള്ളം കുറവായതിനാൽ എവിടെ വേണമെങ്കിലും പുഴ തരണം ചെയ്യാമെന്നും കൊസാക്കുകാർക്കറിയാം. രണ്ടു ദിവസം മുമ്പ് കേണലിന്റെ ഒരു അറിയുപ്പുമായി ഒരു കൊസാക്കുകാരൻ കുതിരപ്പുറത്തു കയറി എല്ല ചൗക്കകളിലും ചെന്ന്, അബ്റെക്കുകൾ എട്ടുപേരുള്ള ഒരു സംഘമായി ടെറെക്ക് തരണം ചെയ്യാൻ തയ്യാറായിക്കൊണ്ടിരിക്കയാണെന്ന് ചാരന്മാർ മുഖേന അറിവു കിട്ടിയിട്ടുണ്ടെന്നും അതിനാൽ എല്ലാവരും കൂടുതൽ ജാഗ്രതയായി നിൽക്കണമെന്നും മുന്നറിയിപ്പു കൊടുത്തിരുന്നു. ഇതൊക്കെയാണെങ്കിലും ടെറെക്കിന്റെ കരയിലുള്ള കോർഡനുകളിലൊന്നും യാതൊരുവിധ മുൻകരുതലും കണ്ടില്ല.

അപകടശങ്കയൊന്നുമില്ലാതെ കൊസാക്കുകാർ മീൻപിടിച്ചും കുടിച്ചുമദിച്ചും വേട്ടായാടിയും സമയം കളഞ്ഞു. അവർ കുതിരകളെ ജീനികെട്ടിച്ചു നിർത്തുകയോ ആയുധം കൈയെത്താവുന്ന ദൂരത്തിൽ എടുത്തു വയ്ക്കുകയോ ചെയ്തില്ല. ഒരു കുതിരയെ മാത്രം ജീനികെട്ടിച്ച് അതിന്റെ കാലുകൾ ക്കൂട്ടിക്കെട്ടി കാടിന്റെ വക്കിൽ മേയാൻ വിട്ടിരുന്നു. അന്ന് ഡ്യൂട്ടിനിന്ന കൊസാക്കുകാരനാണ് അങ്ങനെയൊരു മുൻകരുതലെടുത്തത്. അന്നത്തെ പാറാവുകാരൻ മാത്രം തോക്കും വാളുമേന്തി യൂണിഫോറം ധരിച്ചു നിന്നിരുന്നു. അസാധാരണമാംവണ്ണം നീണ്ട പുറവും ചെറിയ കൈകാലുകളുമുള്ള നീണ്ടുമെലിഞ്ഞ ഉര്യാദ്നിക്[17]ബട്ടണിടാത്ത ഒരു ബെഷ്മെത് ധരിച്ചുകൊണ്ട് ഒരു മേലധികാരിക്കു സഹജമായ അലസതയും മട്ടപ്പും കലർന്ന മുഖഭാവത്തോടെ തല ഒരു കയ്യിന്മേൽനിന്ന് മറ്റേതിലേക്ക് ഉരുട്ടിക്കൊണ്ട് ഒരു കുടിലിനു മുമ്പിൽ കിടന്നിരുന്നു. നരച്ചുതുടങ്ങിയ കറുത്ത താടി മീശയുള്ള വൃദ്ധനായ ഒരു കൊസാക്കുകാരൻ കറുത്ത തുകൽ വാർകൊണ്ട് അരമുറിക്കിയ ഒരു ഷർച്ചു മാത്രം ധരിച്ച് വെള്ളത്തിനു തൊട്ടടുത്തു കിടന്നുകൊണ്ട് ഏകപ്രകാരമായി ഒഴുകുന്ന ടെറെക്കിലെ ചുഴന്നുകറങ്ങുന്ന കലക്കവെള്ളത്തിലേക്ക് അലസമായി നോക്കുന്നു.

ചൂടു സഹിക്കാനാവാതെ മറ്റുള്ളവരും വസ്ത്രങ്ങൾ പകുതി അഴിച്ചുമാറ്റിയിരുന്നു. ഒരാൾ പുഴവക്കിലിരുന്ന് ഒരു ഷർട്ടു നനയ്ക്കുന്നു. മറ്റൊരാൾ ഒരു ജോടി കടിഞ്ഞാൺ പിരിച്ചെടുക്കുകയാണ്. മൂന്നാമതൊരാൾ പുഴക്കരയിലെ ചൂടുള്ള മണലിൽ നീണ്ടുനിവർന്നു കിടന്നുകൊണ്ട് ഒരു മൂളിപ്പാട്ടു പാടുന്നു. കറുത്തു കരുവാളിച്ച മെലിഞ്ഞ മുഖമുള്ള ഒരു കൊസാക്കുകാരൻ കുടിച്ചു ബോധം കെട്ട് കുടിലിന്റെ ഒരു ഭിത്തിയുടെ ചുവട്ടിൽ കിടക്കുന്നുണ്ട്. രണ്ടു മണിക്കൂർ മുമ്പ് അവിടെ തണലായിരുന്നു. എന്നാൽ ഇപ്പോൾ ചൂടുള്ള ചെരിഞ്ഞ സൂര്യകിരണങ്ങൾ ആ ഭിത്തിയിൽ വന്നു തട്ടുന്നു.

കാവൽഗോപുരത്തിനുമീതെ നിന്നിരുന്ന ലൂക്കാഷ നല്ല ഉയരമുള്ള സുഭഗനായ ഒരു യുവാവായിരുന്നു. അമ്മയുടെ തനിപ്പകർപ്പാണ് ഇരുപതു വയസ്സു പ്രായമുള്ള ആ ചെറുപ്പക്കാരൻ. പ്രായക്കുറവിനാൽ ശോഷിച്ചതാണെങ്കിലും ആ യുവാവിന്റെ മുഖവും ദേഹപ്രകൃതമാകെത്തന്നെയും അസാമാന്യമായ കായികബലവും ഇച്ഛാശക്തിയും ദ്യോതിപ്പിച്ചു. അവൻ കൊസാക്ക് സേനയിൽ ചേർന്നിട്ട് അധികനാളായിരുന്നില്ലെങ്കിലും കൊസാക്കുകാരിലും സഭാ ആയുധം ധരിക്കേണ്ടിവരുന്ന പുരുഷന്മാരിൽ പൊതുവിലും കാണാറുള്ള യുദ്ധവീര്യവും ധാർഷ്ട്യവും ഉൾക്കൊള്ളാൻ ഇതിനകം തന്നെ

17 ഉര്യാദ്നിക്-കൊസാക്ക് സേനയിലെ സാർജന്റ്.

അവനു കഴിഞ്ഞിട്ടുണ്ടെന്ന അവന്റെ വിശാലമായ മുഖത്തെ ഭാവവും ആത്മവിശ്വാസത്തോടു കൂടിയ ശാന്തമായ നിൽപ്പും വ്യക്തമാക്കുന്നു. അവൻ ഒരു കൊസാക്കുകാരനാണെന്നും തന്റെ വില അവനു ശരിക്ക റിയാമെന്നും ഒറ്റ നോട്ടത്തിൽ മനസ്സിലാക്കാം. അവന്റെ വീതിയുള്ള "ചെർക്കേസ്ക്[18] അവിടവിടെ പിഞ്ഞിയിട്ടുണ്ട്. ചെചെന്മാരെപ്പോലെ പിന്നിലേക്കു ചെരിച്ചാണ് അവൻ തൊപ്പി ധരിച്ചിരിക്കുന്നത്. അവന്റെ കാലുറകൾ മുട്ടുകൾക്കടിയിൽ അയച്ചു ചുറ്റിയിരിക്കുന്നു. അവന്റെ വേഷം ദരിദ്രമായിരുന്നു. എന്നാൽ ചെച്ചെൻ ജിഗീത്ത [19]കളെ അനുകരിക്കുന്നതിൽനിന്നുളവാകുന്നതും കൊസാക്കുകരുടെ പ്രത്യേകതയുമായ ഒരുതരം ആകർഷകത്വം അതു് അവനു പ്രദാനം ചെയ്തു.

ഒരു യഥാർത്ഥ ജിഗീത് ജീർണ്ണിച്ച അയഞ്ഞ വസ്ത്രങ്ങൾ ധരിച്ചാണ് എപ്പോഴും കാണപ്പെടുന്നതു്. എന്നാൽ അയാളുടെ ആയു ധങ്ങൾ എപ്പോഴും ഒന്നാന്തരമായിരിക്കും. എങ്കിലും ഈ വസ്ത്രങ്ങളുടെ തയ്യലും, അവ അരയിൽ ബന്ധിച്ചിരിക്കുന്ന രീതിയും ആയുധങ്ങൾ എല്ലാം കൂടിച്ചേരുമ്പോൾ അവർക്ക് ഒരു തരം അസാധാരണത്വം കൊസാക്കുകാർക്കും മലവാസികൾക്കും തൽക്ഷണം തിരിച്ചറിയാൻ കഴിയുന്നു. ലൂക്കാഷയ്ക്കു് ഒരു യഥാർത്ഥ ജിഗീതിന്റെ മട്ടുണ്ടായിരുന്നു. തന്റെ കഠാരയിൽ കൈവെച്ച്കൊണ്ടു് കണ്ണുകൾ ചെറുതാക്കി അവൻ ദൂരെയുള്ള ഔളിലേക്കു നോക്കിനിന്നു. അവന്റെ ഉറച്ച ദേഹവും ബുദ്ധിശക്തി ദ്യോതിപ്പിക്കുന്ന മുഖത്തെ കറുത്ത പുരികക്കൊടികളും കാണുന്ന ഒരാൾ അറിയാതെ പറഞ്ഞുപോകും. "മിടുമിടുക്കൻ!"

"ആ കാണുന്ന ഔളിലെ പെണ്ണുങ്ങളെല്ലാം എവിടേക്കാണു പോകുന്നതു്?" തിളങ്ങുന്ന വെളുത്ത പല്ലുകൾ അലസമായി പുറത്തു കാട്ടിക്കൊണ്ട് സ്പഷ്ടമായ സ്വരത്തിൽ അവൻ ആരോടെന്നില്ലാതെ ചോദിച്ചു.

താഴെ കിടന്നിരുന്ന നസാർക്ക തല പൊക്കി നോക്കിയിട്ട് പറഞ്ഞു:

"വെള്ളം തേടി ഇറങ്ങിയതാവണം."

"ഒരു വെടി പൊട്ടിച്ച് അവരെ ഒന്നു ഭയപ്പെടുത്തിയാലോ!" ചിരി ച്ചുകൊണ്ടു് ലൂക്കാഷ പറഞ്ഞു. "അവർ പേടിച്ചോടുന്നതു കാണാൻ നല്ല രസമായിരിക്കും."

"അത്രയും ദൂരത്തേക്കു വെടിവയ്ക്കാൻ കഴിയുകയില്ല. "

---

18 ചെർക്കേസ്ക-ചെർക്കീസുകാരുടെ കോട്ട്.

19 ജിഗീത്-ധീരനും സാഹസികനുമായ യുവാവ്.

“അസംബന്ധം! എന്റെ തോക്കിനിന്ന് അതിനപ്പുറത്തേക്കുവേണ മെങ്കിലും വെടിവയ്ക്കാം! കുറച്ചു കാത്തിരിക്കൂ. അവരുടെ വിശേഷദി വസം വരുമ്പോൾ ഞാൻ ഗിറേയ് ഖാനെ സന്ദർശിച്ച് അയാളോടൊ പ്പം മദ്യം കുടിക്കും!” തന്നെ അലട്ടിക്കൊണ്ടിരിക്കുന്ന കൊതുകുകളെ ദേഷ്യത്തോടെ കൈ വീശി ഓടിച്ചുകൊണ്ട് ലൂക്കാഷ പറഞ്ഞു.

കുറ്റിക്കാട്ടിൽ എന്തോ ഒരനക്കം കേട്ട് കൊസാക്കുകാർ അങ്ങോട്ടു നോക്കി. ഒരു പാണ്ടൻ പട്ടി മൂക്കു നിലത്തു മുട്ടിക്കുകയും രോമരഹിത മായ വാലാട്ടുകയും ചെയ്തുകൊണ്ട് ചൗക്കയുടെയടുത്തേക്ക് ഓടി വന്നു. അത് തന്റെ അയൽക്കാരനും നായാട്ടുകാരനുമായ യെറോഷ്ക അമ്മാ വന്റെ പട്ടിയാണെന്ന് ലൂക്കാഷയ്ക്കു മനസ്സിലായി. അല്പം കഴിഞ്ഞു കുറ്റിക്കാട്ടിനിടയിലൂടെ അയാൾ നടന്നുവരുന്നതും അവൻ കണ്ടു.

വെള്ളിപോലെ വെളുത്ത വീതിയുള്ള താടിയും വിരിഞ്ഞ വലിയ ചുമലുകളും വിശാലമായ നെഞ്ചുമുള്ള ഭീമാകാരനായ ഒരു കൊസാക്കു കാരനായിരുന്നു യെറോഷ്ക. എന്നാൽ അയാളുടെ അവയവപ്പൊരുത്ത മുള്ളദേഹം കാട്ടിൽ മറ്റാരുടേതുമായും താരതമ്യപ്പെടുത്താനില്ലാതിരു ന്നാൽ അസാമാന്യവലിപ്പമുള്ളതായി തോന്നിച്ചിരുന്നില്ല. ഒരു പഴയ കർഷകക്കുപ്പായമാണ് അയാൾ ധരിച്ചിരുന്നത്. മാൻതോലുകൊ ണ്ടുണ്ടാക്കപ്പെട്ട “പൊർഷ്നി”[20] ചരടുകൊണ്ട് കെട്ടി മറ്റെ തോളിൽ തൂക്കിയിട്ടുണ്ട്. വെടിയുണ്ടകളും വെടിമരുന്നും റൊട്ടിയും വെച്ച ഒരു മടിശ്ശീല അയാളുടെ അരപ്പട്ടയുടെ പിൻവശത്തു കെട്ടിവെച്ചിരുന്നു. കൂടാതെ കാട്ടീച്ചകളെ വീശിയോടിക്കാൻ ഒരു കുതിരവാലും രക്തം പുരണ്ട കീറിയ ഉറയിൽ സൂക്ഷിച്ചിരിക്കുന്ന ഒരു വലിയ കഠാരയും രണ്ടു വാൻകോഴികളും അരപ്പട്ടയിൽ തൂങ്ങിക്കിടക്കുന്നുണ്ട്.

ചൗക്ക കണ്ടയുടൻ അയാൾ നിന്നു.

“ഹേയ്, ല്യാം! “അയാൾ പട്ടിയെ വിളിച്ചു. ആ മുഴങ്ങുന്ന ശബ്ദം ദൂരെയുള്ളകാട്ടിൽ മാറ്റൊലിക്കൊണ്ടു. പിന്നീട് തന്റെ ഒതുക്കമില്ലാത്ത തോക്ക്- കൊസാക്കുകാരുടെയിടയിൽ “ഫ്ല്ൻറ” എന്നതാണ് അതറിയപ്പെടുന്നത്-തോളിൽ ഒന്ന് ഇളക്കിവെച്ചിട്ട് അയാൾ അതു പറഞ്ഞതെങ്കിലും പുഴയ്ക്കരെയുള്ള ആരോടോ വിളിച്ചുപറയുന്നത്ര ഉച്ചത്തിലായിരുന്നു അത്.

“സൗഖ്യമാണോ അമ്മാവാ. സൗഖ്യമാണോ,” നാലുദിക്കിൽ നിന്നും കൊസാക്കുകാർ ആഹ്ലാദപൂർവ്വം വിളിച്ചുചോദിച്ചു.

“എന്തൊക്കെയുണ്ട് വിശേഷം? പുതിയ വാർത്തകളൊക്കെ പറയൂ! “യെറോഷ്ക അമ്മാവൻ തന്റെ വിശാലമായ ചുവന്ന മുഖത്തെ

20 പൊർഷ്നി-കുതിർത്തോൽ മാത്രം ധരിക്കാൻ കഴിയുന്ന ഒരുതരം പാദരക്ഷ കൾ.

വിയർപ്പ് ചെർക്കേസ്കയുടെ കൈകൊണ്ട് തുടയ്ക്കുന്നതിനിടയിൽ വിളിച്ചു പറഞ്ഞു.

“കേട്ടോ, അമ്മാവാ! അതാ, ആ കാണുന്ന ചിനാർ മരത്തിൽ ഒരു കഴുകൻ താമസിക്കുന്നുണ്ട്! സന്ധ്യയായാലുടൻ അവൻ താഴെ വരും!” കണ്ണടയ്ക്കുകയും ഒരു കാലും തോളും ചലിപ്പിക്കുകയും ചെയ്തുകൊണ്ട് നസാർക്ക പറഞ്ഞു.

“നേരോ !” വിശ്വസിക്കാനാകതെ യെറോഷ്ക്ക പറഞ്ഞു.

“സത്യമാണ്, അമ്മാവാ! കാത്തിരുന്നാൽ കാണാം!” നസാർക്ക ഒരു ചിരിയോടെ തറപ്പിച്ചു പറഞ്ഞു. മറ്റു കൊസാക്കുകാരും ഒപ്പം ചിരിച്ചു. തമാശക്കാരൻ വാസ്തവത്തിൽ ഒരു കഴുകനേയും കണ്ടിരുന്നില്ല. എന്നാൽ യെറോഷ്ക്ക അമ്മാവൻ തങ്ങളെ കാണാൻ വരുമ്പോഴെല്ലാം അയാളെ ഇങ്ങനെ പറ്റിക്കുന്നതു് പണ്ടു മുതലേ കോർഡനിലുള്ള കൊസാക്കുകാരുടെ പതിവായിരുന്നു.

“എടാ, കഴുതേ! താൻ ഇങ്ങനെ നുണ പറയുന്നതെന്താണ്?” കാവൽഗോപുരത്തിന്റെ മുകളിൽനിന്ന് ല്യക്കാഷ്ക്ക നസാർക്കയോടു വിളിച്ചുചോദിച്ചു.

നസാർക്ക തൽക്ഷണം നിശ്ശബ്ദനായി.

“കാത്തിരിക്കുന്നതുകൊണ്ട് എന്തെങ്കിലും ഫലമുണ്ടാകുമെങ്കിൽ ഞാൻ കാത്തിരിക്കാം.” വൃദ്ധൻ പറഞ്ഞു. കൊസാക്കുകാർക്കും സന്തോഷമായി. “പക്ഷേ കാട്ടുപന്നികളെ എവിടെയെങ്കിലും കണ്ടോ?”

“എന്താണിതിന്റെ അർത്ഥം? കാട്ടുപന്നികളെ നോക്കുകയോ! “അല്പമൊരു നേരമ്പോക്കിനു വക കിട്ടിയതിനാൽ സന്തുഷ്ടനായി ഉര്യാദ്നിക് പറഞ്ഞു. അയാൾ തിരിഞ്ഞുകിടന്ന് രണ്ടു കൈകൊണ്ടും തന്റെ നീണ്ട പുറം ചൊറിഞ്ഞു. “ഇവിടെ ഞങ്ങൾക്ക് അബ്റെക്കുകളെയാണു പിടിക്കേണ്ടതു്. കാട്ടുപന്നികളെയല്ല. വിവരമൊന്നും അറിഞ്ഞില്ലേ; അമ്മാവാ?” എന്തു കാരണം കൊണ്ടോ കണ്ണിറുക്കുകയും വെളുത്ത ദന്തനിര പുറത്തു കാട്ടുകയും ചെയ്തുകൊണ്ടാണ് ഉര്യാദ്നിക് സംസാരിച്ചതു്.

“അബ്ക്കറെക്കുകളോ? ഇല്ല, ഞാൻ അവരെപ്പറ്റി ഒന്നും കേട്ടില്ല,” വൃദ്ധൻ പറഞ്ഞു. “അതിരിക്കട്ടെ, നിങ്ങളുടെ കൈയിൽ ചുവന്നവീഞ്ഞുണ്ടോ? ഉണ്ടെങ്കിൽ കുറച്ചിങ്ങെടുക്കൂ. ഞാൻ ശരിക്കും തളർന്നു. എനിക്കു കുറച്ചു സാവകാശം തന്നാൽ ഞാൻ ചൂടുമാറാത്ത പോർക്കിറച്ചി കൊണ്ടുവന്നു തരാം. ഞാൻ വാക്കു തരുന്നു. എനിക്കു കുടിക്കാൻ വല്ലതും തരൂ.”

"അപ്പോൾ ഇവിടെ മൃഗങ്ങളെ കാത്തിരിക്കാൻ തീരുമാനിച്ചു, ഇല്ലേ? വൃദ്ധന്റെ അപേക്ഷ കേട്ടഭാവം നടിക്കാതെ ഉര്യാദ്നിക് ചോദിച്ചു."

"ഒരു രാത്രി ഇവിടെ കാത്തിരിക്കണമെന്നുണ്ട്, "യെറോഷ്ക അമ്മാവൻ പറഞ്ഞു. "വിശേഷ ദിവസം ആഘോഷിക്കാൻ എന്തിയെങ്കിലും കിട്ടിയേക്കും. പക്ഷേ എന്തു കിട്ടിയാലും അതു നിങ്ങൾക്കു തരാം. സത്യം."

"അമ്മാവാ, അമ്മാവാ!" ലൂക്കാഷ ഗോപുരത്തിന്റെ മുകളിൽ നിന്ന് വിളിച്ചു. കൊസാക്കുകാരെല്ലാവരും കാര്യമെന്താണെന്നറിയാൻ മുകളിലേക്കു നോക്കി. "അമ്മാവൻ മുകൾഭാഗത്തെ അരുവിയുടെയടുത്തേക്കു ചെല്ലൂ. അവിടെ ഒരു വലിയ പറ്റം പന്നികളുണ്ട്. ഞാൻ നുണ പറയുകയല്ല! സത്യം. ഇന്നാളൊരു ദിവസം ഒരു കൊസാക്കുകാരൻ ഒന്നിനെ വെടിവെച്ചിട്ടു. ഞാൻ സത്യമാണു പറയുന്നത്." തന്റെ തോക്ക് പിന്നിൽ വെച്ചിട്ട് അവൻ പറഞ്ഞു. അവൻ കളി പറയുകയല്ലെന്ന് അവന്റെ സ്വരം വെളിപ്പെടുത്തി.

ഇതാര്? നമ്മുടെ ലൂക്കാഷ ഉർവാല്ലേ? "മുകളിലേക്കു നോക്കി വൃദ്ധൻ പറഞ്ഞു. "എവിടെയാണ് വെടിവെച്ചത്?"

"അപ്പോൾ അമ്മാവൻ ഇതേവരെ എന്നെ കണ്ടിരുന്നില്ലേ? ഞാൻ അത്ര ചെറുതാണോ?" എന്നു തമാശയായി ചോദിച്ചിട്ട് ലൂക്കാഷ കാര്യമായി പറഞ്ഞു. "വെള്ളത്തിനു തൊട്ടടുത്താണ്, അമ്മാവാ. ഞങ്ങൾ ചെടികൾക്കിടയിൽ ഒരു അനക്കം കേട്ടു. പക്ഷേ എന്റെ തോക്ക് ഉറയിലായിരുന്നു. അപ്പോഴാണ് ഇല്യാസ്ക വെടിവെച്ചത്... ആസ്ഥലം ഞാൻ കാണിച്ചുതരാം, അമ്മാവാ. ഇവിടെ അടുത്താണ്. കുറച്ചുനേരം കാത്തിരിക്കൂ! എനിക്ക് അവറ്റയുടെ ശീലങ്ങളെല്ലാം നല്ല നിശ്ചയമുണ്ട്. "പിന്നീട് ലൂക്കാഷ ഉര്യാദ്നിക്കിനോടായി നിശ്ചയദാർഢ്യം സ്ഫുരിക്കുന്ന, ഏതാണ്ട് ആജ്ഞാപിക്കുന്നതുപോലുള്ള സ്വരത്തിൽ പറഞ്ഞു, "മോസെവ് അമ്മാവാ, പാറാവു മാറ്റാൻ സമയമായി." കല്പന കിട്ടാൻ കാത്തുനില്ക്കാതെതന്നെ അവൻ തോക്കു മെടുത്തു കൊണ്ട് ഗോപുരത്തിന്റെ മുകളിൽനിന്ന് താഴെയിറങ്ങി.

"ഇറങ്ങി വാ!" എന്ന് ഉര്യാദ്നിക് കല്പന കൊടുത്തത് അവൻ താഴെയിറങ്ങിക്കഴിഞ്ഞാണ്. ചുറ്റും നോക്കിക്കൊണ്ട് അര്യാദ്നിക് പറഞ്ഞു "ഗുർക്ക, ഇനി നിന്റെ ഊഴമാണ്, അല്ലേ? വേഗം ചെല്ല്." പിന്നീട് അയാൾ വൃദ്ധനായ നായാട്ടുകാരനോടു പറഞ്ഞു. "നിങ്ങളുടെ ലൂക്കാഷ ഒരു വിദഗ്ധനായിരിക്കയാണ്. അവൻ നിങ്ങളുടെ കാലടികളെ പിൻതുടരുമെന്നു തോന്നുന്നു. അവന് വീട്ടിൽ അടങ്ങിയിരിക്കാൻ പറ്റില്ല. ഈയിടെ ഒന്നിനെ അവൻ കൊന്നു."

VII

സൂര്യൻ അസ്തമിച്ചു. രാത്രിയുടെ നിഴൽ കാട്ടിൽനിന്ന് അതിവേഗം ചുറ്റും വ്യാപിച്ചു.

കൊസാക്കുകാർ കോർഡിനിലെ തങ്ങളുടെ ജോലി പൂർത്തിയാക്കി അത്താഴം കഴിക്കാൻ കുടിലിലേക്കു പോയി. വൃദ്ധനായ നായാട്ടുകാരൻ മാത്രം തന്റെ കാലിൽ കെട്ടിയിട്ട കോഴിയെ അങ്ങോട്ടുമിങ്ങോട്ടും നീക്കിക്കൊണ്ട് കഴുകനേയും കാത്ത് മരത്തിന്റെ മുകളിൽത്തന്നെ ഇരുന്നതേയുള്ളു.

ലുക്കാഷ പാട്ടുപാടിക്കൊണ്ട് തിരക്കുകൂട്ടാതെ മുൾച്ചെടികൾക്കിടയിൽ വാൻകോഴികളെ പിടിക്കാനുള്ള വലകൾ വയ്ക്കുന്നതിൽ വ്യാപൃതനായി. മുൾച്ചെടിപ്പടർപ്പിനിടയിൽ ആ പക്ഷികൾ ഓടി നടക്കാറുണ്ടെന്ന് അവനറിയാം. നല്ല ഉയരമുള്ള ശരീരവും വലിയ കൈകളുമാണ് അവൻറേതെങ്കിലും വലുതും ചെറുതുമായ ഏതു തരം ജോലിയും അവൻ ഏറ്റെടുത്താൽ അഭിവൃദ്ധിപ്പെടുമെന്ന് സ്പഷ്ടമായിരുന്നു.

"ഏയ്! ലുക്കാ! കൊസാക്കുകാർ അത്താഴം കഴിക്കാൻ തുടങ്ങി!" ഏതാനും ചുവടകലെ കുറ്റിക്കാട്ടിനടിയിൽ നസാർക്കയുടെ തുളച്ചുകയറുന്ന ശബ്ദം മുഴങ്ങി. ജീവനുള്ള ഒരു വാൻകോഴിയെ കക്ഷത്തിൽ ഇറുക്കിപ്പിടിച്ചുകൊണ്ട് നസാർക്ക മുൾപ്പടർപ്പിനിടയിൽനിന്ന് പുറത്തു കടന്ന് നടപ്പാതയിൽ വന്നുനിന്നു.

"ഓ!" പാട്ടു നിർത്തി ലുക്കാഷ പറഞ്ഞു. "ഇതിനെ എവിടുന്നു കിട്ടി? ഞാൻ വെച്ച വലയിൽ ചാടിയതാവണം."

നസാർ ലുക്കാഷയുടെ സമവയസ്കനാണ്. അവനും ആ വസന്തത്തിൽത്തന്നെയാണ് സേനയിൽ ചേർന്നത്. വളർച്ചമുരടിച്ച, വിരൂപനായ, മെലിഞ്ഞ, ഒരു ചെറിയ മനുഷ്യനാണ് നസാർക്ക. കാതിൽ തുളച്ചുകയറുന്ന നേർത്ത ശബ്ദമാണ് അവൻ.

ലുക്കാഷ ടാട്ടാർമട്ടിൽ പുല്ലിലിരുന്ന് വല വയ്ക്കുകയായിരുന്നു.

"ആരുടെ വലയാണെന്ന് എനിക്കറിയില്ലായിരുന്നു. തന്റേതായിരിക്കണം."

"ചിനർമരത്തിനടുത്തുള്ള കിണറിന്റെ പിന്നിലാണോ? എന്നാൽ തീർച്ചയായും എന്റേതാണ്! ഇന്നലെ വൈകുന്നേരം ഞാൻ അവിടെ വല വെച്ചിരുന്നു."

ലുക്കാഷ എണീറ്റുനിന്നു നസാറിന്റെ കൈയിലിരുന്ന വാൻകോഴിയെ നോക്കി. പേടിച്ചരണ്ട് കണ്ണുരുട്ടിക്കൊണ്ട്

നീട്ടിപ്പിടിച്ച കരിനീലനിറമുള്ള അതിന്റെ തലയിൽ തലോടിയിട്ട് ലൂക്കാഷ അതിനെ കൈയിലെടുത്തു.

"ഇത്തവണ നമുക്ക് ഇതിനെ ഇട്ട് നെയ്ച്ചോറുണ്ടാക്കണം. താൻ ഇതിനെ കൊന്ന് പൂട പറിച്ച് വൃത്തിയാക്കു," ലൂക്കാഷ പറഞ്ഞു.

"നമുക്കു രണ്ടാൾക്കും തനിച്ച് ഇതിനെ തിന്നണോ അതോ ഉര്യാദ്ക്കിനുകൂടി കൊടുക്കണോ?"

"അയാൾക്കു കൊടുക്കാനും കാണും."

"എനിക്ക് ഇതിനെ കൊല്ലാൻ വയ്യ," നസാർ പറഞ്ഞു.

"എന്നാൽ ഞാൻ കൊല്ലാം."

ലൂക്കാഷ കഠാരിയുടെ അടിയിൽ നിന്ന് തന്റെ കത്തി പുറത്തെടുത്ത് ക്ഷണനേരംകൊണ്ട് പക്ഷിയുടെ കഴുത്തു മുറിച്ചു. പക്ഷി ഒന്നു പിടഞ്ഞു. എന്നാൽ ചിറകു വിടർത്താൻ അതിനു സമയം കിട്ടുന്നതിനു മുമ്പുതന്നെ രക്തമൊലിക്കുന്ന തല ജീവനറ്റ് നിലത്തു വീണു.

"ഇങ്ങനെയാണ് ഇതു ചെയ്യേണ്ടത്," എന്നു പറഞ്ഞിട്ട് ലൂക്കാഷ പക്ഷിയെ താഴെയിട്ടു. "ഇതുകൊണ്ട് നല്ല നെയ്യൊഴുകുന്ന നെയ്ച്ചോറുണ്ടാക്കാം."

നിലത്തു കിടക്കുന്ന പക്ഷിയുടെ നേരെ നോക്കിയപ്പോൾ നസാർക്ക ഞെട്ടി.

"ലൂക്കാ, ആ പിശാച് നമ്മളെ പിന്നെയും പതിയിരുന്ന് ആക്രമിക്കാൻ വിടുകയാണ്," പക്ഷിയെ കൈയിലെടുത്തുകൊണ്ട് അവൻ പറഞ്ഞത് ഉര്യാദ്നിക്കിനെ ഉദ്ദേശിച്ചാണ്. "അയാൾ ഫോമുഷ്കിനെ ചുവന്ന വീഞ്ഞു കൊണ്ട് വരാൻ അയച്ചിരിക്കയാണ് ഇന്ന് അയാളുടെ ഊഴമാണ്. പക്ഷേ എല്ലാ രാത്രിയിലും നമ്മൾ വേണം പോകാൻ. അയാൾ എപ്പോഴും നമ്മളെ തിരഞ്ഞുപിടിക്കുന്നു."

ലൂക്കാഷ ചൂളമടിച്ചുകൊണ്ട് ചൗക്കയുടെ മുകളിലേക്കു നടന്നു.

"ആ ചരട് എടുത്തുകൊണ്ടുവരൂ," അവൻ വിളിച്ചുപറഞ്ഞു. നസാർക്ക അപ്രകാരം ചെയ്തു.

"ഞാൻ അയാളോടു കാര്യം തുറന്നു പറയും," നസാർക്ക തുടർന്നു. "നമുക്ക് പോകാൻ പറ്റില്ലെന്ന് അയാളോട്ട് പറയൂ. അയാൾ താൻ പറയുന്നതു കേൾക്കും. അതു സത്യമാണ്. അല്ലെങ്കിൽ നമ്മൾ വലഞ്ഞുപോകും!"

"തർക്കിക്കാൻ ഒരു കാര്യം കണ്ടുപിടിച്ചിരിക്കുന്നു!" മറ്റെന്തിനെ പ്പറ്റിയോ ആലോചിച്ചുകൊണ്ടിരുന്ന ലൂക്കാഷ പറഞ്ഞു.

"തനി അസംബന്ധം! നമ്മൾ ഗ്രാമത്തിൽ നില്ക്കുമ്പോഴാണ്

അയാൾ രാത്രിയിൽ നമ്മളെ പറഞ്ഞയക്കുന്നതെങ്കിൽ അതൊരു ദൗർഭാഗ്യമാണ്. അവിടെ ഉല്ലസിക്കാൻ ധാരാളം വകയുണ്ടല്ലോ. പക്ഷേ ഇവിടെ ചൗക്കയിൽ നിൽക്കുന്നതും തമ്മിൽ എന്താണ് വ്യത്യാസം?"

"താൻ ഗ്രാമത്തിലേക്കു പോകുന്നുണ്ടോ?"

"വിശേഷ ദിവസം വരുമ്പോൾ പോകുന്നുണ്ട്."

"തന്റെ ദുനായ്ക്ക് ഫോമുഷ്കിനുമായി അടുപ്പത്തിലാണ് ഗ്ലർക്ക പറയുന്നതു കേട്ടു," പൊടുന്നനെ നസാർക്ക പറഞ്ഞു.

"അവൾ പോയി തുലയട്ടെ!" ലൂക്കാഷ തന്റെ വെളുത്ത പല്ല് പുറത്തുകാട്ടിക്കൊണ്ട് എന്നാൽ പുഞ്ചിരിക്കാതെ പറഞ്ഞു. "എനിക്കെന്താ വേറെ പെണ്ണു കിട്ടുകില്ലേ?"

"ഗ്ലർക്ക പറഞ്ഞതു് ഇതാണ്. അയാൾ വീട്ടിൽ ചെന്നപ്പോൾ അവളുടെ ഭർത്താവ് വീട്ടിലില്ലായിരുന്നു. ഫോമുഷ്കിൻ അപ്പം തിന്നുകൊണ്ട് അവിടെ ഇരിക്കുന്നതു് അയാൾ കണ്ടു. കുറച്ചുനേരം കാത്തിരുന്നിട്ട് ഗ്ലർക്ക അവിടുന്നിറങ്ങി. എന്നാൽ ജനലിനടുത്തെത്തിയപ്പോൾ അയാൾ നടപ്പുനിർത്തി ശ്രദ്ധിച്ചു. അവൾ ഇങ്ങനെ പറഞ്ഞത്രെ: ' ആ പിശാചു പോയോ? എന്റെ പൊന്നേ, ഒരു അപ്പംകൂടി തിന്നൂ. ഇന്ന് നിങ്ങൾ ഉറങ്ങാൻ വീട്ടിൽ പോകണ്ട' ജനലിനു ചുവട്ടിൽ നിന്നിരുന്ന ഗ്ലർക്ക അതു കേട്ട് 'ഭേഷ്!' എന്നു വിളിച്ചുപറഞ്ഞത്രെ."

"നുണ!"

"അല്ല. ദൈവം സാക്ഷിയായി, സത്യമാണ്!"

ലൂക്കാഷ അതിനു മറുപടി പറഞ്ഞില്ല. അല്പം കഴിഞ്ഞു് അവൻ പറഞ്ഞു: "സാരമില്ല. മറ്റൊരു കാമുകനെ കണ്ടുപിടിച്ചെങ്കിൽ അവൾ പോയി തുലയട്ടെ. പെൺപിള്ളേർ വേറെയുണ്ട്. ഇല്ലേ? അല്ലെങ്കിൽത്തന്നെ എനിക്ക് അവളെ മടുത്തു തുടങ്ങിയിരുന്നു."

"താനെന്തൊരു മനുഷ്യനാണ്, ലൂക്കാ" !നാസർക്ക പറഞ്ഞു.

"കോർണെറ്റിന്റെ മകളായ മര്യാനയെയാണ് തനിക്കു നോട്ടം! അവൾ ഇനിയും ആരുടെകൂടെയും പോയിത്തുടങ്ങിയിട്ടില്ല, ഉവ്വോ? "

ലൂക്കാഷ മുഖം ചുളിച്ചു.

"മര്യാനയോ? ആരായാലും എനിക്ക് ഒരുപോലെയാണ്."

"പക്ഷേ താൻ ശ്രമിച്ചുനോക്ക്..."

"അതാണോ തന്റെ അഭിപ്രായം? ഗ്രാമത്തിൽ ഇഷ്ടംപോലെ പെണ്ണുങ്ങളില്ലേ?"

ലൂക്കാഷ പിന്നെയും ചൂളമടിച്ചുകൊണ്ട് ചൗക്കയ്ക്കടുത്തേക്കു നടന്നു.

വഴിക്കു കണ്ട മരച്ചില്ലകളിൽനിന്ന് ഇലകൾ അടർത്തി മാറ്റിക്കൊണ്ടാണ് അവൻ നടന്നത്. ഒരു കുറ്റിച്ചെടിക്കൂട്ടത്തുകൂടി കടന്നുപോയപ്പോൾ പെട്ടെന്ന് അവൻ നിന്നു. കത്തി പുറത്തെടുത്ത് തനിക്ക് ഇഷ്ടം തോന്നിയ വളവില്ലാത്ത ഒരു കമ്പ് മുറിച്ചെടുത്തിട്ട് അവൻ പറഞ്ഞു:

"തോക്കിൽനിന്ന് വെടിമരുന്ന് കുത്തിക്കളയാൻ ഈ കമ്പ് ഒന്നാന്തരമാണ്." അവൻ അത് വായുവിൽ വീശി ശബ്ദം കേൾപ്പിച്ചു.

കൊസാക്കുകാർ കുടിലിന്റെ കുമ്മായംതേച്ച ഇടനാഴിയിൽ പൊക്കംകുറഞ്ഞ ഒരു ടാട്ടാർ മേശയ്ക്കു ചുറ്റുമായി വെറും അറയിലിരുന്ന് ഭക്ഷണം കഴിക്കുകയായിരുന്ന ഉര്യാദ്നിക്കിനോട്ട് വിളിച്ചു ചോദിച്ചു.

"നോക്കാം! ഇന്ന് ആരുടെ ഊഴമാണ്?"ഉര്യാദ്നിക് ഓർക്കാൻ ശ്രമിച്ചു. "ബുർലാക് അമ്മാവൻ പോയി. ഫോമുഷ്കിനും പോയി," തെല്ലൊരു സന്ദേഹഭാവത്തിൽ അയാൾ പറഞ്ഞു. "നിങ്ങളുടെ കൂട്ടത്തിൽനിന്ന് ആരെയാണ് അയക്കേണ്ടത്? ലൂക്കാ, നീയും നസാറും പോകണം... യെർഗുഷൊവിനേയും കൂട്ടിക്കോളൂ. അപ്പോഴേക്കും അയാൾ ഉണരുമെന്നു തോന്നുന്നു."

"അയാളും നിങ്ങളെപ്പോലെയാണ്!" നാസർക്ക ശബ്ദം താഴ്ത്തി പറഞ്ഞു. കൊസാക്കുകാർ ചിരിച്ചു.

യെർഗുഷൊവ് കുടിലിന്റെ ഭിത്തിക്കു താഴെ കുടിച്ചു ബോധംകെട്ടുറങ്ങിക്കിടന്ന കൊസാക്കുകാരനല്ലാതെ മറ്റാരുമല്ല. ആ സമയത്ത് കണ്ണു തിരുമ്മിക്കൊണ്ട് അയാൾ ഇടനാഴിയിലേക്കു കടന്നു വന്നു.

ലൂക്കാഷ എണീറ്റ് തന്റെ തോക്കു ശരിയാക്കിവയ്ക്കാനാരംഭിച്ചു.

"കഴിയുന്നതും വേഗം പുറപ്പെടണം. അത്താഴം കഴിഞ്ഞാലുടൻ പുറപ്പെട്ടോളൂ!" ഉര്യാദ്നിക് പറഞ്ഞു. കൊസാക്ക്കാരുടെ എന്തെങ്കിലും അഭിപ്രായം കേൾക്കാൻ കാത്തു നിൽക്കാതെ അയാൾ തൽക്ഷണം തന്നെ വാതിൽ അടച്ചു. അയാൾക്കു തന്റെ കീഴിലുള്ള കൊസാക്കുകാരുടെ അനുസരണശീലത്തിൽ വലിയ വിശ്വാസമില്ലെന്ന് സ്പഷ്ടമായിരുന്നു. "പ്രത്യേകകല്പന കിട്ടിയില്ലായിരുന്നെങ്കിൽ ഞാൻ ആരേയും ഇന്ന് അയയ്ക്കുകയില്ലായിരുന്നു. പക്ഷേ എന്തു ചെയ്യാം, സോതിക്[21] ഏതു നിമിഷവും ഇവിടെ വരാനിടയുണ്ട്. മാത്രമല്ല എട്ട് അബ്റെക്കുകൾ നദി കടക്കാരൻ ശ്രമിക്കുമെന്ന് മുന്നറിയിപ്പു കിട്ടിയിട്ടുമുണ്ട്." ഉര്യാദ്നിക് പിറുപിറുത്തു.

"പോകേണ്ടിവരുമെന്നു തോന്നുന്നു," യെർഗുഷൊവ് പറഞ്ഞു.

---

21 സോത്നിക്-സോത്ന്യ എന്ന പേരുള്ള നൂറുപേരടങ്ങുന്ന കൊസാക്ക് സേനാവിഭാഗത്തിലെ ഓഫീസർ.

“അതാണ് കല്പന! ഇത്തരം സന്ദർഭങ്ങളിൽ മേലധികാരികളെ അനുസരിക്കാൻ നമ്മൾ ബാദ്ധ്യസ്ഥരാണ്. ഞാൻ പറയുന്നതു പോകണമെന്നാണ്.”

ഈ സമയത്ത് ഒരു വലിയ കഷ്ണം വാൻകോഴിയിറച്ചി രണ്ടു കൈയുമുപയോഗിച്ച് വായ്ക്കു നേരെ പിടിച്ചുകൊണ്ട് ലുക്കാഷ ഉര്യാദ്നിക്കിനേയും നസാർക്കയേയും മാറി മാറി നോക്കുകകയായിരുന്നു. അവിടെ നടക്കുന്നതിലൊന്നും അവനു യാതൊരു താല്പര്യവുമില്ലെന്നും അവൻ ഇരുവരേയും പരിഹസിക്കുകയാണെന്നും തോന്നി.

കൊസാക്കുകാർ പതിയിരിക്കാൻ പുറപ്പെടുന്നതിനു മുമ്പ് യെറോഷ്ക അമ്മാവൻ മങ്ങിയ വെളിച്ചമുള്ള ഇടനാഴിയിലേക്കു കയറിവന്നു. അയാൾ സന്ധ്യ മുതൽ ചിനാർമരത്തിന്റെ ചുവട്ടിൽ വൃഥാ കാത്തിരിക്കയായിരുന്നു.

“കുട്ടികളെ ഞാനും നിങ്ങളോടെപ്പം കൂടുകയാണ്,” പൊക്കം കുറഞ്ഞ ആ മുറിയിൽ മറ്റു ശബ്ദങ്ങളെല്ലാം തച്ചമർത്തിക്കൊണ്ട് അയാളുടെ ആഴമുള്ള ശബ്ദം മുഴങ്ങി. “നിങ്ങൾ ചെച്ചെന്മാരെ കാത്തിരിക്കുമ്പോൾ ഞാൻ പന്നികളെ കാത്ത് പതിയിരിക്കാം.!”

VIII

യെറോഷ്കയും മൂന്നു കൊസാക്കുകാരും ടെറെക്കിന്റെ കരയിലൂടെ പതിയിരിക്കാൻ നിശ്ചയിച്ചുവെച്ചിരുന്ന സ്ഥലത്തേക്കു നടന്നു പോകുമ്പോൾ നല്ല ഇരുട്ടായിരുന്നു. ബൂർക്കകൾ[22] ധരിച്ചിരുന്ന അവർ തോക്കുകൾ തോളിൽ വെച്ചുകൊണ്ടാണ് നടന്നത്. നസാർക്കയ്ക്ക് പോകാൻ മടിയായിരുന്നു. എന്നാൽ ലൂക്കാഷ അവനെ വിളിച്ചു. ധൃതിയിൽ അവർ യാത്രയാരംഭിച്ചു. നിശ്ശബ്ദരായി ഏതാനും ചുവടുകൾ നടന്നിട്ട് അവർ കുഴിയുടെയടുത്തുനിന്ന് ഒരു വശത്തേക്കു മാറി ഞാങ്ങണപ്പുല്ലിനടിയിൽ കഷ്ടിച്ചു മാത്രം തിരിച്ചറിയാൻ കഴിയുന്ന ഒരു കാലടിപ്പാതയിലൂടെ ടെറെക്കിനടുത്തേക്കു നീങ്ങിത്തുടങ്ങി. വെള്ളമിറങ്ങിയപ്പോൾ പുഴവക്കിൽ അവശേഷിച്ച ഒരു വലിയ കറുത്ത തടിയുടെയടുത്ത് അവർ എത്തിച്ചേർന്നു. അതിനുചുറ്റുമുള്ള ഞാങ്ങണ അപ്പോഴും നിലംപൊത്തിക്കിടന്നിരുന്നു.

"നമുക്ക് ഇവിടെ പതിയിരിക്കാം, എന്താ?" നസാർക്ക ചോദിച്ചു.

"ശരി. ഇവിടെ ആയിക്കോട്ടെ," ലൂക്കാഷ അതിനോടു യോജിച്ചു. "നിങ്ങൾ ഇവിടെ കാത്തിരിക്കു. ഞാൻ അമ്മാവനു വഴി കാണിച്ചു കൊടുത്തിട്ട് വേഗം വരാം."

"ഇതാണ് പറ്റിയ സ്ഥലം,"യെർഗുഷൊവ് പറഞ്ഞു "നമ്മെ ആരും കാണുകയില്ല, നമുക്ക് എല്ലാം കാണുകയും ചെയ്യാം."

നസാർക്കയും യെർഗുഷൊവും തങ്ങളുടെ ബൂർക്ക നിലത്തു വിരിച്ച് തടിയുടെ മറവിൽ സൗകര്യമായി ഇരുന്നു. ലൂക്കാഷ യെറോഷ്ക അമ്മാവനോടൊപ്പം മുമ്പോട്ടു പോയി.

'ഇവിടുന്ന് അധികം ദൂരമില്ല, അമ്മാവാ," ശബ്ദമുണ്ടാക്കാതെ മുമ്പിൽ നടന്നുകൊണ്ട് ലൂക്കാഷ വൃദ്ധനോടു മന്ത്രിച്ചു. "അവ എങ്ങോട്ടാണ് പോയതെന്നു ഞാൻ കാണിച്ചുതരാം. എനിക്കു മാത്രമേ അതറിയൂ! "

"കാണിച്ചുതരു. ഉർവാൻ. നീ മിടുമിടുക്കനാണ്!" വൃദ്ധൻ ശബ്ദം താഴ്ത്തി പറഞ്ഞു.

കുറച്ചു ദൂരം ചെന്നപ്പോൾ ലൂക്കാഷ ഒരു വെള്ളക്കുഴിയുടെ നേർക്കു കുനിഞ്ഞുനിന്ന് ചൂളമടിച്ചു.

'ഇവിടെയാണ് അവ വെള്ളം കുടിക്കാൻ വരുന്നത്," പന്നികളുടെ പുതിയ കാല്പാടുകൾ ചൂണ്ടിക്കാട്ടിക്കൊണ്ട് ലൂക്കാഷ മന്ത്രിച്ചു.

---

22 ബൂർക്ക-കൊക്കസസ്സുകാരുടെ മഴക്കോട്ടുപോലുള്ള ഒരുതരം മേലങ്കി.

“ക്രിസ്തു രക്ഷിക്കട്ടെ!” വൃദ്ധൻ മറുപടി പറഞ്ഞു. “കാട്ടുപന്നി ഈ കുഴിയിലിറങ്ങി വെള്ളം കലക്കിയിട്ടുണ്ട്. നീ തിരിച്ചു പൊയ്ക്കോ. ഞാൻ ഇവിടെ ഒളിച്ചിരിക്കാം”

ലൂക്കാഷ തന്റെ ബൂർക്ക നേരെയാക്കിക്കൊണ്ട് പുഴവക്കിലൂടെ ഒറ്റയ്ക്കു തിരിച്ചുനടന്നു. ഇടത്തുവശത്ത് ഒരു മതിലുപോലെ വളർന്നു നിൽക്കുന്ന ഞാങ്ങണപ്പുല്ലിന്റെ നേർക്കും വലത്തുവശത്ത് ഒഴുകിക്കൊണ്ടിരിക്കുന്ന നദിയുടെനേർക്കും അവൻ കൂടെക്കൂടെ ദൃഷ്ടികളയച്ചുകൊണ്ടിരുന്നു “ആർക്കറിയാം? ഒരുപക്ഷേ അവനും ഇപ്പോൾ ഇവിടെ എങ്ങാനും പതിയിരിക്കുകയോ പതുങ്ങി നടക്കുകയോ ചെയ്യുന്നുണ്ടാവാം!” ലൂക്കാഷ ഉദ്ദേശിച്ചതു് ചെച്ചെന്മാരെയാണ്. പെട്ടെന്ന് എന്തോ ഓടിപ്പോകുന്നതിന്റേയും വെള്ളത്തിൽ പതിക്കുന്നതിന്റേയും ഭയങ്കരശബ്ദം കേട്ട് അവൻ ഞെട്ടി തോക്കു കൈയിലെടുത്തു. കരയിൽനിന്ന് ഒരു കാട്ടുപന്നി കിതച്ചുകൊണ്ട് പാഞ്ഞുപോയി. ഒരു നിമിഷം അതിന്റെ കറുത്ത ദേഹം തിളങ്ങുന്ന ജലപ്പരപ്പിനെ ഉലക്കുന്നതു കണ്ടു. അടുത്ത ക്ഷണം അതു് ഞാങ്ങണക്കിടയിൽ മറഞ്ഞു. ലൂക്കാഷ പെട്ടെന്ന് തോക്കുയർത്തി ഉന്നം പിടിച്ചു. എന്നാൽ അതിനകം തന്നെ അതു കുറ്റിക്കാട്ടിൽ, വെടി കൊള്ളാത്ത ദൂരത്തെത്തിക്കഴിഞ്ഞിരുന്നു ഈർഷ്യയോടെ നിലത്തേക്ക് തുപ്പിയിട്ട് അവൻ വീണ്ടും മെല്ലെ ചൂളമടിച്ചു. അതിനു മറുപടിയായി മറ്റൊരു ചൂളം വിളിയുയർന്നു. അവൻ കൂട്ടുകാരോടു ചേർന്നു.

നസാർക്ക സുഖമായി മൂടിപ്പുതച്ച് ഉറക്കംപിടിച്ചിരുന്നു. യെർഗുഷൊവ് ചമ്രംപടിഞ്ഞു് നിലത്തിരിക്കുകയായിരുന്നു. അല്പം മാറിയിരുന്നു. അയാൾ ലൂക്കാഷയ്ക്കു് ഇരിക്കാൻ സ്ഥലമുണ്ടാക്കി.

“ഇവിടെയിരിക്കാൻ നല്ല സുഖമാണ്. വാസ്തവം, ഇതു് നല്ലൊരു സ്ഥലമാണ്!” അയാൾ പറഞ്ഞു. “വൃദ്ധനു വഴി കാണിച്ചുകൊടുത്തോ?”

“ഞാൻ അയാളെ അവിടെ എത്തിച്ചു, “തന്റെ ബൂർക്ക വിരിക്കുന്നതിനടയിൽ ലൂക്കാഷ മറുപടി പറഞ്ഞു. “പക്ഷേ ഒരു കൂറ്റൻ കാട്ടുപന്നിയെ ഞാൻ അറിയാതെ വിരട്ടിയോടിച്ചു! അന്നത്തെ പന്നി തന്നെയാണെന്ന് എനിക്കു തോന്നുന്നതു്. എത്ര വലിയ ശബ്ദത്തോടെയാണ് അവൻ പാഞ്ഞുപോയതെന്ന് കേട്ടില്ലേ?”

“കേട്ടു. ഏതോ ഒരു കാട്ടുമൃഗം ഓടുന്ന ശബ്ദം ഞാൻകേട്ടു അതൊരു കാട്ടുജന്തുവാണെന്ന് ശബ്ദം കേട്ടപ്പോൾത്തന്നെ എനിക്ക് മനസ്സിലായി. ഞാൻ സ്വയം പറഞ്ഞു , “ലൂക്കാഷ അവനെ വിരട്ടിയതാവണം.” യെർഗുഷൊവ് തന്റെ ബൂർക്കകൊണ്ട് മൂടിപ്പുതയ്ക്കുന്നതിനടയിൽ തുടർന്നു പറഞ്ഞു; “ഞാൻ ഇപ്പോൾ കുറച്ച് ഉറങ്ങട്ടെ. കോഴി കൂവിയാൽ എന്നെ വിളിച്ചുണർത്തണം. നമുക്ക് ഒരു ചിട്ടയൊക്കെ

ആവശ്യമാണ്. ആദ്യം ഞാൻ ഉറങ്ങാം. പിന്നീട് നീ ഉറങ്ങുമ്പോൾ ഞാൻ ഉണർന്നിരിക്കാം. അതാണു നല്ലത്."

"നന്ദി. എനിക്ക് ഉറക്കം വരുന്നില്ല. "ലൂക്കാഷ പറഞ്ഞു അന്ധകാരമയവും ഊഷ്മളവും പ്രശാന്തവുമായ ഒരു നിശയായിരുന്നു അത്. ആകാശത്തിന്റെ ഒരു കോണിൽ മാത്രം നക്ഷത്രങ്ങൾ തിളങ്ങിക്കൊണ്ടിരുന്നു. പർവ്വതനിരയ്ക്ക് മീതെ തങ്ങിനിന്ന ഒരു വലിയ മേഘം ആകാശത്തിന്റെ സിംഹഭാഗവും മറച്ചിരിക്കുകയാണ് മലനിരകളുമായി ലയിച്ചുകിടന്നിരുന്ന മേഘം മന്ദം മന്ദം അകന്നുപൊയ്ക്കൊണ്ടിരിക്കുന്നു. അതിന്റെ വളഞ്ഞ അരിക് നക്ഷത്രനിബിഡമായ ആഴമുള്ള ആകാശത്തിനുതിരെ മിഴിവോടെ തെളിഞ്ഞുനിന്നു. കൊസാക്കുകാരന്റെ മുമ്പിൽ ടെറെക്കും അസ്പഷ്ടമായ അകലങ്ങളും മാത്രമേ കാണാനുണ്ടായിരുന്നുള്ളൂ. അവന്റെ പിന്നിലും ഇരുവശങ്ങളിലും ഞാങ്ങണപ്പുല്ല് തീർത്ത വൃത്താകാരമായ മതിൽക്കെട്ടാണ്. വല്ലപ്പോഴുമൊരിക്കൽ ഈ പുല്ല് പ്രത്യക്ഷത്തിൽ കാരണമൊന്നുമില്ലാതെ ആടുകയും പരസ്പരം ഉരുമ്മി മർമ്മരമുയർത്തുകയും ചെയ്തിരുന്നു. അടിയിൽനിന്നുനോക്കുമ്പോൾ ഈ തൃണതരംഗങ്ങൾ ആകാശത്തിന്റെ മേഘരഹിതമായ പശ്ചാത്തലത്തിൽ തെളിഞ്ഞുകാണുന്ന ലോമമായ വൃക്ഷക്കൊമ്പുകളാണെന്നു തോന്നിച്ചു. അവന്റെ തൊട്ടുമുമ്പിൽ, കാൽക്കീഴിൽ, പുഴവക്കാണ്. അതിന്റെ ചുവട്ടിലൂടെ വെള്ളം അതിശീഘ്രം ഒഴുകിക്കൊണ്ടിരിക്കുന്നു. കുറെക്കൂടി അപ്പുറത്ത്, മണൽത്തുരുത്തുകളുടേയും അടുത്തെത്തുമ്പോൾ, തവിട്ടുനിറത്തിൽ തിളങ്ങിക്കൊണ്ടിരിക്കുന്ന ഈ ചലിപ്പിക്കുന്ന ജലപിണ്ഡം ഏകപ്രകാരമായി ഓളംവെട്ടിക്കൊണ്ടിരിക്കുന്നതു കാണാം അതിനുമപ്പുറത്ത് അതേ ജലവും മണൽത്തിട്ടുകളും മേഘവും എല്ലാം കെട്ടുപിണഞ്ഞു അന്ധകാരത്തിൽ വിലയം പ്രാപിക്കുന്ന തടികളാണ് അവയെന്ന് ആ കൊസാക്കുകാരന്റെ വിദഗ്ധനേത്രങ്ങൾ തിരിച്ചറിഞ്ഞു. അപൂർവ്വം ചിലപ്പോൾ ഒരു കറുത്ത കണ്ണാടിയിലെന്നപോലെ വെള്ളത്തിൽ പ്രതിഫലിപ്പിക്കുന്ന മിന്നൽവെളിച്ചത്തിൽ മറുകരയിലെ ചെരിഞ്ഞ പുഴവക്കിന്റെ രൂപരേഖ തെളിഞ്ഞു.

ഞാങ്ങണപ്പുല്ലിന്റെ മർമ്മരം, കൊസാക്കുകാരുടെ കൂർക്കംവലി, കൊതുകുകളുടെ മൂളൽ, പുഴയുടെ കളകളാരവും തുടങ്ങിയ വിവിധ നിശാശബ്ദങ്ങളെ ദൂരെയെവിടയോ ഒരു വെടി പൊട്ടുന്ന ശബ്ദമോ കര ഇടിഞ്ഞുവീഴുന്ന ശബ്ദമോ ഒരു വലിയ മീൻ ചാടുന്ന ശബ്ദമോ ഘോരാരണ്യത്തിനുള്ളിലെവിടെയോ ഒരു വന്യമൃഗം ഓടുന്ന ശബ്ദമോ ഇടയ്ക്കിടെ തടസ്സപ്പെടുത്തിക്കൊണ്ടിരുന്നു. കൃത്യമായി ഈ രണ്ടു തവണ ചിറകുകൾ വീശുകയും ഒരു തവണ ചിറകുകൾക്കൂട്ടിമുട്ടിക്കുകയും ചെയ്തുകൊണ്ട് ഒരു മൂങ്ങ ടെറെക്കിന്റെ കരയിലൂടെ പറന്നുവന്ന

കൊസാക്കുകാരുടെ തലയ്ക്കു മുകളിലൂടെ കാട്ടിലേക്കു തിരിഞ്ഞു. അതു് പിന്നീട്ട് ചിറകുകൾ ഒന്നിടവിട്ടു വീശുകയും കൂട്ടിമുട്ടിക്കുകയും ചെയ്തുകൊണ്ട് ഒരു മരത്തിനു ചുറ്റം പറക്കുന്നതിന്റേയും പിന്നീട്ട് ഒരു വയസ്സൻ ചിനാർമരത്തിൽ ഇരിക്കാൻ ശ്രമം നടത്തുന്നതിന്റേയും ശബ്ദം ദീർഘനേരം കേട്ടു. അപ്രതീക്ഷിതമായ അത്തരം ഏതു ശബ്ദംകേട്ടാലും സൂക്ഷ്മനിരീക്ഷകനായ ആ കൊസാക്കുകാരൻ കണ്ണും കാതും കൂർപ്പിച്ച് അക്ഷമയോടെ തന്റെ തോക്കിൽ കൈവെച്ച് ജാഗ്രതയായി ഇരിക്കും.

രാത്രിയുടെ സിംഹഭാഗവും കടന്നുപോയി. പടിഞ്ഞാട്ടു നീങ്ങിയ കറുത്ത മേഘത്തിന്റെ പൊട്ടിയ വക്കുകൾക്കു മുകളിലായി ഇപ്പോൾ നക്ഷത്രനിബിഡമായ തെളിഞ്ഞ ആകാശം കാണാം. മലകൾക്കു മുകളിൽ ഉജ്ജ്വല പ്രഭ പരത്തിക്കൊണ്ട് ചന്ദ്രക്കല തിളങ്ങി. തണുപ്പ് അനുഭവപ്പെട്ടുതുടങ്ങി

നസാർക്ക ഉണർന്ന് എന്തോ പിറുപിറുത്തിട്ട് വീണ്ടും ഉറക്കമായി. വെറുതെയിരുന്ന മുഷിഞ്ഞ ലൂക്കാഷ എണീറ്റ് കഠാരയുടെ കൂടിയിൽനിന്ന് കത്തി പുറത്തെടുത്ത് തന്റെ കൈയിലിരുന്ന കമ്പ് ചെത്തിമിനുക്കാനാരംഭിച്ചു മലമുകളിൽ വസിക്കുന്ന ചെച്ചെന്മാരുടെ ജീവിതത്തെപ്പറ്റിയായിരുന്നു അയാൾ അപ്പോൾ ചിന്തിച്ചിരുന്നത്. ധീരന്മാരായ അവർ പുഴ കടന്ന് ഇക്കരെ എത്താൻ സാദ്ധ്യതയുണ്ടെന്നും അവർക്ക് കൊസാക്കുകാരെ അശേഷം ഭയമില്ലെന്നും അവൻ ഓർത്തു. അവർ മറ്റൊരു സ്ഥലത്ത് പുഴകടക്കാൻ സാദ്ധ്യതയുണ്ടെന്നും അവൻ ചിന്തിക്കാതിരുന്നില്ല. അവൻ എത്തിവലിഞ്ഞു് പുഴയിൽ അങ്ങേറ്റം നോക്കി. എന്നാൽ ഒന്നും കാണാനുണ്ടായിരുന്നില്ല. അല്പം കഴിഞ്ഞു് പുഴയിലും മങ്ങിയ നിലാവെളിച്ചത്തിൽ അസ്പഷ്ടമായി മാത്രം കാണാൻ കഴിയുന്ന മറുവശത്തെ പുഴവക്കിലുമുള്ളഅവന്റെ ശ്രദ്ധ അല്പമൊന്നയഞ്ഞു. ചെച്ചെന്മാരെപ്പറ്റിയുള്ളചിന്ത അവനെ വിട്ടുപിരിഞ്ഞു. തന്റെ സഹപ്രവർത്തകരെ വിളിച്ചുണർത്താനുള്ള സമയവും കാത്ത് അവൻ ആകാംക്ഷയോടെ നിന്നു. ഗ്രാമത്തിലേക്കു പോകാൻ അനുവാദം കിട്ടുന്ന ദിവസത്തിനുവേണ്ടി അവൻ കൊതിച്ചു. ഗ്രാമത്തെപ്പറ്റി ഓർത്തപ്പോൾ തന്റെ "ദൂഷെങ്ക"[23]യായദ്യന്യാഷ അവന്റെ മനസ്സിലേക്ക് കടന്നുവന്നു. അവളെപ്പറ്റിയുള്ള ചിന്ത അവനിൽ വിഷാദമുളവാക്കി.

പുലരി അടുത്തടുത്തു വന്നുകൊണ്ടിരുന്നു. പുഴയെ രജതാഭമായ മൂടൽമഞ്ഞു് പൊതിഞ്ഞുതുടങ്ങി. അടുത്തെവിടെയോ കഴുകക്കുഞ്ഞുങ്ങൾ കരയുന്നതും ചിറകിട്ടടിക്കുന്നതും അവൻ കേട്ടു. ഒടുവിൽ ദൂരെയുള്ള

23 ദൂഷെങ്ക-വെപ്പാട്ടി എന്നർത്ഥം.

ഗ്രാമത്തിൽ ആദ്യത്തെ കോഴി കൂവി. കൂടുതൽ ഉറക്കെ മറ്റൊരു പൂവൻ നീട്ടി കൂവി. ക്ഷണനേരംകൊണ്ട് നാലുദിക്കിൽനിന്നും കോഴികൾ കൂവിത്തുടങ്ങി

"അവരെ വിളിച്ചുണർത്താൻ സമയമായി" ഇതിനിടെ കമ്പ് ചെത്തിമിനുക്കിക്കഴിഞ്ഞ ലൂക്കാഷ വിചാരിച്ചു. തന്റെ കൺപോളകൾക്കും കനംവെച്ചതായി അവനു തോന്നി. അവൻ ഉറങ്ങിക്കിടക്കുന്ന സഹപ്രവർത്തകരുടെ നേർക്കു തിരിഞ്ഞു. ഏതു് ആരുടെ കാലാണ് എന്ന് തിരിച്ചറിയാൻ ശ്രമിച്ചുകൊണ്ട് തെല്ലിട അവൻ നിന്നു. പെട്ടെന്ന് ടെറെക്കിന്റെ മറുകരയിൽനിന്ന് എന്തോ വെള്ളത്തിൽ വീണെന്ന് അവനു തോന്നി. വീണ്ടും പ്രകാശം പരന്നുക്കൊണ്ടിരിക്കുന്ന പർവ്വതനിരയ്ക്കുനേരെ അവൻ നോക്കി. ചന്ദ്രക്കല അപ്പോഴും അവിടെ തങ്ങിനിന്നിരുന്നു. പുഴക്കരയും പുഴയും അവൻ കണ്ടു. പുഴയിലൂടെ ഒഴുകിക്കൊണ്ടിരുന്നത് കടപുഴകിയ മരങ്ങളാണെന്ന് ഇപ്പോൾ അവനു തോന്നി. എന്നാൽ ഈ മതിഭ്രമം ഒരു നിമിഷം മാത്രമെ നിലനിന്നുള്ളു. അവന്റെ കണ്ണുകൾ കൂടുതൽ ജാഗ്രതയോടെ വീണ്ടും പുഴ പരിശോധിച്ചു തുടങ്ങി. ഉന്തിനിൽക്കുന്ന ശിഖരത്തോടുകൂടിയ, കറുത്തനിറമുള്ള വലിയൊരു തടി വിശേഷിച്ചും അവന്റെ ശ്രദ്ധയാകർഷിച്ചു. മറിയുകയോ ചാഞ്ചാടുകയോ ചെയ്യാതെ ഈ തടി വെള്ളത്തിലൂടെ ഒഴുക്കിനൊത്തു താഴോട്ട് നീങ്ങുകയല്ലെന്നും വെള്ളം കുറഞ്ഞ ഇടത്തുകൂടി പുഴ മുറിച്ചു കടക്കുകയാണെന്നും അവനു തോന്നുകയും ചെയ്തു. ഹൃദയം അതിശക്തിയായി മിടിച്ചു തുടങ്ങിയതുകൊണ്ട് അവൻ വെടിവയ്ക്കാതെ ഒരു നിമിഷം ശ്രദ്ധിച്ചിരുന്നു. പെട്ടെന്ന് തടി ഒന്നു മറിഞ്ഞിട്ട് വെള്ളത്തിൽ ഒരു ചാലുണ്ടാക്കിക്കൊണ്ട് വീണ്ടും അവൻ ഇരുന്നിരുന്ന കരയ്ക്കടുത്തേക്ക് ഒഴുകിത്തുടങ്ങി. "ഉന്നം പിഴക്കാതിരുന്നാൽ മതി!" അതു മാത്രമായിരുന്നു അവന്റെ ചിന്ത. പെട്ടെന്ന് വിളറിയ നിലാവെളിച്ചത്തിൽ ആ തടിയുടെ മുന്നറ്റത്ത് ഒരു ടാട്ടാർ തല തിളങ്ങുന്നതു്, അവൻ കണ്ടു . അവൻ തോക്ക് ആ തലയെ ലക്ഷ്യമാക്കിപ്പിടിച്ചു. ആ തല വളരെയടുത്ത്. തന്റെ തോക്കിന്റെ വായ്ക്കടുത്തു തന്നെയാണെന്ന് അവനുതോന്നി. അവൻ തോക്കിന്റെ പാത്തിയുടെ വശത്തുകൂടി മുമ്പോട്ടു നോക്കി. "അതെ, ഒരു അബ്റേക്കുതന്നെ!" സന്തോഷത്തോടെ അവൻ വിചാരിച്ചു. പെട്ടെന്ന് ഒരു കാൽമുട്ട് നിലത്തൂന്നി ഇരുന്നുകൊണ്ട് അവൻ വീണ്ടും തോക്ക് ശരിയാക്കി ശത്രുവിന്റെ നേരെ ഉന്നം പിടിച്ചു. തന്റെ നീണ്ടുകുഴലുള്ളതോക്കിൽനിന്നു നിറയൊഴിച്ചാൽ കൊള്ളിക്കാവുന്ന ദൂരത്തിനുള്ളിലാണ് ശത്രുവെന്ന് തോന്നി. കുട്ടിക്കാലം മുതൽ താൻ ശീലിച്ചിട്ടുള്ളകൊസാക്ക് ആചാരമനുസരിച്ച് "പിതാവിനും പുത്രനും!" എന്ന് പിറുപിറുത്തുകൊണ്ട് ലൂക്കാഷ കാഞ്ചി വലിച്ചു.

ഞാങ്ങണക്കിടയിലും പുഴയിലും കണ്ണഞ്ചിക്കുന്ന ഒരു പ്രകാശം മിന്നി പ്പൊലിഞ്ഞു ഒരു ഹ്രസ്വമായ വെടിയൊച്ച മുഴങ്ങി. ദൂരെയെവിടെയോ അതു മാറ്റൊലിക്കൊണ്ടു. തടി ഇപ്പോൾ ഒഴുക്കുമുറിച്ച് നീന്തുന്നില്ല. തള്ളുകയും വിറയ്ക്കുകയും ചെയ്തുകൊണ്ട് അത് താഴേക്ക് ഒഴുകിക്കൊ ണ്ടിരുന്നു.

"വിടരുത്!" തോക്ക് തപ്പിക്കൊണ്ട് ചാടിയെണീറ്റ് യെർഗുഷൊവ് വിളിച്ചു പറഞ്ഞു.

"മിണ്ടാതിരിക്ക്, പിശാചേ!" ലൂക്കാഷ പല്ലുകടിച്ചുകൊണ്ട് മന്ത്രിച്ചു. "അബ്റെക്കുകൾ"!

"ആരെയാണ് വെടിവെച്ചത്?" നസാർക്ക ചോദിച്ചു. "ആരെയാണ്, ലൂക്കാഷ?"

ലൂക്കാഷ മറുപടി പറഞ്ഞില്ല. അവൻ തന്റെ തോക്കു വീണ്ടും നിറച്ചിട്ട് തടി ഒഴുകിപ്പോകുന്നതു നോക്കിനിന്നു. അധികം ദൂരെ എത്തു ന്നതിനുമുമ്പ് അതൊരു മണൽത്തുരുത്തിൽ ചെന്നുമുട്ടി. അതിന്റെ അടിയിലായി വലിയ എന്തോ ഒരു സാധനം വെള്ളത്തിൽ ചാഞ്ചാ ടിക്കൊണ്ടിരിക്കുന്നുണ്ടെന്നു തോന്നി.

"എന്തിനെയാണ് വെടിവെച്ചത്? താൻ എന്താണ് ഒന്നും പറയാ ത്തത്?" കൊസാക്കുകാർ ചോദിച്ചു.

"അബ്റെക്കുകൾ! ഞാനെത്ര പ്രാവശ്യം പറയണം?" ലൂക്കാഷ മുറുമുറുത്തു.

"വിഡ്ഢിത്തം പറയാതെ! തന്റെ തോക്കിൽ നിന്ന് അറിയാതെ വെടി പൊട്ടിയതാണോ?"

"ഞാൻ ഒരു അബ്റെക്കുകാരനെ വെടിവെച്ചു. അങ്ങോട്ടു നോക്കു! ഞാൻ വെടിവെച്ചത് എന്തിനെയാണെന്ന് കണ്ടോ? "ഉദ്വേഗം കൊണ്ട് നിരുദ്ധകണ്ഠനായി ലൂക്കാഷ പറഞ്ഞു. അവൻ ചാടിയെണീറ്റു "ഒരു മനുഷ്യൻ ഇക്കരയ്ക്കു നീന്തിവരികയായിരുന്നു," മണൽത്തുരു ത്തിലേക്കു കൈ ചൂണ്ടിക്കൊണ്ടും അവൻ തുടർന്നും ഞാൻ അയാളെ കൊന്നു അതാ, അങ്ങോട്ടു നോക്കൂ!'

"കഥ കൊള്ളാം!" കണ്ണു തിരുമ്മിക്കൊണ്ട് യെർഗുഷൊവ് ആവർത്തിച്ചു.

"എന്താ, വിശ്വസിക്കുന്നില്ലേ? നോക്കു! അങ്ങോട്ടു നോക്കു!" എന്നു പറ്ഞ്ഞുകൊണ്ട് ലൂക്കാഷ യെർഗുഷൊവിന്റെ പിടലിക്കു പിടിച്ച് ശക്തിയായി തള്ളി തന്റെയടുത്തേക്കു നീക്കി നിർത്തി.യെർഗുഷൊവ് വേദനകൊണ്ട് ഞരങ്ങി.

അയാൾ ലൂക്കാഷ ചൂണ്ടിക്കാട്ടിയ ദിശയിലേക്കു നോക്കി.

ശവശരീരം കണ്ടയുടൻ അയാൾ സ്വരം മാറ്റി.

"അബ്റെക്കുകൾ വേറെയും കാണുമെന്ന് ഞാൻ ഉറപ്പിച്ചു പറയുന്നു!" ഭീതിയോടെ അയാൾ പറഞ്ഞു. അയാൾ തന്റെ തോക്കു പരിശോധിച്ചുതുടങ്ങി. "അവനായിരിക്കണം ആദ്യം നീന്തിവന്നത്. മറ്റുള്ളവർ ഒരുപക്ഷേ ഇതിനകം ഇവിടെ എത്തിയിട്ടുണ്ടാവും. ഒരുപക്ഷേ അവർ കുറേക്കൂടി മുകളിൽ എവിടെയെങ്കിലുമായിരിക്കും കയറിയിരിക്കുന്നത്. അതങ്ങനെയാകാനേ വഴിയുള്ളൂ. ഞാൻ ഉറപ്പിച്ചു പറയുന്നു."

ലൂക്കാഷ തന്റെ അരപ്പട്ട മാറ്റി ചെർക്കേസ്ക ഊരിമാറ്റാൻ ആരംഭിച്ചു.

"താനെങ്ങോട്ടാണ്? വിഡ്ഢി! "യെർഗുഷൊവ് പറഞ്ഞു. "അതു തനി വിഡ്ഢിത്തമായിരിക്കും! താൻ വെറുതെ തന്റെ ജീവൻ വലിച്ചെറിയുന്നതെന്തിനാണ് ? അവൻ ചത്തിട്ടുണ്ടെങ്കിൽ ഓടിപ്പോവുകയില്ലെന്ന് ഞാൻ ഉറപ്പുതരുന്നു. ഞങ്ങൾക്ക് കുറച്ചു വെടിമരുന്നു തരൂ ! തന്റെ കൈയിലുണ്ടോ? നസാർ താൻ വേഗം ചൗക്കയിലേക്കു ചെല്ലൂ പക്ഷേ പുഴക്കരയിലൂടെ പോയാൽ അവർ തന്നെ കൊല്ലും വേറെ വഴി പോകൂ"

"എന്തു! ഞാൻ ഒറ്റയ്ക്കു പോകണമെന്നോ? നിങ്ങൾ തന്നെ പൊയ്ക്കോളൂ! "നസാർക്ക ദേഷ്യത്തോടെ പറഞ്ഞു.

ലൂക്കാഷ കുപ്പായം മാറ്റിയിട്ട് വെള്ളത്തിനടുത്തേക്കു നടന്നുകഴിഞ്ഞു.

"വെറുതെ അപകടത്തിൽ ചെന്നു ചാടണ്ട എന്നാണ് ഞാൻ പറയുന്നതു! "തന്റെ തോക്കിൽ വെടിമരുന്നുനിറച്ചുകൊണ്ടിരുന്ന യെർഗുഷൊവ് നിർബ്ബന്ധപൂർവ്വം പറഞ്ഞു." അവൻ അനങ്ങുന്നില്ല. അതു തീർച്ചയാണ്. നേരം വെളുത്താലും അവൻ അവിടുത്തന്നെ കിടക്കും അതുകൊണ്ട് നമുക്ക് ചൗക്കയിലേക്ക് ആളെ അയയ്ക്കാം നസാർ,വേഗമാകട്ടെ! ഹോ! താനൊരു ഭീരുവാണല്ലോ! ഇങ്ങനെ പേടിക്കരുതെന്നും ഞാനാണ് പറയുന്നതു്"

"ലൂക്കാ! എങ്ങനെയാണു താൻ അവനെ കൊന്നതെന്നു പറയൂ" നാസർ അഭ്യർത്ഥിച്ചു.

അപ്പോൾത്തന്നെ പുഴയിലിറങ്ങണമെന്നുള്ള തീരുമാനം ലൂക്കാ ഉപേക്ഷിച്ചു.

"നിങ്ങൾ വേഗം ചൗക്കയിലേക്കു ചെല്ലൂ, ഞാൻ ഇവിടെ കാത്തിരിക്കാം കുതിരസ്സവാരിക്കാരെ അന്വേഷണത്തിനയയ്ക്കാൻ

കൊസാക്കുകാരോട്ട് പറയൂ അവർ ഇക്കരെ എത്തിയിട്ടുണ്ടെങ്കിൽ നമുക്ക് പിടിക്കണം..."

"അവർ ഇക്കരെ എത്തിയിട്ടുണ്ടെന്ന് ഞാൻ ഉറപ്പിച്ചു പറയുന്നു, യെർശ്ലുഷൊവ് എണീറ്റുനിന്നുകൊണ്ട് പറഞ്ഞു" അവരെ തീർച്ചയായും പിടിക്കണം"

യെർശ്ലുഷൊവും നസാർക്കയും കുരിശു വരച്ചിട്ട് ചൗക്കയിലേക്കു തിരിച്ചു. അവർ പുഴവക്കിലൂടെ പോകാതെ മുൾപ്പടർപ്പുകൾ വകഞ്ഞു മാറ്റി കാട്ടിലൂടെയാണു പോയത്.

"ലുക്കാ, താൻ ഇവിടുന്ന് അനങ്ങിപ്പോകരുത്! യെർശ്ലുഷൊവ് താക്കീതു ചെയ്തു "അല്ലെങ്കിൽ അവന്മാർ തന്നെ വെട്ടിനുറുക്കും സൂക്ഷിക്കണം, കേട്ടോ!"

"നിങ്ങൾ ചെല്ലു ഞാൻ ചെയ്യുന്നതെന്താണ് എനിക്കറിയാം," എന്നു പറഞ്ഞിട്ട് ലുക്കാ വീണ്ടും തടിയുടെ പിന്നിൽ ചെന്നിരുന്നു തോക്കു പരിശോധിച്ചു.

അവൻ മണൽത്തിട്ടയിലേക്ക് ഉറ്റുനോക്കിക്കൊണ്ട് അവിടെ ഒറ്റയ്ക്കിരുന്നു കൊസാക്കുകാർ വരുന്നുണ്ടോ എന്ന് അവൻ ശ്രദ്ധിക്കുന്നുണ്ടായിരുന്നു എന്നാൽ ചൗക്ക അവിടുന്ന് വളരെ ദൂരെയാണ്. ലുക്കാഷ അക്ഷമനായിത്തുടങ്ങി. ചത്ത അബ്റെക്കുകാരന്റെ പിന്നാലെ വന്ന അബ് റെക്കുകൾ" രക്ഷപ്പെട്ടുമോ എന്നായിരുന്നു അവന്റെ ഭയം കാട്ടുപന്നി തലേ ദിവസം രക്ഷപ്പെട്ടപ്പോൾ അവനു തോന്നിയ അതേ മനഃക്ലേശം അബ്റെക്കുകൾ രക്ഷപ്പെട്ടുമെന്നോർത്തപ്പോഴും അവനു തോന്നി. ആരെങ്കിലും വരുമെന്നു പ്രതീക്ഷിച്ച് തോക്കു വെടിവയ്ക്കാൻ പാകത്തിൽ താങ്ങി വെച്ച്, അവൻ അസ്വസ്ഥനായി ഇടവും വലവും നോക്കിക്കൊണ്ടിരുന്നു. താൻതന്നെ കൊല്ലപ്പെടാൻ ഇടയുണ്ടെന്ന ചിന്ത അവന്റെ മനസ്സിലുദിച്ചതേയില്ല.

IX

നേരം വെളുത്തു മണൽത്തുരുത്തിൽ തങ്ങിനിൽക്കുന്ന അബ്റേക്കിന്റെ നിശ്ചലമായ ദേഹം മുഴുവൻ ഇപ്പോൾ ശരിക്കു കാണാം പെട്ടെന്നും ലൃക്കാഷ ഇരുന്നിരുന്നിടത്തു നിന്ന് വളരെ അകലെയല്ലാതെ ഒരിടത്ത് ഞങ്ങണപ്പുല്ല് ഒടിയുന്ന ശബ്ദവും ആരുടെയോ കാല്പെരുമാറ്റവും കേട്ടു ഞാങ്ങണപ്പുല്ലിന്റെ മേൽഭാഗം വളയുന്നതു് അവൻ കണ്ടു അവൻ തോക്കിന്റെ രണ്ടാമത്തെ കുഴലിൽ നിന്നു വെടിവയ്ക്കാൻ തയ്യാറായി തോക്കുകൊത്തി വലിക്കുന്ന ശബ്ദം കേട്ടയുടൻ കാൽപ്പെരുമാറ്റം നിലച്ചു.

ഏയ്! കൊസാക്കുകാരെ ! അമ്മാവനെ വെടിവയ്ക്കരുതേ!" ആഴമുള്ള അക്ഷോഭ്യമായ ഒരു ശബ്ദം മുഴങ്ങിക്കേട്ടു. ഞാങ്ങണ വകഞ്ഞുമാറ്റിക്കൊണ്ടു് യെറോഷ്ക അമ്മാവൻ ലൃക്കാഷയുടെ അടുത്തേക്കു വന്നു.

"ദൈവമേ! ഞാൻ ഇപ്പോൾ വെടിവെച്ചേനെ!" ലൃക്കാഷ പറഞ്ഞു.

"നീ എന്താണ് വെടിവെച്ചു വീഴ്ത്തിയതു്?" വൃദ്ധൻ ചോദിച്ചു.

കാട്ടിലും പുഴയിലും മാറ്റൊലിക്കൊള്ളുന്ന വൃദ്ധന്റെ മുഴങ്ങുന്ന ശബ്ദം

"അമ്മാവൻ ഒന്നും കണ്ടില്ല, പക്ഷേ ഞാൻ ഒരു വന്യമൃഗത്തെ കൊന്നു!" തോക്കുകൊത്തി താഴ്ത്തി വെച്ചിട്ടു് ശാന്തത നടിച്ചു. കൊണ്ടു് ലൃക്കാഷ എണീറ്റുനിന്നു.

ഇപ്പോൾ സ്പഷ്ടമായി കാണാമായിരുന്ന അബ്റേക്കുകാരന്റെ പുറത്തേക്കുതന്നെ ഉറ്റുനോക്കിക്കൊണ്ടു് വൃദ്ധൻ നിന്നു. ടെറെക്ക് നദി ആ ജഡത്തിനു ചുറ്റും ഓളം തല്ലിക്കൊണ്ടിരുന്നു.

"അവൻ തടിയുമായി മലർന്നു നീന്തുകയായിരുന്നു. ഞാൻ അവനെ കണ്ടു... നോക്കു! അതാ, അങ്ങോട്ടു നോക്കു! അവൻ നീല കാൽച്ചട്ട ധരിച്ചു കിടക്കുന്നതു കണ്ടില്ലേ! തോക്കും കാണാം... കണ്ടില്ലേ, അവനെ? "ലൃക്കാഷ ചോദിച്ചു.

"എനിക്കു കണ്ണുകാണാൻവയ്യെന്നാണോ നിന്റെ വിചാരം?" വൃദ്ധൻ മുറുമുറുത്തു. അയാളുടെ മുഖത്തു ഗൗരവവും കാർക്കശ്യവും കൂടിക്കലർന്ന വിചിത്രമായ ഒരു ഭാവം പ്രത്യക്ഷപ്പെട്ടു. "നീ ഒരു ജിഗീത്തിനെയാണ് കൊന്നതും!" സഹതാപം സ്ഫുരിക്കുന്ന സ്വരത്തിൽ അയാൾ പറഞ്ഞു.

"ഞാൻ ഇവിടെയിരുന്ന് നോക്കിയപ്പോൾ മറുകരയിൽ കറുത്ത എന്തോ ഒന്ന് കണ്ടു. ഞാൻ വീണ്ടും നോക്കി. ഒരു മനുഷ്യൻ പുഴയ്ക്കടുത്തു വന്ന് വെള്ളത്തിലേക്കു വീണെന്നു എനിക്കു തോന്നി. എന്താണിതു്! ഒരു വലിയ തടി ഒഴുകി വരുന്നതാണു ഞാൻ കണ്ടതു്.

അതു് ഒഴുക്കിൽപ്പെട്ടു് താഴോട്ടൊഴുകുകയായിരുന്നില്ല, ഒഴുക്കു മുറിച്ചു കടക്കുകയായിരുന്നു. ഞാൻ പിന്നെയും നോക്കി.അത്ഭുതം! മറുവശത്തു് ഒരു തല കാണാം! ഞാൻ നിലത്തു പറ്റിക്കിടന്നു നോക്കി. എന്നാൽ ഞാങ്ങണ കാരണം ഒന്നും കാണാൻ കഴിഞ്ഞില്ല. പിന്നീടു് ഞാൻ എണീറ്റുനിന്നു. ഞാൻ അനങ്ങുന്ന ശബ്ദം കേട്ടിട്ടാവണം, ആ തെമ്മാടി ഒരു മണൽത്തുരുത്തിലേക്ക് ഇഴഞ്ഞുകയറി ചുറ്റും നോക്കി. 'നിനക്കു തെറ്റുപറ്റി! എന്റെയടുത്തു്നിന്നു നിനക്കു രക്ഷപ്പെടാൻ പറ്റില്ല.' ഞാൻ മനസ്സിൽ പറഞ്ഞു. അതെ, അവൻ ചുറ്റും നോക്കി. അവനെ കണ്ടപ്പോൾ എന്റെ തൊണ്ടയിൽ എന്തോ തടയുന്നതുപോലെ തോന്നി.ഞാൻ എന്റെ തോക്കു തയ്യാറാക്കിവെച്ച് അനങ്ങാതെ നിന്നു. അങ്ങനെ ഞാൻ വളരെനേരം നിന്നു. അപ്പോൾ അവൻ വീണ്ടും നീന്തിത്തുടങ്ങി. അവൻ നിലാവു വീഴുന്നിടത്തെത്തിയപ്പോൾ അവന്റെ പുറം ഞാൻ കണ്ടു 'പിതാവിനും പുത്രനും പരിശുദ്ധാത്മാവിനും!' പുക ഒട്ടടങ്ങിയപ്പോൾ അവൻ ഒരു വശത്തേക്കു മറിയുന്നതു ഞാൻ കണ്ടു. അവൻ ഒന്നു നിലിവിളിച്ചുവെന്നാണ് എനിക്കു തോന്നുന്നതു്. 'ദൈവത്തിന് സ്തുതി! ഞാൻ അവനെ കൊന്നു! 'ഞാൻ വിചാരിച്ചു. അവൻ മണൽത്തുരുത്തിനടുത്തെത്തിയപ്പോൾ ഞാൻ ശരിക്ക് അവനെ കണ്ടു. അവൻ എണീക്കാൻ ശ്രമിച്ചെങ്കിലും അതിനുള്ള ശക്തി അവനില്ലായിരുന്നു. അവൻ വേച്ച്വേച്ചു നിലത്തു വീണു. പകൽവെളിച്ചം പോലെ വ്യക്തമായി ഞാൻ അവനെ കണ്ടു... അവന്റെ ചലനം നിലച്ചു. അവൻ പോയിരിക്കയാണ്. അവന്റെ കൂടെയുള്ളവർ രക്ഷപ്പെടാതെ നോക്കണമല്ലോ."

"നിങ്ങൾ അവരെ പിടിക്കുന്നതൊന്നു കാണണം! "വൃദ്ധൻ പറഞ്ഞു. "അവർ വളരെ ദൂരെയാണ്, സഹോദരാ, ഇപ്പോഴും..." വീണ്ടും വൃദ്ധൻ വിഷാദപൂർവ്വം തലയാട്ടി.

ഈ സമയത്തു് ഉറക്കെയുള്ള സംസാരവും ഉണങ്ങിയ മരക്കൊമ്പുകൾ ഒടിയുന്ന ശബ്ദവും പുഴക്കരയിൽനിന്നു കേട്ടുതുടങ്ങി. കൊസാക്കുകാർ കുതിരപ്പുറത്തും കാൽനടയായും അവിടെ പ്രത്യക്ഷപ്പെട്ടു.

"നിങ്ങൾ വഞ്ചി കൊണ്ടുവന്നിട്ടുണ്ടോ?" ലൂക്കാഷ വിളിച്ചു ചോദിച്ചു.

"ലൂക്കാ, താൻ ഒരു വീരനാണ്. അവനെ കരയ്ക്കു കൊണ്ടുവരൂ," കൊസാക്കുകാരിലൊരാൾ വിളിച്ചു.

ലൂക്കാ വഞ്ചിക്കു കാത്തുനിൽക്കാതെ ഉടുപ്പുകൾ അഴിച്ചുമാററാനാരംഭിച്ചു. ആ സമയത്തെല്ലാം അയാളുടെ കണ്ണു് താൻ വെടിവെച്ചുവീഴ്ത്തിയ മനുഷ്യനിലായിരുന്നു.

"നിൽക്കു് ! നസാർക്ക വഞ്ചി കൊണ്ടുവരുന്നുണ്ടു്;" ഉര്യാദ്നിക് വിളിച്ചുപറഞ്ഞു.

“വിസ്സി ! ഒരുപക്ഷേ അവൻ ചത്തിട്ടില്ലെന്നു വരാം. അവൻ ചത്തതായി ഭാവിച്ചുകിടക്കുകയാണെങ്കിലോ? ഒരു കഠാര കൈയിലെടുത്തോ.” മറ്റൊരു കൊസാക്കുകാരൻ പറഞ്ഞു.

“അസംബന്ധം! കാൽച്ചട്ട അഴിച്ചുവയ്ക്കുന്നതിനിടയിൽ ലൂക്കാ പറഞ്ഞു. അവൻ വളരെ വേഗം ഉടുപ്പു മാറ്റിക്കഴിഞ്ഞു. കുരിശുവരച്ചിട്ട് അവൻ ഒറ്റക്കുതിപ്പിന് വെള്ളത്തിൽ ചാടി ദേഹം മുഴുവൻ നനച്ചിട്ട് വെളുത്ത കൈകൾകൊണ്ട് തുഴഞ്ഞ് അബ്‌റെക്കുകാരൻ കിടക്കുന്ന മണൽത്തുരുത്തിനടുത്തേക്കു നീന്തി. ഒഴുക്കു മുറിച്ചു നീന്തുന്നതിനൊപ്പിച്ച് അവന്റെ പുറം വെള്ളത്തിൽനിന്ന് ഉയരുന്നതു കാണാമായിരുന്നു. കൊസാക്കുകാരുടെ സംഘം പല ശബ്ദത്തിൽ ഉറക്കെ സംസാരിച്ചുകൊണ്ട് കരയിൽ നിന്നു. മൂന്നുപേർ കുതിരപ്പുറത്ത് പുഴവക്കിലൂടെ സഞ്ചരിച്ചു. ഒരു വളവിനടുത്ത് വഞ്ചി പ്രത്യക്ഷപ്പെട്ടു. ലൂക്കാഷ മണൽത്തുരുത്തിൽ കയറി കുനിഞ്ഞുനിന്ന് ശവം രണ്ടുമൂന്നു തവണ മറിച്ചിട്ടിട്ട് ഉറക്കെ വിളിച്ചുപറഞ്ഞു: “അവൻ ചത്തു !”

ആ ചെച്ചെൻകാരന്റെ തലയിലാണ് വെടി കൊണ്ടത്. അയാൾ നീല കാൽച്ചട്ടയും ഒരു ഷർട്ടും ചെർക്കേസ്കയും ധരിച്ചിരുന്നു. ഒരു തോക്കും കഠാരയും പുറത്ത് വെച്ചുകെട്ടിയിട്ടുണ്ട്... എല്ലാറ്റിനും മുകളിൽ വലിയ മരക്കൊമ്പും കെട്ടിവെച്ചിരുന്നു. അതാണ് ആദ്യം ലൂക്കാഷയെ കബളിപ്പിച്ചത്.

“ഇങ്ങനെയാണ് മത്സ്യത്തെ പിടിച്ചത്,” ചെച്ചെൻകാരന്റെ ശവം വഞ്ചിയിൽ കൊണ്ടുവന്ന് പുല്ലിൽ കിടത്തിയപ്പോൾ ചുറ്റും നിന്ന കൊസാക്കുകാരിൽ ഒരാൾ പറഞ്ഞു.

“എന്തൊരു മഞ്ഞനിറമാണ് ഇവന് !” മറ്റൊരാൾ ആശ്ചര്യം പ്രകടിപ്പിച്ചു.

“നമ്മുടെ ആളുകൾ അവരെ അന്വേഷിച്ച് എങ്ങോട്ടാണു പോയത്? മിക്കവാറും അവർ ഇപ്പോഴും മറുകരയിൽത്തന്നെയായിരിക്കും. അവരുടെ നേതാവായിരിക്കണം ഇവൻ. അല്ലെങ്കിൽ ഇവൻ ഇങ്ങനെ നീന്തിവരികയില്ലായിരുന്നു. ഒറ്റയ്ക്ക് ഒരുവൻ എന്തിന് ഇവിടെ വരുന്നു?” മൂന്നാമതൊരാൾ ചോദിച്ചു.

“മറ്റുള്ളവരേക്കാൾമുമ്പ് ഇതു പരീക്ഷിച്ചുനോക്കിയ ഒരു കൗശലക്കാരനായിരിക്കണം ഇവൻ. ഇവൻ ഒരു അസ്സൽ ജിഗീത്താണെന്നു തോന്നുന്നു.” ലൂക്കാഷ പറഞ്ഞു. തന്റെ നനഞ്ഞ വസ്ത്രങ്ങൾ പിഴിഞ്ഞുകൊണ്ടു കരയിൽ നിന്ന അവൻ വിറയ്ക്കുന്നുണ്ടായിരുന്നു. “ഇവന്റെ പുറത്തിരിക്കുന്ന സഞ്ചിയിൽ ഒരു കോട്ടുവെച്ചിട്ടുണ്ട്. അതില്ലായിരുന്നെങ്കിൽ കുറേക്കൂടി എളുപ്പം ഇവനു നീന്താൻ കഴിഞ്ഞേനെ.” മറ്റൊരാൾ അഭിപ്രായപ്പെട്ടു.

"ല്യക്കാഷ, ഞാൻ പറയുന്നതു കേൾക്ക് !" ഉര്യാദ്നിക് അബ്റെക്കകാരന്റെ കഠാരയും തോക്കും കയ്യിൽ പിടിച്ചുകൊണ്ടു പറഞ്ഞു. "താൻ കഠാരയും കോട്ടും എടുത്തോ. പക്ഷേ ഈ തോക്ക് എനിക്കു തരണം. ഞാൻ നിനക്ക് മൂന്നു വെള്ളി നാണയം തരാം." തോക്കിന്റെ അഗ്രത്തിലൂടെ ഊതിക്കൊണ്ട് അയാൾ തുടർന്നു. "ഒരു സ്മാരകമായി എനിക്കിതു വേണം."

ല്യക്കാഷ മറുപടിയൊന്നും പറഞ്ഞില്ല. ആ അപേക്ഷ അവന് രസിച്ചില്ലെന്ന് സ്പഷ്ടമായിരുന്നു. എന്നാൽ അതു നിരസിക്കാനാവില്ലെന്ന് അവനറിയാം.

"വൃത്തികെട്ട സാധനം !" മുഖം വീർപ്പിച്ചുകൊണ്ട് അവൻ പറഞ്ഞു. ചെച്ചെൻകാരന്റെ കോട്ട് അവൻ വലിച്ചെറിഞ്ഞു. "ഇതു നല്ലതായിരുന്നെങ്കിൽ തരക്കേടില്ലായിരുന്നു. പക്ഷേ കണ്ടില്ലേ, വെറും പഴന്തുണി!"

"വിറകു ശേഖരിക്കാൻ പോകുമ്പോൾ ഇതുപകരിക്കും" ഒരാൾ ആഭിപ്രായപ്പെട്ടു.

"മോസെവ്, എനിക്കു വീട്ടിൽ പോകണം," തന്റെ വിഷാദം മറന്നിട്ടെന്നവണ്ണം അവൻ പറഞ്ഞു. മേലധികാരിക്കു സമ്മാനം വിട്ടുകൊടുക്കേണ്ടിവരുന്ന സ്ഥിതിക്ക് അയാളിൽനിന്ന് ചില സൗജന്യങ്ങൾ നേടണമെന്ന് തീരുമാനിച്ചു.

"ശരി. പൊയ്ക്കോ !"

"ഇവനെ കോർഡനിലേക്കു കൊണ്ടുവരൂ !" ഉര്യാദ്നിക് തന്റെ സമ്മാനം പരിശോധിച്ചുകൊണ്ട് കൊസാക്കുകാരോടു പറഞ്ഞു. "ഇവനെ വെയിലിൽനിന്നു രക്ഷിക്കാൻ ഒരു മറ കെട്ടണം. ഒരു പക്ഷേ മോചനദ്രവ്യം തന്ന് ഇവനെ കൊണ്ടുപോകാൻ മലമുകളിൽനിന്ന് ആരെങ്കിലും വന്നേയ്ക്കും."

"ചൂടു തുടങ്ങിയിട്ടില്ല," ഒരുവൻ പറഞ്ഞു.

"പക്ഷേ കുറുക്കന്മാർ ഇവനെ ആക്രമിച്ചേക്കും. അതു ശരിയല്ല, ആണോ?" മറ്റൊരു കൊസാക്കുകാരൻ പറഞ്ഞു.

"നമുക്ക് ഇവിടെ കാവൽ നിൽക്കാം. അപ്പോൾ അവർ മോചനദ്രവ്യമായി വരും. ഇവന് എന്തെങ്കിലും പറ്റിയാൽ മോശമാണ്."

"ശരി, ല്യക്കാഷ, നിന്റെ ഇഷ്ടംപോലെ. പക്ഷേ നീ ഇവർക്ക് ഒരു തൊട്ടി മദ്യം കൊടുക്കേണ്ടതാണ്," ഉര്യാദ്നിക് ഉത്സാഹത്തോടെ പറഞ്ഞു.

"അതെ. അതാണ് പതിവ്," മറ്റു കൊസാക്കുകാർ അതു ശരിവെച്ചു. "ദൈവസഹായത്താൽ എന്തൊരു ഭാഗ്യമാണ് തനിക്ക് വന്നു ചേർന്നത് ! ജീവിതം കണ്ടുതുടങ്ങുന്നതിനു മുമ്പുതന്നെ ഒരു

അബ്റെക്കകാരനെ കൊല്ലാൻ തനിക്കു കഴിഞ്ഞല്ലോ !"

"കഠാരയും കോട്ടും നിങ്ങളാരെങ്കിലും വിലയ്ക്കു വാങ്ങി, എനിക്കു പണം തരൂ. ഞാൻ ഈ കാൽച്ചട്ടയും തന്നേക്കാം. അതെനിക്കു പാകമാവുകയില്ല. ഇവൻ ഒരു മെലിഞ്ഞ പിശാചാണ് !" ലുക്കാഷ പറഞ്ഞു.

ഒരു കൊസാക്കുകാരൻ ഒരു നാണയം കൊടുത്ത് കോട്ടു വാങ്ങി. മറ്റൊരാൾ കഠാരയ്ക്ക് രണ്ടു തൊട്ടി വോഡ്ക്ക കൊടുക്കാമെന്നേറ്റു.

"ശരി, ഇനി നിങ്ങൾക്ക് കുടിക്കാൻ ഒരു തൊട്ടി വോഡ്ക്ക തരാം," ലുക്കാഷ പറഞ്ഞു. "ഞാൻ തന്നെ അതു ഗ്രാമത്തിൽനിന്ന് കൊണ്ടുവരാം."

"ഈ കാൽച്ചട്ട മുറിച്ച് പെൺകുട്ടികൾക്ക് ടവ്വാലകളുണ്ടാക്കിയാലോ?" നസാർക്ക പറഞ്ഞു.

കൊസാക്കുകാർ ചിരിച്ചു.

"ചിരി നിർത്തിയിട്ടു, ശവം എടുത്തു മാറ്റൂ," ഉര്യാദ്നിക് പറഞ്ഞു.

"എന്താ താമസം? എടുത്തു കൊണ്ടു പോകൂ, കൂട്ടരേ," ലുക്കാഷ ആജ്ഞാസ്വരത്തിൽ പറഞ്ഞു. ശവം തൊടാൻ തീരെ ഇഷ്ടമില്ലായിരുന്നെങ്കിലും കൊസാക്കുകാർ ഒരു കമാണ്ടറുടെ കല്പനയെന്നപോലെ അവന്റെ വാക്കുകൾ അനുസരിച്ചു. മൃതദേഹം ഏതാനും ചുവട് അകലത്തേക്കു വലിച്ചുകൊണ്ടുപോയിട്ട് കൊസാക്കുകാർ അതിന്റെ കാലിൽനിന്ന് പിടിവിട്ടു. നിർജ്ജീവമായ ആ കാലുകൾ തടിപോലെ നിലത്തു വീണു. കൊസാക്കുകാർ നിശബ്ദരായി അല്പസമയം നിന്നു.

നസാർക്ക അടുത്തു ചെന്ന് വെടിയുണ്ടയുടെ പാടു ശരിക്കു കാണാനായി മൃതദേഹത്തിന്റെ പിന്നാക്കം മലർന്നിരുന്ന ശിരസ്സ് അല്പം ഉയർത്തിപ്പിടിച്ചു. രക്തം കട്ടകെട്ടിയിരിക്കുന്ന വൃത്താകൃതിയിലുള്ള മുറിവ് ചെന്നിയിൽത്തന്നെയായിരുന്നു.

"ശരിയായ സ്ഥാനത്താണ് കൊണ്ടതു്, അല്ലേ? നേരെ തലച്ചോറിനുള്ളിലൂടെ കടന്നുപോയി," നസാർക്ക പറഞ്ഞു. "ഇവന്റെ ആൾക്കാർക്ക് ഇവനെ കണ്ടാലുടൻ തിരിച്ചറിയാൻ കഴിയും."

ആർക്കും ഒന്നും പറയാനില്ലായിരുന്നു. വീണ്ടും നിശ്ശബ്ദതയുടെ മാലാഖ[24] കൊസാക്കുകാരുടെ മീതെ ചിറകു വിരിച്ചുനിന്നു.

സൂര്യൻ ഉദിച്ചുകഴിഞ്ഞിരുന്നു. അതിന്റെ മുറിഞ്ഞ കിരണങ്ങൾ തുഷാരബിന്ദുക്കളണിഞ്ഞ പച്ചക്കാട്ടിൽ മുത്തു വിതറി. ഉണർന്ന

24 നിശ്ശബ്ദതയുടെ മാലാഖ...-എല്ലാവരും ഒരുമിച്ച് പെട്ടെന്നു നിശ്ശബ്ദരാകുമ്പോൾ ആരുടേയോ ആത്മാവിനെ കൊണ്ടുപോകാൻ ഒരു മാലാഖ പറന്നുവരുമെന്ന് ഒരു വിശ്വാസം നിലവിലുണ്ട്.

തുടങ്ങിയ കാട്ടിനടുത്തുകൂടി ഒഴുകിക്കൊണ്ടിരുന്ന ടെറെക്ക് മർമ്മര ശബ്ദമുയർത്തി. പ്രഭാതത്തെ സ്വാഗതംചെയ്യുന്ന വാൻകോഴികൾ പരസ്പരം വിളിക്കുന്ന ശബ്ദം എല്ലാദിശകളിൽനിന്നും മുഴങ്ങി.

"കൊസാക്കുകാർ നിശ്ശബ്ദരായി കൊല്ലപ്പെട്ട മനുഷ്യനെ നോക്കിക്കൊണ്ട് ചുറ്റിനും നിന്നു. ഒട്ടിയ വയറിനു ചുറ്റും മുറുകെ കെട്ടിവെച്ചിരുന്ന നീല കാൽച്ചട്ട മാത്രം-നനഞ്ഞതിനാൽ ഇപ്പോൾ അതു കൂടുതൽ ഇരുണ്ടതാണെന്നു തോന്നി-ധരിച്ച കിടന്നിരുന്ന ആ തവിട്ടുനിറമാർന്ന ശരീരം അവയവപ്പൊരുത്തമുള്ളതും സുന്ദരവുമായിരുന്നു... ദൃഢമായ മാംസപേശികളുള്ള കൈകൾ ഇരുവശത്തും വാരിയെല്ലുകളോടു ചേർന്ന് വടിപോലെ കിടക്കുന്നു. ചെന്നിയിൽ രക്തമുറഞ്ഞ മുറിവോടുകൂടിയ അയാളുടെ ലേശം നീലനിറം തോന്നിക്കുന്ന ഉരുണ്ട മൊട്ടത്തല പിറകോട്ടു മലർന്നിട്ടുണ്ട്. വെയിലേറ്റ് കറുത്ത മിനുസമുള്ള നെറ്റി വടിച്ച തലയിൽ നിന്ന് സ്പഷ്ടമായി വേർതിരിച്ചറിയാൻ കഴിയുമായിരുന്നു. അടിയിലേക്ക് താണ കൃഷ്ണമണികളുള്ള സ്ഫടികസദൃശമായ തുറന്ന കണ്ണുകൾ മേല്പോട്ടു നോക്കിക്കൊണ്ടിരുന്നു. അവ എല്ലാറ്റിനുമപ്പുറത്തേക്കു തുറിച്ചുനോക്കുകയാണെന്നു തോന്നി. വെട്ടിനിർത്തിയ ചുവന്ന മേൽമീശകൊണ്ട് പാതി മറഞ്ഞ വക്രിച്ച നേർത്ത ചുണ്ടുകളിൽ കൗശലം നിറഞ്ഞതെങ്കിലും സദ്ഭാവം സ്ഫുരിക്കുന്ന ഒരു പുഞ്ചിരി ഇപ്പോഴും തങ്ങിനിൽക്കുന്നുണ്ടെന്നു തോന്നി. മെല്ലിച്ച കൈവിരലുകളുടെ സന്ധികൾ ചുവന്ന രോമംകൊണ്ട് മൂടിയിരുന്നു. വിരലുകൾ മടക്കിപ്പിടിച്ചിരിക്കയാണ്. നഖങ്ങൾ ചുവപ്പിച്ചിട്ടുണ്ട്.

ലുക്കാഷ ഇനിയും വസ്ത്രം ധരിച്ചിരുന്നില്ല. അവന്റെ ദേഹം നനഞ്ഞിരിക്കുകയാണ്. അവന്റെ കഴുത്തിനു പതിവിൽക്കൂടുതൽ ചുവപ്പുനിറം തോന്നിച്ചു. കണ്ണുകൾ പതിവിലേറെ തിളങ്ങി. വീതിയുള്ള വലിയ കവിളുകൾ പിടഞ്ഞുകൊണ്ടിരുന്നു. അവന്റെ ദൃഢമായ വെളുത്ത ദേഹത്തുനിന്ന് ഉയർന്ന മിക്കവാറും അദൃശ്യമായ ആവി പുലർകാലത്തെ തണുത്ത വായുവിൽ ലയിച്ചുകൊണ്ടിരുന്നു.

"ഇയാളും ഒരു മനുഷ്യനായിരുന്നു," അബ്റെക്കുകാരനോടു തോന്നിയ ആദരവും മറച്ചുവയ്ക്കാതെ അവൻ പറഞ്ഞു.

"അതെ. കയ്യിൽ കിട്ടുന്നവരെ ഇവൻ വെറുതെ വിടുകയില്ലായിരുന്നു," കൊസാക്കുകാരിലൊരാൾ പറഞ്ഞു.

നിശ്ശബ്ദതയുടെ മാലാഖ പറന്നുപോയി. കൊസാക്കുകാർ പരസ്പരം സംസാരിച്ചുകൊണ്ട് യാത്ര തുടർന്നു. രണ്ടുപേർ മറകെട്ടാനുള്ള മരക്കൊമ്പുകൾ വെട്ടാൻ പോയി. മറ്റുള്ളവർ ചൗക്കയ്ക്കുടുത്തേയ്ക്ക് നടന്നു. ലുക്കാഷയും നസാർക്കയും ഗ്രാമത്തിലേക്കു പോകാനുള്ള തയ്യാറെടുപ്പുകളിൽ മുഴുകി.

അരമണിക്കൂർ കഴിഞ്ഞു് ആ രണ്ടു് കൊസാക്കു് യുവാക്കളും വീട്ടിലേക്കു തിരിച്ചു. വഴിനീളെ സംസാരിച്ചുകൊണ്ടു് ടെറെക്കിനെ ഗ്രാമത്തിൽനിന്നു വേർതിരിക്കുന്ന നിബിഡമായ വനത്തിലൂടെ നടക്കുകയല്ല ഓടുകയായിരുന്നു അവർ.

"ഞാൻ പറഞ്ഞയച്ചതാണെന്നു് പറയേണ്ട, പക്ഷേ താൻ ചെന്നു് അവളുടെ ഭർത്താവു വീട്ടിലുണ്ടോന്നു് നോക്കിയിട്ടു വരണം, കേട്ടോ?" ലുക്കാഷ പരുഷമായ സ്വരത്തിൽ പറഞ്ഞു.

"ഞാൻ യാംകയുടെ വീട്ടിൽ പോവുകയാണു്. ഇന്നു് നമുക്കു് ഒന്നു് ആഘോഷിക്കണം, അല്ലേ?" വിശ്വസ്തനായ നസാർക്ക പറഞ്ഞു.

"അതേ. ഇന്നല്ലെങ്കിൽ പിന്നെ എന്നാണു് ആഘോഷിക്കുക!" ലുക്കാഷ സമ്മതിച്ചു.

ഗ്രാമത്തിലെത്തിയ ഉടൻ ആ രണ്ടു കൊസാക്കുകാരും വയറുനിറയെ കുടിച്ചിട്ടു് വൈകുന്നേരം വരെ കിടന്നുറങ്ങി.

X

മുൻപറഞ്ഞ സംഭവങ്ങൾ നടന്നതിന്റെ മൂന്നാംപക്കം കോക്കസസ് കാലാൾപ്പട വിഭാഗത്തിന്റെ രണ്ട് കമ്പിണികൾ നൊവൊമ്ലീൻസ്കിൽ താവളമടിക്കാനെത്തി. കുതിരകളെ അഴിച്ചുമാറ്റിയ സാമാന വണ്ടികൾ മൈതാനത്തിന്റെ നടുക്കു കിടന്നു. പാചകക്കാർ ഒരു കുഴി കുഴിക്കുകയും വീട്ടുമുറ്റങ്ങളിൽ കയറിച്ചെന്ന് കണ്ണിൽപ്പെട്ടവിറകെല്ലാം വലിച്ചുകൊണ്ടുവരികയും ചെയ്തിട്ട് "കാഷ"[25] ഉണ്ടാക്കാനാരംഭിച്ചു. പട്ടാളക്കാർ കുതിരകളെ കെട്ടാൻ കുറ്റികൾ അടിച്ചു താഴ്ത്തുകയായിരുന്നു. സാർജന്റുമാർ പട്ടാളക്കാരുടെ ഹാജരെടുത്തു കൊണ്ടിരുന്നു. താമസസൗകര്യം ഏർപ്പാടു ചെയ്യാൻ ചുമതലപ്പെട്ടവർ അന്നാട്ടുകാരെപ്പോലെ തെരുവുകളിലും ഇടവഴികളിലും അങ്ങോട്ടുമിങ്ങോട്ടും നടന്ന് ഓഫീസർമാർക്കും പട്ടാളക്കാർക്കും താമസിക്കാനുള്ള വീടുകൾ ചൂണ്ടിക്കാട്ടിക്കൊണ്ടിരുന്നു. സ്ഫോടകവസ്തുക്കൾ നിറച്ച പച്ചനിറത്തിലുള്ള പേടകങ്ങൾ ഒരിടത്ത് നിരത്തിവെച്ചിരിക്കുന്നു... കമ്പിണിയിലെ വണ്ടികളും കുതിരകളും മറ്റൊരിടത്തു നിൽക്കുന്നു. ഇവിടെ ഇരുമ്പുചട്ടികളിൽ "കാഷ" തിളച്ചുകൊണ്ടിരിക്കുന്നു... ക്യാപ്റ്റനും ലെഫ്റ്റനന്റും സാർജന്റ്-മേജർ ഒനീസിം മിഹൈലൊവിച്ചും ഇവിടെയുണ്ട്. കമ്പിണികൾ സ്ഥിരമായി താവളമുറപ്പിക്കാൻ നിർദ്ദേശിക്കപ്പെട്ട ഗ്രാമത്തിൽത്തന്നെയാണ് അവർ എത്തിച്ചേർന്നതെന്ന് പറഞ്ഞു കേട്ടു. അതിനാൽ അവർക്ക് വീട്ടിലെത്തിയ പ്രതീതിയുണ്ടായി. "നമ്മൾ ഇവിടെ താവളമടിക്കുന്നത് എന്തിനായിരിക്കും? ഈ കൊസാക്കുകാർ എത്തരക്കാരാണ്? പട്ടാളക്കാരെ ഇവരുടെ വീടുകളിൽ താമസിപ്പിക്കുന്നതിനോട് ഇവർക്ക് എതിർപ്പൊന്നുമില്ലേ? ഇവർ വിമതന്മാരാണോ അല്ലയോ?" ഇതൊന്നും അവരെ അലട്ടിയില്ല. ഡ്യൂട്ടി കഴിഞ്ഞ പട്ടാളക്കാർ തളർന്ന് പൊടിയിൽ കുളിച്ച് ഒരു പറ്റം തേനിച്ചകളെപ്പോലെ ശബ്ദത്തോടെയും ചിട്ടയില്ലാതെയും തെരുവുകളിലും കവലകളിലും നിറഞ്ഞു. കൊസാക്കുകാരുടെ അപ്രീതിനിറഞ്ഞ നോട്ടം അവർ മനപ്പൂർവ്വം അവഗണിച്ചു. രണ്ടോ മൂന്നോ പേർ ചേർന്ന സംഘങ്ങളായി തിരിഞ്ഞു ഉറക്കെ നേരമ്പോക്കു പറഞ്ഞു രസിച്ചുകൊണ്ട് തോക്കുകൾ കിലുക്കി അവർ തെരുവുകളിൽ ചുറ്റിനടന്നു. വീടുകളിലേക്കു ബലമായി കയറിച്ചെന്ന് അവർ ആയുധങ്ങൾ തൂക്കിയിട്ടു. സാധനങ്ങൾ വയ്ക്കാൻ ഇഷ്ടമുള്ളിടം തിരഞ്ഞെടുത്തു. സ്ത്രീകളെ കളിയാക്കി.

---

25 കാഷ-ധാന്യം കുറുക്കിയത്. റഷ്യൻ പട്ടാളക്കാരുടെ ഒരു പ്രധാന ആഹാരമായിരുന്നു ഇത്.

തങ്ങൾക്ക് ഏറ്റവും ഇഷ്ടമുള്ള "കാഷ" ചട്ടിക്കു ചുറ്റും ഒരു വലിയ സംഘം പട്ടാളക്കാർ കൂടിനിന്ന് പൈപ്പു വലിച്ചുകൊണ്ടിരുന്നു. ജ്വലിക്കുന്ന ആകാശത്തിലേക്ക് ഉയർന്ന് വെളുത്ത മേഘം പോലെ പറന്നകലുന്ന പുകയിലേയ്ക്കോ, നിർമ്മലമായ വായുവിൽ ഉരുകിയ സ്ഫടികംപോലെ വിറച്ചുകൊണ്ടിരിക്കുന്ന അഗ്നികണ്ഡത്തിലേക്കോ നോക്കിക്കൊണ്ടാണ് അവർ നിന്നു. അതല്ലെങ്കിൽ റഷ്യാക്കാരിൽ നിന്നും പലതുകൊണ്ടും വിഭിന്നമായ ഒരു ജീവിതരീതി സ്വീകരിച്ചിരിക്കുന്ന കൊസാക്ക് സ്ത്രീപുരുഷന്മാരെ പരിഹസിച്ചുകൊണ്ടുള്ള നേരമ്പോക്കുകൾ പറഞ്ഞു രസിച്ചു.

എല്ലാ വീട്ടുവളപ്പുകളിലും പട്ടാളക്കാരെ കാണാം. തങ്ങളുടെ വീടുകൾ സംരക്ഷിക്കാൻ ശ്രമിക്കുകയും പട്ടാളക്കാർക്കു വെള്ളമോ പാത്രമോ കൊടുക്കാൻ വിസമ്മതിക്കുകയും ചെയ്യുന്ന കൊസാക്ക് സ്ത്രീകളുടെ പരുഷമായ സ്വരവും പട്ടാളക്കാർ ഉറക്കെ ചിരിക്കുന്ന ശബ്ദവും എല്ലാ വീട്ടുമുറ്റങ്ങളിൽനിന്നും ഉയർന്നുകൊണ്ടിരുന്നു. കൊച്ചു കുട്ടികൾ അമ്മമാരെ കെട്ടിപ്പിടിച്ചുനിന്നുകൊണ്ടോ പരസ്പരം ഒട്ടിനിന്നുകൊണ്ടോ തങ്ങൾ ഇതിനുമുമ്പൊരിക്കലും കണ്ടിട്ടില്ലാത്ത ഈ പട്ടാളക്കാരുടെ എല്ലാ ചേഷ്ടകളും അത്ഭുതവും ഭയവും നിറഞ്ഞ മിഴികളോടെ നോക്കി. കുട്ടികളിൽ ചിലർ കുറെ അകന്നു മാറി പട്ടാളക്കാരെ പിൻതുടർന്നു. വൃദ്ധന്മാരായ കൊസാക്കുകാർ വീട്ടിനുള്ളിൽ നിന്നു പുറത്തുവന്ന് പട്ടാളക്കാരുടെ ബഹളം നോക്കിക്കൊണ്ട് നിരുന്മേഷരും നിശ്ശബ്ദരുമായി അരമതിലുകളിൽ ഇരുന്നു. അവർക്ക് ഇതിനോടെല്ലാം പുച്ഛമാണെന്നും ഇതിന്റെയൊക്കെ ഭവിഷ്യത്തെന്തായിരിക്കുമെന്ന് മനസ്സിലാകുന്നില്ലെന്നും തോന്നി.

കഴിഞ്ഞ മൂന്നു മാസങ്ങളായി കോക്കസെസ്സ് സേനാവിഭാഗത്തിൽ ഒരു യുങ്കറായി സേവനമനുഷ്ഠിച്ചുവന്നിരുന്ന ഒലേനിനു താമസിക്കാൻ ഏർപ്പാടുചെയ്തിരുന്നത് ഗ്രാമത്തിലെ ഏറ്റവും നല്ല വീടുകളിലൊന്നായിരുന്നു. കൊസാക്ക് ഓഫീസറായ ഇലിയ വസീല്യെവിച്ചിന്റെ വീടായിരുന്നു അത്, അതായത് ബബൂക്ക ഉലീത്കയുടെ വീട്.

"ഇതേപ്പറ്റി എന്തു പറയുന്നു, ദ്മീത്രി അന്ദ്രേയിച്ച്," ഗ്രോസ്നി നഗരത്തിൽനിന്ന് താൻ വാങ്ങിയ കബർദാ കുതിരയുടെ പുറത്ത് അഞ്ചുമണിക്കൂർ സവാരിചെയ്ത ഒലേനിൻ സന്തോഷത്തോടെ തന്റെ പുതിയ പാർപ്പിടത്തിന്റെ മുറ്റത്തേക്കു കുതിരയെ കുതിച്ചോടിച്ചു കയറിച്ചെന്നപ്പോൾ വന്യൂഷ ചോദിച്ചു.

"കാര്യമെന്താണ്, വന്യൂഷ?" വിയർത്തൊലിക്കുന്ന നിരുന്മേഷമായ മുഖവും പാറിപ്പറന്ന മുടിയുമായി സാമാനങ്ങൾ അഴിച്ചുവെച്ചുകൊണ്ടിരുന്ന വന്യൂഷയോട് ഒലേനിൻ മറുചോദ്യം ചോദിച്ചു.

സാമാനവണ്ടിയിലാണ് ആ സാമാനങ്ങൾ അവിടെ എത്തിയത്. വനൃഷ സഞ്ചരിച്ചതും അതിലായിരുന്നു.

ഒലേനിൻ ഇപ്പോൾ തികച്ചും മറ്റൊരു മനുഷ്യനായി കാണപ്പെട്ടു. വടിച്ച മിനുക്കിയ മുഖത്തിനു പകരം മേൽമീശയും ചെറിയ ഒരു താടിയും ഇപ്പോൾ അയാൾക്കുണ്ട്. നിശാജീവിതം നയിക്കുന്ന ഒരുവന്റെ വിളർത്ത അനാരോഗ്യകരമായ നിറത്തിനു പകരം അയാളുടെ കവിളുകൾക്കും നെറ്റിക്കും ചെവികൾക്കും ജീവസ്സുറ്റ ചുവപ്പു നിറം കൈവന്നിരിക്കുന്നു. കറുത്ത പുത്തൻ കോട്ടിനു പകരം വീതിയുള്ള ഒരു തോക്കും അയാൾ ധരിച്ചിരിക്കുന്നു. പശയിട്ട് തേച്ച് വടിപോലെയാക്കിയ കോളറിനു പകരം അയാളുടെ വെയിലേറ്റ് ഇരുണ്ട കഴുത്തിനെ ആവരണം ചെയ്തിരിക്കുന്നത് ഒരു പേർഷ്യൻ ബെഷ്മെത്തിന്റെ കഴുത്തു പട്ടയാണ്. ചെർക്കീസ് ശൈലിയിലാണ് അയാൾ വസ്ത്രധാരണം ചെയ്തിരുന്നത്. എന്നാൽ അതു വേണ്ടത്ര ഭംഗിയായിട്ടായിരുന്നില്ല. അയാൾ ഒരു റഷ്യാക്കാരനാണെന്നും ഒരു ജിഗീത്തല്ലെന്നും ഒറ്റ നോട്ടത്തിൽത്തന്നെ ആർക്കും മനസ്സിലാകും. എല്ലാം വേണ്ടതുപോലെയാണ് പക്ഷേ, എന്തോ ഒരു പന്തികേട്ട് ! എങ്കിലും ആരോഗ്യവും സന്തുഷ്ടിയും ആത്മസംതൃപ്തിയും അയാളിൽ നിന്നു പ്രസരിച്ചുകൊണ്ടിരുന്നു.

"അങ്ങുന്നിന് ഇതൊക്കെ ഒരു തമാശയാണ്!" വനൃഷ പറഞ്ഞു, "പക്ഷേ ഇവിടുത്തെ ആളുകളുമായി സംസാരിക്കാൻ ശ്രമിച്ചു നോക്കു, അപ്പോൾ കാണാം ! അവർ നമ്മളെ അടുപ്പിക്കുകയില്ല, അത്ര തന്നെ! അവർ ഒരു വാക്കുപോലും പറയുകയില്ല. ഇക്കൂട്ടർ റഷ്യാക്കാരേയല്ല!" ഒരു ഇരുമ്പു തൊട്ടി വാതില്പടിയിലേക്ക് ദേഷ്യത്തോടെ എടുത്തിട്ടു കൊണ്ടാണ് വനൃഷ അത് പറഞ്ഞത്.

"താൻ ഗ്രാമത്തിന്റെ തലവനോട്ട് പരാതിപ്പെട്ടു."

"അയാളെ എവിടെ ചെന്ന് കണ്ടുപിടിക്കും?" വനൃഷ നീരസത്തോടെ പറഞ്ഞു.

"തന്നെ ആരാണ് അപമാനിച്ചത്?" ചുറ്റും നോക്കിക്കൊണ്ട് ഒലേനിൻ ചോദിച്ചു.

"പിശാചിനറിയാം ! ഫൂ ! വീട്ടുടമസ്ഥൻ ഇവിടെയില്ല. അയാൾ 'ക്രീഗ'[26] ഇവിടെയുള്ള തള്ള ഒരു തനി പിശാചാണ്! ദൈവം നമ്മെ കാക്കട്ടെ !" തലയിൽ കൈവെച്ചുകൊണ്ട് വനൃഷ പറഞ്ഞു. "ഇവിടെ നമ്മൾ എങ്ങനെ കഴിഞ്ഞുകൂട്ടുമെന്ന് എനിക്കറിയില്ല! ടാട്ടാറുകാരേക്കാൾ കഷ്ടമാണ് ഇവർ. ദൈവമേ ! ഇവരെ ക്രിസ്ത്യാനികളെന്ന് എങ്ങനെ വിളിക്കും? ഇവരുമായി തട്ടിച്ചുനോക്കിയാൽ ടാട്ടാറുകാർ

26 പുഴയിൽ മീൻ പിടിക്കാൻ വലയിട്ടിരിക്കുന്ന സ്ഥലം—ഗ്രന്ഥകാരന്റെ കുറിപ്പ്

മാന്യന്മാരാണ്! `ക്രീഗ'യിലേക്കു പോയിപോലും! എന്താണീ `ക്രീഗ'? എനിക്ക് അതൊന്നറിഞ്ഞാൽ കൊള്ളാം!" തിരിഞ്ഞുനിന്നുകൊണ്ട് വന്യൂഷ പരുഷമായി പറഞ്ഞു.

"അപ്പോൾ, ഇക്കുട്ടർ നാട്ടിലുള്ള നമ്മുടെ ആൾക്കാരെപ്പോലെ യല്ലെന്നാണോ താൻ പറയുന്നത്?" കുതിരപ്പുറത്തുനിന്നിറങ്ങാൻ കൂട്ടാക്കാതെ ഒലേനിൻ പരിഹസിക്കുന്നമട്ടിൽ ചോദിച്ചു.

"ദയവുചെയ്ത്, കുതിരയെ എനിക്കു തരൂ," പുതിയ സ്ഥലവുമായി പൊരുത്തപ്പെടാനാവാതെ പരിഭ്രാന്തനായി നിന്ന വന്യൂഷ വിധിക്കു കീഴടങ്ങുന്ന ഭാവത്തോടെ പറഞ്ഞു.

"അവർ ടാട്ടാറുകാരേക്കാൾ കഷ്ടമാണ്, അല്ലേ, വന്യൂഷ?" കുതിര പ്പുറത്തുനിന്ന് ഊർന്നിറങ്ങി ജീനിയിൽ കൊട്ടിക്കൊണ്ട് ഒലേനിൻ ചോദിച്ചു.

"ശരി, ഇഷ്ടം പോലെ ചിരിച്ചോളൂ. ചിരിക്കാൻ അങ്ങുന്നിന് ധാരാളം വക കിട്ടും !" കോപത്തോടെ വന്യൂഷ പറഞ്ഞു.

"ക്ഷമിക്ക്, വന്യൂഷ. ദേഷ്യപ്പെടാതിരിക്കൂ," ഒലേനിൻ പുഞ്ചി രിച്ചുകൊണ്ടുതന്നെ പറഞ്ഞു. "ഞാൻ ഇവിടുത്തെ ആളുകളെ ഒന്നു കാണട്ടെ. എല്ലാം ശരിയാക്കാം. അല്പം ക്ഷമിക്കൂ. നമുക്ക് ഇവിടെ സുഖമായി താമസിക്കാൻ കഴിയും. താൻ ഇങ്ങനെ വിഷമിക്കാതി രിക്കൂ."

വന്യൂഷ ഉത്തരമൊന്നും പറയാതെ തന്റെ യജമാനൻ പോയ വഴിയെ കണ്ണു ചെറുതാക്കി നോക്കിക്കൊണ്ട് വെറുപ്പോടെ തലയാട്ടി. വന്യൂഷയുടെ കണ്ണിൽ ഒലേനിൻ തന്റെ യജമാനൻ മാത്രമാണ്. ഒലേനിൻ വന്യൂഷയെ കണ്ടിരുന്നത് തന്റെ ഭൃത്യനായി മാത്രമാണ്. അവർ ഇരുവരും ആത്മസുഹൃത്തുക്കളാണെന്ന് ആരെങ്കിലും പറഞ്ഞാൽ അതവരെ അത്ഭുതപ്പെടുത്തും. പക്ഷേ അവർ വാസ്തവ ത്തിൽ സുഹൃത്തുക്കളായിരുന്നു--രണ്ടുപേർക്കും അതറിയാൻ പാടി ല്ലായിരുന്നെന്നുമാത്രം.

വന്യൂഷ കേവലം പതിനൊന്നു വയസ്സുള്ള ഒരു ബാലനായിരു ന്നപ്പോഴാണ് ഒലേനിന്റെ വീട്ടിൽ താമസമാക്കിയത്. ഒലേനിനും ഏതാണ്ട് അതേ പ്രായമായിരുന്നു. ഒലേനിന്ന് പതിനഞ്ചു വയസ്സാ യപ്പോൾ അയാൾ വന്യൂഷയെ കുറേക്കാലം പഠിപ്പിച്ചു. ഫ്രഞ്ചു ഭാഷ വായിക്കാനും അയാൾ അവനെ അഭ്യസിപ്പിച്ചു. വന്യൂഷ ആ നേട്ട ത്തിൽ തികച്ചും അഭിമാനംകൊണ്ടിരുന്നു. ഇപ്പോൾപ്പോലും തനിക്ക് സന്തോഷം തോന്നുമ്പോൾ അവൻ ഫ്രഞ്ച് പദങ്ങൾ തട്ടിവിടുകയും ഒരു വിഡ്ഢിയെപ്പോലെ ചിരിക്കുകയും ചെയ്യാറുണ്ട്.

ഒലേനിൻ വീടിന്റെ പടവുകൾ കയറി ഇടനാഴിയിലേക്കുള്ള വാതിൽ തള്ളിത്തുറന്നു. കൊസാക്ക് പെൺകുട്ടികൾ സാധാരണ വീട്ടിനുള്ളിൽ നിൽക്കുന്നതുപോലെ കനം കുറഞ്ഞ ഒരു പിങ്ക് കുപ്പായം മാത്രം ധരിച്ചുകൊണ്ട് നിൽക്കുകയായിരുന്നു മര്യാന. വാതിൽ തുറക്കുന്ന ശബ്ദം കേട്ട് ഭയവിഹ്വലയായി അവൾ പിറകോട്ടു ചാടിമാറി. ഇടനാഴി രണ്ടായി തിരിച്ചിരുന്ന തട്ടിയോടു ചേർന്നുനിന്ന് തന്റെ കുപ്പായത്തിന്റെ ആയഞ്ഞ കൈകൊണ്ട് മുഖത്തിന്റെ കീഴ്ഭാഗം മറച്ചു.

ഒലേനിൻ വാതിൽ ശരിക്കു തുറന്നു. ഇടനാഴിയിലെ മങ്ങിയ വെളിച്ചത്തിൽ ആ കൊസാക്ക് യുവതിയുടെ ഉയരമുള്ള വടിവൊത്ത ദേഹം അയാൾ കണ്ടു. നേരിയ കുപ്പായത്തിനുള്ളിൽ ഉയർന്നു നിന്ന അവളുടെ അചുംബിതമായ നിറഞ്ഞ മാറിടവും ബാലസഹജമായ ഭയത്തോടും വന്യമായ അത്ഭുതത്തോടുംകൂടി തന്നെ ഉറ്റുനോക്കിക്കൊണ്ടിരിക്കുന്ന സുന്ദരങ്ങളായ കരിമിഴികളും യൗവ്വനത്തിന്റെ ആകാംക്ഷാനിർഭരവും ചടുലവുമായ ജിജ്ഞാസയോടെ നോക്കിനിൽക്കാതിരിക്കാൻ അയാൾക്കു കഴിഞ്ഞില്ല. “ഇതാ അവൾ!” ഒലേനിൻ വിചാരിച്ചു. “ഇതുപോലുള്ള യുവതികൾ വേറെയും ഉണ്ടായിരിക്കും,” എന്ന ചിന്തയാണ് അടുത്തതായി അയാളുടെ മനസ്സിലുദിച്ചത്. അയാൾ മറ്റൊരു വാതിൽ തുറന്ന് വീട്ടിനുള്ളിൽ പ്രവേശിച്ചു... മകളേപ്പോലെതന്നെ ഒറ്റയുടുപ്പു മാത്രം ധരിച്ച് വൃദ്ധയായ ബബൂക ഉലീത്ക കുനിഞ്ഞുനിന്ന് നിലം തൂത്തുവാരുകയായിരുന്നു. അവർ അയാൾക്കു പുറം തിരിഞ്ഞാണ് നിന്നിരുന്നത്.

“നമസ്കാരം, അമ്മേ, ഞാൻ താമസസ്ഥലത്തിന്റെ കാര്യം ചോദിക്കാൻ വന്നതാണ്...” അയാൾ പറയാനാരംഭിച്ചു.

ആ വൃദ്ധയായ കൊസാക്കുകാരി നിവർന്നുനിൽക്കാതെ ഇപ്പോഴും ഭംഗിയുള്ള തന്റെ കണ്ണുകൾകൊണ്ട് അയാളെ പരുഷമായി നോക്കി.

“എന്തിനാണു ഞങ്ങളെ പരിഹസിക്കാൻ വന്നതാണോ? ഞാൻ കാണിച്ചുതരാം ! കറുത്ത വസന്ത നിന്നെ ബാധിക്കട്ടെ !” വൃദ്ധ പുരികം ചുളിച്ച് കടകണ്ണുകൊണ്ട് ആഗതനെ നോക്കിക്കൊണ്ട് വിളിച്ചുപറഞ്ഞു.

താനുൾപ്പെടുന്ന, അദ്ധ്വാനംകൊണ്ടു തളർന്ന ധീരനായ കോക്കസസ്സ് സേനാദളത്തെ എല്ലാവരും, പ്രത്യേകിച്ച് സഹപോരാളികളായ കൊസാക്കുകാർ, സൗഹാർദ്ദപൂർവ്വം സ്വാഗതം ചെയ്യുമെന്നാണ് ഒലേനിൻ ഇതുവരെ വിചാരിച്ചിരുന്നത്. അതിനാൽ ഈ സ്വീകരണം കണ്ട് അയാൾ അമ്പരന്നുപോയി. എങ്കിലും ചിന്താക്കുഴപ്പത്തിനടിപ്പെടാതെ അയാൾ താൻ താമസത്തിനു വാടക കൊടുക്കാൻ

തയ്യാറാണെന്ന് വിശദീകരിക്കാനൊരുങ്ങി. പക്ഷേ വൃദ്ധ അയാൾക്കു സംസാരിക്കാൻ അവസരം കൊടുത്തില്ല.

"എന്തിനാണു വന്നതു്? ഇത്തരം കൃമികളെ ആർക്കു വേണം? നിന്റെ വൃത്തികെട്ട മോന്തയിൽ വസൂരി വരട്ടെ ! വീട്ടുകാർ വരുന്നതുവരെ കാത്തിരിക്കു് ! അപ്പോൾ സ്ഥലം കാണിച്ചുതരും. എനിക്കു് നിന്റെ നാറുന്ന പണം വേണ്ട ! ഞങ്ങളിതൊന്നും കണ്ടിട്ടില്ലെന്നാണോ വിചാരം? വീടുമുഴുവൻ പുകയിലപ്പുകകൊണ്ടു് നാറ്റിക്കാൻ പണം തരാമത്രെ? എന്തൊരു ധിക്കാരം? നിന്റെ നെഞ്ചിൽ വെടിക്കൊള്ളാതിരുന്നതു കഷ്ടമായിപ്പോയി !" വൃദ്ധ കാതിൽ തുളച്ചുകയറുന്ന ശബ്ദത്തിൽ അലറി. ഒലേനിൻ അതുകേട്ടു് അന്തംവിട്ടുനിന്നു.

"വന്യൂഷ പറഞ്ഞതു സത്യമാണ്," അയാൾ വിചാരിച്ചു. "ടാട്ടാറുകാരാണ് ഇതിൽ ഭേദം !" അയാൾ വീട്ടിൽനിന്നു പുറത്തുകടന്നു. ബബൂക ഉലീത്കയുടെ ശാകരവർഷം അയാളെ പിൻതുടർന്നു.

അയാൾ കടന്നുപോകുമ്പോൾ നേരിയ പിങ്ക് കുപ്പായം മാത്രം ധരിച്ചിരുന്ന മര്യാന കണ്ണൊഴിച്ചുള്ള മുഖത്തിന്റെ ബാക്കിഭാഗം മുഴുവൻ ഒരു വെളുത്ത തുവാലകൊണ്ടു് മറച്ചു് അവിചാരിതമായി അയാളെ കടന്നു ഇടനാഴിയിൽനിന്നു് പുറത്തേയ്ക്കോടി. അവളുടെ നഗ്നമായ പാദങ്ങൾ ശബ്ദമുണ്ടാക്കിക്കൊണ്ടു് പടവുകളിറങ്ങിയിട്ടു് ഓട്ടം നിർത്തി. പുഞ്ചിരിക്കുന്ന കണ്ണുകൾകൊണ്ടു് യുവാവിനെ ഒരു നിമിഷം നോക്കിയിട്ടു് അവൾ വീടിന്റെ മൂല തിരിഞ്ഞു് അപ്രത്യക്ഷമായി.

ആ സുന്ദരിയായ പെൺകിടാവിന്റെ യൗവ്വനം തുടിച്ചുനിൽക്കുന്ന ഉറച്ച ശരീരവും വെളുത്ത തുവാലയ്ക്കുള്ളിൽ തിളങ്ങിക്കൊണ്ടിരുന്ന കണ്ണുകളിലെ വന്യമായ ഭാവവും അംഗഭംഗിയും കൂടുതൽ ശക്തമായി അയാളുടെ മനസ്സിൽ പതിഞ്ഞു.

"ഇവളാണ്! ഇവളാകാതെതരമില്ല !" അയാൾ മനസ്സിൽ പറഞ്ഞു. വൃദ്ധയുടെ ശകാരത്തെപ്പറ്റി പൂർണ്ണമായും മറന്നു് മര്യാനയുടെ രൂപം മനസ്സിലോർത്തുകൊണ്ടു് അയാൾ വന്യൂഷയുടെയടുത്തേക്കു നടന്നു.

"ഇങ്ങനെ വെകിളിപിടിച്ച ഒരു പെണ്ണ് മറ്റെങ്ങും കാണുകയില്ല!" വന്യൂഷ പറഞ്ഞു. അവൻ അപ്പോഴും സാമാനങ്ങൾ എടുത്തുവയ്ക്കുകയായിരുന്നു. എന്നാൽ അവൻ കുറേക്കൂടി ഉന്മേഷവാനാണെന്നു തോന്നി. "ഒരു കുതിരക്കുട്ടിയെപ്പോലെയാണ് അവൾ ! ലാ ഫാം ! എന്നു് ഉറക്കെ പറഞ്ഞിട്ടു് അവൻ പൊട്ടിച്ചിരിച്ചു.

XI

വൈകുന്നേരമായപ്പോൾ ഗൃഹനാഥൻ മീൻപിടുത്തം കഴിഞ്ഞ് തിരിച്ചെത്തി. താമസക്കാരൻ വാടക തരുമെന്നറിഞ്ഞപ്പോൾ അയാൾ ഭാര്യയെ സമാധാനിപ്പിക്കുകയും വനൃഷ ഉന്നയിച്ച ആവശ്യങ്ങൾ സാധിച്ചുകൊടുക്കുകയും ചെയ്തു.

പുതിയ പാർപ്പിടത്തിൽ വളരെ വേഗം അടുക്കും ചിട്ടയും കൈവന്നു. ഗൃഹനാഥനും കുടുംബവും ശീതകാലത്തു താമസിക്കാനുണ്ടാക്കിയിരുന്ന മുറികളിലേക്കു താമസം മാറ്റിയിട്ട് വേനൽക്കാലത്തു താമസിക്കാനുള്ള തങ്ങളുടെ ശീതളമായ കുടിൽ ഒലേനിനു വിട്ടുകൊടുത്തു. മാസംതോറും മൂന്ന് വെള്ളി നാണയം വാടക കിട്ടുമെന്നതായിരുന്നു അതിന് അവരെ പ്രേരിപ്പിച്ചത്. ഒലേനിൻ ലഘുവായി പ്രാതൽ കഴിച്ചിട്ട് അല്പം ഉറങ്ങാൻ കിടന്നു. വൈകുന്നേരമായപ്പോൾ അയാൾ ഉണർന്നു. അയാൾ മുഖം കഴുകുകയും മുടി ചീകുകയും ചെയ്തിട്ട് ആഹാരം കഴിച്ചു. പിന്നീട് ഒരു സിഗരറ്റും കത്തിച്ച് അയാൾ തെരുവിലേക്കു തുറക്കുന്ന ജനലിനടുത്തു ചെന്നിരുന്നു. ചൂട് അല്പമൊന്ന് കുറഞ്ഞിരുന്നു. കൊത്തുപണികളുള്ള മട്ടച്ചുമരുകളോടുകൂടിയ ആ കുടിലിന്റെ ചെരിഞ്ഞ നിഴൽ പൊടിനിറഞ്ഞ റോഡിലും എതിർവശത്തുള്ള വീടിന്റെ അടി ഭാഗത്തും പതിച്ചുകൊണ്ടിരുന്നു. എതിർവശത്തെ വീടിന്റെ ഞാങ്ങണപ്പുല്ലുമേഞ്ഞ മേൽക്കൂരയിൽ അസ്തമനസൂര്യന്റെ കിരണങ്ങൾ ചായം പൂശി. വായു തണുത്തുതുടങ്ങി. ഗ്രാമം നിശ്ചലമാണ്. പാർപ്പിടം കണ്ടുപിടിച്ചുകഴിഞ്ഞിരുന്നതിനാൽ പട്ടാളക്കാരുടെ ബഹളം കെട്ടടങ്ങി.

കന്നുകാലികളെ ഇനിയും ഗ്രാമത്തിലേക്ക് തിരിച്ചു കൊണ്ടുവന്നിട്ടില്ല. ഗ്രാമീണർ ഇപ്പോഴും തങ്ങളുടെ തോട്ടത്തിൽ പണിയെടുത്തുകൊണ്ടിരിക്കയാണ്.

ഒലേനിന്റെ താമസസ്ഥലം ഗ്രാമത്തിന്റെ ഏതാണ്ട് അതിർത്തിയിലാണ്. ചെച്നിയ കുന്നിലോ കുമിത്സ്കി സമതലത്തിലോ വെടിവയ്ക്കുന്ന ശബ്ദം ടെറെക്കിനപ്പുറമുള്ള വിദൂരതയിൽനിന്ന് ഇടയ്ക്കു ചിലപ്പോൾ മുഴങ്ങിക്കൊണ്ടിരുന്നു, ഒലേനിൻ ആ ഭാഗത്തു നിന്നാണ് ഇവിടെയെത്തിയത്. മൂന്നു മാസത്തെ സൈനികജീവിതത്തിനു ശേഷം ഇവിടെയെത്തിയ ഒലേനിൻ തികച്ചും സന്തുഷ്ടനായിരുന്നു. കഴുകി വെടിപ്പാക്കിയ മുഖത്ത് നവോന്മേഷം തുളുമ്പിനിന്നു. പടയോട്ടത്തിന്റെ ക്ഷീണത്തിൽനിന്നും അഴുക്കിൽനിന്നും വിമുക്തമായ അയാളുടെ കരുത്തുറ്റ ദേഹം സ്വസ്ഥവും ശുദ്ധവുമായിത്തീർന്നു. അയാളുടെ ഓരോ അവയവവും വിശ്രമസുഖമനുഭവിച്ച് സ്വച്ഛതയും കരുത്തുമാർജ്ജിച്ചു.

അയാളുടെ മനസ്സ് ശുദ്ധവും സ്വസ്ഥവുമായിരുന്നു. പടയോട്ടത്തിനിടയിലെ സംഭവങ്ങൾ, തനിക്കഭിമുഖീകരിക്കേണ്ടിവന്ന അപകടങ്ങൾ, അയാൾക്ക് ഓർമ്മവന്നു. അപകടസന്ധികളിലെല്ലാം തന്റെ പെരുമാറ്റം കുറ്റമറ്റതായിരുന്നെന്നും താൻ മറ്റുള്ളവരെക്കാൾ ഒട്ടും മോശമായിരുന്നില്ലെന്നും ധീരന്മാരായ കോക്കസസ്സ് പോരാളികളുടെ സാഹോദര്യത്തിൽ താനും പങ്കാളിയായിത്തീർന്നെന്നും അയാളോർത്തു.

മോസ്ക്കോയെപ്പറ്റിയുള്ള അയാളുടെ സ്മരണകൾ എവിടെയോ പോയി മറഞ്ഞിരുന്നു. പഴയ ജീവിതം നിർമ്മാർജ്ജനം ചെയ്ത് ഒരു പുതുജീവിതം, തികച്ചും പുതിയതായ ഒരു ജീവിതം. അയാൾ ആരംഭിച്ചുകഴിഞ്ഞു. ഈ പുതിയ ജീവിതത്തിൽ അയാൾക്കെതിരായി ഉയർത്തിപ്പിടിക്കാൻ ഇതുവരെ തെറ്റുകളൊന്നുമുണ്ടായിട്ടില്ല. ഇവിടെ, പുതിയ ആളുകളുടെയിടയിൽ ഒരു പുതിയ മനുഷ്യൻ എന്ന നിലയിൽ തന്നെപ്പറ്റി പുതുതും നല്ലതുമായ ഒരഭിപ്രായം വാർത്തെടുക്കാൻ അയാൾക്കു സാധിക്കും. ജീവിതത്തോടുള്ള അകാരണവും യുവസഹജവുമായ ഒരു അഭിനിവേശം അയാളിൽ അങ്കുരിച്ചു. വീടുകളുടെ നിഴൽ പറ്റി പമ്പരം കറക്കുന്ന ബാലന്മാരെ ജനലിനിടയിലൂടെ നോക്കിയിരിക്കുമ്പോഴും തന്റെ പുതിയ പാർപ്പിടം പരിശോധിക്കുമ്പോഴും ഈ ഗ്രാമത്തിലെ തന്റെ ജീവിതം എത്ര സുഖകരമാണെന്ന് അയാൾ ആലോചിച്ചു... അയാൾ മലകളുടേയും ആകാശത്തിന്റേയും നേരെ നോക്കി. പ്രകൃതിയുടെ ഗാംഭീര്യത്തെപ്പറ്റിയുള്ള ഉറച്ച ബോധം അയാളുടെ എല്ലാ സ്മരണകളേയും സ്വപ്നങ്ങളേയും ആശ്ലേഷിച്ചിരുന്നു. അയാൾ മോസ്ക്കോയിൽനിന്നു പുറപ്പെട്ടപ്പോൾ പ്രതീക്ഷിച്ചതുപോലെയല്ല ഇവിടുത്തെ അയാളുടെ ജീവിതം ആരംഭിച്ചത്, പിന്നെയോ താൻ പ്രതീക്ഷിച്ചിരുന്നതിനേക്കാൾ പതിന്മടങ്ങ് മെച്ചമായിട്ടാണ്. മലകൾ ! മലകൾ ! മലകൾ ! അയാളുടെ വിചാരവികാരങ്ങൾക്കു മുഴുവൻ പശ്ചാത്തലമൊരുക്കിയത് മലകളാണ് !

"അയാൾ പട്ടിയെ ഉമ്മവെച്ചു ! പാത്രം നക്കി ! യെറോഷ്ക അമ്മാവൻ! അതാ പട്ടിയെ ഉമ്മവയ്ക്കുന്നു !" ജനലിനു താഴെ പമ്പരം കറക്കി കളിച്ചുകൊണ്ടിരുന്ന കുട്ടികൾ വിളിച്ചുപറഞ്ഞു. അവർ തെരുവിന്റെ മൂലയിലേക്ക് ഓടി. "അതാ, അമ്മാവൻ പട്ടിയെ ഉമ്മവയ്ക്കുന്നു !" കുട്ടികൾ കൂട്ടംകൂടിനിന്ന് വിളിച്ചുകൂവി.

തോക്കും തോളിലേന്തി അരപ്പട്ടയിൽ ഏതാനും വാൻകോഴികളേയും തൂക്കി നായാട്ടുകഴിഞ്ഞു മടങ്ങിവരുന്ന യെറോഷ്ക അമ്മാവനെ ഉദ്ദേശിച്ചാണ് കുട്ടികൾ വിളിച്ചുകൂവിയത്.

"എന്റെ പാപമാണിത്, കുട്ടികളേ ! എന്റെ പാപം !" കൈ ശക്തിയായി വീശുകയും തെരുവിന്റെ ഇരുവശത്തുമുള്ള വീടുകളുടെ

ജനാലകളിലേക്കു നോക്കുകയും ചെയ്തുകൊണ്ട് അയാൾ മറുപടി പറഞ്ഞു. "ഞാൻ പട്ടിയെ കുടിപ്പിച്ചു ! അതെന്റെ പാപമാണ് !" ദേഷ്യത്തോടെ, എന്നാൽ അലക്ഷ്യഭാവം നടിച്ചുകൊണ്ട് അയാൾ ആവർത്തിച്ചു.

വൃദ്ധനായ നായാട്ടുകാരനോടുള്ള കുട്ടികളുടെ പെരുമാറ്റം ഒലേനിനെ അത്ഭുതപ്പെടുത്തി. എന്നാൽ അവർ യെറോഷ്ക അമ്മാവനെന്നുവിളിച്ച ആ വൃദ്ധന്റെ ബുദ്ധിശക്തി സ്ഫുരിക്കുന്ന, വികാരദ്യോതകമായ മുഖവും കരുത്തുറ്റ ദേഹവുമാണ് അയാളെ അതിലേറെ അത്ഭുതപ്പെടുത്തിയതു്.

"കൊസാക്ക് അമ്മാവാ !" അയാൾ വൃദ്ധനെ വിളിച്ചു. "ഇങ്ങോട്ടു വരൂ !"

വൃദ്ധൻ ജനലിന്റെ നേരെ നോക്കിയിട്ട് നടപ്പു നിർത്തി. "നല്ലവനായ സുഹൃത്തേ, നമസ്കാരം ! നമസ്കാരം !" മുടി പറ്റെ വെട്ടിയ തലയിൽനിന്ന് തൊപ്പി എടുത്തു മാറ്റിക്കൊണ്ടു വൃദ്ധൻ പറഞ്ഞു.

"നല്ലവനായ സുഹൃത്തേ, നമസ്കാരം !" ഒലേനിൻ തുടർന്നു. "ഈ പിള്ളേർ എന്തിനാണ് കൂക്കിവിളിക്കുന്നതു്?"

യെറോഷ്ക അമ്മാവൻ ജനലിനടുത്തേക്കു നടന്നുചെന്നു.

"അവർ ഈ വയസ്സനെ കളിയാക്കുകയാണ്. അതു സാരമില്ല. എനിക്ക് അവരെ ഇഷ്ടമാണ്. ഈ വയസ്സൻ അമ്മാവനെ കളിയാക്കി അവർ രസിക്കട്ടെ!" വൃദ്ധന്മാരും ബഹുമാന്യരുമായ ആളുകൾക്കു സഹജമായ ഇമ്പമുള്ള ദൃഢമായ സ്വരത്തിൽ നായാട്ടുകാരൻ പറഞ്ഞു. "നീ പട്ടാളക്കാരുടെ കമാണ്ടറാണോ?"

"അല്ല. ഞാൻ ഒരു യുങ്കറാണ്. അതിരിക്കട്ടെ, ഈ വാൻകോഴികളെ എവിടുന്നു കിട്ടിയെന്നു പറയൂ," ഒലേനിൻ പറഞ്ഞു.

"ഈ മൂന്നുകോഴികളേയും കാട്ടിൽവെച്ചു ഞാൻ കൊന്നതാണ്," തന്റെ വിസ്താരമുള്ള മുതുക് ജനലിനു നേരെ തിരിച്ചുപിടിച്ചുകൊണ്ട് വൃദ്ധൻ പറഞ്ഞു. അയാളുടെ ചെർക്കേസ്കയെ രക്തപങ്കിലമാക്കിയ മൂന്നു വാൻകോഴികളേയും തലയിൽ ചരടുകെട്ടി അരപ്പട്ടയിൽ നിന്നു തൂക്കിയിട്ടിരുന്നു. "നിനക്ക് ഇതേവരെ ഒന്നിനേയും കിട്ടിയിട്ടില്ലേ? വേണമെങ്കിൽ തരാം ഇന്നാ, പിടിച്ചോളൂ !" രണ്ട് വാൻകോഴികളെ അയാൾ ജനലിനുനേരെ നീട്ടി. "നിനക്കും നായാട്ട് ഇഷ്ടമാണോ?" വൃദ്ധൻ ആരാഞ്ഞു.

"അതെ. പടയോട്ടത്തിനിടയ്ക്കു് ഞാൻ നാലെണ്ണത്തിനെ വെടിവെച്ചിട്ടു."

"നാലോ? അതു ഒരുപാടാണല്ലോ !" വ്യഗ്യാർത്ഥത്തിൽ വൃദ്ധൻ

പറഞ്ഞു. "നീ കുടിക്കുമോ? കോക്കസസ്സിലെ വീഞ്ഞ് ഇഷ്ടമാണോ?"

"അതു പിന്നെ പറയാനുണ്ടോ ! എനിക്ക് കുടിക്കാൻ ഇഷ്ടമാണ്!"

"കൊള്ളാം ! നീ ഒരു നല്ല ചെറുപ്പക്കാരനാണെന്നർത്ഥം ! നമുക്കു രണ്ടാൾക്കും കൂട്ടുകാരാകാം," യെറോഷ്ക അമ്മാവൻ പറഞ്ഞു.

"അകത്തേക്കു വരൂ !" ഒലേനിൻ ക്ഷണിച്ചു. "നമുക്ക് നിങ്ങളുടെ ചുവന്നവീഞ്ഞ് കുറച്ചു കുടിക്കാം."

"ശരി, വന്നുകളയാം !" വൃദ്ധൻ പറഞ്ഞു. "പക്ഷേ ഈ വാൻകോഴികളെ എടുത്തോളൂ."

യുങ്കറെ വൃദ്ധന് ഇഷ്ടപ്പെട്ടെന്നും അയാളുടെ ചെലവിൽ തനിക്കു വേണ്ടുവോളം കുടിക്കാമെന്നു വൃദ്ധനു മനസ്സിലായെന്നും അതിനാൽ വാൻകോഴികളെ അയാൾക്കു കൊടുക്കുന്നത് നല്ല നയമായിരിക്കുമെന്ന് വൃദ്ധൻ കരുതുന്നുണ്ടെന്നും അയാളുടെ മുഖഭാവം വിളിച്ചുപറഞ്ഞു.

നിമിഷങ്ങൾക്കകം യെറോഷ്ക അമ്മാവൻ വാതില്ക്കൽ പ്രത്യക്ഷപ്പെട്ടു. ഇടതൂർന്ന വെളുത്ത താടിമീശ പരിവേഷം ചാർത്തിയ വൃദ്ധന്റെ തവിട്ടുനിറമുള്ള മുഖത്ത് വാർദ്ധക്യവും കഠിനാദ്ധ്വാനവും ആഴമുള്ള ചുളിവുകൾ വരുത്തിയിട്ടുണ്ടെങ്കിലും അയാൾ അസാമാന്യ വലിപ്പവും കായികശക്തിയുമുള്ള ഒരു മനുഷ്യനാണെന്ന് ഒലേനിന് അപ്പോഴാണ് ശരിക്കും മനസ്സിലായത്. അയാളുടെ കൈകാലുകളിലേയും തോളുകളിലേയും മാംസപേശികൾ ഒരു യുവാവിന്റേതു പോലെ ഉറച്ചതും കരുത്തുറ്റതുമായിരുന്നു. തലയിലെ ആഴത്തിലുള്ള മുറിപ്പാടുകൾ കുറ്റിത്തലമുടിക്കിടയിലൂടെ കാണാം. അയാളുടെ തടിച്ച കരുത്തുറ്റ കഴുത്തിൽ കാളയുടെ താട പോലുള്ള മടക്കുകളുണ്ട്. കാക്കപ്പുള്ളികളുള്ള കൈപ്പത്തികളിൽ ചതവുകളും മുറിവുകളും കാണാം.

അയാൾ അനായാസമായി പടി ചാടിക്കടന്ന് തോക്കു തോളിൽ നിന്നെടുത്ത് ഒരു മൂലയിൽ ചാരിവെച്ചു. ചുറ്റും കണ്ണോടിച്ച് മുറിയാകെ ഒന്നു പരിശോധിച്ചിട്ട് കാലുകൊണ്ട് തീരെ ശബ്ദമുണ്ടാക്കാതെ മുറിയുടെ മദ്ധ്യത്തിൽ വന്നുനിന്നു. പതിവുപോലെ അയാളുടെ പാദങ്ങൾ മാൻതോലുകൊണ്ടുള്ള "പൊർഷ്നി"കൊണ്ട് ചുറ്റിക്കെട്ടിയിരുന്നു. വീഞ്ഞിന്റേയും വോഡ്ക്കയുടേയും വെടിമരുന്നിന്റേയും ഉറഞ്ഞ രക്തത്തിന്റേയും ഗന്ധങ്ങൾ ഒന്നുചേർന്നുണ്ടായ രൂക്ഷമെങ്കിലും അപ്രീതിജനകമല്ലാത്ത ഒരു ഗന്ധം അയാളിൽനിന്ന് പ്രസരിച്ചുകൊണ്ടിരുന്നു.

യെറോഷ്ക അമ്മാവൻ വിശുദ്ധചിത്രങ്ങൾ നോക്കി തല കുനിച്ചു. തന്റെ താടി ഒതുക്കിവെച്ചിട്ട് അയാൾ നേരെ ഒലേനിനെ സമീപിച്ച് കറുത്ത വലിയ കൈപ്പത്തി അയാളുടെ നേരെ നീട്ടി.

“കൊഷ്കിൽദീ !” അയാൾ പറഞ്ഞു. “`ആരോഗ്യം നേരുന്നു’ എന്നോ `നല്ലതു വരട്ടെ,’ എന്നോ അർത്ഥം വരുന്ന ഒരു ടാട്ടാർ അഭിവാദ്യരീതിയാണതു്.”

“കൊഷ്കിൽദീ !” ഒലേനിൻ പ്രതിവചിച്ചു. “എനിക്കതറിയാം !”

“ഓ, യാതൊന്നുമറിഞ്ഞുകൂടാ ! എങ്ങനെയാണ് അഭിവാദ്യം ചെയ്യേണ്ടതെന്ന് നിനക്കറിയില്ല. വിഡ്ഢി !” കുറ്റപ്പെടുത്തുന്നമട്ടിൽ തലയാട്ടിക്കൊണ്ടു് വൃദ്ധൻ പറഞ്ഞു. “`കൊഷ്കിൽദീ !’ എന്നു പറഞ്ഞു് ആരെങ്കിലും അഭിവാദ്യംചെയ്താൽ `അള്ളാ റസി ബൊസൂൻ” എന്നു പറഞ്ഞാണ് പ്രത്യഭിവാദ്യം ചെയ്യേണ്ടതു്. `ദൈവം രക്ഷിക്കട്ടെ’ എന്നാണ് അതിന്റെ അർത്ഥം. അങ്ങനെയാണ് പറയേണ്ടതു്, പിതാവേ. ഞാൻ അതെല്ലാം പഠിപ്പിക്കാം. റഷ്യാക്കാരനായ ഇലിയ മൊസേയിച്ചും ഇങ്ങനെയായിരുന്നു. ഞങ്ങൾ ചങ്ങാതിമാരായിരുന്നു. ആൾ മിടുമിടുക്കനായിരുന്നു. കുടിയൻ, കള്ളൻ, നായാട്ടുകാരൻ. ഹോ! അയാൾ എത്ര നല്ല നായാട്ടുകാരനായിരുന്നെന്നോ! ഞാനാണ് അയാളെ ഇതെല്ലാം പഠിപ്പിച്ചതു്.”

“എന്നെ എന്താണ് പഠിപ്പിക്കാൻ പോകുന്നതു്?” വൃദ്ധനിൽ കൂടുതൽ താല്പര്യം തോന്നിത്തുടങ്ങിയ ഒലേനിൻ ചോദിച്ചു.

ഞാൻ നിന്നെ എന്റെ കൂടെ വേട്ടയ്ക്കു കൊണ്ടുപോകാം. മീൻ പിടിക്കാൻ പഠിപ്പിക്കാം. ചെച്ചെന്മാരെ കാണിച്ചുതരാം. വേണമെങ്കിൽ ഒരു ദൂഷെൻകയെ ഏർപ്പാടുചെയ്തുതരാം. ഞാൻ അങ്ങനെയുള്ള ഒരുത്തനാണ്-ഒരു കോമാളി!” വൃദ്ധൻ ചിരിച്ചു. “ഞാൻ ഇവിടെ ഇരിക്കട്ടെ, പിതാവേ? ഞാൻ ക്ഷീണിച്ചു. കർഗ?” ചോദ്യഭാവത്തിൽ വൃദ്ധൻ ഒലേനിനെ നോക്കി.

“ ‘കർഗ’ എന്നു പറഞ്ഞാൽ അർത്ഥം എന്താണ്?” ഒലേനിൻ ചോദിച്ചു.

“ജോർജിയൻ ഭാഷയിൽ `നല്ലതു്’ എന്നാണ് അതിന്റെ അർത്ഥം. ഞാൻ എപ്പോഴും ആ വാക്കു പറയാറുണ്ടു്. അതു് എന്റെ ഒരു ചൊല്ലാണെന്ന് പറയാം—എനിക്ക് ഏറ്റവും പ്രിയപ്പെട്ട വാക്ക്. ഞാൻ അതു പറഞ്ഞാൽ അതിന്റെയർത്ഥം ഞാൻ തമാശ പറയുകയാണെന്നാണ്. എന്താ, എന്റെ പിതാവേ, വീഞ്ഞു കൊണ്ടുവരാൻ ആളെ അയയ്ക്കുന്നില്ലേ? നിനക്ക് ഒരു ഭൃത്യനില്ലേ? അവന്റെ പേരു് ഇവാനെന്നല്ലേ?” വൃദ്ധൻ ചോദിച്ചു. “നിങ്ങളുടെ ഭൃത്യന്മാരുടെ എല്ലാവരുടേയും പേരു് ഇവാൻ എന്നാണ്, അല്ലേ. നിന്റെ ഭൃത്യന്റെ പേരും ഇവാനെന്നാണോ?”

“അതെ ഇവാനെ[27] ന്നാണ്... വന്യൂഷ ! വീട്ടുകാരുടെയടുത്തു ചെന്ന് കുറച്ചു ചുവന്ന വീഞ്ഞു വാങ്ങിക്കൊണ്ടു വരൂ.”

“ഇവാൻ, വന്യൂഷ! രണ്ടും ഒരു പേരു തന്നെ. എന്തുകൊണ്ടാണ് എല്ലാ ഭൃത്യന്മാരേയും ഇവാനെന്നു വിളിക്കുന്നത്? ഇവാൻ ! ഇവാൻ!” വൃദ്ധൻ ആ പേരു വീണ്ടും വീണ്ടും ഉച്ചരിച്ചു. “ഹേ, ചെറുപ്പക്കാരാ, തുറന്ന ഒരു വീപ്പയിൽ നിന്നേ വാങ്ങാവൂ, കേട്ടോ ! ഈ ഗ്രാമത്തിലെ ഏറ്റവും നല്ല വീഞ്ഞ് ഈ വീട്ടുകാരുടേതാണ്. എങ്കിലും കുപ്പിക്കു മുപ്പതു കോപ്പെക്കിൽ കൂടുതൽ കൊടുക്കരുത്. ആ കിഴവിപ്പിശാച് കുടുതൽ... ഞങ്ങളുടെ ആളുകൾ നശിച്ച കൂട്ടരാണ്. വിഡ്ഢികൾ!” വന്യൂഷ പൊയ്ക്കഴിഞ്ഞപ്പോൾ വൃദ്ധൻ കൂടുതൽ അടുപ്പത്തോടെ ഒലേനിനോടു പറഞ്ഞു. “അവർ നിങ്ങളെ മനുഷ്യരായി കണക്കാക്കുന്നില്ല. അവരുടെ കണ്ണിൽ നിങ്ങൾ ടാട്ടാറുകാരേക്കാൾ മോശക്കാരാണ്. റഷ്യാക്കാരെ നികൃഷ്ടരായിട്ടാണ് അവർ കണക്കാക്കുന്നത്. പക്ഷേ എന്റെ അഭിപ്രായത്തിൽ നീ ഒരു പട്ടാളക്കാരനാണെങ്കിലും ഒരു മനുഷ്യനാണ്. നിന്റെ ഉള്ളിൽ ഒരു നല്ല ആത്മാവുണ്ട്. എനിക്ക് അങ്ങനെയാണ് തോന്നുന്നത്. ഇലിയമൊസേയിച്ചിന്റെ കാര്യമെടുക്കാം. അയാളൊരു പട്ടാളക്കാരനായിരുന്നെങ്കിലും എത്ര തങ്കപ്പെട്ട മനുഷ്യനായിരുന്നു ! അതു ശരിയല്ലേ, പിതാവേ? അതുകൊണ്ടാണ് ഞങ്ങളുടെ ആളുകൾക്ക് എന്നെ കണ്ടു കൂടാത്തത്. പക്ഷേ എനിക്ക് അതുകൊണ്ട് ഒരു കുഴപ്പവുമില്ല. ഞാൻ ഒരു സരസനാണ്. എനിക്ക് കണ്ടുമുട്ടുന്ന എല്ലാവരേയും ഇഷ്ടമാണ്. യെറോഷ്ക എന്നാണ് എന്റെ പേര്.”

വൃദ്ധൻ വാത്സല്യപൂർവ്വം ആ യുവാവിന്റെ തോളിൽ തട്ടി.

---

27 ഇവാൻ എന്ന പേരിൽ നിന്നുണ്ടായ ഓമനപ്പേരാണ് വന്യൂഷ.-എഡി.

XII

ഇതിനിടെ വീട്ടുകാര്യങ്ങളിൽ വേണ്ടത്ര അടുക്കും ചിട്ടയും വരുത്തിക്കഴിഞ്ഞ വന്യൂഷ സൈനികക്ഷുരകനെക്കൊണ്ട് മുടി വെട്ടിച്ചിരുന്നു. സേനാദളം സൗകര്യപ്രദമായ പാർപ്പിടങ്ങളിൽ വാസമുറപ്പിച്ചിരിക്കുന്നുവെന്നതിന്റെ ലക്ഷണമായി, ബൂട്ടിനുള്ളിലേക്കു തിരുകിവെച്ചിരുന്ന തന്റെ ട്രൗസറിന്റെ അടിവക്കുകൾ പുറത്തിട്ടുകൊണ്ട് അവൻ നടന്നുതുടങ്ങി. ഇപ്പോൾ അവൻ തികച്ചും സന്തുഷ്ടനായി കാണപ്പെട്ടു. അപൂർവ്വമായ ഒരു വന്യമൃഗത്തെയെന്നപോലെ യെറോഷ്കയെ അവൻ ശ്രദ്ധയോടും അപ്രീതിയോടും കൂടി നോക്കിനിന്നു. തറയിൽ അയാൾ നടന്നുവന്നതിന്റെ പാടും നോക്കി തലയാട്ടിക്കൊണ്ട് അവൻ ബഞ്ചിനടിയിൽനിന്ന് രണ്ട് ഒഴിഞ്ഞ കുപ്പികൾ പുറത്തെടുത്ത് അതുമായി വീട്ടുടമസ്ഥയുടെയടുത്തേക്കു പോയി.

"നല്ല മനുഷ്യരേ, നമസ്കാരം," അവരോട് കഴിയുന്നതും മയത്തിൽ സംസാരിക്കണമെന്നു തീരുമാനിച്ച് അവൻ പറഞ്ഞു. "കുറച്ചു ചുവന്ന വീഞ്ഞു വാങ്ങാൻ യജമാനൻ എന്നെ അയച്ചതാണ്. ദയവുചെയ്ത് ഈ കുപ്പികൾ നിറച്ചു തരൂ."

വൃദ്ധ മറുപടി പറഞ്ഞില്ല. മര്യാന ചെറിയ ഒരു ടാട്ടാർ കണ്ണാടിയുടെ മുമ്പിൽ നിന്ന് തലയിലെ ഉവാല ഒതുക്കിവയ്ക്കുകയായിരുന്നു. അവൾ ഒന്നും പറയാതെ വന്യൂഷയുടെ നേരെ നോക്കി.

"ബഹുമാന്യരായ വീട്ടുകാരേ, ഞാൻ പണം രൊക്കം തരാം," കീശയിൽ കിടന്ന നാണയങ്ങൾ കിലുക്കിക്കൊണ്ട് വന്യൂഷ പറഞ്ഞു. "നിങ്ങൾ ഞങ്ങളോടു നന്നായി പെരുമാറിയാൽ ഞങ്ങളും നന്നായി പെരുമാറാം. അതാണ് എന്തു കൊണ്ടും നല്ലത്."

"എത്ര വേണം?" വൃദ്ധ പരുഷമായി ചോദിച്ചു.

"രണ്ടു കുപ്പി."

"മോളെ, ചെന്ന് എടുത്തു കൊടുക്കൂ," വൃദ്ധ മകളോടു പറഞ്ഞു, "തുറന്നു കഴിഞ്ഞ വീപ്പയിൽനിന്ന് കൊടുക്കണം."

മര്യാന താക്കോലും ഒരു മൊന്തയും എടുത്തുകൊണ്ട് വന്യൂഷയോടൊപ്പം മുറിയിൽനിന്നു പോയി.

"ആ പോകുന്ന സ്ത്രീ എത്തരക്കാരിയാണ്?" ആ സമയത്ത് ജനലിനു ചുവട്ടിലൂടെ കടന്നുപോയ മര്യാനയെ ചൂണ്ടിക്കാട്ടിക്കൊണ്ട് ഒലേനിൻ യെറോഷ്ക അമ്മാവനോടു ചോദിച്ചു.

വൃദ്ധൻ കണ്ണിറുക്കി കാണിച്ചുകൊണ്ട് അയാളുടെ കൈമുട്ടിൽ തോണ്ടി.

“ഒരു നിമിഷം.” എന്നു പറഞ്ഞുകൊണ്ട് വൃദ്ധൻ ജനലിനു പുറത്തേക്കു തലനീട്ടി രണ്ടു മൂന്നു തവണ ചുമച്ചിട്ട് വിളിച്ചുപറഞ്ഞു:

“മര്യാനുഷ്ക! കുഞ്ഞിപ്പെണ്ണേ, മര്യാനുഷ്ക! എന്നോട്ട് ഇഷ്ടം കൂടാമോ പോന്നേ?” പിന്നീട് ഒലേനിന്റെ ചെവിയിൽ അയാൾ മന്ത്രിച്ചു. “ഞാനൊരു കോമാളിയാണ്.”

ആ യുവതി തിരിഞ്ഞു നോക്കാതെ ഒരേപോലെ, ശക്തിയായി, കൈവീശിക്കൊണ്ട് കൊസാക്ക് സ്ത്രീകളുടെ ദ്രുതഗതിയിലുള്ള ചുറുചുറുക്കാർന്ന കാൽവയ്പുകളോടെ നടന്നുപോയി. അവൾ നീണ്ട ഇമകൾക്കിടയിലെ കരിനീല മിഴികളുയർത്തി വൃദ്ധനെ മെല്ലെ ഒന്നു നോക്കുക മാത്രം ചെയ്തു.

“എന്നെ സ്നേഹിച്ചാൽ നിനക്ക് സൗഭാഗ്യം കൈവരും,” എന്നു വിളിച്ചുപറഞ്ഞിട്ട് കണ്ണിറുക്കിക്കൊണ്ട് ചോദ്യഭാവത്തിൽ ഒലേനിനെ നോക്കി. “ഞാൻ ധീരനാണ്. ഞാൻ ഒരു കോമാളിയാണ്,” അയാൾ പറഞ്ഞു. “പെൺകുട്ടികളുടെ റാണിയാണ് ഇവൾ, അല്ലേ?”

“അവൾ ഒരു സുന്ദരിയാണ്,” ഒലേനിൻ പറഞ്ഞു. “അവളെ ഇങ്ങോട്ടു വിളിക്കൂ.”

“വേണ്ട, വേണ്ട,” വൃദ്ധൻ പറഞ്ഞു. “ലൂക്കാഷയ്ക്കു കല്യാണം കഴിക്കാനുള്ള പെണ്ണാണ് അവൾ. ലൂക്കാ ധീരനായ ഒരു കൊസാക്കുകാരനാണ്, ഒരു ജിഗിത്. രണ്ടുമൂന്നു ദിവസംമുമ്പ് അവൻ ഒരു അബ്റെക്കുകാരനെ വകവരുത്തി. ഞാൻ നിനക്ക് ഇതിലും നല്ല ഒരുത്തിയെ കണ്ടുപിടിക്കാം, പോരേ? പട്ടും വെള്ളിയും ധരിച്ചു നടക്കുന്ന ഒരു പെണ്ണിനെ കൊണ്ടുത്തരാം. ഞാൻ വാക്കു തന്നാൽ വാക്കാണ്. ഞാൻ തീർച്ചയായും ഒരു സുന്ദരിയെ കണ്ടുപിടിച്ചുതരാം.”

“അമ്മാവാ, എന്താണീപ്പറയുന്നത്?” ഒലേനിൻ ചോദിച്ചു. “അത് പാപമാണെന്നറിഞ്ഞുകൂടേ?”

“പാപമോ? എവിടെയാണ് പാപം? സുന്ദരിയായ ഒരു പെണ്ണിനെ നോക്കുന്നതു പാപമാണോ? ഒരു പെണ്ണിനെ സ്നേഹിക്കുന്നതു പാപമാണോ? നിങ്ങളുടെ നാട്ടിൽ അതൊക്കെ പാപമായാണോ കണക്കാക്കപ്പെടുന്നത്? അല്ല, പിതാവേ, അല്ല ! അതു പാപമല്ല, പുണ്യമാണ്. ദൈവം നിന്നെ സൃഷ്ടിച്ചു. പെണ്ണിനേയും സൃഷ്ടിച്ചു. ദൈവമാണ് എല്ലാം ഉണ്ടാക്കിയിരിക്കുന്നത്, കുട്ടീ ! അതുകൊണ്ട് ചന്തമുള്ള ഒരു പെണ്ണിനെ നോക്കുന്നത് പാപമല്ല. അവളെ സൃഷ്ടിച്ചിരിക്കുന്നത് അതിനുവേണ്ടിയാണ്, അതായത് പുരുഷനു പ്രേമിക്കാനും സുഖിക്കാനും വേണ്ടി. എന്റെ വിശ്വാസം അതാണ്.”

മുറ്റം കടന്ന് മര്യാന വീഞ്ഞു നിറച്ച വീപ്പകൾ സൂക്ഷിച്ചുവെച്ചിരിക്കുന്ന

തണുപ്പുള്ള ഇരുണ്ട നിലവറയിൽ പ്രവേശിച്ചു. പതിവുപോലെ ഒരു പ്രാർത്ഥന ചൊല്ലിയിട്ട് അവൾ ഒരു വീപ്പയ്ക്കടുത്ത് ചെന്നു നിന്ന് തന്റെ മൊന്തയിൽ വീഞ്ഞു നിറച്ചു. വാതില്ക്കൽ നിന്നുകൊണ്ട് വന്യൂഷ അവളെ നോക്കി പല്ലിളിച്ചു. പിന്നിൽ പിടിച്ചുകിടക്കുകയും മുൻവശത്ത് അയഞ്ഞുകിടക്കുകയും ചെയ്യുന്ന ഒരു ഷർട്ടുമാത്രം ധരിച്ച് ആ യുവതി നില്ക്കുന്നത് അങ്ങേയറ്റം പരിഹാസ്യമായി അവനു തോന്നി. അര റൂബിൾ നാണയങ്ങൾ കോർത്ത ഒരു ചരട് അവൾ കഴുത്തിലണിഞ്ഞിരിക്കുന്നതാണ് അതിലും അപഹാസ്യമായി അവനു തോന്നിയത്. ഈ വേഷത്തിൽ ഒരു പെണ്ണു നടക്കുന്നതുകണ്ടാൽ നാട്ടിലുള്ളവർ ചിരിച്ചുചിരിച്ചു മണ്ണുകപ്പുമെന്നും റഷ്യാക്കാർക്കു ചേർന്ന വേഷമല്ല ഇതെന്നും അവൻ വിചാരിച്ചു. "ലാഫിൽ കൊമ് സെത്രെബ്യേ[28]" അതു ഭാഗ്യം," അവൻ മനസ്സിൽ പറഞ്ഞു. "യജമാനനോട് ഇവളെപ്പറ്റി പറയണം."

"എടോ, ചെകുത്താനേ, താൻ എന്തിനാണ് അവിടെ മിഴിച്ചു നിൽക്കുന്നത്?" പെൺകുട്ടി പൊടുന്നനെ ചോദിച്ചു. "ആ പാത്രം ഇങ്ങെടുത്തു തരൂ !"

പാത്രം നിറയെ വീഞ്ഞു പകർന്ന് മര്യാന വന്യൂഷയെ ഏല്പിച്ചു.

"പണം അമ്മയെ ഏല്പിച്ചാൽ മതി", അവൻ നീട്ടിയ കൈ തട്ടി മാറ്റിക്കൊണ്ട് മര്യാന.

വന്യൂഷ ഉറക്കെ ചിരിച്ചു.

"നിനക്ക് ഇത്ര ദേഷ്യം എന്താണ്?"

മര്യാന വീപ്പ അടച്ചുവെച്ചിട്ട് തിരിച്ചുവന്നപ്പോൾ അവൻ ചോദിച്ചു. അവൾ പൊട്ടിച്ചിരിച്ചു.

"നിങ്ങൾ എന്താ, മര്യാദക്കാരാണോ?" അവൾ ചോദിച്ചു.

"അതെ. ഞാനും യജമാനനും വളരെ നല്ല ആളുകളാണ്," തികഞ്ഞ ആത്മാർത്ഥതയോടെ വന്യൂഷ പറഞ്ഞു. " ഞങ്ങൾ നല്ലവരായതുകൊണ്ട് താമസിച്ചിട്ടുള്ളിടത്തെല്ലാം ഞങ്ങളെ വലിയ കാര്യമായിരുന്നു. അദ്ദേഹം ഒരു കുലീനനാണ്, മനസ്സിലായോ?"

പെൺകുട്ടി അവൻ പറയുന്നതു സശ്രദ്ധം കേട്ടുനിന്നു.

"കല്യാണം കഴിച്ചിട്ടുണ്ടോ, നിന്റെ യജമാനൻ?" അവൾ ചോദിച്ചു.

"ഇല്ല. എന്റെ യജമാനൻ ചെറുപ്പക്കാരനാണ്. അവിവാഹിതനുമാണ്. കുലീനന്മാർക്ക് ചെറുപ്പത്തിൽ കല്യാണം കഴിക്കാൻ പാടില്ല," വന്യൂഷ വിശദീകരിച്ചു.

---

28 La fille comme c'est tres bien.-ഈ പെൺകുട്ടി അതിസുന്ദരിയാണ് (ഫ്രഞ്ച്).

“നേരോ ! ഒരു പോത്തിനെപ്പോലെ തടിമാടനായ ആ മനുഷ്യന് കല്യാണം കഴിക്കാൻ പ്രായമായിട്ടില്ലെന്നോ? അയാൾ നിങ്ങളുടെ ക്യാപ്റ്റനാണോ?” അവൾ ചോദിച്ചു.

“എന്റെ യജമാനൻ ഒരു യുങ്കറാണ്. അതിന്റെ അർത്ഥം ഒരു യഥാർത്ഥ ഓഫീസറുടെ സ്ഥാനം ഇനിയും അദ്ദേഹത്തിനു കിട്ടിയിട്ടില്ലെന്നാണ്. പക്ഷേ ഒരു ജനറലിനെക്കാൾ കൂടുതൽ സ്വാധീനം അദ്ദേഹത്തിനുണ്ട്-അദ്ദേഹം ഒരു വലിയ ആളാണ്. ഞങ്ങളുടെ കേണലിനു മാത്രമല്ല സാക്ഷാൽ സാർ ചക്രവർത്തിയ്ക്കുപോലും അദ്ദേഹത്തെ പരിചയമുണ്ട്,” വന്യൂഷ വീമ്പടിച്ചു. “ഞങ്ങൾ പട്ടാളത്തിലുള്ള മറ്റു ചവറുകളെപ്പോലെയല്ല. അച്ഛൻ സെനറ്ററാണ്. ആയിരത്തിൽ കൂടുതൽ അടിയാളന്മാർ അദ്ദേഹത്തിനുണ്ട്. അദ്ദേഹം ഞങ്ങൾക്ക് ആയിരകണക്കിന് റൂബിൾ അയച്ചു തരാറുണ്ട്. അതു കൊണ്ട് ചെല്ലുന്നിടത്തെല്ലാം ഞങ്ങളെ വലിയ കാര്യമാണ്. ചിലപ്പോൾ ഒരു ക്യാപ്റ്റൻപോലും പണമില്ലാതെ ബുദ്ധിമുട്ടാറുണ്ട്. പിന്നെന്താ പ്രയോജനം?..

“പോകാം, ഞാൻ അടയ്ക്കാൻ പോവുകയാണ്,” യുവതി അയാളെ തടസ്സപ്പെടുത്തി.

വന്യൂഷ വീഞ്ഞു് അകത്തു കൊണ്ടുചെന്ന് കൊടുത്തിട്ട് “ലാഫിൽ സെ ത്രെ ഷൂലീ[29]” എന്നു പറയുകയും തൽക്ഷണം തന്നെ തന്റെ വിഡ്ഢിച്ചിരി ചിരിച്ചിട്ട് അവിടെനിന്ന് പോവുകയും ചെയ്തു.

---

29 La fille c'est tres joil-അതിസുന്ദരിയായ പെണ്ണ് (ഫ്രഞ്ച്).

XIII

ഈ സമയത്ത്‌ മൈതാനത്തിൽ പാർപ്പിടത്തിലേക്കു മടങ്ങാൻ പട്ടാളക്കാരെ ആഹ്വാനം ചെയ്യുന്ന കാഹളം മുഴങ്ങി. ആളുകൾ ജോലി കഴിഞ്ഞു് മടങ്ങിത്തുടങ്ങിയിരുന്നു. സ്വർണ്ണനിറമുള്ള പൊടിപടലം ഉയർത്തിക്കൊണ്ടു് കന്നുകാലികൾ കവാടത്തിനടുത്തു വന്നു നിന്ന് അമറി. കന്നുകാലികളെ തെളിച്ചുകൊണ്ടു് സ്ത്രീകളും യുവതികളും തെരുവുകളിലും വീട്ടുമുറ്റങ്ങളിലും തിരക്കിട്ടു നടന്നു. മഞ്ഞണിഞ്ഞ മലകൾക്കു പിന്നിൽ സൂര്യൻ പൂർണ്ണമായും മറഞ്ഞുകഴിഞ്ഞു. ചാരനിറമുള്ള ഒരു നിഴൽ ഭൂമിയേയും ആകാശത്തേയും മൂടി. ഇരുട്ടു വ്യാപിച്ചുതുടങ്ങിയ തോട്ടങ്ങൾക്ക് മുകളിൽ അവിടയിവിടെമങ്ങിയ നക്ഷത്രങ്ങൾ പ്രത്യക്ഷപ്പെട്ടു.

ഗ്രാമത്തിലെ ശബ്ദവും ബഹളവും ക്രമേണ കെട്ടടങ്ങിക്കൊണ്ടിരുന്നു. കന്നുകാലികളെ തൊഴുത്തിൽ കയറ്റിക്കഴിഞ്ഞു് കൊസാക്ക് സ്ത്രീകൾ വഴിത്തിരിവുകളിലും തിട്ടകളിലും ഒത്തുകൂടി മത്തക്കുരു പൊട്ടിച്ചു തിന്നുകൊണ്ടിരുന്നു. രണ്ടു പശുക്കളേയും ഒരു എരുമയേയും കറന്നു കഴിഞ്ഞു് മര്യാനയും അത്തരം ഒരു സംഘത്തെ സമീപിച്ചു. ഏതാനും സ്ത്രീകളും പെൺകിടാങ്ങളും ഒരു വൃദ്ധനായ കൊസാക്കുകാരനും ചേർന്നതായിരുന്നു ആ ചെറുസംഘം.

അബ്റെക്കുകാരനെ വധിച്ച വാർത്തയായിരുന്നു ചർച്ചാവിഷയം. വൃദ്ധനായ കൊസാക്കുകാരൻ അക്കഥ വിശദീകരിച്ചു. സ്ത്രീകൾ ഇടയ്ക്കു ചില ചോദ്യങ്ങൾ ചോദിച്ചുകൊണ്ടു് അതു കേൾക്കുകയായിരുന്നു.

“അവന് നല്ല സമ്മാനം കിട്ടാതിരിക്കയില്ല, ഉവ്വോ?” ഒരു യുവതി ചോദിച്ചു.

“തീർച്ചയായും കിട്ടേണ്ടതാണ് ! അവന് ഒരു കുരിശു് അയച്ചുകൊടുക്കുമെന്നു കേൾക്കുന്നു”

“ആ മോസെവ് അവനെ പറ്റിക്കാൻ ശ്രമിച്ചു. അയാൾ അവന്റെ തോക്ക് എടുത്തുമാറ്റി. പക്ഷേ കിസ്ല്യാറിലുള്ള ഓഫീസർമാർ ആ വിവരമറിഞ്ഞു.”

“ആ മോസെവ് ഒരു നീചനാണ്.”

“ലുക്കാഷ ഗ്രാമത്തിലെത്തിയിട്ടുണ്ടെന്നു കേട്ടു,” ഒരു യുവതി പറഞ്ഞു.

“അവനും നസാർക്കയുംകൂടി യാംകയുടെ പീടികയിലിരുന്ന് കുടിച്ചുകൂത്താടുകയാണ്. അവർ ഒരു വീപ്പ മുഴുവൻ അകത്താക്കിയെന്നു കേട്ടു.”

മദ്യ വില്പന നടത്തുന്ന അവിവാഹിതയും ദുർന്നടത്തക്കാരിയുമായ ഒരു കൊസാക്ക് സ്ത്രീയാണ് യാംക.

"അതു ഉർവാന്റെ ഭാഗ്യമാണ്," ആരോ പറഞ്ഞു. "അവൻ ഒരു `ഉർവാൻ' തന്നെ. തർക്കമില്ല ! അവൻ മിടുമിടുക്കനായ ഒരു ചെറുപ്പക്കാരനാണ്. കൗശലക്കാരൻ ! മിടുക്കൻ ! അവന്റെ അച്ഛൻ കിര്യാക് അമ്മാവനും അങ്ങനെത്തന്നെയായിരുന്നു. അയാൾ കൊല്ലപ്പെട്ടപ്പോൾ ഗ്രാമത്തിലുള്ള സകലരും ദുഃഖമാചരിച്ചു. അതാ, അങ്ങോട്ടു നോക്കു ! അവർ വരുന്നുണ്ട് !" തെരുവിലൂടെ അവരുടെയടുത്തേക്കു നടന്നടുക്കുന്ന മൂന്നു കൊസാക്കുകാരെ ചൂണ്ടിക്കാട്ടിക്കൊണ്ട് അവർ പറഞ്ഞു. "യെർഗുഷൊവ് അവരുടെക്കൂടെയിരുന്നു കുടിക്കുകയായിരുന്നെന്നു തോന്നുന്നു. ഒരു മുഴുക്കുടിയനാണ് അയാൾ !"

മൂക്കറ്റം കുടിച്ചിരുന്ന ലൂക്കാഷയും നസാർക്കയും യെർഗുഷൊവും പെൺകുട്ടികളുടെയടുത്തെത്തി. ആ മൂന്നു കൊസാക്കുകാരുടേയും, പ്രത്യേകിച്ച് യെർഗുഷൊവിന്റെ മുഖം പതിവിലേറെ ചുവന്നിട്ടുണ്ട്. അയാൾ ഉറക്കെ ചിരിക്കുകയും നസാർക്കയുടെ പള്ളയിൽ കുത്തുകയും ചെയ്തുകൊണ്ടു വേച്ചുവേച്ചാണു നടന്നിരുന്നത്.

"എന്താ പെണ്ണുങ്ങളേ, ഞങ്ങൾക്കുവേണ്ടി ഒരു പാട്ടു പാടരുതോ?" അവരിലൊരാൾ ചോദിച്ചു.

"ഞങ്ങളെ രസിപ്പിക്കാൻ നിങ്ങൾ പാട്ടു പാടാനാണ് ഞാൻ പറഞ്ഞത് !"

"സൗഖ്യമാണോ? സൗഖ്യമാണോ?" എന്നു ചോദിച്ചുകൊണ്ട് സ്ത്രീകൾ അവരെ സ്വാഗതം ചെയ്തു.

"പാട്ടു പാടുകയോ ! ഇന്നൊരു ഒഴിവുദിവസമല്ല, ആണോ?" ഒരു സ്ത്രീ പറഞ്ഞു. "നിങ്ങൾ കുടിച്ചിട്ടുണ്ട്. അതാണു കാര്യം. തന്നത്താൻ പാടിക്കോളൂ !"

യെർഗുഷൊവ് പൊട്ടിച്ചിരിച്ചുകൊണ്ട് നസാർക്കയുടെ പള്ളയിൽ കുത്തി.

"നീ പാട് ! ഞാനും പാടാം ! ഞാൻ ഒരു ഉഗ്രൻ പാട്ടുകാരനാണ്! അറിയാമോ?"

"എന്താ, സുന്ദരിമാരെ, നിങ്ങൾ ഉറങ്ങുകയാണോ?" നസാർക്ക ചോദിച്ചു. "ഞങ്ങൾ ഒന്നാലോചിക്കാൻവേണ്ടി ചൗക്കയിൽനിന്ന് ഇവിടെ വന്നതാണ്. ഞങ്ങൾ ലൂക്കാഷയുടെ ഭാഗ്യത്തിനുവേണ്ടി കുടിക്കുകയായിരുന്നു !"

ആ സംഘത്തോടു ചേർന്ന ലൂക്കാഷ തൊപ്പി മെല്ലെ പിന്നിലേക്കു മാറ്റി പെൺകുട്ടികളുടെ മുമ്പിൽ ചെന്നുനിന്നു. അവന്റെ വലിയ

കവിളുകളും കഴുത്തും ചുവന്നിരുന്നു. പതിഞ്ഞസ്വരത്തിൽ സഗൗരവം അവൻ സംസാരിച്ചുകൊണ്ടിരുന്നു. എന്നാൽ അവന്റെ മന്ദവും ഘനഗംഭീരവുമായ ചലനങ്ങളിൽ നസാർക്കയുടെ ചടുലോക്തികളിലും ഉല്ലാസപ്രകടനത്തിലുമടങ്ങിയിരുന്നതിൽ കൂടുതൽ ഓജസ്സും ശക്തിയും ഉണ്ടായിരുന്നു. വാലു പൊക്കുകയും മുക്രയിടുകയും ചെയ്തിട്ട് കാലുകൾ നിലത്തുറച്ചുപോയതുപോലെ അനങ്ങാതെ നിൽക്കുന്ന ഉന്മേഷവാനായ ഒരു ഓട്ടക്കുതിരയെയാണ് അവൻ അനുസ്മരിപ്പിച്ചത്. ലൂക്കാഷ പെൺകുട്ടികളുടെ മുമ്പിൽ ശാന്തനായി നിന്നു. അവന്റെ കണ്ണുകളിൽ ആഹ്ലാദം തിരതല്ലി. കുടിച്ചു ലക്കുകെട്ട തന്റെ കൂട്ടുകാരേയും പെൺകിടാങ്ങളേയും മാറിമാറി നോക്കിക്കൊണ്ട് അധികം സംസാരിക്കാതെ അവൻ നിന്നു. മര്യാന മൂലതിരഞ്ഞു വന്നപ്പോൾ അവൻ മെല്ലെ തന്റെ തൊപ്പി ഉയർത്തുകയും പിന്നിലേക്ക് അല്പം മാറിയിട്ട് ഒരു കാൽ അല്പം മുമ്പോട്ടു നീട്ടിവയ്ക്കുകയും തള്ളവിരലുകൾ അരപ്പട്ടയിൽ തിരുകയും കഠാരയിൽ തെരുപ്പിടിക്കുകയും ചെയ്തുകൊണ്ട് വീണ്ടും അവളുടെ മുമ്പിൽ ചെന്നു നിന്നു. അവന്റെ അഭിവാദ്യത്തിനു മറുപടിയായി മര്യാന മെല്ലെ തല കുനിച്ചിട്ട് തിട്ടയിൽ ചെന്നിരുന്ന് തന്റെ കുപ്പായത്തിനുള്ളിൽനിന്ന് തണ്ണിമത്തൻവിത്തുകൾ പുറത്തെടുത്ത് കൊറിച്ചുതുടങ്ങി. ലൂക്കാഷ അവളുടെ മുഖത്തുതന്നെ ദൃഷ്ടികളുറപ്പിച്ചുകൊണ്ട് ഒരു വിത്തു കടിച്ചുപൊട്ടിച്ച് തോട് നിലത്തേക്കു തുപ്പി. മര്യാന വരുന്നതു കണ്ടപ്പോൾ എല്ലാവരും സംസാരം നിർത്തിയിരുന്നു.

"നീ കുറേ ദിവസം ഇവിടെ കാണുമോ?" നിശ്ശബ്ദതയ്ക്കു വിരാമമിട്ടുകൊണ്ട് ഒരു സ്ത്രീ ചോദിച്ചു.

"നാളെ രാവിലെ തിരിച്ചുപോകണം," ലൂക്കാഷ സഗൗരവം പറഞ്ഞു.

"ശരി. എന്നാൽ ദൈവം നിനക്ക് ഭാഗ്യം തരട്ടെ!" അവിടെ നിന്നിരുന്ന വൃദ്ധനായ കൊസാക്കുകാരൻ പറഞ്ഞു. "എനിക്ക് വലിയ സന്തോഷമായി. ഇപ്പോൾ ഞാൻ അക്കാര്യം പറയുകയായിരുന്നു."

"ഞാനും അതുതന്നെയാണ് പറയുന്നത്," യെർഗുഷൊവ് ഉറക്കെ ചിരിച്ചുകൊണ്ട് പറഞ്ഞു. "അപരിചിതർ ഇവിടെ എത്തിയിട്ടുണ്ട്, ഇല്ലേ?" ആ വഴി കടന്നുപോയ ഒരു പട്ടാളക്കാരനെ ചൂണ്ടിക്കാണിച്ചുകൊണ്ട് അയാൾ തുടർന്നു. "പട്ടാളക്കാരുടെ വോഡ്ക്ക കൊള്ളാം. എനിക്കതു് ഇഷ്ടമാണ് !"

"അവർ മൂന്നു ചെകുത്താന്മാരെ ഞങ്ങളുടെ വീട്ടിലേയ്ക്കയച്ചു," ഒരു സ്ത്രീ പറഞ്ഞു. "എന്റെ വീട്ടുകാരൻ മേലാവികളോട് പരാതിപ്പെട്ടുനോക്കി. പക്ഷേ ഫലമുണ്ടായില്ല."

"ഓ ! അതു നിങ്ങൾക്കൊരു ശല്യമാണ്, അല്ലേ?" യെർഗുഷൊവ് ചോദിച്ചു.

"പുകയിലപ്പുകകൊണ്ട് പൊറുതിമുട്ടിയോ?" ഒരു കൊസാക്ക് സ്ത്രീ ചോദിച്ചു. അവർ മുറ്റത്തിറങ്ങി എത്ര വേണമെങ്കിൽ പുകവലി ച്ചോട്ടെ. പക്ഷേ വീട്ടിനുള്ളിൽ വലിക്കാൻ ഞാൻ സമ്മതിക്കയില്ല. ഗ്രാമമുഖ്യൻ വന്ന് പറഞ്ഞാൽപ്പോലും ഞാൻ അതു സമ്മതിക്കയില്ല. പിന്നെ, അക്കൂട്ടർ മോഷ്ടിക്കുകയും ചെയ്യും. ഗ്രാമമുഖ്യൻ സൂത്രക്കാര നാണ്. സ്വന്തം വീട്ടിൽ ആരേയും താമസിപ്പിക്കയില്ല."

ചുരുക്കിപ്പറഞ്ഞാൽ അവരെ ഇഷ്ടമല്ലെന്നർത്ഥം," യെർഗുഷൊവ് പിന്നെയും അഭിപ്രായപ്പെട്ടു.

"പെൺപിള്ളേർ പട്ടാളക്കാരുടെ കിടക്ക വിരിക്കണമെന്നും അവർക്ക് ചുവന്ന വീഞ്ഞും തേനും കൊടുക്കണമെന്നും കല്പന ഉള്ളതായി കേട്ടു!" ലൂക്കാഷയുടെ നില്പും ഭാവവും അനുകരിക്കുകയും അവനെപ്പോലെ തൊപ്പി തലയ്ക്കു പിന്നിലേക്ക് തള്ളിവയ്ക്കുകയും ചെയ്തു കൊണ്ട് നസാർക്ക പറഞ്ഞു.

യെർഗുഷൊവ് ഉറക്കെ ചിരിച്ചുകൊണ്ട് തന്റെ തൊട്ടടുത്തുനിന്നി രുന്ന യുവതിയെ കെട്ടിപ്പിടിച്ചു:

"ശരിയാണോ?"

"എന്റടുത്ത് കളിയൊന്നും വേണ്ട, കേട്ടോ !" ആ യുവതി വിളിച്ചു കൂവി. "ഞാൻ നിങ്ങളുടെ ഭാര്യയോട് പറയും !"

"പറഞ്ഞോ!" കുടിച്ച് ഉന്മത്തനായ ആ മനുഷ്യൻ പറഞ്ഞു. "നസാർക്ക പറഞ്ഞതു സത്യമാണ്. ഒരു കുറിപ്പിലാണ് അക്കാര്യം പറഞ്ഞിരിക്കുന്നത്. അവന് അത്രയുമൊക്കെ വായിക്കാനറിയാം. നേര് !" അയാൾ രണ്ടാമതു നിന്നിരുന്ന പെൺകുട്ടിയെ കെട്ടിപ്പിടി ക്കാൻ ശ്രമിച്ചു.

"തെമ്മാടീ ! എന്താണ തന്റെ ഭാവം?" തുടുത്ത വട്ടമുഖമുള്ള ഊസ്റ്റേങ്ക ചിരിച്ചുകൊണ്ട് അയാളെ തള്ളി മാറ്റി.

അയാൾ പിറകോട്ട് മറിഞ്ഞുവീഴുമെന്നു തോന്നി.

"കണ്ടില്ലേ ! പെൺകുട്ടികൾക്കു ശക്തിയില്ലെന്നാണ് അവരുടെ നാട്യം ! ഇവൾ ഇപ്പോൾ എന്നെ മലർത്തിയിട്ടേനെ !"

"തെമ്മാടീ ! തന്നെ കോർഡനിൽനിന്ന് ഇവിടെയെത്തിച്ചത് ചെകുത്താനാണ്!" എന്ന് ഉറക്കെ പറഞ്ഞുകൊണ്ട് ഊസ്റ്റേങ്ക അയാ ളുടെയടുത്തുനിന്ന് മാറിനിന്നു കുടുകുടെ ചിരിച്ചു. "അബ്റെക്കുകാരൻ വന്നപ്പോൾ താൻ ഉറക്കമായിരുന്നു, അല്ലേ? അയാൾക്ക് തന്നെ വെട്ടിക്കൊല്ലാൻ കഴിഞ്ഞേനെ. എങ്കിൽ നന്നായിരുന്നു !"

"എങ്കിൽ നീ കരയുമായിരുന്നോ?" നസാർക്ക ചോദിച്ചു.

"ഛീ, വിഡ്ഢീ !"

"ഓ, ഇവൾക്ക് ഹൃദയം ഇല്ലെന്ന് ഇപ്പോൾ മനസ്സിലായില്ലേ? നസാർക്കാ, നീ ചത്താൽ ഇവൾ കരയുമോ?" യെർഗുഷൊവ് ചോദിച്ചു.

ഈ സമയമത്രയും ലൂക്കാഷ മര്യാനയെത്തന്നെ നോക്കിക്കൊണ്ടിരിക്കയായിരുന്നു. അവന്റെ പതറാത്ത നോട്ടം ആ യുവതിയെ പരിഭ്രാന്തയാക്കി.

"മര്യാന, ഓഫീസർമാരിലൊരാളെ നിങ്ങളുടെ വീട്ടിൽ താമസിപ്പിച്ചിട്ടുണ്ടെന്ന് കേട്ടല്ലോ?" അവളുടെ അടുത്തേക്കു നീങ്ങിയിരുന്നുകൊണ്ട് ലൂക്കാഷ ചോദിച്ചു.

മര്യാന എപ്പോഴത്തേയുംപോലെ ഉടൻ മറുപടി പറയാതെ മെല്ലെ കണ്ണുകളുയർത്തി അവനെ നോക്കി. താനും ആ യുവതിയും തമ്മിൽ ആ സംഭാഷണവുമായി യാതൊരു ബന്ധവുമില്ലാത്ത അസാധാരണമായ എന്തോ ഒന്നുണ്ടെന്ന മട്ടിൽ ലൂക്കാഷയുടെ കണ്ണുകൾ പുഞ്ചിരിച്ചു.

"ശരിയാണ്. പക്ഷേ അവർക്കു രണ്ടു പുരകളുള്ളതുകൊണ്ട് ബുദ്ധിമുട്ടില്ല," പ്രായംചെന്ന ഒരു വൃദ്ധ മര്യാനയ്ക്കുവേണ്ടി മറുപടി പറഞ്ഞു. "എന്നാൽ ഫോമുഷ്കിന്റെ വീട്ടിലും ഒരു ഓഫീസറെ താമസിപ്പിച്ചിട്ടുണ്ട്. അയാൾ അവരുടെ ഏറ്റവും നല്ല മുറി കൈയ്യിലാക്കി. ഇപ്പോൾ വീട്ടിലുള്ളവർക്കു താമസിക്കാൻ സ്ഥലമില്ല ! ഇങ്ങനെ ഒരേർപ്പാട് എവിടെയെങ്കിലും കേട്ടിട്ടുണ്ടോ? ഒരു കുപ്പിണിയെ മുഴുവൻ ഗ്രാമത്തിൽ താമസിപ്പിക്കേണ്ടതായി വന്നിരിക്കുന്നു ! നമ്മൾ എന്തു ചെയ്യും?" ആ സ്ത്രീ പറഞ്ഞു. "ഒരു മഹാവ്യാധിപോലെ അവർ ഇവിടെ കൂടിയിരിക്കയാണ് !"

"അവർ ടെറെക്കിനു കുറുകെ ഒരു പാലം കെട്ടാൻ പോകുന്നെന്നു കേട്ടു," ഒരു പെൺകുട്ടി പറഞ്ഞു.

"ഞാൻ കേട്ടതു മറ്റൊന്നാണ്," നസാർക്ക ഇടയ്ക്കു കയറി പറഞ്ഞു. അവൻ ഊസ്റ്റെങ്കയുടെ അടുത്തു ചെന്നുനിന്നുകൊണ്ടു തുടർന്നു: "ഞങ്ങളെപ്പോലുള്ള ചെറുപ്പക്കാരോട് സ്നേഹം കാണിക്കാത്ത ഇവിടുത്തെ പെൺപിള്ളേരെ ഇട്ടുമൂടാൻ അവർ ഒരു കിണറു കുഴിക്കാൻ പോകയാണെന്നാണ് ഞാൻ കേട്ടത്." പിന്നെയും അവൻ തനിക്കിഷ്ടപ്പെട്ട രീതിയിൽ തല കുനിക്കുകയും കാൽ നീട്ടി വയ്ക്കുകയും ചെയ്തു. അതു കൂട്ടച്ചിരിക്കിടയാക്കി. യെർഗുഷൊവ് പ്രായംചെന്ന ഒരു കൊസാക്ക് സ്ത്രീയെ കെട്ടിപ്പിടിച്ചു. നിന്നിരുന്ന മുറയനുസരിച്ച് മര്യാനയെയായിരുന്നു അയാൾ കെട്ടിപ്പിടിക്കേണ്ടിയിരുന്നത്. എങ്കിലും അയാൾ

അവളെ തൊടാതെ കടന്നുപോവുകയാണുണ്ടായത്.

"മര്യാനയെ വിട്ടുകളഞ്ഞതെന്താണ്? അവളാണ് അടുത്തത്," നസാർക്ക പറഞ്ഞു.

"വേണ്ട, പ്രായമായ സ്ത്രീകളെയാണ് എനിക്കിഷ്ടം !"കുതറിമാറാൻ ശ്രമിച്ചുകൊണ്ടിരുന്ന കൊസാക്ക് സ്ത്രീയെ ഉമ്മവെച്ചുകൊണ്ട് യെർഗുഷൊവ് പറഞ്ഞു.

"ശ്വാസം മുട്ടുന്നു!" എന്നു പറഞ്ഞുകൊണ്ട് ആ സ്ത്രീ ചിരിച്ചു. തെരുവിന്റെ മറ്റേയറ്റത്ത് ചിട്ടയായി പതിക്കുന്ന കാലടികളുടെ ശബ്ദം ചിരിയ്ക്കു വിരാമമിട്ടു. സേനാവിഭാഗത്തിന്റെ സ്ഫോടകവസ്തുക്കൾ, സൂക്ഷിച്ചിരുന്ന പേടകത്തിനടുത്തു പാറാവു നിൽക്കാൻ നിയുക്തരായ ഓവർക്കോട്ടു ധരിച്ച മൂന്നു പട്ടാളക്കാർ തോക്കും തോളിൽവെച്ച് തെരുവിന്റെ അറ്റത്തു പ്രത്യക്ഷപ്പെട്ടു. അശ്വസേനയിലെ ഒരു ഭടനായിരുന്ന വൃദ്ധനായ കോർപൊറൽ കൊസാക്കുകാരെ സഗൗരവം നോക്കിക്കൊണ്ട് പട്ടാളക്കാരെ മുമ്പോട്ടു നയിച്ചു. ലൂക്കാഷയുടേയും നസാർക്കയുടേയും ഇടയ്ക്കുകൂടി വേണം അവർക്കു കടന്നു പോകാൻ. നസാർക്ക ഒരു വശത്തേക്കു മാറിനിന്നു. എന്നാൽ ലൂക്കാഷ കണ്ണു ചിമ്മുകയും തന്റെ തലയും വീതിയുള്ള പുറവും തിരിച്ചുപിടിക്കുകയും ചെയ്തുതല്ലാതെ നിന്നിടത്തുനിന്നനങ്ങിയില്ല.

"ആളുകൾ നിൽക്കുമ്പോൾ മാറി പോകണം !" വെറുപ്പോടെ പട്ടാളക്കാരെ നോക്കി തലയാട്ടിക്കൊണ്ട് അവൻ പിറുപിറുത്തു.

പട്ടാളക്കാർ പൊടിനിറഞ്ഞ വഴിയിൽ ചിട്ടയായി കാൽ പതിപ്പിച്ച് കവാത്തുചെയ്തു പോയി.

മര്യാനയും മറ്റു പെൺകുട്ടികളും ഉറക്കെ ചിരിച്ചു.

"ഹോ ! എത്ര ചുണയുള്ള പട്ടാളക്കാർ !" നസാർക്ക പറഞ്ഞു. "നീണ്ട കുപ്പായം ധരിച്ച പള്ളിപ്പാട്ടുകാരെപ്പോലിരിക്കുന്നു !" അവരെ അനുകരിച്ച് അവൻ തെരുവിലൂടെ കവാത്തു ചെയ്തുതുടങ്ങി.

വീണ്ടും എല്ലാവരും പൊട്ടിച്ചിരിച്ചു. ലൂക്കാഷ മെല്ലെ നടന്ന് മര്യാനയുടെയടുത്തെത്തി.

"നിങ്ങൾ ഓഫീസറെ എവിടെയാണ് താമസിപ്പിച്ചിരിക്കുന്നത്?" അവൻ ചോദിച്ചു.

തെല്ലിട ആലോചിച്ചുനിന്നിട്ടാണ് മര്യാന മറുപടി പറഞ്ഞത്. "പുതിയ കുടിലിലാണ്," അവൾ പറഞ്ഞു.

"ചെറുപ്പക്കാരനാണോ വയസ്സനാണോ?" അവളുടെ അടുത്തിരുന്നുകൊണ്ട് ലൂക്കാഷ ചോദിച്ചു.

"ഞാൻ അയാളോട്ട് വയസ്സ ചോദിച്ചെന്നാണോ വിചാരം?" മര്യാന മറുപടി പറഞ്ഞു. "കുറച്ച് ചുവന്ന വീഞ്ഞു കൊടുക്കാൻ ഞാൻ അവിടെ ചെന്നപ്പോൾ അയാൾ യൊറേഷ്ക അമ്മാവനോട്ട സംസാരിച്ചുകൊണ്ട് ജനലിനടുത്തിരിക്കുന്നതു കണ്ടു. ചുവന്ന നിറമുള്ള ഒരു മനുഷ്യൻ. അയാൾ ഒരു വണ്ടി നിറയെ സാമാനവുമായാണ് വന്നിരിക്കുന്നത്."

അവൾ മിഴികൾ താഴ്ത്തി.

"കോർഡനിൽനിന്ന് ഇന്ന് ഇങ്ങോട്ടുവരാൻ കഴിഞ്ഞതിൽ എനിക്കെത്ര സന്തോഷമുണ്ടെന്നോ !" എന്നു പറഞ്ഞിട്ട് പെൺകുട്ടിയുടെ കണ്ണിൽത്തന്നെ ഉറ്റുനോക്കിക്കൊണ്ട് ലൂക്കാഷ അവളുടെയടുത്തേക്കു നീങ്ങിയിരുന്നു.

"എത്ര നേരം ഇവിടെ കാണും?" മര്യാന ഒരു ചെറുപുഞ്ചിരിയോടെ ചോദിച്ചു.

"നാളെ രാവിലെ തിരിച്ചുപോകണം. എനിക്കു കുറേ തണ്ണിമത്തൻ കുരു തരൂ," ലൂക്കാഷ കൈ നീട്ടിക്കൊണ്ട് പറഞ്ഞു.

മര്യാന ചിരിച്ചുകൊണ്ട് തന്റെ കുപ്പായത്തിന്റെ മുൻവശത്തെ മടക്ക് തുറന്നു.

"മുഴുവൻ എടുക്കരുത്," അവൾ പറഞ്ഞു.

"സത്യം പറഞ്ഞാൽ നിന്നെ കാണാത്തതിനാൽ എനിക്കു വല്ലാത്ത ഏകാന്തത തോന്നി," അവളുടെ കുപ്പായത്തിനുള്ളിൽനിന്ന് തണ്ണിമത്തൻ കുരു എടുത്തുകൊണ്ട് ലൂക്കാഷ കരുതലോടെ മന്ത്രിച്ചു. പിന്നീട് അവളോട്ട് കുറെക്കൂടി ചേർന്നിരുന്നുകൊണ്ട് ചിരിക്കുന്ന കണ്ണുകളോടെ അവൻ അവളുടെ ചെവിയിൽ എന്തോ സ്വകാര്യം പറഞ്ഞു.

"ഞാൻ വരില്ല. തീർച്ചയാണ്," പെട്ടെന്ന് തല തിരിച്ചുകൊണ്ട് മര്യാന ഉറക്കെ പറഞ്ഞു...

"സത്യമായിട്ടും... ഞാൻ പറയാൻ പോയതെന്താണെന്നോ?" ലൂക്കാഷ മന്ത്രിച്ചു. ദൈവത്തെ ഓർത്തു വരൂ, മര്യാന."

മര്യാന നിശ്ചയദാർഢ്യത്തോടെ വരില്ല എന്ന അർത്ഥത്തിൽ തലയാട്ടി. എങ്കിലും അവൾ പുഞ്ചിരിച്ചുകൊണ്ടിരുന്നു.

"ചേച്ചീ, ഹേയ്, ചേച്ചീ ! അത്താഴം കഴിക്കാൻ അമ്മ വിളിക്കുന്നു," മര്യാനയുടെ അനുജൻ ഓടിവന്ന് പറഞ്ഞു.

"ഞാൻ ഇതാ വരുന്നു," മര്യാന മറുപടി പറഞ്ഞു. "നീ പൊയ്ക്കോ. ഞാൻ വന്നേക്കാം. ആദ്യം നീ ചെല്ല്."

ലൂക്കാഷ എണീറ്റുനിന്ന് തൊപ്പി നേരെ വെച്ചു.

"എനിക്ക് വീട്ടിൽ പോകാൻ നേരമായി. അതാണ് നല്ലത്," അലക്ഷ്യഭാവം നടിച്ചുകൊണ്ട് എന്നാൽ പുഞ്ചിരി മറച്ചുവയ്ക്കാൻ പണിപ്പെട്ടുകൊണ്ട് അവൻ പറഞ്ഞു. അവൻ മൂല തിരിഞ്ഞു് അപ്ര ത്യക്ഷനായി.

ഇതിനിടെ ഗ്രാമത്തെ നിശ പൂർണ്ണമായും ആച്ഛാദനം ചെയ്തു കഴിഞ്ഞിരുന്നു. ആകാശവിതാനത്തിൽ എണ്ണമറ്റ നക്ഷത്രങ്ങൾ മിന്നിത്തിളങ്ങി. തെരുവുകൾ ഇരുൾ മൂടി വിജനമായി കിടന്നു. നസാർക്ക കൊസാക്ക് സ്ത്രീകളോടൊപ്പം തട്ടിൽ നിന്നിരുന്നു. അവരുടെ പൊട്ടിച്ചിരി അപ്പോഴും മുഴങ്ങിക്കൊണ്ടിരുന്നു. സ്ത്രീകളുടെ സംഘത്തെ വിട്ടുപിരിഞ്ഞു് ലൂക്കാഷ പെട്ടെന്നു ഒരു പൂച്ചയെപ്പോലെ ശബ്ദം കേൾപ്പിക്കാതെ ഓടിത്തുടങ്ങി. കഠാര കിലുങ്ങിശബ്ദമുണ്ടാ കാതിരിക്കാൻ അവൻ അതിൽ പിടിച്ചിരുന്നു. തന്റെ വീടിനെ ലക്ഷ്യമാക്കിയല്ല മര്യാനയുടെ വീടിനെ ലക്ഷ്യമാക്കിയാണ് അവൻ ഓടിയതു്. രണ്ടു തെരുവുകൾ കടന്ന് അവൻ ഒരു ഇടവഴിയിലേക്കു തിരിഞ്ഞു. തന്റെ ചെർക്കേസ്കു മുകളിലേക്ക് ചുരുട്ടിവെച്ചിട്ട് അവൻ നിലത്തു് ഒരു വേലിയുടെ മറപറ്റി ഇരുന്നു.

"കോർണെറ്റിന്റെ മകൾ എന്തൊരു പെണ്ണാണ്!" അവൻ മനസ്സിൽ പറഞ്ഞു. "അവൾ കുറച്ചു രസിക്കാൻ തയ്യാറില്ല! സാരമില്ല! അതിനുള്ള സമയം വരും !"

സ്ത്രീകൾ നടന്നുവരുന്ന ശബ്ദം കേട്ടു. അവൻ അതു ശ്രദ്ധിച്ചിട്ട് പുഞ്ചിരിതൂകി. മര്യാന തല കുനിച്ചു പിടിച്ച് ദ്രുതഗതിയിലും ഒരേ താള ക്രമത്തിലുമുള്ള പാദവിന്യാസത്തോടെ അവനിരിക്കുന്നിടത്തേക്കു നടന്നുവന്നു. കയ്യിലിരുന്ന കമ്പ് വേലിപ്പത്തലുകളിൽ മുട്ടിച്ചു ശബ്ദമു ണ്ടാക്കികൊണ്ടാണ് അവൾ നടന്നിരുന്നതു്. ലൂക്കാഷ എണീറ്റുനിന്നു. മര്യാന ഞെട്ടി പിറകോട്ടു മാറി.

"നശിച്ച ചെകുത്താൻ ! എന്നെ പേടിപ്പിച്ചു ! അവൻ വീട്ടിൽ പോയില്ലേ !" ഉല്ലാസപൂർവ്വം ചിരിച്ചുകൊണ്ട് അവൾ പറഞ്ഞു.

ലൂക്കാഷ ഒരു കൈകൊണ്ട് അവളെ ചുറ്റിപ്പിടിച്ച് മറുകൈ കൊണ്ട് അവളുടെ മുഖം പിടിച്ചുയർത്തി.

"ഞാൻ പറയാൻ പോയതെന്താണെന്നോ?"... ദൈവമേ !" അവന്റെ ശബ്ദം പതറി.

"ഈ രാത്രിയിലാണോ ഇതൊക്കെ പറയാൻ സമയം!" മര്യാന മറുപടി പറഞ്ഞു. "അമ്മ എന്നെ കാത്തിരിക്കും. നീ നിന്റെ വെപ്പാ ട്ടിയുടെയടുത്തേക്കു ചെല്ലൂ!" അവന്റെ പിടിയിൽനിന്നു കുതറിമാറി

അവൾ ഓടി... അവളുടെ മുറ്റത്തെ തെരുവിൽ നിന്നു വേർതിരിക്കുന്ന വേലിക്കടുത്തെത്തിയപ്പോൾ അവൾ ഓട്ടം നിർത്തി, അവളോടൊപ്പം ഓടിയെത്തിയ ലൂക്കാഷയുടെ നേരെ നോക്കി. കുറച്ചുനേരംകൂടി അവിടെ നിൽക്കാൻ അവൻ അവളോടപേക്ഷിച്ചു.

"ഹേയ്, മൂങ്ങ ! നിനക്ക് എന്താണ് വേണ്ടത്?" എന്നു ചോദിച്ചുകൊണ്ട് അവൾ വീണ്ടും ചിരിച്ചു.

"എന്നെ കളിയാക്കരുതേ മര്യാന. ദൈവത്തെ ഓർത്തു! എനിക്കൊരു വെപ്പാട്ടിയുണ്ടെങ്കിലെന്താ? അവളെ ചെകുത്താൻ പിടിക്കട്ടെ? നീ ഒന്നു സമ്മതം മൂളിയാൽ ഞാൻ നിന്നെ പ്രേമിക്കാം. നീ പറയുന്നതെന്തും ഞാൻ ചെയ്യാം. കേൾക്കുന്നുണ്ടോ? (അവൻ പോക്കറ്റിലെ പണം കിലുക്കി.) നമുക്ക് ഉല്ലാസമായി ജീവിക്കാം. ആണുങ്ങൾ എല്ലാവരും മേളിച്ചുനടക്കുന്നു. പിന്നെ എനിക്ക് എന്തുകൊണ്ട് പാടില്ല? മര്യാന, നീ എന്നെ സന്തോഷിപ്പിക്കുന്നേയില്ല !"

പെൺകുട്ടി മറുപടിയൊന്നും പറയാതെ അവന്റെ മുമ്പിൽ നിന്നു. അവൾ തന്റെ കൈയിലിരുന്ന വടി വിരലുകൾ അതിവേഗം ചലിപ്പിച്ച് ഒടിച്ചു ചെറുതുണ്ടുകളാക്കിക്കൊണ്ടിരുന്നു.

ലൂക്കാഷ പൊടുന്നനെ മുഷ്ടി ചുരുട്ടുകയും പല്ലുകടിക്കുകയും ചെയ്തു.

"നമ്മൾ ഇങ്ങനെ എന്നുമെന്നും കാത്തിരിക്കുന്നതെന്തിനാണെന്ന്! എനിക്കു നിന്നെ എത്ര ഇഷ്ടമാണെന്ന് നിനക്കറിഞ്ഞുകൂടാ! എന്നെ എന്തുവേണമെങ്കിൽ ചെയ്തോളൂ !" പെട്ടെന്ന് രോഷാകുലനായി നെറ്റി ചുളിച്ചുകൊണ്ട് അവൻ അവളുടെ ഇരുകരങ്ങളും ഗ്രഹിച്ചു.

മര്യാനയുടെ മുഖത്തോ ശബ്ദത്തിലോ ക്ഷോഭത്തിന്റെ ലാഞ്ഛന പോലും പ്രത്യക്ഷപ്പെട്ടില്ല.

"ലൂക്കാഷ, ക്ഷോഭമടക്കി ഞാൻ പറയുന്നതു കേൾക്കൂ," കൈവലിച്ചെടുക്കാൻ ശ്രമിക്കാതെ, എന്നാൽ അവനെ അല്പം തള്ളിമാറ്റിക്കൊണ്ട്, മര്യാന പറഞ്ഞു. "ഞാൻ ഒരു പെണ്ണാണ്, എങ്കിലും ഞാൻ പറയുന്നതു കേൾക്കൂ. നിനക്ക് എന്നോട് ഇഷ്ടമുണ്ടെങ്കിൽ നീ ഞാൻ പറയുന്നതു കേൾക്കണം. എന്റെ കൈ വിട്ടാൽ ഞാൻ പറയാം. നിന്നെ കല്യാണം കഴിക്കാൻ എനിക്കു സമ്മതമാണ്. പക്ഷേ കളിതമാശയൊന്നും എന്നെ കിട്ടില്ല. അക്കാര്യം തീർച്ച !" നേരെ അവന്റെ മുഖത്തേക്കു നോക്കിക്കൊണ്ടാണ് മര്യാന അതു പറഞ്ഞത്.

"നീ എന്താ പറഞ്ഞത്... കല്യാണം കഴിക്കണമെന്നോ? അതു നമ്മെ ആശ്രയിച്ചല്ല ഇരിക്കുന്നത്. നീ എന്നെ സ്നേഹിച്ചാൽ മതി മര്യാന," ലൂക്കാഷ പറഞ്ഞു. അവന്റെ വിഷാദവും ക്ഷോഭവും ഞൊടിയിടകൊണ്ട് അപ്രത്യക്ഷമായി. മധുരവും സ്നേഹനിർഭരവുമായ ഒരു

ഭാവത്തോടെ അവൻ അവളുടെ കണ്ണുകളിലേക്കു നോക്കി പുഞ്ചിരി ച്ചുകി.

മര്യാന അവനോടു പറ്റിച്ചേർന്നു നിന്നുകൊണ്ട് അവന്റെ അധര ങ്ങളിൽ ഒരു തവണ ചുംബിച്ചു.

“എന്റെ സഹോദരാ,” അവനെ കെട്ടിപ്പിടിച്ചുകൊണ്ട് അവൾ ആവേശത്തോടെ മന്ത്രിച്ചു. അടുത്ത ക്ഷണംതന്നെ അവൾ അവനെ തള്ളിമാറ്റിക്കൊണ്ട് ഓടി ഒരിക്കൽപ്പോലും തിരിഞ്ഞുനോക്കാതെ തന്റെ വീട്ടുമുറ്റത്തേക്കു കയറി. ഒരു നിമിഷംകൂടി നിന്ന് തനിക്കു പറയാനുള്ളതു കേട്ടിട്ടു പോകണമെന്ന് ആ കൊസാക്ക് യുവാവ് കെഞ്ചിയെങ്കിലും അവൾ നിന്നില്ല.

“ഇവിടുന്നു പോകൂ ! ആരെങ്കിലും കാണും !” അവൾ ആജ്ഞാസ്വ രത്തിൽ പറഞ്ഞു. “ഞങ്ങളുടെ വാടകക്കാരൻ ചെകുത്താൻ മുറ്റത്ത് ഉലാത്തുന്നുണ്ടെന്നു തോന്നുന്നു.”

“കോർണെറ്റിന്റെ മകൾ !” ലൂക്കാഷ സ്വയം പറഞ്ഞു. “അവൾക്ക് കല്യാണത്തിനു സമ്മതമാണ്. കല്യാണം നല്ല കാര്യമാണ് പക്ഷേ എനിക്ക് പ്രേമമാണ് വേണ്ടത് !”

യാംകയുടെ പീടികയിൽ അവൻ നസാർക്കയെ കണ്ടുമുട്ടി. അവനോടൊപ്പം കുടിച്ചുകൊണ്ട് കുറേനേരം അവിടെയിരുന്നിട്ട് ലൂക്കാഷ ദുന്യാഷ്കയുടെ വീട്ടിലേക്കു പോയി. അവൾ തന്നോടു വിശ്വാ സവഞ്ചന കാട്ടിയെന്നറിഞ്ഞിട്ടും അന്നു രാത്രി അവൻ അവളോടൊ പ്പം ചെലവഴിച്ചു.

XIV

വാസ്തവത്തിൽ മര്യാന പടിക്കള്ളിൽ കയറിയപ്പോൾ ഒലേനിൻ മുറ്റത്തു ഉലാത്തുകയായിരുന്നു. "വാടകക്കാരൻ ചെകുത്താനെ"പ്പറ്റി അവൾ പറഞ്ഞതു് അയാൾ കേൾക്കുകയും ചെയ്തു.

ആ സായാഹ്നം മുഴുവൻ അയാൾ യെറോഷ്ക അമ്മാവനോടൊപ്പം തന്റെ പുതിയ പാർപ്പിടത്തിന്റെ നടയിലിരുന്നാണ് ചെലവഴിച്ചതു്. ഒരു മേശയും സമോവാറും വീഞ്ഞും കത്തിച്ച മെഴുകുതിരിയും മുറ്റത്തു കൊണ്ടുവയ്ക്കാൻ അയാൾ വന്യൂഷയ്ക്കു് കല്പനകൊടുത്തിരുന്നു. ചായ കുടിക്കുകയും ചുരുട്ടു വലിക്കുകയും ചെയ്തുകൊണ്ടു് അയാൾ തന്റെ കാൽച്ചുവട്ടിലായി ചവിട്ടുപടികളിൽ ഒന്നിൽ ഇരുന്നിരുന്ന യെറോഷ്ക അമ്മാവന്റെ കഥകൾ കേൾക്കുകയായിരുന്നു. കാറ്റില്ലായിരുന്നെങ്കിലും മെഴുകുതിരിയുടെ നാളം ചഞ്ചലമായിരുന്നു. അതു് അങ്ങോട്ടുമിങ്ങോട്ടും ചെരിഞ്ഞു് ചിലപ്പോൾ തൂണുകളിലും ചിലപ്പോൾ മേശപ്പുറത്തെ ചായപ്പാത്രത്തിലും ചിലപ്പോൾ വൃദ്ധന്റെ പറ്റെ വെട്ടിയ വെളുത്ത തലമുടിയിലും പതിച്ചുകൊണ്ടിരുന്നു. പറന്നുവന്ന് മേശയിലും ഗ്ലാസുകളിലും തട്ടിക്കൊണ്ടിരുന്ന നിശാശലഭങ്ങളുടെ ചിറകുകളിലെ പൊടി നാലുപാടും ചിതറുന്നുണ്ടു്. ചില ശലഭങ്ങൾ തീനാളത്തിനുള്ളിലൂടെ മറുവശത്തേക്കു പറന്ന് വെളിച്ചത്തിന്റെ മാന്ത്രികവലയത്തിനു പുറത്തുള്ള ഇരുട്ടിൽ അപ്രത്യക്ഷരായി.

ഒലേനിനും യെറോഷ്കയും ഒരുമിച്ച് അഞ്ചുകുപ്പി ചുവന്ന വീഞ്ഞു് കുടിച്ചുകഴിഞ്ഞു. ഓരോ തവണ തന്റെ ഗ്ലാസു നിറയ്ക്കുമ്പോഴും വൃദ്ധൻ ഒലേനിന്റെ നേർക്കു് അതുയർത്തിപ്പിടിക്കുകയും അയാളുടെ ആരോഗ്യത്തിനുവേണ്ടി കുടിക്കുകയും നിർത്താതെ സംസാരിക്കുകയും ചെയ്തുകൊണ്ടിരുന്നു. കൊസാക്കുകാരുടെ പഴയ കാലത്തെ ജീവിതരീതിയെക്കുറിച്ചും "വിശാലമായ പുറമുള്ള ആൾ" എന്ന വട്ടപ്പേരിൽ അറിയപ്പെട്ടിരുന്ന തന്റെ അച്ഛനെക്കുറിച്ചും അയാൾ പറഞ്ഞു. നൂറ്റമ്പതിലേറെ കിലോഗ്രം തൂക്കമുള്ള ഒരു കാട്ടുപന്നിയെ തന്റെ അച്ഛൻ ഒറ്റയ്ക്കു തോളിലേറ്റിക്കൊണ്ടു വന്നിട്ടുണ്ടെന്നും ഒറ്റയിരുപ്പിൽ ഇരുപതു കുപ്പി വീഞ്ഞു കുടിക്കാറുണ്ടായിരുന്നെന്നും അയാൾ വിശദീകരിച്ചു. തന്റെ ചെറുപ്പകാലത്തെ പരാക്രമങ്ങൾ അയാൾ വർണ്ണിച്ചുകേൾപ്പിച്ചു. തന്റെ സ്നേഹിതനായിരുന്ന ഗ്രിർച്ചിക്കും താനുംകൂടി മഹാമാരിയുടെ കാലത്തു് ടെറെക്കിന്റെ മറുകരയിൽനിന്ന് കമ്പിളിജീനികെട്ടിയ കുതിരകളെ കൊണ്ടുവന്ന കാര്യവും അയാൾ പറഞ്ഞു. തന്റെ നായാട്ടിനെപ്പറ്റിയും ഒരു പ്രഭാതത്തിൽ താൻ രണ്ടു് കലമാനുകളെ കൊന്നതിനെപ്പറ്റിയും വൃദ്ധൻ അനുസ്മരിച്ചു. തന്റെ "ദൂഷെങ്ക" തന്നെ കാണാൻ

രാത്രിയിൽ പാത്തും പതുങ്ങിയും കോർഡനിലെത്താറുണ്ടായിരുന്ന ത്രെ... വൃദ്ധന്റെ സരസസംഭാഷണത്തിലും മിഴിവുറ്റ വിവരണങ്ങളിലും മുഴുകിപ്പോയ ഒലേനിൻ സമയം കടന്നുപോയതു് അറിഞ്ഞില്ല.

"എന്റെ പിതാവേ, എന്റെ ആയകാലത്ത് നീ എന്നെ കണ്ടിട്ടി ല്ലല്ലോ," വൃദ്ധൻ പറഞ്ഞു. "അന്നായിരുന്നെങ്കിൽ പലതും ഞാൻ നിനക്കു കാണിച്ചുതന്നേനെ. ഇപ്പോൾ യെറോഷ്ക 'പാത്രം നക്കുന്നു.' എന്നാൽ അക്കാലത്ത് യെറോഷ്കയുടെ പേരു് സേനാദളത്തിൽ മുഴുവൻ പ്രസിദ്ധമായിരുന്നു. ഏറ്റവും നല്ല കുതിര ആർക്കായിരുന്നു? ഏറ്റവും നല്ല വാൾ ഉണ്ടായിരുന്നതു് ആർക്കാണ്? കുടിച്ചു കൂത്താടാൻ ആളുകൾ തേടിപ്പിടിച്ചിരുന്നതു് ആരെയാണ്? അഹ്മത് ഖാനെ കൊല്ലാൻ മലമുകളിലേക്കയച്ചതു് ആരെയാണ്? യെറോഷ്കയെ! പെൺകുട്ടികൾക്കു് ഇഷ്ടം ആരെയാണ്? യെറോഷ്കയെ! എന്തിനും എവിടെയും യെറോഷ്ക വേണം! കാരണം ഞാൻ ഒരു കലർപ്പില്ലാത്ത ജിഗീത്തായിരുന്നു. കുടിയൻ, കള്ളൻ, കുതിരപ്പറ്റത്തെ മലമുകളിൽ നിന്നു താഴേയ്ക്കു് തെളിച്ചുകൊണ്ടുവരാൻ ബഹുസമർത്ഥൻ! ഗായകൻ! എനിക്കു ചെയ്യാൻ കഴിയാത്തതായി ഒന്നുമുണ്ടായിരുന്നില്ല. ഇന്നു് കൊസാക്കുകാരുടെ കൂട്ടത്തിൽ എന്നെപ്പോലുള്ള ഒരുത്തരുമില്ല. അവരെ കാണുമ്പോൾ എനിക്കു മനംപിരട്ടും. ദാ, ഇത്രയേ പൊക്കമുള്ളൂ! (നിലത്തുനിന്നു് മൂന്നോനാലോ അടി പൊക്കത്തിൽ കൈ ഉയർത്തി കാണിച്ചുകൊണ്ടാണ് വൃദ്ധൻ അതു പറഞ്ഞതു്.) അവർ പരിഹാസ്യമായ ബൂട്ടുകളും ധരിച്ചു നടക്കുന്നു. അവരെ ആരെങ്കിലും ഒന്നു നോക്കിയാൽ അവർ സന്തോഷം കൊണ്ടു തുള്ളിച്ചാട്ടും. കുടിച്ചാലുടൻ അവർ വീർക്കും. അവർക്കു് ആണുങ്ങളെപ്പോലെ കുടിക്കാനറിഞ്ഞുകൂടാ. പിന്നെ എന്തിനെപ്പോലെയാണെന്നു ഞാൻ പറയുന്നില്ല. എന്നാൽ ഞാൻ ആരായിരുന്നു? ഞാൻ കള്ളൻ യെറോഷ്കയായിരുന്നു. ഗ്രാമങ്ങളിൽ മാത്രമല്ല മലമുകളിലും ഞാൻ അറിയപ്പെട്ടിരുന്നു. മലമുകളിലെ യോധന്മാർ എന്നെക്കാണാൻ വന്നിരുന്നു. ഞാൻ അവരുടെയെല്ലാം സുഹൃത്തും അതിഥിയുമായിരുന്നു. ടാട്ടാറുകാരനോ ആർമീനിയക്കാരനോ സാധാരണ ഭടനോ ഓഫീസറോ എന്നൊന്നും എനിക്കു നോട്ടമില്ലായിരുന്നു-അയാൾക്കു കുടിക്കാനറിയാമോ എന്നു മാത്രം നോക്കും. 'ബാഹ്യലോകവുമായി നിങ്ങൾ സമ്പർക്കം പുലർത്താൻ പാടില്ല,' അയാൾ പറഞ്ഞു. 'പട്ടാളക്കാരനോടൊപ്പം കുടിക്കരുതു്. ടാട്ടാറുകാരന്റെ കൂടെയിരുന്നു് ഭക്ഷണം കഴിക്കരുതു്.'"

"ആരാണ് അങ്ങനെ പറഞ്ഞതു്?" ഒലേനിൻ ചോദിച്ചു.

"ഞങ്ങളുടെ പുരോഹിതൻ. എന്നാൽ ടാട്ടാറുകാരുടെ മുള്ളയോ ഒരു കാദിയോ പറയുന്നതെന്താണെന്നറിയാമോ? 'അവിശ്വാസികളായ

ഗ്യാവ്വറു[30]കളേ, നിങ്ങൾ പന്നിയിറച്ചി തിന്നുന്നതെന്തിനാണ്?" ഒരോരുത്തർക്കും അവരവരുടെ ആചാരങ്ങളുണ്ടെന്നാണ് അതിന്റെ അർത്ഥം? എന്നാൽ എന്റെ അഭിപ്രായത്തിൽ എല്ലാം ഒന്നാണ്. മനുഷ്യന്റെ സന്തോഷത്തിനുവേണ്ടിയാണ് ദൈവം സകലതും സൃഷ്ടിച്ചിരിക്കുന്നത്. ഒന്നിലും ഒരു പാപവുമില്ല. ഉദാഹരണത്തിന് ഒരു കാട്ടു ജന്തുവിന്റെ കാര്യമെടുക്കാം. അവൻ ടാട്ടാറുകാരുടെ കാട്ടിലും നമ്മുടെ കാട്ടിലും ജീവിക്കുന്നു. എവിടെ ചെന്നാലും അവിടം അവന്റെ വീടാണ്. ദൈവം എന്തു കൊടുക്കുന്നുവോ അത് അവൻ വിഴുങ്ങുന്നു. എന്നാൽ നമ്മുടെ ആളുകൾ പറയുന്നത് അതിനു നമ്മൾ നരകത്തിലെ വറചട്ടി നക്കേണ്ടിവരുമെന്നാണ്. അതെല്ലാം കാപട്യമാണെന്നാണ് എന്റെ അഭിപ്രായം," തെല്ലിട മൗനം ഭജിച്ചിട്ട് അയാൾ പറഞ്ഞു.

"എന്താണ് കാപട്യം?"

"പുരോഹിതന്മാർ പറയുന്നത്. ചെർവ്ല്യോനയിൽ ഞങ്ങൾക്ക് ഒരു പട്ടാളത്തലവനുണ്ടായിരുന്നു. അയാൾ എന്റെ സ്നേഹിതനായിരുന്നു. എന്നെപ്പോലെതന്നെ ഒരു സാഹസികൻ. ചെച്നയിൽ വെച്ച് അയാൾ കൊല്ലപ്പെട്ടു. പുരോഹിതന്മാർ അതെല്ലാം സ്വന്തം തലച്ചോറിൽനിന്ന് പടച്ചുവിടുന്നതാണെന്ന് അയാൾ പറയാറുണ്ടായിരുന്നു. 'നീ ചാകും, നിന്റെ മീതെ പുല്ലു മുളയ്ക്കും, അത്രതന്നെ."(വൃദ്ധൻ ചിരിച്ചു.) "അയാൾ എന്തിനും പോന്ന ഒരുത്തനായിരുന്നു."

"നിങ്ങൾക്ക് എത്ര വയസ്സുണ്ട്?" ഒലേനിൻ ചോദിച്ചു.

"ആ! ദൈവത്തിനറിയാം. എഴുപതിനോടടുത്തിട്ടുണ്ടാവണം. ഞാൻ ഒരു കൊച്ചുകുട്ടിയായിരുന്ന കാലത്ത് ഒരു ചക്രവർത്തിനി[31]യായിരുന്നു നിങ്ങളെ ഭരിച്ചിരുന്നത്. അതുവെച്ചു കണക്കു കൂട്ടിയാൽ ഉദ്ദേശം എഴുപതു വരും."

"അതു ശരിയാണ്. എങ്കിലും ഇപ്പോഴും ആരോഗ്യമുണ്ട്. ഞാൻ തികച്ചും ആരോഗ്യവാനാണ്. പക്ഷേ ഒരു പെൺപിശാച് എന്നെ നശിപ്പിച്ചു..."

"അതെങ്ങിനെ?"

"നശിപ്പിച്ചു..."

"മരിച്ചാൽ പുല്ലു കിളിർക്കും എന്ന നിലയിലാക്കി എന്നർത്ഥം, അല്ലേ?" അയാളുടെ വാക്ക് ഒലേനിൻ ആവർത്തിച്ചു.

30 ഗ്യാവ്വറുകളെ-ടാട്ടാറുകാർ അന്യമതക്കാരെ പ്രത്യേകിച്ച് ക്രിസ്ത്യാനികളെ അങ്ങനെയാണ് വിളിച്ചിരുന്നത്.

31 ഒരു ചക്രവർത്തിനി...-യെക്കത്തെറീന ദ്വിതിയ (1729-96). 1762-നുശേഷം റഷ്യ ഭരിച്ചിരുന്നു.

യെറോഷ്ക തന്റെ ചിന്തകൾ സ്പഷ്ടമായി പ്രകടിപ്പിക്കാൻ അശക്തനാണെന്നു തോന്നി. അയാൾ തെല്ലിട മൗനംപൂണ്ടിരുന്നു.

"നിനക്ക് എന്തു തോന്നുന്നു? വരൂ, നമുക്കു കുടിക്കാം!" പുഞ്ചിരിയോടെ ഗ്ലാസു നിറച്ചുകൊണ്ട് അയാൾ പറഞ്ഞു.

XV

"നമ്മൾ എന്താണ് പറഞ്ഞുവന്നത്?" ഓർക്കാൻ ശ്രമിച്ചുകൊണ്ട് വൃദ്ധൻ തുടർന്നു. "അതെ, ഞാൻ അത്തരക്കാരനാണ്. ഞനൊരു നായാട്ടുകാരനാണ്. എന്നോടു കിടപിടിക്കാൻ കുപ്പിണിയിൽ ആരുമില്ല. എല്ലാത്തരം പക്ഷികളേയും മൃഗങ്ങളെയും ഞാൻ നിനക്കു കാണിച്ചുതരാം. അവ ഏതാണെന്നും എവിടെയാണെന്നും എനിക്കറിയാം. എനിക്ക് പട്ടികളും രണ്ട് തോക്കുകളും വലകളും കെണികളും ഒരു പ്രാപ്പിടിയനും ഉണ്ട്. ദൈവസഹായത്താൽ എനിക്കെല്ലാമുണ്ട്. പൊങ്ങച്ചം പറയുകയല്ല വാസ്തവത്തിൽ ഒരു നായാട്ടുകാരനാണെങ്കിൽ ഞാൻ നിന്നെ എല്ലാം കാണിച്ചുതരാം. ഞാൻ അത്തരക്കാരനാണ്. ഞാൻ ഒരു കാട്ടുമൃഗത്തിന്റെ കാല്പാടു കണ്ടുപിടിക്കും-എനിക്കതു് ഇപ്പോൾത്തന്നെ അറിയാം. അവന്റെ മട എവിടെയാണെന്നും അവൻ വെള്ളം കുടിക്കാനും നീന്തിക്കുളിക്കാനും ഇറങ്ങുന്നതെവിടെയാണെന്നും എനിക്കറിയാം. ഞാൻ ഒരു ഏറുമാടമുണ്ടാക്കി രാത്രി മുഴുവൻ കാത്തിരിക്കും. വീട്ടിൽ തങ്ങുന്നതെന്തിനാണ്? വീട്ടിലിരുന്നാൽ പാപം ചെയ്യും, കുടിച്ചുമദിക്കും. അവിടെ എപ്പോഴും പെണ്ണുങ്ങൾ കലപില ചിലച്ചുകൊണ്ടിരിക്കും. കരിയും പുകയുംകൊണ്ട് ശ്വാസംമുട്ടും. കാട്ടിൽ ചെന്നു കാത്തിരിക്കുന്നതു് അതിലും നല്ലതാണ്. അതിരാവിലെ ഒരു നല്ല സ്ഥലം തെരഞ്ഞെടുത്തു് ചുറ്റുമുള്ള പച്ചിലപ്പടർപ്പുകൾ ചവിട്ടിയൊതുക്കി സുഖമായി അവിടെയിരുന്നു ചുറ്റുപാടും നോക്കാം. കാട്ടിൽ നടക്കുന്നതൊക്കെ കണ്ടു മനസ്സിലാക്കാം. ആകാശത്തിലെ നക്ഷത്രങ്ങളെ നോക്കിയിരിക്കാം. അവയുടെ സ്ഥാനം നോക്കി രാത്രിയുടെ ഏതു യാമമാണെന്ന് തിട്ടപ്പെടുത്താം. ചുറ്റും കണ്ണോടിച്ചുകൊണ്ടിരിക്കുമ്പോൾ കാറ്റ് അനങ്ങുന്നതു കാണാം. ക്ഷമയോടെ കാത്തിരുന്നാൽ ഒരു കാട്ടുപന്നി ചെളിക്കുഴിയിൽ കിടന്നുരുളാൻ പാഞ്ഞുവരുന്ന ശബ്ദം കേൾക്കാം. കഴുകക്കുഞ്ഞുങ്ങൾ കരയുന്നതും ഗ്രാമത്തിലെ പൂവൻകോഴികൾ കൂവുന്നതും വാത്തകൾ ശബ്ദിക്കുന്നതും കേൾക്കാം. എനിക്ക് ഇക്കാര്യങ്ങളെല്ലാം നല്ല തിട്ടമാണ്. ചിലപ്പോൾ ഒരു വെടി പൊട്ടുന്ന ശബ്ദം കേൾക്കാം. അതു കേൾക്കുമ്പോൾ ഞാൻ ചിന്താഭരിതനാകും. 'ആരാണ് വെടിവെച്ചതു്? എന്നെപ്പോലുള്ള ഒരു കൊസാക്കുകാരനാണോ? അയാൾ കാട്ടുമൃഗങ്ങളെ കാത്തു് പതിയിരിക്കുകയായിരുന്നോ? അയാൾ അതിനെ കൊന്നോ? അതോ മുറിവേല്പിച്ചതേയുള്ളോ? ആ പാവം ജന്തു ഞാങ്ങണപ്പുല്ലിനിടയിലേക്ക് ഓടിച്ചെന്ന് രക്തത്തിൽ കിടന്നു പിടയുകയായിരിക്കുമോ? എനിക്കതു് ഇഷ്ടമല്ല! തീരെ ഇഷ്ടമല്ല. ഒരു സാധുമൃഗത്തെ വെറുതെ വേദനിപ്പിക്കുന്നതെന്തിന്? വിഡ്ഢി!'

ഞാൻ മനസ്സിൽ പറയും. 'ഒരു അബ്റെക്കുകാരൻ വിസ്റ്റിയായ ഒരു കൊസാക്ക് ചെറുക്കനെ വെടിവെച്ച ശബ്ദമായിരിക്കുമോ അത്?" എന്ന ചിന്തയും മനസ്സിലുദിക്കും. ഒരിക്കൽ ഞാൻ പുഴയിലേക്കു നോക്കിക്കൊണ്ടിരിക്കയായിരുന്നു. വക്ക് അല്പം ഒടിഞ്ഞിട്ടുണ്ടെന്ന ല്ലാതെ മറ്റു യാതൊരു കേടുമില്ലാത്ത ഒരു തൊട്ടിൽ ഒഴുകിപ്പോകുന്നു! 'ആരുടെ തൊട്ടിലായിരിക്കും ഇത്? ചെകുത്താന്മാരെപ്പോലുള്ള നിങ്ങളുടെ പട്ടാളക്കാർ ഏതെങ്കിലും ഒരു ചെച്ചെൻ ഔളിൽ കടന്നു ചെന്ന് പെണ്ണുങ്ങളെ പിടിച്ചോണ്ടു പോയിക്കാണും! ഏതെങ്കിലു മൊരു ചെകുത്താൻ കുഞ്ഞിനെ കൊന്നുകാണും! അതിനെ കാലിൽ പിടിച്ചുപൊക്കി വല്ല മൂലയിലും അടിച്ചു കൊന്നുകാണും! അവർ അങ്ങ നെയാണു ചെയ്യുന്നത്, അല്ലേ? മനുഷ്യർക്ക് ഹൃദയമെന്നൊന്നില്ല!' അതാലോചിച്ചപ്പോൾ എനിക്ക് വിഷമം തോന്നി. ഞാൻ സ്വയം പറഞ്ഞു: 'തൊട്ടിൽ പുഴയിലെറിഞ്ഞിട്ട് അമ്മയെ പിടിച്ചുകൊണ്ടു പോയിരിക്കും. പക്ഷേ ജിഗീത്തിന്റെ കൈയിൽ തോക്കുണ്ട്. അവൻ ഇക്കരെ വന്ന് കൊള്ളനടത്തും.' ഇങ്ങിനെ ഓരോന്നു ചിന്തിച്ചുകൊ ണ്ടു അവിടെയിരിക്കുമ്പോൾ ഒരു പറ്റം കാട്ടുപന്നികൾ കുറ്റിക്കാട്ടിലൂടെ കടന്നുപോകുന്ന ശബ്ദം കേൾക്കാം. എന്റെയുള്ളിൽ എന്തോ ഒന്നു പിടഞ്ഞുതുടങ്ങും. 'പ്രിയരേ, വരൂ, അടുത്തു വരൂ!' ഞാൻ മനസ്സിൽ പറയും. അനങ്ങാതെ ഞാൻ അവിടെയിരിക്കുമ്പോൾ ഹൃദയം 'ഢും' 'ഢും' എന്നു മിടിച്ചുകൊണ്ടിരിക്കും. പിന്നീട് അവ കാഴ്ചയിൽപ്പെടും. ഈ വസന്തത്തിൽ ഒന്നാന്തരം ഒരു പറ്റം, ഒരു കറുത്ത രേഖപോലെ, പ്രത്യക്ഷപ്പെട്ടു. 'പിതാവിനും പുത്രനും!' എന്നു മനസ്സിൽ പറഞ്ഞിട്ട് ഞാൻ വെടിവയ്ക്കാനൊരുങ്ങി. എന്നാൽ പ്രായംചെന്ന തള്ളപ്പന്നി ചീറ്റിക്കൊണ്ട് പന്നിക്കുട്ടികളോടു പറഞ്ഞു: 'മക്കളെ, സൂക്ഷിക്കണം! അപകടം പതിയിരിക്കുന്നു! ഒരു മനുഷ്യൻ അവിടെ ഒളിച്ചിരുന്ന് നമ്മെ നോക്കുന്നുണ്ട്!' പറ്റം മുഴുവൻ തൽക്ഷണം കുറ്റിക്കാട്ടിൽ മറഞ്ഞു. ദേഷ്യംകൊണ്ട് അവയെ കടിച്ചുകീറാൻ എനിക്കു തോന്നി!"

"ഒരു മനുഷ്യൻ ഒളിച്ചിരിപ്പുണ്ടെന്ന് തള്ളപ്പന്നി പന്നിക്കുട്ടികളോടു പറഞ്ഞത് എങ്ങനെയാണ്?" ഒലേനിൻ ചോദിച്ചു.

"എങ്ങനെയാണെന്നു തോന്നുന്നു? കാട്ടുജന്തുക്കൾക്കു ബുദ്ധിയില്ലെ ന്നാണ് നിന്റെ വിചാരം. പക്ഷേ അതു ശരിയല്ല. ഒരു കാട്ടുപന്നിയ്ക്കു പോലും മനുഷ്യരെക്കാൾ ബുദ്ധിയുണ്ട്. അതിനു എല്ലാം അറിയാം. ഒരു ഉദാഹരണം പറയാം. ഒരു മനുഷ്യൻ ഒരു കാട്ടുപന്നി കടന്നു പോയ വഴിയിലെത്തുന്നു. പക്ഷേ അവൻ അതു മനസ്സിലാക്കുന്നില്ല. എന്നാൽ മനുഷ്യൻ കടന്നുപോയ വഴിയിൽ കടന്നാലുടൻ ആ കാട്ടുപ ന്നിക്ക് മനുഷ്യന്റെ ഗന്ധം കിട്ടുന്നു. അതു തൽക്ഷണം അവിടെനിന്ന് ഓടി രക്ഷപ്പെടുന്നു. അതിന്റെ അർത്ഥം അതിന് ബുദ്ധിയുണ്ടെന്നല്ലേ?

അതിന്റെ സാന്നിദ്ധ്യം നീ മണത്തറിഞ്ഞിട്ടില്ലെന്നും എന്നാൽ നിന്നെ അതു മണത്തറിഞ്ഞെന്നും അതിനറിയാം. 'നിനക്ക് അതിനെ കൊല്ലണമെന്ന് ആഗ്രഹമുണ്ട്. പക്ഷേ ജീവനോടെ കാട്ടിനുള്ളിൽ ചുറ്റിനടക്കാനാണ് അതു് കൂടുതൽ ഇഷ്ടപ്പെടുന്നതു് എന്നു പറയുന്ന തിനു തുല്യമല്ലേ അതു്? നിനക്കു് നിന്റെ നിയമങ്ങളുണ്ട്, അതിനു അതിന്റേതും. അതു് ഒരു കാട്ടുപന്നിയാണ്. പക്ഷേ അക്കാരണത്താൽ അതു നിന്നെക്കാൾ ഒട്ടും മോശക്കാരനല്ല. അതും ദൈവത്തിന്റെ സൃഷ്ടികളിലൊന്നാണ്, അല്ലേ? മനുഷ്യൻ വിഡ്ഢിയാണ്, വിഡ്ഢി !" വൃദ്ധൻ വീണ്ടും വീണ്ടും അതാവർത്തിച്ചിട്ടു് ചിന്താമഗ്നനായി തലയും താഴ്ത്തി ഇരുന്നു.

ഒലേനിനും ചിന്താഭരിതനായിത്തീർന്നു. അയാൾ പടവുകളിറങ്ങി മുറ്റത്തെത്തി കൈ പിന്നിൽ കെട്ടിക്കൊണ്ടു് ഉലാത്തിത്തുടങ്ങി.

യെറോഷ്ക ചിന്തകളിൽനിന്നുണർന്ന് തലയുയർത്തി ശലഭങ്ങളെ നോക്കിക്കൊണ്ടിരുന്നു. മെഴുകുതിരിയുടെ വിറയ്ക്കുന്ന തീനാളം കണ്ടു പറന്നുവന്ന് അവ അതിൽ വീണുകൊണ്ടിരുന്നു.

"വിഡ്ഢി ! പമ്പരവിഡ്ഢി !" അയാൾ പിറുപിറുത്തു. "നീ എവിടുന്നു വന്നു? വിഡ്ഢി !" തന്റെ വലിയ വിരലുകൾ വീശി അയാൾ ശലഭങ്ങളെ ആട്ടിയോടിക്കാനാരംഭിച്ചു. "എടാ, വിഡ്ഢീ, നിന്റെ ചിറകുകൾ കരി ഞ്ഞുപോകും ! ഇങ്ങോട്ടു മാറി പറക്ക്. വേണ്ടുവോളം ഇടമുണ്ടല്ലോ," എന്ന് വാത്സല്യനിർഭരമായ സ്വരത്തിൽ പറഞ്ഞുകൊണ്ടു് അയാൾ തന്റെ തടിച്ച വിരലുകൾക്കിടയിൽ ഒരു ശലഭത്തെ പൊക്കിയെടുത്തു. "നീ തന്നത്താൻ നശിക്കുകയാണ്. എനിക്കു് നിന്നോട്ട് അനുകമ്പ തോന്നുന്നു," എന്നു പറഞ്ഞിട്ടു് അയാൾ അതിനെ വിട്ടു.

വാതോരാതെ സംസാരിക്കുകയും ഇടയ്ക്കു് കുപ്പിയിൽനിന്ന് ഒരോ ഇറക്കു കുടിക്കുകയും ചെയ്തുകൊണ്ടു് അയാൾ വളരെ നേരം അവിടെയിരുന്നു. ഒലേനിൻ മുറ്റത്തുകൂടി അങ്ങോട്ടുമിങ്ങോട്ടും നടക്കുകയായിരുന്നു. പെട്ടെന്ന് വേലിയുടെ മറുവശത്തു് ആരുടേയോ വസ്ത്രങ്ങൾ ഉലയുന്ന ശബ്ദം അയാൾ കേട്ടു. അയാൾ ശ്വാസമടക്കിനി ന്ന് അറിയാതെ അതു ശ്രദ്ധിച്ചു. ഒരു സ്ത്രീയുടെ ചിരിയും പുരുഷന്റെ സ്വരവും ചുംബിക്കുന്നതിന്റെ ശബ്ദവും അയാൾ കേട്ടു. കരുതിക്കൂട്ടി കാൽ നിലത്തുരച്ചു ശബ്ദമുണ്ടാക്കിക്കൊണ്ടു് അയാൾ മുറ്റത്തിന്റെ മറ്റെയറ്റത്തേക്കു നടന്നു. തെല്ലിട കഴിഞ്ഞു് പടിവാതിൽ ഞരങ്ങി. ഇരുണ്ട ചെർക്കേസ്കയും വെളുത്ത ആട്ടിൻതോൽ തൊപ്പിയും ധരിച്ച ഒരു കൊസാക്കുകാരൻ-അതു ലുക്കാഷയായിരുന്നു-വേലിയ്ക്കടുത്തു കൂടി നടക്കുന്നതു കണ്ടു. വെളുത്ത ഷാൾ പുതച്ച ഉയരമുള്ള ഒരു സ്ത്രീ ഒലേനിനെ കടന്നുപോയി. "നിങ്ങളുടെ കാര്യം നിങ്ങൾക്ക്, എന്റെ

കാര്യം എനിക്കു്," സാവധാനത്തിലുള്ള അവളുടെ നടപ്പ് തന്നോട്ട് അങ്ങനെ പറയുന്നതായി ഒലേനിനു തോന്നി. അവൾ വീടിന്റെ നടയിൽ കയറുന്നതുവരെ അയാളുടെ കണ്ണുകൾ അവളെ പിൻതുടർന്നു. അവൾ ഷാൾ മാറ്റുന്നതും ഒരു ബഞ്ചിലിരിക്കുന്നതും ജനലിലൂടെ അയാൾ കണ്ടു. പെട്ടെന്ന് കടുത്ത ഏകാന്തത അയാൾക്കനുഭവപ്പെട്ടു. അവ്യക്തമായ എന്തൊക്കെയോ അഭിലാഷങ്ങളും ആശകളും അയാളുടെ മനസ്സിൽ നാമ്പിട്ടു. അതോടൊപ്പം ആ യുവാവിന് ആരോടോ അല്പം അസൂയ തോന്നുകയും ചെയ്തു.

വീടുകളിലെ അവസാനത്തെ വിളക്കുകളും അണഞ്ഞു. ഗ്രാമത്തിലെ അവസാനത്തെ ശബ്ദവും നിലച്ചു. വേലികളും മുറ്റങ്ങളിൽ കാണുന്ന കന്നുകാലികളുടെ അസ്പഷ്ടരൂപങ്ങളും വീടുകളുടെ മേൽക്കൂരകളും ചന്തമുള്ള പോപ്ലാർമരങ്ങളും എന്നുവേണ്ട ഗ്രാമത്തിലുള്ള സർവ്വതും ആരോഗ്യത്തിന്റേതും പ്രശാന്തതയുടേതും അദ്ധ്വാനത്തിന്റേതുമായ നിദ്രയിൽ ആണ്ടുകിടക്കുകയാണെന്നു തോന്നി. ശ്രദ്ധിച്ചിരുന്നാൽ ദൂരെയുള്ള ചതുപ്പിൽനിന്ന് തവളകൾ അവിരാമം കരയുന്ന ശബ്ദം കേൾക്കാം. പൂർവ്വദിക്കിൽ നക്ഷത്രങ്ങൾ വിരളമായിത്തുടങ്ങി. മുന്നേറിക്കൊണ്ടിരുന്ന പ്രകാശധാരയിൽ അവ അലിഞ്ഞു പൊയ്ക്കൊണ്ടിരുന്നു. എന്നാൽ തലയ്ക്കു മുകളിലുള്ള ആകാശത്തിൽ നക്ഷത്രങ്ങൾ തിങ്ങിക്കൂടി ഉജ്ജ്വലമായി പ്രകാശിച്ചുകൊണ്ടിരുന്നു. തല കൈകൊണ്ടു താങ്ങിപ്പിടിച്ചിരുന്ന് വൃദ്ധനായ യെറോഷ്ക ഉറക്കം തൂങ്ങിത്തുടങ്ങി. അടുത്തുള്ള ഏതോ ഒരു വീട്ടുമുറ്റത്തിരുന്ന് ഒരു പൂവങ്കോഴി കൂവി. ഒലേനിൻ മാത്രം ചിന്താനിരതനായി അങ്ങോട്ടുമിങ്ങോട്ടും നടന്നുകൊണ്ടിരുന്നു. അനേകംപേർ ഒരുമിച്ചു പാട്ടുപാടുന്ന സ്വരം അയാളുടെ കർണ്ണങ്ങളിൽ പതിച്ചു. അയാൾ വേലിക്കടുത്തു ചെന്നുനിന്ന് ശ്രദ്ധിച്ചു. കൊസാക്ക് യുവാക്കൾ പാട്ടുപാടി രസിക്കുകയായിരുന്നു. ആഹ്ലാദഭരിതമായ ഒരു യുവശബ്ദം സ്പഷ്ടമായി കേൾക്കാമായിരുന്നു.

"ആ പാടുന്നത് ആരാണെന്നറിയാമോ?" വൃദ്ധൻ മയക്കത്തിൽ നിന്നുണർന്ന് ചോദിച്ചു. "ലുക്കാഷ എന്ന വീരനാണതു്. അവൻ ഒരു ചെച്ചെൻകാരനെ കൊന്നു. അതുകൊണ്ടു് അവൻ ഇപ്പോൾ ഉല്ലസിക്കുകയാണു്. പക്ഷേ അതു സന്തോഷിക്കാനുള്ള കാര്യമാണോ? വിഡ്ഢി!"

"നിങ്ങൾ ആളുകളെ കൊന്നിട്ടുണ്ടോ?" ഒലേനിൻ ചോദിച്ചു?

പെട്ടെന്ന് വൃദ്ധൻ രണ്ടു കൈമുട്ടുകളുന്നി എണീറ്റിരുന്ന് ഒലേനിന്റെ മുഖത്തോട്ട് തന്റെ മുഖം അടുപ്പിച്ചുപിടിച്ചു.

"ചെകുത്താൻ!" അയാൾ കയർത്തു. "എന്താണു ചോദിക്കുന്നതു്? അക്കാര്യത്തെപ്പറ്റി പറയാൻ പാടില്ല. ഒരു മനുഷ്യനെ കൊല്ലുന്നതു്

ഗുരുതരമായ ഒരു കാര്യമാണ്! ഇനി ഞാൻ പിരിയട്ടെ, പിതാവേ. ഞാൻ മതിയാവോളം കുടിച്ചു. എനിക്കു തൃപ്തിയായി." എഴുന്നേറ്റുനിന്നുകൊണ്ട് അയാൾ പറഞ്ഞു. ഞാൻ നാളെ നിന്നെ വേട്ടയ്ക്കു കൊണ്ടുപോകണോ!"

"വേണം."

"എന്നാൽ നേരത്തെതന്നെ എണീറ്റോളണം. അല്ലങ്കിൽ പിഴയൊടുക്കണം!"

"ആ പേടിവേണ്ട. നിങ്ങൾക്കു മുമ്പ് ഞാൻ ഉണരും,"

ഒലേനിൻ പറഞ്ഞു.

വൃദ്ധൻ പോയി. ഗാനം നിലച്ചു. ഉല്ലാസഭരിതമായ സംഭാഷണങ്ങളും കാലൊച്ചയും മാറ്റവും കേട്ടുതുടങ്ങി. കുറച്ചുകഴിഞ്ഞു് വീണ്ടും പാട്ടുയർന്നു. എന്നാൽ അതു് കുറെക്കൂടി ദൂരെനിന്നായിരുന്നു. യെറോഷ്കയുടെ വലിയ ശബ്ദവും അക്കൂട്ടത്തിൽ മുഴങ്ങിക്കേട്ടു.

"എന്തൊരു മനുഷ്യർ! എന്തൊരു ജീവിതം!" നെടുതായി നിശ്വസിച്ചുകൊണ്ട് ഒലേനിൻ വിചാരിച്ചു. അയാൾ തനിച്ച് തന്റെ പാർപ്പിടത്തിനുള്ളിലേക്കു തിരിച്ചുപോയി.

XVI

യെറോഷ്ക അമ്മാവൻ ഇപ്പാൾ സജീവസേവനത്തിലല്ല. അയാൾ ഒറ്റയ്ക്കാണ താമസം. ഇരുപതു വർഷം മുമ്പ് അയാളുടെ ഭാര്യ ഒളിച്ചോടിപ്പോയി ഒർത്തഡോക്സ് പള്ളിയിൽ ചേർന്ന് ഒരു റഷ്യൻ സാർജന്റെ മേജറെ വിവാഹം കഴിച്ചു. യെറോഷ്കയ്ക്ക് സന്താനങ്ങളുണ്ടായിരുന്നില്ല. ഒരു കാലത്ത് ഗ്രാമത്തിലെ സാഹസികന്മാരിൽ അഗ്രഗണ്യനായിരുന്ന താനെന്ന് അയാൾ പറഞ്ഞത് വെറും വീമ്പുപറച്ചിലായിരുന്നില്ല. പഴയ ശൈലിയിലു ള്ള ധീരതയ്ക്ക് കൊസാക്കുകാരുടെയിടയിൽ അയാൾ പേരുകേട്ടവ നായിരുന്നു. ഒന്നിൽക്കൂടുതൽ ചെച്ചെന്മാരുടേയും ഒന്നിൽക്കൂടുതൽ റഷ്യക്കാരുടെയും മരണത്തിന്റെ കറ അയാളുടെ ആത്മാവിൽ പുര ണ്ടിട്ടുണ്ട്. അയാൾ മലമുകളിൽ കൊള്ള നടത്തിയിരുന്നു. റഷ്യാക്കാ രുടെയിടയിലും മോഷണം നടത്തിപ്പോന്നു. അയാളെ രണ്ടുതവണ കാരാഗൃഹത്തിൽ ഇട്ടിട്ടുണ്ട്. ജീവിതത്തിന്റെ സിംഹഭാഗവും അയാൾ വേട്ടയിൽ മുഴുകി കാട്ടിലാണ് ചെലവഴിച്ചത്. ഒരു കഷണം റൊട്ടിയും പച്ചവെള്ളവും മാത്രം കഴിച്ച് ദിവസങ്ങളോളം അയാൾ കാട്ടിൽ താമസിക്കും. എന്നാൽ തിരിച്ചു ഗ്രാമത്തിലെത്തിയാൽ പ്രഭാതം മുതൽ പ്രദോഷംവരെ കുടിച്ച് അയാൾ അതിന്റെ ക്ഷീണം തീർക്കും.

ഒലേനിന്റെയടുത്തുനിന്ന പിരിഞ്ഞു വൃദ്ധൻ സ്വന്തം വീട്ടിൽ ചെന്നുകിടന്ന് രണ്ടുമൂന്ന മണിക്കൂർ ഉറങ്ങി. നേരംവെളുക്കുന്നതിന് അല്പം മുമ്പ് അയാൾ ഉണർന്നു. കിടക്കയിൽതന്നെ കിടന്നുകൊണ്ട് തലേദിവസം താൻ പരിചയപ്പെട്ട മനുഷ്യനെ വിലയിരുത്താൻ അയാൾ ശ്രമിച്ചു. ഒലേനിന്റെ "ശുദ്ധഗതി" അയാൾക്ക് ഇഷടപ്പെ ട്ടു. എന്നാൽ ശുദ്ധഗതി എന്ന് വൃദ്ധൻ വിശേഷിപ്പിച്ചത് ഒലേനിൻ കൈയയച്ചു വീഞ്ഞു നൽകിയതിനെയാണ്. ഒലേനിനെത്തന്നെ അയാൾക്ക് ഇഷ്ടമായി. റഷ്യക്കാരെല്ലാവരും ശുദ്ധഗതിക്കാരും ധനവാന്മാരുമാകാൻ കാരണമെന്തെന്നും അവർക്ക് യാതൊന്നും അറിഞ്ഞുകൂടെങ്കിലും അവർ നല്ല പഠിപ്പുള്ളവരായിരിക്കുന്നത് എന്തു കൊണ്ടാണെന്നും വൃദ്ധൻ അത്ഭുതപ്പെട്ടു.

അയാൾ ആ പ്രശ്നങ്ങളെപ്പറ്റിയെല്ലാം ചിന്തിക്കുകയും ഒലേനിന്റെ പക്കൽനിന്ന് തനിക്ക് എന്തു വസൂലാക്കാൻ കഴിയുമെന്ന് ആലോ ചിക്കുകയും ചെയ്തു.

യെറോഷ്ക അമ്മാവന്റെ പാർപ്പിടം തീരെ ചെറുതോ പഴയതോ ആയിരുന്നില്ല. എന്നാൽ ഒരു സ്ത്രീയുടെ അഭാവം അവിടെ തികച്ചും അനുഭവപ്പെട്ടിരുന്നു. കൊസാക്കുകാർ പൊതുവിൽ വീട് വൃത്തിയായി

വയ്ക്കുന്നതിൽ വലിയ നിഷ്ക്കർഷയുള്ളവരാണ്. എന്നാൽ വൃദ്ധന്റെ വീടു അങ്ങേയറ്റം വൃത്തിഹീനമായിരുന്നു. കൂടാതെ യാതൊരു അടുക്കും ചിട്ടയും അവിടെ ഉണ്ടായിരുന്നുമില്ല. മേശപ്പുറത്ത് രക്തം പുരണ്ട കോട്ടും ഒരപ്പത്തിന്റെ പകുതിയും കിടന്നിരുന്നു. അതിന്റെ തൊട്ടടുത്ത് ചുവൽ മാറ്റി വലിച്ചുകീറിയ നിലയിൽ ഒരു മലങ്കാക്ക കിടക്കുന്നു-പ്രാപ്പിടിയനുള്ള തീറ്റയാണതു്. വൃദ്ധന്റെ പൊർഷ്നി ഒരു തോക്ക്, ഒരു കഠാരി, ഒരു സഞ്ചി, നനഞ്ഞ ഉടുപ്പുകൾ, കുറെ പഴന്തുണി എന്നിവ ബെഞ്ചിൽ ചിതറിക്കിടക്കുന്നു. ഒരു മൂലയിൽ ഇരിക്കുന്ന തൊട്ടിയിലെ നാറുന്ന വെള്ളത്തിൽ മറ്റൊരു ജോടി പൊർഷ്നി കുതിരാനിട്ടിട്ടുണ്ട്. അവിടെത്തന്നെ ഒരു തോക്കും ഒരു കെണിയും വെച്ചിട്ടുണ്ട്. അഴുക്കു പിടിച്ചിരിക്കുന്ന നിലത്ത് ഒരു വലയും ഏതാനും ചത്ത വാൻകോഴികളും കിടക്കുന്നു. മേശക്കാലിൽ കെട്ടിയിട്ടിരുന്ന ഒരു കോഴി കൊത്തിപ്പെറുക്കിക്കൊണ്ട് മുറിയിലൂടെ നടക്കുന്നു. തണുത്ത അടുപ്പത്ത് ഒരു പൊട്ടക്കലത്തിൽ പാലുപോലിരിക്കുന്ന ഒരുതരം ദ്രാവകം വെച്ചിട്ടുണ്ട്. തന്നെ കെട്ടിയിരിക്കുന്ന ചരട് പൊട്ടിക്കാൻ ശ്രമിച്ചുകൊണ്ട് അടുപ്പിൻതിണ്ണയിൽ ഒരു പ്രാപ്പിടിയൻ ഇരിക്കുന്നു. അടുപ്പിന്റെ വക്കിൽ കോഴിയെ ചെരിഞ്ഞു നോക്കുകയും ഇടയ്ക്കിടെ തല ഇടംവലം ചെരിക്കുകയും ചെയ്തുകൊണ്ട് ചുവൽപൊഴിയുന്ന ഒരു കഴുകൻ ക്ഷമയോടെ ഇരിക്കുന്നു. ഭിത്തിയ്ക്കും അടുപ്പിനുമിടയ്ക്കിട്ടിരുന്ന നീളം കുറഞ്ഞ ഒരു കട്ടിലിൽ ഒറ്റ ഷർട്ടുമാത്രം ധരിച്ച് യെറോഷ്ക മലർന്നു കിടക്കുകയായിരുന്നു. തന്റെ കരുത്തുറ്റ കാലുകൾ അടുപ്പിൻതിണ്ണയിൽ താങ്ങിവയ്ക്കാൻവേണ്ടിയാണ് കട്ടിൽ അവിടെ ഇട്ടിരുന്നതു്. കയ്യുറയിടാതെ കഴുകനെ കൊണ്ടുനടക്കുമ്പോൾ അതു് മാന്തി ഉണ്ടായ മുറിവുകളിലെ പൊറ്റ തന്റെ തടിച്ച വിരലുകൾകൊണ്ട് അടർത്തിക്കൊണ്ടിരിക്കുകയാണ് വൃദ്ധൻ, മുറിയിലൊട്ടാകെ, പ്രത്യേകിച്ച് വൃദ്ധൻ കിടന്നിരുന്ന മൂലയിൽ, രൂക്ഷമെങ്കിലും അസുഖകരമല്ലാത്ത ഒരുതരം ഗന്ധസങ്കരം തങ്ങിനിന്നിരുന്നു. വൃദ്ധനിൽനിന്ന് സദാ പ്രസരിച്ചുകൊണ്ടിരിക്കുന്ന അതേ മിശ്രഗന്ധമായിരുന്നു അതു്.

"അമ്മാവൻ വീട്ടിലുണ്ടോ?" ജനലിനടുത്തുനിന്ന് സ്പഷ്ടമായ ശബ്ദത്തിൽ ആരോ ചോദിച്ചു. തന്റെ അയൽക്കാരനായ ലുക്കാഷയുടെ സ്വരമാണതെന്ന് വൃദ്ധന് തൽക്ഷണം മനസ്സിലായി.

"ഉണ്ട്. അകത്തു വരു," വൃദ്ധൻ വിളിച്ചുപറഞ്ഞു. "അയൽക്കാരനായ ലുക്കാ നീ അമ്മാവനെ കാണാൻ വന്നതാണോ? നീ കോർഡനിലേക്കു പുറപ്പെട്ടതാണോ?"

ശബ്ദം കേട്ടു ഭയന്ന കഴുകൻ ചിറകു കുടയുകയും അതിനെ കെട്ടിയിട്ടിരുന്ന കയറിൽ വലിക്കുകയും ചെയ്തു.

വൃദ്ധന് ലൂക്കാഷയെ ഇഷ്ടമായിരുന്നു. യുവകൊസാക്ക് തലമുറയെപ്പറ്റി പൊതുവിൽ വൃദ്ധനു വലിയ പുച്ഛമായിരുന്നെങ്കിലും ലൂക്കാഷയെപ്പറ്റി അയാൾക്ക് വലിയ മതിപ്പായിരുന്നു. പോരാത്തതിന് അയല്ക്കാരായ ലൂക്കാഷയും അവന്റെ അമ്മയും വൃദ്ധന്റെ വീട്ടിലില്ലാത്ത തൈര് വീഞ്ഞു മുതലായ സാധനങ്ങൾ അയാൾക്ക് കൊണ്ടുചെന്നു കൊടുക്കാറുമുണ്ട്. തന്റെ സ്വന്തം ഇഷ്ടത്തിനനുസരിച്ച ജീവിക്കുന്ന യെറോഷ്ക അമ്മാവൻ തന്റെ പ്രചോദനങ്ങൾക്ക് എപ്പോഴും ഒരു പ്രയോഗിക വിശദീകരണം കണ്ടുപിടിക്കാറുണ്ടായിരുന്നു. "എന്തു കൊണ്ട് പാടില്ല?" അയാൾ സ്വയം യുക്തിവാദം നടത്തും. "അവർ വേണ്ടത്ര വകയുള്ളവരാണ്. ഞാൻ അവർക്ക് കുറച്ച കാട്ടുപന്നി ഇറച്ചി കൊണ്ടുക്കൊടുക്കുകയോ ഒരു കാട്ടുകോഴിയെ കൊടുക്കുകയോ ചെയ്താൽ അവർ അത് ഓർക്കാതിരിക്കയില്ല. വല്ലപ്പോഴും അപ്പമോ മധുരപലഹാരങ്ങളോ അവർ കൊണ്ടുവന്നു തരും."

"എന്താ ലൂക്കാ, സുഖമാണോ? നീ വന്നതു നന്നായി," വൃദ്ധൻ ആഹ്ലാദഭരിതനായി വിളിച്ചുപറഞ്ഞു. നഗ്നമായ കാലുകൾ ധൃതിയിൽ തറയിൽ കുത്തി വൃദ്ധൻ ചാടിയെണീറ്റു. ഞരങ്ങുന്ന തറയിലൂടെ ഒന്നുരണ്ടു ചുവടുകൾ വെച്ചിട്ട് അയാൾ തന്റെ കാലുകളിലേക്കു നോക്കി. തന്റെ വളഞ്ഞ കാലുകളിൽ പരിഹാസ്യമായി എന്തോ ഉണ്ടെന്ന് അയാൾക്കു തോന്നി. അയാൾ പൊട്ടിച്ചിരിച്ചു. അയാൾ നഗ്നമായ കാൽവിരലുകൾ ഒരു തവണ തറയിൽ മുട്ടിച്ചു. പിന്നീട് ഒരു തവണകൂടി മുട്ടിച്ചു. അതു കഴിഞ്ഞ് പാദങ്ങൾ കൂട്ടിമുട്ടിച്ചുകൊണ്ട് വൃദ്ധൻ ചോദിച്ചു: "നല്ല ചുറുചുറുക്കുണ്ട്, അല്ലേ?" അയാളുടെ ചെറിയ കണ്ണുകൾ തിളങ്ങി. ലൂക്കാഷ മെല്ലെ ഒന്നു പുഞ്ചിരിച്ചു.

"നീ കോർഡനിലേക്കു പോകുന്ന വഴിയാണോ?"

"ഞാൻ അമ്മാവന് ചുവന്ന വീഞ്ഞു കൊണ്ടുവന്നിട്ടുണ്ട്. അതു തരാമെന്ന് കോർഡനിൽവെച്ച ഞാൻ പറഞ്ഞിരുന്നല്ലോ."

"ക്രിസ്തു നിന്നെ രക്ഷിക്കട്ടെ," വൃദ്ധൻ പറഞ്ഞു. അയാൾ കാൽസ്രായിയും ബെഷ്മത്തും നിലത്തുനിന്നെടുത്തു ധരിച്ചിട്ട് അരപ്പട്ട മുറുക്കിയ ഒരു കോപ്പയിൽനിന്ന് കുറച്ച വെള്ളം കൈയിലെടുത്ത് തന്റെ പഴഞ്ചൻ കാൽസ്രായിയിൽ പുരട്ടുകയും ഒരു ചീപ്പിന്റെ കഷണംകൊണ്ട് താടിമീശ ചീകി ഒതുക്കുകയും ചെയ്തിട്ട് വൃദ്ധൻ ലൂക്കാഷയുടെ മുമ്പിൽ ചെന്നുനിന്നു.

"തയ്യാർ!" അയാൾ പറഞ്ഞു.

ലൂക്കാഷ ഒരു പാത്രമെടുത്ത് തുടച്ചുവൃത്തിയാക്കി വീഞ്ഞു പകർന്ന് വൃദ്ധനു നീട്ടി.

"നിന്റെ ആരോഗ്യത്തിന്! പിതാവിനും പുത്രനും!" ഒരു ചടങ്ങു നിർവ്വഹിക്കുന്നതുപോലെയുള്ള ഗാംഭീര്യത്തോടെ വീഞ്ഞു കുടിച്ചുകൊണ്ട് വൃദ്ധൻ പറഞ്ഞു. "നിന്റെ ആഗ്രഹങ്ങളെല്ലാം സാധിക്കാൻ ഇടവരട്ടെ! നീ ഒരു മിടുക്കനായിത്തീരട്ടെ! നിനക്ക് കുരിശു സമ്മാനം കിട്ടട്ടെ!"

ലൂക്കാഷയും അതേ പ്രാർത്ഥനയോടെ കുടിച്ചിട്ട് വീഞ്ഞു മേശപ്പുറത്തു വെച്ചു. വൃദ്ധൻ എണീറ്റുചെന്ന് ഒരു ഉണക്കമീൻ കൈയിലെടുത്ത് പടിയിന്മേൽ വെച്ച് ഒരു കമ്പുകൊണ്ടടിച്ച് പതംവരുത്തി. വൃദ്ധൻ പിന്നീട് തന്റെ ചുക്കിച്ചുളിഞ്ഞ കൈയിൽ അതെടുത്ത് വീട്ടിലുണ്ടായിരുന്ന ഒരേയൊരു നീലപ്പിഞ്ഞാണത്തിലാക്കി മേശപ്പുറത്തു കൊണ്ടുവെച്ചു.

"ദൈവാധീനംകൊണ്ട് എന്റെ പക്കൽ എപ്പോഴും എന്തെങ്കിലും ഒരു കടി കാണും!" അഭിമാനപൂർവ്വം വൃദ്ധൻ പറഞ്ഞു. "അതിരിക്കട്ടെ, ആ മോസെവ് എന്തു പറയുന്നു?" വിഷയം മാറ്റിക്കൊണ്ട് വൃദ്ധൻ ചോദിച്ചു.

ഉര്യദ്നിക് തന്റെ തോക്കു തട്ടിയെടുത്ത കാര്യം ലൂക്കാഷ വൃദ്ധനോടു പറഞ്ഞു. അക്കാര്യത്തിൽ വൃദ്ധന്റെ അഭിപ്രായമെന്തെന്ന് അറിയാൻ അവൻ ആഗ്രഹിച്ചു.

"തോക്കു പോയതു സാരമില്ല. അതു കൊടുത്തില്ലെങ്കിൽ നിനക്കു സമ്മാനം കിട്ടില്ല," വൃദ്ധൻ പറഞ്ഞു.

"അല്ലെങ്കിൽത്തന്നെ ഇനിയും അശ്വസേനയിൽ ചേർന്നിട്ടില്ലാത്ത ഒരു കൊച്ചുപയ്യന് എന്തു സമ്മാനം കിട്ടാനാണ് അമ്മാവാ? പക്ഷേ ആ തോക്ക് ഒന്നാന്തരം ഒരു ക്രൈമിയൻ തോക്കായിരുന്നു. എൺപതു റൂബിളോളം വിലവരും."

"ഓ, അതു സാരമില്ലെന്ന്! ഒരിക്കൽ ഞാൻ ഒരു സോത്നിക്കിനോടു വഴക്കുണ്ടാക്കി. അയാൾ എന്നോടു ഒരു കുതിരയെ ചോദിച്ചു. "ആ കുതിരയെ എനിക്കു തന്നാൽ ഞാൻ നിന്നെ ഒരു കോർണെറ്റാക്കാം," അയാൾ പറഞ്ഞു. പക്ഷേ ഞാൻ കൊടുത്തില്ല. എനിക്ക് കയറ്റം കിട്ടിയതുമില്ല.

"അതല്ല, അമ്മാവാ! എനിക്കൊരു കുതിരയെ വാങ്ങണം. പുഴയ്ക്കക്കരെ അമ്പതു റൂബിളെങ്കിലും കൊടുത്താലേ ഒന്നിനെ കിട്ടുകയുള്ളെന്നു കേൾക്കുന്നു. അമ്മയാണെങ്കിൽ വീഞ്ഞ് ഇതേവരെ വിറ്റിട്ടില്ല."

"നീ കാര്യമായിട്ടെടുത്തില്ലെന്നർത്ഥം!" വൃദ്ധൻ പറഞ്ഞു. ഈ യെറോഷ്ക അമ്മാവൻ നിന്റെ പ്രായത്തിൽ നൊഗായ്ക്കാരുടെ ഒരു പറ്റത്തെത്തന്നെ മോഷ്ടിച്ച് ടെറെക്കിനിപ്പുറം കടത്തിയിട്ടുണ്ട്! ഒരു വീപ്പ വോഡ്ക്കയ്ക്കോ ഒരു കമ്പിളിമേലങ്കിക്കോ പകരം ഞാൻ

ഉശിരൻ കുതിരകളെ വിറ്റിരുന്നു."

"ഇത്ര കുറഞ്ഞ വിലയ്ക്കു വിറ്റതെന്തുകൊണ്ടാണ്?"

"വിഡ്ഢി! ലൂക്കാ, നീ ഒരു തനി വിഡ്ഢിയാണ്!" വൃദ്ധൻ പുച്ഛത്തോടെ പറഞ്ഞു. "അങ്ങനെ ചെയ്യാതെ പറ്റില്ല. പിശുക്കനാകാതിരിക്കാനാണ് കുതിരയെ മോഷ്ടിക്കുന്നത്! ഞങ്ങൾ കുതിരകളെ മോഷ്ടിച്ചിരുന്നതെങ്ങനെയെന്ന് നീ കണ്ടിട്ടില്ല, ഉവ്വോ? നീ എന്താ മിണ്ടാതെ നില്ക്കുന്നത്?"

"എന്തു പറയാനാണ് അമ്മാവാ?" ലൂക്കാഷ ചോദിച്ചു. "അതുപോലുള്ള ആളുകൾ ഇപ്പോഴില്ല."

"വിഡ്ഢി! പമ്പര വിഡ്ഢി! ഇപ്പോഴില്ലത്രേ!" വൃദ്ധൻ ലൂക്കാഷയെ പരിഹസിച്ചു. "നിന്റെ പ്രായത്തിൽ ഞാനും അത്തരം ഒരു കൊസാക്കുകാരനല്ലായിരുന്നു!"

"അതെങ്ങിനെ?"

വൃദ്ധൻ പുച്ഛത്തോടെ തലയാട്ടി:

"യെറോഷ്ക അമ്മാവൻ അന്ന് ശുദ്ധനായിരുന്നു. അയാൾക്ക് ഒരു ദുഃഖവുമുണ്ടായിരുന്നില്ല. അതുകൊണ്ട് ചെച്നയിലുള്ള പകുതി ആളുകളും എന്റെ മിത്രങ്ങളായിരുന്നു. പരിചയക്കാരാരെങ്കിലും എന്നെ കാണാൻ വന്നാൽ ഞങ്ങൾ ഒരുമിച്ചിരുന്നു വോഡ്ക്ക കുടിക്കും. ഞാൻ അയാളെ സന്തോഷിപ്പിക്കും. ഞാൻ അയാൾക്ക് ഉറങ്ങാൻ ഇടം കൊടുക്കും. ഞാൻ അയാളെ തിരിച്ചു വീട്ടിൽക്കൊണ്ടാക്കുമ്പോൾ അയാൾക്ക് എന്തെങ്കിലും ഒരു സമ്മാനം കൊടുക്കും. ആളുകൾ അങ്ങനെയായിരുന്നു. ഇപ്പോഴത്തെപ്പോലെയല്ല. വിത്ത് കടിച്ചുപൊട്ടിക്കുകയും തൊലി തുപ്പുകയും ചെയ്യുന്നത് കുട്ടിക്കളിയല്ലാതെ മറ്റൊന്നുമല്ല!" കൊസാക്ക് യുവാക്കൾ തണ്ണിമത്തൻ കുരു കടിച്ചുപൊട്ടിച്ചു തിന്നുന്നതിനെ അനുകരിച്ചുകൊണ്ട് വൃദ്ധൻ അവജ്ഞയോടെ പറഞ്ഞു.

"അതെ, അതെനിക്കറിയാം," ലൂക്കാഷ പറഞ്ഞു.

"നിനക്കു മിടുക്കനാകണമെന്നുണ്ടെങ്കിൽ നീ ഒരു ജിഗീത്താകണം. വെറും ഒരു കൃഷീവലനായാൽ പോരാ. കൃഷിക്കാരാണ് കുതിരകളെ വിലയ്ക്കു വാങ്ങുന്നത്. നീ പണം മാറ്റിവെച്ചിട്ട് ഒരു കുതിരയെ നേടണം!"

രണ്ടുപേരും നിശ്ശബ്ദരായി ഇരുന്നു.

"പക്ഷേ അമ്മാവാ, കോർഡനിലും ഗ്രാമത്തിലും ഒരു രസവുമില്ല. ഒന്ന് ഉല്ലസിക്കണമെന്നുവെച്ചാൽ പോകാൻ ഒരിടവുമില്ല. ആളുകളൊക്കെ ഭീരുക്കളാണ്! ഉദാഹരണത്തിനു നസാറിന്റെ കാര്യമെടുത്താൽ

മതി. കുറച്ചു ദിവസം മുമ്പ് ഞങ്ങൾ ഒരു ഔളിൽപോയിരുന്നു. നാഗായിൽ ചെന്ന് കുതിരകളെ പിടിക്കാൻ ഗിരേയ്ഖാൻ ഞങ്ങളെ ക്ഷണിച്ചതാണ്. പക്ഷേ ആരും പോകാൻ തയ്യാറില്ല. ഞാൻ ഒറ്റയ്ക്ക് എങ്ങനെ പോകും?"

"പക്ഷേ നിന്റെ ഈ അമ്മാവൻ ഇവിടെയുള്ളത് പിന്നെന്തിനാണ്? എന്നെക്കൊണ്ട് ഒന്നിനും കൊള്ളില്ലെന്നാണോ നിന്റെ വിചാരം? ഇല്ല, എന്റെ ക്ഷമ്പടഞ്ഞിട്ടില്ല! എനിക്ക് ഒരു കുതിരയെ തന്നാൽ ഞാൻ നൊഗായിലേക്ക് പുറപ്പെടാം."

"കഴമ്പുമില്ലാത്ത സംസാരംകൊണ്ട് എന്താണ കാര്യം?" ലൂക്കാ ചോദിച്ചു. "ഗിരേയ് ഖാനോട്ട് എങ്ങനെ പെരുമാറണമെന്ന് എനിക്കു പറഞ്ഞു തരൂ. "ഒരു കുതിരയെ മോഷ്ടിച്ചു ടെറെക്കിനടുത്തു വന്നാൽ മതി. വേണമെങ്കിൽ ഒരുപറ്റം കുതിരകളെ എനിക്ക് ഒളിച്ചുവയ്ക്കാൻ കഴിയും! എന്ന് അയാൾ പറയുന്നു. അയാളെ കണ്ടാൽ ഒരു കൗശലക്കാരനാണെന്നു തോന്നും. അതുകൊണ്ട് അയാളെ വിശ്വസിക്കാൻ പ്രയാസമാണ്."

"ഗിരേയ് ഖാനെ വിശ്വസിക്കാം. അയാളുടെ കുടുംബം നല്ലതാണ്. അയാളുടെ അച്ഛൻ എന്റെ ഒരു വിശ്വസ്തമിത്രമായിരുന്നു. നീ ഈ അമ്മാവൻ പറയുന്നതു കേൾക്കൂ. ഞാൻ നിനക്ക് ചീത്ത ഉപദേശമൊന്നും തരില്ല. അയാളെക്കൊണ്ട് ഒരു പ്രതിജ്ഞയെടുപ്പിക്കണം, അതും കഴിഞ്ഞാൽ വിശ്വസിക്കാം. പക്ഷേ അയാളോടൊപ്പം പോകുമ്പോൾ കൈത്തോക്ക് തയ്യാറാക്കി വെച്ചോളണം-പ്രത്യേകിച്ചും കുതിരകളെ പങ്കിടാൻനേരത്ത്. ഒരിക്കൽ എന്നെ ഒരു ചെച്ചെൻകാരൻ അങ്ങനെ കൊല്ലാൻ നോക്കിയതാണ്-ഞാൻ അയാളോട്ട് ഒരു കുതിരക്ക് പത്തു നാണയം ചോദിച്ചതിന്. അവരെ വിശ്വസിക്കാം. പക്ഷേ തോക്ക് അടുത്തു വയ്ക്കാതെ കിടന്നുറങ്ങരുത്!"

വൃദ്ധൻ പറഞ്ഞതു ലൂക്കാഷ ശ്രദ്ധിച്ചു കേട്ടുകൊണ്ടിരുന്നു.

"അമ്മാവാ, അമ്മാവന്റെ കൈവശം മന്ത്രശക്തിയുള്ള ഒരു പുല്ലുണ്ടെന്നു കേട്ടു അതു ശരിയാണോ?" തെല്ലിട കഴിഞ്ഞു് യുവാവ് ചോദിച്ചു.

"ഇല്ല. പക്ഷേ അതെങ്ങനെ കിട്ടുമെന്നു നിനക്ക് ഞാൻ പറഞ്ഞു തരാം. നീ ഒരു നല്ല പയ്യനാണ്. നീ നിന്റെ അമ്മാവനെ മറക്കുകയില്ലെന്ന് എനിക്കറിയാം. ഞാൻ അതു പറഞ്ഞുതരണോ?"

"പറയൂ, അമ്മാവാ!"

"ആമ എന്നുവെച്ചാൽ എന്താണെന്ന് അറിയാമോ? ആമ ഒരു പിശാചാണ്!"

"പിന്നെ അറിഞ്ഞുകൂടേ!"

"എന്നാൽ അതിന്റെ വീട്ട് കണ്ടുപിടിച്ച് അതിനുചുറ്റും ഒരു ചെറിയ വേലി കെട്ടുക. അതിൽക്കൂടെ ആമയ്ക്ക് അകത്ത് കടക്കാൻ കഴിയരുത്. ആമ വന്ന് വേലിക്കു ചുറ്റും നടന്നിട്ട് തിരിച്ചു പോകും. പിന്നീട്ട് അതു ചെന്ന് മന്ത്രശക്തിയുള്ള പുല്ലുമായി വീണ്ടും വരും. അതുകൊണ്ട് അതു വേലി പൊളിക്കും. പിറ്റേന്നു രാവിലെ നീ ചെന്ന് നോക്കിയാൽ വേലി പൊളിഞ്ഞ ഇടത്ത് ആ പുല്ലു കിടക്കുന്നതു കാണാം. നീ അതെടുത്ത് എവിടെ പോയാലും കൈയിൽ കൊണ്ടുപോകണം. നിനക്കു തുറക്കാൻ കഴിയാത്ത ഒരു പൂട്ടോ ഭേദിക്കാനാവാത്ത ഒരു ഭിത്തിയോ ഉണ്ടായിരിക്കയില്ല."

"അമ്മാവൻ അതു പരീക്ഷിച്ചുനോക്കിയിട്ടുണ്ടോ?

"ഞാൻ പരീക്ഷിച്ചിട്ടില്ല. പക്ഷേ നല്ലവരായ ആളുകൾ പറഞ്ഞു കേട്ടിട്ടുണ്ട്. എന്നാൽ കുതിരപ്പുറത്തു കയറുമ്പോൾ ഞാൻ ഒരു മന്ത്രം ജപിക്കാറുണ്ടായിരുന്നു. "പ്രണാമം" എന്നാണ് അതിന്റെ തുടക്കം എന്നെ ആരും കൊന്നിട്ടില്ല!"

"ആ മന്ത്രം എന്തായിരുന്നു അമ്മാവാ?"

"നിനക്കറിഞ്ഞുകൂടേ? അദ്ഭുതം! എന്തൊരു മനുഷ്യർ! അമ്മാവനോടു ചോദിച്ചാൽ പോരെ? ഞാൻ ചൊല്ലുന്നതു കേട്ട് നീ കൂടെ ചൊല്ലണം:

പ്രണാമം സിയോൺകാരാ
കാൺകനിൻ സാമ്രാട്ടിനെ
അശ്വാരൂഢനായ് വരുന്നു നാം.
സോഫോണിയസ്സിൻ രോദനം,
സഹാറിൻ വചസ്സുകൾ.
മാൻഡ്രിച്ച് അച്ചൻ
മനുഷ്യൻ മനുഷ്യസ്നേഹി.

"മനുഷ്യൻ മനുഷ്യസ്നേഹി," വൃദ്ധൻ ആവർത്തിച്ചു. "മനസ്സിലായോ? എന്നാൽ നീ ചൊല്ല്!"

ലൂക്കാഷ ഉറക്കെ ചിരിച്ചു.

"അതുകൊണ്ടാണ് ആരും അമ്മാവനെ കൊല്ലാതിരുന്നതെന്നാണോ പറഞ്ഞുവരുന്നത്? അതു സാദ്ധ്യമല്ല."

"ഓ, ഒരു ജ്ഞാനി വന്നിരിക്കുന്നു! നീ ഇതു കാണാതെ പഠിച്ച് ഉരുവിട്ടോ. അതുകൊണ്ട് ഒരു കുഴപ്പവും ഉണ്ടാകുകയില്ല. ശരി, ഇപ്പോൾ മാൻഡ്രിച്ച് ചൊല്ലിയിട്ട് സ്ഥലം വിട്ടോ," വൃദ്ധനും ചിരിച്ചു. "പക്ഷേ, ലൂക്കാ, നീ നൊഗയിലേക്കു പോകണ്ട. അതാണ് എന്റെ ഉപദേശം."

"എന്തുകൊണ്ട് പോകാൻ പാടില്ല?"

"കാലം അതിനു പറ്റിയതല്ല. നിങ്ങൾ അതിനു പറ്റിയ ആളുകളു മല്ല. കൊസാക്കുകാർ ഒന്നിനും കൊള്ളാത്തവരായിത്തീർന്നിരിക്കു ന്നു. പോരെങ്കിൽ റഷ്യാക്കാരെ ഇവിടെ പാർപ്പിച്ചിട്ടുമുണ്ട്. അവർ നിങ്ങളെ കോടതി കയറ്റും. നീ ആ പരിപാടി ഉപേക്ഷിക്കണം, കേട്ടോ. നിനക്ക് ഇതിന്റെയൊന്നും ആവശ്യമില്ല. ഒരിക്കൽ ഞാനും ഗീർച്ചിക്കും കൂടി..." വൃദ്ധൻ തന്റെ അവസാനിക്കാത്ത കഥാശേഖ രത്തിൽനിന്ന് ഒരു കഥകൂടി പറയാനാരംഭിച്ചു. എന്നാൽ ലൂക്കാഷ പുറത്തേക്കു നോക്കി.

"അമ്മാവാ, നേരം പുലർന്നു," അവൻ പറഞ്ഞു. "എനിക്കു പോകാൻ സമയമായി. ഇടയ്ക്കു ഞങ്ങളെ കാണാൻ വരണം!"

"ക്രിസ്തു രക്ഷിക്കട്ടെ! എനിക്ക് ആ പട്ടാളക്കാരന്റെയടുത്തു പോകണം. അയാളെ നായാട്ടിനു കൊണ്ടുപോകാമെന്നു ഞാൻ വാക്കു കൊടുത്തിട്ടുണ്ട്. അയാൾ കൊള്ളാവുന്ന ഒരു ചെറുപ്പക്കാര നാണെന്നു തോന്നുന്നു."

XVII

യെറോഷ്കയുടെയടുത്തുനിന്ന് ലൂക്കാഷ വീട്ടിലേക്കു മടങ്ങി. അവൻ വഴിയിലേക്കിറങ്ങിയപ്പോൾ ഈർപ്പമുള്ള മൂടൽമഞ്ഞു് മണ്ണിൽനിന്നുയർന്ന് ഗ്രാമത്തെ മൂടിയിരുന്നു. വീട്ടുവളപ്പുകളിൽ കന്നുകാലികൾ അനങ്ങിത്തുടങ്ങിയിരുന്നെങ്കിലും അവയെ കാണാൻ കഴിയുമായിരുന്നില്ല. കോഴികൾ കൂടുതൽ ഉറക്കെയും കൂടുതൽ അടുപ്പിച്ചും കൂവിത്തുടങ്ങി. പ്രകാശം പരന്നതോടെ ആളുകൾ ഉണർന്നുതുടങ്ങി. അടുത്തെത്തിയപ്പോൾ തന്റെ സ്വന്തം വീടിന്റെ മഞ്ഞുതുള്ളികൾ പറ്റി നനഞ്ഞ വേലിയും വീട്ടിനുള്ളിലേക്കു കയറാനുള്ള പടവുകളും തുറന്നുകിടന്ന പടിവാതിലും ലൂക്കാഷ കണ്ടു. അവന്റെ അമ്മ ഉണർന്ന് അടുപ്പിൽ തീ കൂട്ടുകയായിരുന്നു. ചേച്ചി ഇനിയും ഉണർന്നിട്ടില്ല.

"എന്താ, ലൂക്കാഷാ, നിന്റെ ആഘോഷം കഴിഞ്ഞോ?" മൃദുസ്വരത്തിൽ അമ്മ ചോദിച്ചു. "ഇന്നലെ രാത്രി നീ എവിടെയായിരുന്നു?"

"ഗ്രാമത്തിലുണ്ടായിരുന്നു." ലൂക്കാഷ മടിച്ചുമടിച്ച് ഉത്തരം പറഞ്ഞു. അവൻ തന്റെ തോക്ക് ഉറയിൽനിന്നു പുറത്തെടുത്തു പരിശോധിച്ചുതുടങ്ങി.

അമ്മ തലയാട്ടി.

കുറെ വെടിമരുന്ന് ഒരു കിണ്ണത്തിൽ വെച്ചിട്ട് ലൂക്കാഷ ഒരു സഞ്ചിയിൽനിന്ന് ഒഴിഞ്ഞ കുറെ വെടിത്തിരകൾ പുറത്തെടുത്ത് അവയിൽ മരുന്നു നിറച്ച തിരകൾ പഴന്തുണിയിൽ പൊതിഞ്ഞ ബുള്ളറ്റുകൾക്കുള്ളിലേക്ക് അവൻ സശ്രദ്ധം തിരുകിക്കയറ്റിക്കൊണ്ടിരുന്നു. കൂടുതലുണ്ടെങ്കിൽ അതു് അവൻ പല്ലുകൊണ്ട് കടിച്ചു മാറ്റിക്കൊണ്ടിരുന്നു. എല്ലാം ഒന്നുകൂടി പരിശോധിച്ചു നോക്കിയിട്ട് അവൻ സഞ്ചി മാറ്റിവെച്ചു.

"അമ്മേ, എന്റെ സഞ്ചിയുടെ കീറിയ ഭാഗം തുന്നിവയ്ക്കണമെന്ന് ഞാൻ പറഞ്ഞിരുന്നല്ലോ. അതു തുന്നിയോ?" അവൻ ചോദിച്ചു.

"ഉവ്വെന്നു തോന്നുന്നു. പൊട്ടി ഇന്നലെ എന്തോ തുന്നുന്നതു കണ്ടു. പക്ഷേ നിനക്ക് ഇപ്പോൾത്തന്നെ കോർഡനിലേക്കു തിരിച്ചുപോകണോ? ഞാൻ നിന്നെ കണ്ടതേയില്ലല്ലോ!"

"ഞാൻ വന്നതേയുള്ളൂ പക്ഷേ തിരിച്ചു പോകാൻ സമയമായി," വെടിമരുന്ന് കെട്ടിവെച്ചുകൊണ്ട് ലൂക്കാഷ പറഞ്ഞു. "പൊട്ടി എവിടെ? പുറത്തു പോയോ?"

"പോയി. അവൾ വിറകു കീറുകയാണ്. നിന്റെ കാര്യത്തിൽ അവൾക്കു വലിയ ഉൽക്കണ്ഠയുണ്ട്. "എനിക്ക് അവനെ ഒന്നു

കാണാൻ കഴിയുകയില്ല," അവൾ ആംഗ്യംകൊണ്ട് അറിയിച്ചു. പിന്നെ അവൾ തലയിലേക്കു വിരൽ ചൂണ്ടിക്കാട്ടിയിട്ട് നാക്കുകൊണ്ട് ഒരു ശബ്ദം കേൾപ്പിച്ചു. അതു കഴിഞ്ഞു് കൈ ഹൃദയത്തിൽ ചേർത്തു വെച്ചു. സഹോദരനെയോർത്ത് അവൾക്കു ദുഃഖമുണ്ട്. ഞാൻ ചെന്ന് അവളെ വിളിച്ചോണ്ടു വരട്ടേ? അവൾക്കു ആ അബ്രിറക്കുകാരന്റെ കാര്യം മനസ്സിലായിട്ടുണ്ട്."

"വിളിച്ചോണ്ടു വരൂ," ലൂക്കാഷ പറഞ്ഞു. "എനിക്കു കുറച്ച് മൃഗക്കൊഴുപ്പു കൊണ്ടുപോകണം. കുറച്ചു തരൂ. വാളിൽ പുരട്ടാനാണ്."

വൃദ്ധ പുറത്തേക്കു പോയി. ഏതാനും മിനിട്ടുകൾ കഴിഞ്ഞു് ലൂക്കാഷയുടെ ഊമയും ബധിരയുമായ സഹോദരി ഞരങ്ങുന്ന പടവുകൾ കയറി കുടിലിനുള്ളിലെത്തി. അവൾ അവനേക്കാൾ ആറു വയസ്സിന് മൂത്തതാണ്. ഊമകളും ബധിരരുമായവർക്ക് സഹജമായ ശൂന്യതയും തികഞ്ഞ ഭോഷത്വവും അവളുടെ മുഖത്തില്ലായിരുന്നെങ്കിൽ അവൾ സഹോദരനെപ്പോലിരിക്കുമായിരുന്നു. പരുപരുത്ത തുണികൊണ്ടുള്ള കീറിത്തയ്ച്ച ഒരു കുപ്പായമാണ് അവൾ ധരിച്ചിരുന്നത്. അവളുടെ നഗ്നമായ പാദങ്ങളിൽ അഴുക്കു പുരണ്ടിട്ടുണ്ട്. നീല നിറമുള്ള ഒരു പഴഞ്ചൻ തുവാലയാണ് അവൾ തലയിൽ കെട്ടിയിരിക്കുന്നത്. അവളുടെ കഴുത്തും കൈകളും മുഖവും ഒരു പുരുഷന്റേതുപോലെ ബലിഷ്ഠമായിരുന്നു. വേഷംകൊണ്ടും മറ്റെല്ലാംകൊണ്ടും അവൾ കഠിനമായ കായികാദ്ധ്വാനം ചെയ്തു ശീലിച്ചവളാണെന്നു സ്പഷ്ടമായിരുന്നു. അവൾ ഒരു കെട്ടു വിറകു കൊണ്ടുവന്ന് അടുപ്പിനടുത്തിട്ടു. സന്തോഷത്തോടെ മുഖം മുഴുവൻ ചുളിച്ച് പുഞ്ചിരിച്ചുകൊണ്ട് അവൾ അനുജന്റെയടുത്തേക്കു ചെന്നു. അവന്റെ തോളിൽ സ്നേഹപൂർവ്വം തലോടിയിട്ട് അവൾ തന്റെ കൈകളും മുഖവും ദേഹമാകെത്തന്നെയും ഉപയോഗിച്ച് ധൃതിയിൽ ചില ആംഗ്യങ്ങൾ കാട്ടിത്തുടങ്ങി.

"കൊള്ളാം! സ്റ്റ്യോപ്ക! മിടുക്കി!" തലയാട്ടിക്കൊണ്ട് ലൂക്കാഷ മറുപടി പറഞ്ഞു. "എല്ലാം വേണ്ടതുപോലെ ചെയ്തിട്ടുണ്ട്. തുന്നിയതു ഭംഗിയായി. ഇതാ ഒരു സമ്മാനം." അവൻ പോക്കറ്റിൽനിന്ന് രണ്ടു മിഠായികളെടുത്ത് അവൾക്കു കൊടുത്തു.

സ്റ്റ്യോപ്കയുടെ മുഖം തുടുത്തു. സന്തോഷം പ്രകടിപ്പിക്കാൻ അവൾ വിചിത്രമായ ഒരു ശബ്ദം കേൾപ്പിച്ചു. മിഠായി വാങ്ങിക്കൊണ്ട് അവൾ മുമ്പത്തെക്കാൾ കൂടുതൽ വേഗത്തിൽ ആംഗ്യങ്ങൾ കാണിച്ചുതുടങ്ങി. അവൾ ഒരു പ്രത്യേക ദിശയിലേക്കു പലതവണ കൈ ചൂണ്ടിക്കാണിക്കുകയും തന്റെ തടിച്ച വിരലുകൾകൊണ്ട് പുരികങ്ങളിലും മുഖത്തും തടവുകയും ചെയ്തു. അവൾ ഉദ്ദേശിക്കുന്നതെന്തെന്ന് ലൂക്കാഷയ്ക്കു മനസ്സിലായി. ചെറിയ ഒരു പുഞ്ചിരിയോടെ തലകുലുക്കിക്കൊണ്ട്

അവൻ ഇരുന്നു. അവൻ പെൺകുട്ടികൾക്ക് സ്വാദുള്ള സാധന ങ്ങൾ തിന്നാൻ കൊടുക്കുന്നുണ്ടെന്നും പെൺകുട്ടികൾക്ക് അവനെ ഇഷ്ടമാണെന്നും ഒരു പെൺകുട്ടി, മര്യാന, മറ്റുള്ളവരെക്കാളൊക്കെ നല്ലവളാണെന്നും ആ പെൺകുട്ടിക്ക് അവനെ വലിയ ഇഷ്ടമാണെ ന്നുമാണ് അവൾ പറഞ്ഞത്. മര്യാനയുടെ വീടിനു നേരെ കൈ ചൂണ്ടിക്കാട്ടുകയും തന്റെ പുരികങ്ങളിലും മുഖത്തും തൊടുകയും ചുണ്ടു നക്കുകയും തലയാട്ടുകയും ചെയ്താണ് ഊമ മര്യാനയെ സൂചിപ്പിച്ച ത്. കൈ നെഞ്ചിൽ ചേർത്തുവെച്ചും കൈപ്പത്തിയിൽ മുത്തിയും ആരെയോ കെട്ടിപ്പിടിക്കുന്നതുപോലെ ആംഗ്യം കാട്ടിയുമാണ് അവൾ "സ്നേഹം" എന്നു സൂചിപ്പിക്കുന്നത്. അമ്മ തിരിച്ചുവന്നു. ഊമ എന്താണ് പറയാൻ ശ്രമിക്കുന്നതെന്ന് മനസ്സിലായപ്പോൾ അവർ പുഞ്ചിരിക്കുകയും തലയാട്ടുകയും ചെയ്തു. സ്റ്റ്യോപ്ക മിഠായി അമ്മയെ കാണിച്ചിട്ട് വീണ്ടും സന്തോഷം പ്രകടിപ്പിച്ചു.

"ഞാൻ ഈയിടെ ബബൂക ഉലീത്കയോടു സംസാരിച്ചു. കല്യാണാലോചനക്കാരെ അങ്ങോട്ടയയ്ക്കുമെന്നു സൂചിപ്പിച്ചു." അമ്മ മകനോടു പറഞ്ഞു. "അവർക്ക് അതിഷ്ടപ്പെട്ടു."

ലൂക്കാഷ ഒന്നും മിണ്ടാതെ അമ്മയെ നോക്കി.

"എന്താണിത്, അമ്മേ? നമുക്ക് വീഞ്ഞു വിൽക്കണ്ടേ. എനിക്ക് കുതിരയെ വാങ്ങണം.!"

"സമയമാകുമ്പോൾ വിൽക്കാം. ഞാൻ വീപ്പകളുടെ കേടുപാടുകൾ മാറ്റുകയാണ്," മകൻ വീട്ടുകാര്യങ്ങളിൽ തലയിടുന്നത് രസിക്കാതെ അമ്മ പറഞ്ഞു. "നീ പോകുമ്പോൾ വാതില്ക്കലിരിക്കുന്ന സഞ്ചികൂടെ കൊണ്ടുപോകണം. കോർഡനിൽ നിനക്ക് ബുദ്ധിമുട്ടുണ്ടാവാതിരി ക്കാൻ ഞാൻ കടം വാങ്ങിയതാണ്. നീ അത് നിന്റെ ജീനിസഞ്ചി യിലാണോ ഇടാൻ പോകുന്നത്?"

"അതു നന്നായി," ലൂക്കാഷ പറഞ്ഞു. "ആ ഗിരേയ്ഖാൻ ഇക്കരെ വരികയാണെങ്കിൽ അയാളെ ചൗക്കയിലേക്ക് അയയ്ക്കണം. എനിക്കിനി ഉടനെയെങ്ങും അവധി കിട്ടുകയില്ല. എനിക്ക് അയാളെ കണ്ടിട്ടു കാര്യമുണ്ട്."

"അയാളെ അങ്ങോട്ടയയ്ക്കാം, ലൂക്കാഷ. നീ യാംകയുടെ വീട്ടിലി രുന്ന് നിന്റെ സമയം മുഴുവൻ പാഴാക്കുന്നതെന്തിനാണ്?" അമ്മ ചോദിച്ചു. "ഇന്നലെ രാത്രി കന്നുകാലികളെ നോക്കാൻ ഞാൻ മുറ്റ ത്തിറങ്ങിയപ്പോൾ നീ അവിടിരുന്നു പാട്ടു പാടുന്ന ശബ്ദം കേട്ടെന്നു തോന്നി."

ലൂക്കാഷ മറുപടി പറഞ്ഞില്ല.

അവൻ ഇടനാഴിയിൽചെന്ന് ജീനിസഞ്ചിയും തോക്കും എടുത്തിട്ട് കോട്ട് വലിച്ചിട്ടുകൊണ്ട് വാതില്ക്കൽ തെല്ലിട നിന്നു.

"പോയിവരാം, അമ്മേ," വാതിൽപ്പടി അടച്ചുകൊണ്ട് അവൻ പറഞ്ഞു. "നസാർക്കയുടെ കൈയിൽ ഒരു ചെറിയ വീപ്പ കൊടുത്തയയ്ക്കണം. ഞാൻ കോർഡനിലുള്ളവർക്കു വീഞ്ഞു കൊടുക്കാമെന്ന് പറഞ്ഞിട്ടുണ്ട്. അവൻ വന്ന് എടുത്തോളും."

"ക്രിസ്തു നിന്നെ കാക്കട്ടെ, ലൂക്കാഷ! ദൈവം നിനക്കു തുണയുണ്ടായിരിക്കട്ടെ! ഞാൻ കൊടുത്തയയ്ക്കാം. പുതിയ വീപ്പയിൽനിന്നു കൊടുത്തയയ്ക്കാം," വേലിയ്ക്കടുത്തു വന്നുനിന്നുകൊണ്ട് അമ്മ പറഞ്ഞു. "ലൂക്കാഷ, എനിക്കു നിന്നോട് ഒരു കാര്യം പറയാനുണ്ട്," വേലിയിൽ ചാരി തല പുറത്തേക്കു നീട്ടി വൃദ്ധ പറഞ്ഞു.

ലൂക്കാഷ നിന്നു.

"നീ വേണ്ടുവോളം കുടിച്ചു രസിച്ചു. ദൈവത്തിനു നന്ദി! ഒരു ചെറുപ്പക്കാരന് ഉല്ലസിക്കാൻ അവകാശമുണ്ട്. ദൈവം തന്നെയാണല്ലോ നിനക്ക് ഈ ഭാഗ്യം തന്നതു്. അതുകൊണ്ട് തരക്കേടൊന്നുമില്ല. പക്ഷേ, മോനേ, ഒന്നും അധികമാകാതെ സൂക്ഷിക്കണം! മേലധികാരികളോട് അനുസരണ കാട്ടണം-അതു നിന്റെ കടമയാണ്. ഞാൻ നിനക്കു വീഞ്ഞു കൊടുത്തയയ്ക്കാം. കുതിരയെ വാങ്ങാൻ പണം ഉണ്ടാക്കിത്തരാം. ആ പെൺകുട്ടിയുമായുള്ള വിവാഹനിശ്ചയം നടത്താം."

"ശരി!" മകൻ മുഖം വീർപ്പിച്ചുകൊണ്ടു പറഞ്ഞു.

ഊമ അവന്റെ ശ്രദ്ധയാകർഷിക്കാൻ ഒരു ശബ്ദം കേൾപ്പിച്ചു. അവൾ തന്റെ തലയിലേക്കും കൈപ്പടത്തിലേക്കും വിരൽ ചൂണ്ടി-മൊട്ടത്തലയൻ അതായതു് ചെച്ചെൻകാരൻ എന്നായിരുന്നു അതിന്റെ അർത്ഥം. പിന്നീട് പുരികങ്ങൾ ഉയർത്തി തോക്കുകൊണ്ട് ഉന്നം പിടിക്കുന്ന ഭാവത്തിൽ അവൾ നിൽക്കുകയും വിചിത്രമായി ഒരു ശബ്ദം കേൾപ്പിക്കുകയും തലയാട്ടുകയും ചെയ്തു. ഇനിയും ചെച്ചെൻകാരെ കൊല്ലണമെന്ന് അവൾ ലൂക്കാഷയോട് പറയുകയായിരുന്നു.

ലൂക്കാഷയ്ക്ക് അതു മനസ്സിലായി. അവൻ പുഞ്ചിരിച്ചു. തോക്ക് പുറത്തു തൂക്കി അതിനുമീതേ മേലങ്കിയിട്ടുകൊണ്ട് അവൻ ധൃതിയിൽ നടന്ന് കനത്ത മൂടൽമഞ്ഞിൽ അപ്രത്യക്ഷനായി.

മൂകയായി വാതിൽപ്പടിയിൽ ഒരു നിമിഷം നിന്നിട്ട് അവന്റെ വൃദ്ധമാതാവ് തൊഴുത്തിലേക്കു നടന്നു. അവർ പതിവു ജോലികൾ ആരംഭിച്ചു.

XVIII

ലൂക്കാഷ കോർഡനിലേക്കു പുറപ്പെട്ടു. അതേ സമയത്തുതന്നെ യെറോഷ്ക അമ്മാവൻ ചൂളമടിച്ചു തന്റെ പട്ടികളെ വിളിച്ചുകൊണ്ട് വേലികൾക്കിടയിലൂടെ നുഴഞ്ഞുകയറി ഒലേനിന്റെ താമസസ്ഥലത്തിന്റെ പിന്നിലെത്തി. നായാട്ടിനു പോകാനിറങ്ങുമ്പോൾ സ്ത്രീകളെ കണ്ടുമുട്ടുന്നതു് വൃദ്ധന് ഇഷ്ടമായിരുന്നില്ല. ഒലേനിൽ അപ്പോഴും ഉറക്കമായിരുന്നു. വന്യൂഷ ഉറക്കമുണർന്ന് നേരം വെളുത്തോ എന്നറിയാൻ ചുറ്റും കണ്ണോടിച്ചുകൊണ്ട് കട്ടിലിൽത്തന്നെ കിടക്കുമ്പോഴാണ് പിന്നിൽ തൂക്കിയിട്ട തോക്കും നായാട്ടിനുള്ള സാമഗ്രികളുമായി യെറോഷ്ക അമ്മാവൻ വാതിൽ തുറന്നതു്.

"വടിയെവിടെ! ചൂരലെവിടെ!" അയാൾ തന്റെ കനത്ത ശബ്ദത്തിൽ വിളിച്ചുപറഞ്ഞു. "ആയുധം ധരിക്കുവിൻ! ചെച്ചെൻകാർ വന്നിരിക്കുന്നു! ഇവാൻ, യജമാനനു സമോവാർ ചൂടാക്കു! എണീക്ക്! വേഗമാകട്ടെ! അപ്പോൾ ഇങ്ങനെയാണ്, നീ അല്ലേ? പെൺപിള്ളേരുപോലും എണീറ്റു കഴിഞ്ഞു. അതാ, ജനലിലൂടെ നോക്കു! അവൾ വെള്ളത്തിനു പോവുകയാണ്. ഇവിടെ ആളുകൾ ഉറങ്ങുന്നു!"

ഒലേനിൻ കണ്ണു തുറന്നു ചാടിയെണീറ്റു. വൃദ്ധനെ കാണുകയും അയാളുടെ ശബ്ദം കേൾക്കുകയും ചെയ്തപ്പോൾ ഒലേനിന് എന്തെന്നില്ലാത്ത ആഹ്ലാദവും ഉന്മേഷവും തോന്നി.

"വേഗം! വേഗം, വന്യൂഷ!" ഒലേനിൻ പറഞ്ഞു.

"ഇങ്ങനെയാണ് നീ വേട്ടയ്ക്കു പോകുന്നതു്, അല്ലേ! ആളുകൾ പ്രാതൽ കഴിച്ചുകഴിഞ്ഞു. പക്ഷേ നീ ഉറക്കമാണ്!" അനന്തരം വൃദ്ധൻ പട്ടിയെ വിളിച്ചു: "ഹേ, ല്യാം നീ എവിടെ?"

"തോക്കു തയ്യാറാക്കിവെച്ചിട്ടുണ്ടോ?" കുടിലിൽ ഒരു വലിയ ആൾക്കൂട്ടം ഉണ്ടെന്ന മട്ടിൽ ഉറക്കെ വൃദ്ധൻ ചോദിച്ചു.

"ക്ഷമിക്കണം, ഞാൻ ഒന്നും ചെയ്തിട്ടില്ല. വന്യൂഷ, വെടിമരുന്ന്! വന്യൂഷ, തോക്ക്!"

"പിഴ ഒടുക്കണം!" വൃദ്ധൻ പറഞ്ഞു.

"ഡ്യൂ തെ വുലേവു?"[32] ചിരിച്ചുകൊണ്ട് വന്യൂഷ ചോദിച്ചു.

"നീ ഞങ്ങളുടെ കൂട്ടത്തിലുള്ളതല്ല! നീ ഞങ്ങളുടെ ഭാഷയല്ല പറയുന്നതു്! ചെകുത്താൻ!" വൃദ്ധൻ തന്റെ പല്ലിന്റെ കുറ്റികൾ വന്യൂഷയെ കാട്ടിക്കൊണ്ട് അലറി.

"ഇതു് ആദ്യത്തെ തെറ്റായതുകൊണ്ട് ക്ഷമിച്ചിരിക്കുന്നു." വൃദ്ധൻ

32 Du the, voulez-vous?-ചായ വേണോ? (ഫ്രഞ്ച്).

പറഞ്ഞു. "പക്ഷേ രണ്ടാമതൊരിക്കൽ നീ ഇങ്ങനെ കിടന്നുറങ്ങിയാൽ ഒരു വീപ്പ വീഞ്ഞ് പിഴ തരണം. പകലത്തെ ചൂട്ട് തുടങ്ങിയാൽ ഒരു മാനിനേയും കാണാൻ കഴിയുകയില്ല, മനസ്സിലായോ?"

"ഒന്നിനെ കണ്ടാൽത്തന്നെ അതു മനുഷ്യരായ നമ്മളെക്കാൾ ബുദ്ധിയുള്ളതായിരിക്കും, അല്ലേ?" ഒലേനിൻ വൃദ്ധന്റെ തലേ ദിവസത്തെ വാക്കുകൾ ഉദ്ധരിച്ചു. "കൗശലംകൊണ്ട് അവനെ പിടിക്കാൻ പറ്റിയില്ല."

"നീ എന്നെ ആക്ഷേപിക്കുകയാണ്. ആദ്യം നീ ഒന്നിനെ കൊല്ല്, എന്നിട്ടാകാം വർത്തമാനം! ശരി, വേഗമാകട്ടെ! ഓ, അതാ വീട്ടുകാരൻ നിന്നെ കാണാൻ വരുന്നു!" ജനലിനു പുറത്തേക്കു നോക്കിക്കൊണ്ട് യെറോഷ്ക പറഞ്ഞു. "ഓഹോ! അയാൾ ചമഞ്ഞൊരുങ്ങിയാണല്ലോ പുറപ്പെട്ടിരിക്കുന്നത്! താൻ ഒരു ഓഫീസറാണെന്നു നിന്നെ കാണിക്കാൻ അയാൾ ഒരു പുതിയ സിപൂൺ [33]ധരിച്ചിട്ടുണ്ട്! എന്തൊരു മനുഷ്യർ!"

കോർണെറ്റ് തന്റെ യജനമാനനെ കാണാനാഗ്രഹിക്കുന്നുവെന്നറിയിക്കാൻ ആ സമയത്ത് വന്യൂഷ അവിടെ വന്നു.

"ലാർഷാൻ!"[34] അയാളുടെ വരവിന്റെ ഉദ്ദേശം ഒലേനിനെ അറിയിക്കാനായി അവൻ പറഞ്ഞു. ഒരു നിമിഷം കഴിഞ്ഞ് കോർണെറ്റ്തന്നെ അവിടെ എത്തി. ഓഫീസറുടെ തോൾപ്പട്ടയുള്ള ഒരു പുതിയ ചെർക്കേസ്കയും പോളിഷു പുരട്ടിമിനുക്കിയ ബൂട്ടുകളും-കൊസാക്കുകാരുടെയിടയിൽ അത് അസാധാരണമായിരുന്നു-ധരിച്ചിരുന്ന ആ മനുഷ്യൻ പുഞ്ചിരിക്കുകയും ആടുകയും ചെയ്തുകൊണ്ട് അവരെ അഭിവാദ്യം ചെയ്തു.

കോർണെറ്റ് ഇലിയ വസീല്യെവിച്ച് "വിദ്യാഭ്യാസമുള്ള" ഒരു കൊസാക്കുകാരനായിരുന്നു. അതായത് അയാൾ റഷ്യ സന്ദർശിച്ചിട്ടുള്ളവനും ഒരു സ്കൂൾ മാസ്റ്ററും സർവ്വോപരി ഒരു കുലീനനും ആയിരുന്നു. കുലീനനാണെന്നു കാണിക്കാൻ അയാൾ സദാ ശ്രമിച്ചുകൊണ്ടിരുന്നു. എന്നാൽ സംസ്കാരസമ്പന്നനാണെന്നു കാണിക്കാനുള്ള അകുശലമായ ശ്രമങ്ങളുടേയും ആത്മവിശ്വാസത്തിന്റേയും പരുക്കൻ സംസാരരീതിയുടേയും മുഖംമൂടിയണിഞ്ഞ ആ മനുഷ്യൻ ഉള്ളുകൊണ്ട് യെറോഷ്ക അമ്മാവനെപ്പോലെതന്നെയുള്ള ഒരുവനായിരുന്നു. അയാളുടെ വെയിലേറ്റു കരുവാളിച്ച മുഖവും കൈകളും ചുവന്ന മൂക്കും അക്കാര്യംതന്നെ വെളിപ്പെടുത്തിയിരുന്നു.

---

33 സിപൂൺ-കട്ടിയുള്ള പരുക്കൻ തുണികൊണ്ട് ഉണ്ടാക്കപ്പെട്ട കൃഷിക്കാരുടെ കോട്ട്.

34 l'argent-പണം (ഫ്രഞ്ച്).

കോർണെറ്റിനോട്ട് ഒലേനിൻ ഇരിക്കാനപേക്ഷിച്ചു.

"നമസ്കാരം, ഇലിയ വസീല്യെവിച്ച്," യെറോഷ്ക എണീറ്റുനിന്ന് താണു വണങ്ങിക്കൊണ്ടു പറഞ്ഞു. അതു തെല്ലൊരു വ്യംഗഭാവത്തോടെയാണെന്ന് ഒലേനിനു തോന്നി.

"സുഖമാണോ, അമ്മാവാ! നിങ്ങൾ ഇതിനകംതന്നെ ഇവിടെ എത്തിയോ?" അലക്ഷ്യഭാവത്തിൽ അയാളുടെ നേരെ ഒന്നു തലകുനിച്ചുകൊണ്ട് കോർണെറ്റ് പറഞ്ഞു.

നാല്പതു വയസ്സുള്ള നീണ്ടുമെലിഞ്ഞ സുമുഖനായ ഒരു മനുഷ്യനായിരുന്നു അയാൾ. നരച്ച താടിയായിരുന്നു അയാളുടെതെങ്കിലും നല്ല ഉന്മേഷവും ഓജസ്സുമുള്ള മനുഷ്യൻ. ഒരു നാല്പതുകാരനിൽ അതു തികച്ചും അസാധാരണമാണ്. ഒലേനിൽ തന്നെ ഒരു സാധാരണ കൊസാക്കുകാരനായി തെറ്റിദ്ധരിക്കുമോ എന്ന് അയാൾ ഭയന്നു. അതിനാൽ തന്റെ പ്രാമാണിത്വം തൽക്ഷണംതന്നെ ഒലേനിനെ മനസ്സിലാക്കാൻ അയാൾ ജാഗരൂകനായിരുന്നു.

ഒലേനിന്റെ നേരെ തിരിഞ്ഞു് വൃദ്ധനെ ചൂണ്ടിക്കാട്ടിക്കൊണ്ട് അയാൾ പറഞ്ഞു: "ഇതു ഞങ്ങളുടെ ഈജിപ്ഷ്യൻ നിംറോഡാണ്. "ദൈവത്തിന്റെ ശക്തനായ നായാട്ടുകാരൻ." [35]താങ്കൾ ഇയാളെ പരിചയപ്പെട്ടു കഴിഞ്ഞോ?"

യെറോഷ്ക അമ്മാവൻ നനഞ്ഞ പൊർഷ്നി ചുറ്റിയ തന്റെ കാലുകളിലേക്ക് നോക്കിക്കൊണ്ട് തലകുലുക്കി. കോർണെറ്റിന്റെ കൗശലവും പാണ്ഡിത്യവും കണ്ട് അത്ഭുതസ്തബ്ധനായിട്ടെന്നവണ്ണം അയാൾ പിറുപിറുത്തു "ഈജിപ്ഷ്യൻ നിംറോഡോ?" എന്താണതിന്റെ അർത്ഥം?"

"ഞങ്ങൾ വേട്ടയ്ക്കു പുറപ്പെടുകയാണ്," ഒലേനിൻ പറഞ്ഞു.

"അതു കൊള്ളാം" കോർണെറ്റ് പറഞ്ഞു. പക്ഷേ എനിക്കു താങ്കളോട്ട് ചിലതു സംസാരിക്കാനുണ്ട്."

"എന്താണാവോ?"

"താങ്കൾ ഒരു കുലീനനും, ഞാൻ മനസ്സിലാക്കിയിടത്തോളം എന്നെപ്പോലെതന്നെ ഓഫീസറുടെ പദവിയുള്ള ആളുമായതിനാൽ ക്രമേണ നമുക്ക് കുലീനന്മാരെന്ന നിലക്ക് എപ്പോഴും പരസ്പരം പെരുമാറാം." (അയാൾ സംസാരം നിർത്തി വൃദ്ധനേയും ഒലേനിനേയും നോക്കി ഒന്നു പുഞ്ചിരിച്ചു) "എന്നോട്ട് കാര്യങ്ങൾ സംസാരിക്കാൻ താങ്കൾ സന്മനസ്സു കാണിച്ചാൽ നന്നായിരുന്നു.-കാരണം എന്റെ ഭാര്യ

---

35 ഈജിപ്ഷ്യൻ നിംറോഡാണ്...-ബൈബിളിൽ നിന്നുള്ള ഉദ്ധരണി. നിംറോഡ്-ആലങ്കാരികാർത്ഥത്തിൽ നായാട്ടുകാരൻ.

ബുദ്ധികുറഞ്ഞ ഒരു സ്ത്രീയായതുകൊണ്ട് അവൾക്കു താങ്കൾ ഇന്നലെ സംസാരിച്ചതെന്താണെന്ന് ശരിക്കു മനസ്സിലായിട്ടില്ല. വേണമെങ്കിൽ കുതിരലായമൊഴിച്ചുള്ള എന്റെ വീട്ട് അജ്ജുട്ടന്റിനു വാടകയ്ക്കു കൊടുത്താൽ ആറ് വെള്ളി റൂബിൾ എനിക്കു പ്രതിമാസം കിട്ടുമായിരുന്നു. പക്ഷേ കുലീന വംശജനായ എനിക്ക് എന്റെ പാർപ്പിടം സ്ഥിരമായി മറ്റൊരാൾക്കു കൊടുക്കുന്ന കാര്യം ആലോചിക്കാൻ വയ്യ. എന്നാൽ താങ്കൾക്ക് ഇക്കാര്യത്തിൽ വലിയ താല്പര്യമുള്ള സ്ഥിതിക്ക്, ഓഫീസർ പദവിയുള്ള എനിക്ക് താങ്കളുമായി നേരിട്ട് സംസാരിച്ച് ഒരു തീരുമാനമുണ്ടാക്കാമെന്നു വിശ്വസിക്കുന്നു. ഈ പ്രദേശത്തു ജനിച്ചുവളർന്ന ഒരാൾ ഇവിടുത്തെ ആചാരമനുസരിച്ച് അങ്ങനെ ചെയ്യാൻ പാടില്ലെങ്കിൽപ്പോലും താങ്കളുടെ എല്ലാ ഉപാധികളും സമ്മതിക്കാൻ എനിക്കു കഴിയുമെന്നാണ് തോന്നുന്നത്..."

"എല്ലാം തെളിയിച്ചു പറഞ്ഞു," വൃദ്ധൻ മുറുമുറുത്തു.

ഈ രീതിയിൽ കോർണെറ്റ് വളരെ നേരം സംസാരിച്ചുകൊണ്ടിരുന്നു. താമസസ്ഥലത്തിന് മാസം ആറു വെള്ളി റൂബിൾ വാടക കിട്ടണമെന്നാണ് കോർണെറ്റിന്റെ ആഗ്രഹമെന്ന് ഈ വളച്ചുകെട്ടിയ സംസാരം മനസ്സിലാക്കാൻ അല്പം ബുദ്ധിമുട്ടിയെങ്കിലും ഒടുവിൽ ഒലേനിൻ ഊഹിച്ചെടുത്തു. അയാൾ അതിനു സമ്മതിച്ചിട്ട് കോർണെറ്റിനെ ഒരു ഗ്ലാസു ചായ കുടിക്കാൻ ക്ഷണിച്ചു. എന്നാൽ കോർണെറ്റ് അതു നിരസിക്കുകയാണുണ്ടായത്.

"ഞങ്ങളുടെ അർത്ഥശൂന്യമായ അചാരമനുസരിച്ച് ഒരു "പൊതു" ഗ്ലാസിൽനിന്ന് എന്തെങ്കിലും കുടിക്കുന്നത് പാപമാണ്," അയാൾ പറഞ്ഞു. "എന്നാൽ വിദ്യാഭ്യാസമുള്ള ഒരുവനായതുകൊണ്ട് എനിക്ക്അതു മനസ്സിലാക്കാൻ കഴിയും. എങ്കിലും മനുഷ്യസഹജമായ ദൗർബ്ബല്യം നിമിത്തം എന്റെ ഭാര്യയ്ക്കു..."

"ശരി, ചായ കൊണ്ടുവരാൻ പറയട്ടേ?"

"വിരോധമില്ലെങ്കിൽ ഞാൻ എന്റെ സ്വന്തം ഗ്ലാസ്, പ്രത്യേക ഗ്ലാസ്, കൊണ്ടുവരാം," എന്നു പറഞ്ഞുകൊണ്ട് കോർണെറ്റ് പടവുകളുടെ മുകളിൽ ചെന്നു നിന്ന് ഉറക്കെ വിളിച്ചു. "ഹോയ്, എന്റെ ഗ്ലാസ് കൊണ്ടുവരൂ!"

അല്പം കഴിഞ്ഞു് ചുവന്ന കുപ്പായമണിഞ്ഞ, വെയിലേറ്റ് ഇരുണ്ട ഭംഗിയുള്ള ഒരു കൈ വാതിൽ തുറന്ന് ഗ്ലാസ് ഉള്ളിലേക്കു നീട്ടി. കോർണെറ്റ് ചെന്ന് ഗ്ലാസ് വാങ്ങിയിട്ട് മകളോട്ട് ഒന്നോരണ്ടോ വാക്കു പറഞ്ഞു. ഒലേനിൻ അതിഥിയുടെ "പ്രത്യേക" ഗ്ലാസിൽ ചായ പകർന്നു. യെറോഷ്ക "പൊതു" ഗ്ലാസിൽനിന്നുതന്നെ ചായ കുടിച്ചു.

"ഇതൊക്കെയാണെങ്കിലും ഞാൻ താങ്കളെ തടഞ്ഞുനിർത്താൻ ഉദ്ദേശിക്കുന്നില്ല," എന്നു പറഞ്ഞുകൊണ്ട് ധൃതിയിൽ ചായ കുടിച്ചു തീർക്കാൻ ശ്രമിക്കുന്നതിനിടയിൽ കോർണെറ്റിന്റെ ചുണ്ടുകൾ പൊള്ളി. "എനിക്ക് മീൻപിടിക്കാൻ വലിയ ഇഷ്ടമാണ്. ഇപ്പോൾ ഞാൻ ഒരുതരത്തിൽ പറഞ്ഞാൽ അവധിക്കു വീട്ടിൽ വന്നിരിക്കയാണ്. അതുകൊണ്ട് "ടെറെക്കിലെ നിധികൾ" കുറെ എന്റെ വലയിൽ കയറുമോ എന്ന് പരീക്ഷിക്കാൻ എനിക്ക് അവസരം കിട്ടുമെന്നു തോന്നുന്നു. താങ്കൾ എപ്പോഴെങ്കിലും എന്നെ സന്ദർശിക്കാൻ വരികയും അല്പം മുന്തിരിച്ചാറു കുടിക്കുകയും ചെയ്യുമെന്നു വിശ്വസിക്കുന്നു."

അയാൾ തല കുനിക്കുകയും ഒലേനിന്റെ കൈ പിടിച്ചമർത്തുകയും ചെയ്തിട്ട് പുറത്തേക്കു പോയി.

ഒലേനിൻ പുറപ്പെടാൻ തയ്യാറായിക്കൊണ്ടിരുന്നു. കോർണെറ്റ് ആജ്ഞാസ്വരത്തിൽ വീട്ടുകാർക്ക് നിർദ്ദേശങ്ങൾ കൊടുക്കുന്നത് അയാൾ കേട്ടു. അല്പം കഴിഞ്ഞു, മുട്ടുവരെ ചുരുട്ടിവെച്ച ട്രൗസറും കീറിയ ബെഷ്മത്തും ധരിച്ച് തോളിൽ മീൻവലയും തൂക്കി അയാൾ ജനലിനപ്പുറത്തുകൂടി നടന്നു പോകുന്നത് ഒലേനിൻ കണ്ടു.

"തട്ടിപ്പുകാരൻ!" യെറോഷ്ക അമ്മാവൻ "പൊതു" ഗ്ലാസിൽനിന്ന് ചായ കുടിച്ചുകൊണ്ട് പറഞ്ഞു. "നീ അയാൾക്ക് ആറു വെള്ളിനാണയം കൊടുക്കാൻ പോവുകയാണോ? ഇത് എവിടെയെങ്കിലും കേട്ടിട്ടുണ്ടോ? ഗ്രാമത്തിലുള്ള ഏറ്റവും നല്ല മുറി രണ്ട് നാണയം കൊടുത്താൽ കിട്ടും. തെമ്മാടി! മൂന്നു നാണയത്തിന് ഞാൻ നിനക്ക് എന്റെ വീടു തരാം."

"വേണ്ട. ഞാൻ ഇവിടെത്തന്നെ താമസിക്കുകയാണ്," ഒലേനിൻ പറഞ്ഞു.

"ആറു വെള്ളി നാണയം! പണം വെറുതെ കളയുകയാണ്! ഹോ!" വൃദ്ധൻ മുറുമുറുത്തു "ഇവാൻ, കുറച്ചു വീഞ്ഞു തരൂ!"

പ്രാതൽ കഴിച്ച് അല്പം വോഡ്ക്കയും കുടിച്ചിട്ട് ഒലേനിനും വൃദ്ധനും തെരുവിലിറങ്ങി. നേരം രാവിലെ ഏതാണ്ട് എട്ടുമണിയോടടുത്തിരുന്നു.

പടിവാതിലിനു മുമ്പിൽ ഒരു കാളവണ്ടി കിടന്നിരുന്നു. ഷർട്ടിനും ബൂട്ടുകൾക്കും പുറമേ ഒരു ബെഷ്മത്തും ധരിച്ച്, കണ്ണൊഴികെ മുഖം മുഴുവൻ വെളുത്ത തുവാലകൊണ്ട് മൂടി, കൈയിൽ ഒരു കമ്പുമായി, മര്യാന കാളകളെ അവയുടെ കൊമ്പിൽ കെട്ടിയിരുന്ന ചരടിൽ പിടിച്ചു മുമ്പോട്ടു നയിക്കുകയായിരുന്നു.

“സുന്ദരിപ്പെണ്ണ്!” അവളെ കെട്ടിപ്പിടിക്കുന്നതുപോലെ അഭിനയിച്ചുകൊണ്ട് വൃദ്ധൻ പറഞ്ഞു.

മര്യാന വൃദ്ധന്റെ നേരെ വടി ഓങ്ങിക്കൊണ്ട് തന്റെ ആഹ്ലാദഭരിതമായ സുന്ദരനയനങ്ങൾ കൊണ്ട് അവരെ ഇരുവരേയും നോക്കി.

ഒലേനിന് മുമ്പെന്നത്തെക്കാൾ ഉന്മേഷം തോന്നി.

“വരൂ, പോകാം! വരൂ!” പെൺകുട്ടിയുടെ നോട്ടം തന്നിലാണെന്ന ബോധത്തോടെ തോക്ക് തോളിൽ വെച്ചുകൊണ്ട് ഒലേനിൻ പറഞ്ഞു.

“ഗീ! ഗീ!” മര്യാന കാളകൾക്കു നിർദ്ദേശം കൊടുക്കുന്ന ശബ്ദം പിന്നിൽനിന്നുയർന്നു. തൽക്ഷണംതന്നെ രണ്ടു ചക്രമുള്ള ആ കാളവണ്ടി ഞരങ്ങിക്കൊണ്ട് അതിന്റെ വഴിക്കു പോയി.

ഗ്രാമത്തിലെ വീടുകളുടെ പിന്നിലൂടെയും മൈതാനങ്ങളിലൂടെയും കടന്നുപോകുന്നതിനിടയിൽ യെറോഷ്ക നിർത്താതെ സംസാരിച്ചുകൊണ്ടിരുന്നു. കൊർണെറ്റിനെ മറക്കാൻ കഴിയാതെ, അയാളെ കുറ്റപ്പെടുത്തുകയായിരുന്നു വൃദ്ധൻ.

“പക്ഷേ നിങ്ങൾക്ക് അയാളോട്ട് എന്താണ് ഇത്ര ദേഷ്യം?” ഒലേനിൻ ചോദിച്ചു.

“പിശുക്കനാണയാൾ! എനിക്ക് പിശുക്കന്മാരെ കണ്ണെടുത്താൽ കണ്ടുകൂടാ!” വൃദ്ധൻ പറഞ്ഞു. “ചാകുമ്പോൾ അയാൾക്ക് ഒന്നും കൂടെ കൊണ്ടുപോകാൻ പറ്റില്ല. പിന്നെ ആർക്കുവേണ്ടിയാണ് അയാൾ ഇങ്ങനെ സമ്പാദിച്ചുകൂട്ടുന്നത്? അയാൾ ഇതിനകംതന്നെ രണ്ടു വീടുകൾ വെച്ചുകഴിഞ്ഞു. സഹോദരന്റെ പേരിൽ കേസുകൊടുത്ത് ഒരു തോട്ടംകൂടി അയാൾ നേടി. എല്ലാത്തരം ആധാരങ്ങളും എഴുതാൻ അയാൾ സമർത്ഥനാണ്. മറ്റു ഗ്രാമങ്ങളിലുള്ളവരും ഇവിടെ വന്ന് അയാളെക്കൊണ്ട് എഴുതിക്കാറുണ്ട്. അയാൾ എഴുതിത്തുടങ്ങിയാൽ ഒറ്റയിരുപ്പിന് മുഴുവൻ എഴുതും. എപ്പോഴും അയാൾ അങ്ങനെയാണ്. ആർക്കുവേണ്ടിയാണ് അയാൾ കൂട്ടിവയ്ക്കുന്നത്? ആകെക്കൂടെ ഒരു മകനും മകളുമേ അയാൾക്കുള്ളൂ. അവളുടെ കല്യാണം കഴിഞ്ഞാൽ പിന്നെ ആരുമില്ല.”

“മകൾക്കു സ്ത്രീധനം കൊടുക്കാൻ സമ്പാദിക്കുകയായിരിക്കും,” ഒലേനിൻ അഭിപ്രായപ്പെട്ടു.

“എന്തു സ്ത്രീധനം? പെണ്ണിനെ കിട്ടിയാൽ അവർക്കു തൃപ്തിയാകും. മിടുമിടുക്കിയാണ് അവൾ. പക്ഷേ ആ ചെകുത്താന് ധനികനായ ഒരാൾക്ക് അവളെ കല്യാണം കഴിച്ചുകൊടുക്കാനാണ് മോഹം. വരനിൽനിന്ന് കുറെ പണം പിടുങ്ങാമല്ലോ. ലൂക്കാഷ ഒരു കൊസാക്കുകാരനാണ്. എന്റെ അയല്ക്കാരനും അനന്തിരവനുമായ അവൻ

നല്ലൊരു ചെറുപ്പക്കാരനാണ്. അവൻ ഒരു ചെചെൻകാരനെ കൊന്നിട്ടുണ്ട്. അവൻ ആ പെൺകൊച്ചിന്റെ പിറകെ നടന്നുതുടങ്ങിയിട്ടു കുറേക്കാലമായി. പക്ഷേ തന്ത അവളെ അവനു കൊടുക്കുകയില്ല. അയാൾ അതുമിതും പറഞ്ഞ് ഒഴിഞ്ഞുമാറും. പെണ്ണിന് പ്രായം തികഞ്ഞിട്ടില്ലെന്നാണ് അയാൾ പറയുന്നത്. പക്ഷേ അയാളുടെ മനസ്സിലിരുപ്പ് എന്താണെന്ന് എനിക്കറിയാം. അവർ അയാൾക്കു സമ്മാനങ്ങളുമായി ഔപചാരികമായി വന്നു പെണ്ണു ചോദിക്കണം! ആ പെണ്ണിന്റെ കാര്യം കഷ്ടമാണ്. പക്ഷേ ആർക്കറിയാം, ഒടുവിൽ അയാൾ സമ്മതിക്കുമായിരിക്കും. കാരണം ലൂക്കാഷ ഈ ഗ്രാമത്തിലെ ഏറ്റവും നല്ല കൊസാക്കുകാരനാണ്, ഒരു ജിഗീത്. അവൻ ഒരു അബ്‌റെക്കുകാരനെ കൊന്നു. അവന് ഒരു കുരിശു സമ്മാനം കിട്ടും."

"പക്ഷേ എന്താണിതിന്റെ അർത്ഥം? ഇന്നലെ വൈകിട്ട് ഞാൻ മുറ്റത്ത് ഉലാത്തുമ്പോൾ ഈ പെൺകുട്ടി ഒരു കൊസാക്കുകാരനെ ചുംബിക്കുന്നതു ഞാൻ കണ്ടല്ലോ," ഒലേനിൻ പറഞ്ഞു.

"നിനക്കു തെറ്റുപറ്റിയതായിരിക്കും!" നടപ്പു നിർത്തിക്കൊണ്ട് വൃദ്ധൻ ആക്രോശിച്ചു.

"അല്ല. അതു ഞാൻ എന്റെ കണ്ണുകൊണ്ടു കണ്ടതാണ്!" ഒലേനിൻ പറഞ്ഞു.

"പെണ്ണുങ്ങൾ പിശാചുക്കളാണ്," യെറോഷ്ക അമ്മാവൻ ചിന്താമഗ്നനായി പറഞ്ഞു. "പക്ഷേ ഏതു കൊസാക്കുകാരനായിരുന്നു അത്?"

"അതു ഞാൻ കണ്ടില്ല."

"അവന്റെ തൊപ്പിയുടെ നിറമെന്തായിരുന്നു? വെളുത്തതായിരുന്നോ?"

"അതെ."

"സിപൂൺ ചുവന്നതായിരുന്നോ? അവൻ നിന്റത്ര പൊക്കമുള്ള ഒരുത്തനായിരുന്നോ?"

"അല്ല. എന്നെക്കാൾ പൊക്കമുണ്ട്."

"എന്നാൽ അവൻതന്നെ!" ഉറക്കെ ചിരിച്ചുകൊണ്ട് യെറോഷ്ക പറഞ്ഞു. "അവനായിരുന്നു അത്-എന്റെ മാർക്ക, അതായത് ലൂക്കാഷ. ഞാൻ ഒരു കോമാളിയായതുകൊണ്ട് അവനെ മാർക്ക എന്നാണു വിളിക്കുന്നത്. ആൾ അവൻതന്നെ! എനിക്ക് അവനെ വലിയ കാര്യമാണ്. ചെറുപ്പത്തിൽ ഞാൻ അവനെപ്പോലെയായിരുന്നു എനിക്ക് പെണ്ണുങ്ങളിൽ എന്തൊരു ഭ്രമമായിരുന്നെന്നോ! എന്റെ ദൂഷെങ്ക അവളുടെ അമ്മയുടേയും ചേച്ചിയുടേയും കൂടെയാണ്

ഉറങ്ങിയിരുന്നതു്. എന്നിട്ടും ഞാൻ അവളുടെയടുത്തെത്തി. മുകളിലത്തെ നിലയിലായിരുന്നു അവരുടെ മുറി. ആ തള്ള ഒരു രാക്ഷസിയായിരുന്നു. അവർക്ക് എന്നെ കണ്ണെടുത്താൽ കണ്ടുകൂടാ. എന്റെ സ്നേഹിതനായിരുന്ന ഗീർച്ചിക്കിനെയും കൂട്ടി ഞാൻ അവരുടെ ജനലിനു താഴെ ചെന്നു നിൽക്കും. ഗീർച്ചിക്കിന്റെ തോളിൽ കയറിനിന്ന് ജനൽ തുറന്ന് അകത്തു കടക്കും. അവൾ ഒരു ബഞ്ചിൽ കിടന്നുറങ്ങുകയായിരിക്കും. ഒരിക്കൽ ഞാൻ അങ്ങനെ അവളെ ഉണർത്തി. അവൾ നിലവിളിച്ചു! എന്നെ അവൾ തിരിച്ചറിഞ്ഞില്ല. "ആരാണതു്?" പക്ഷേ എനിക്ക് ഒരക്ഷരം പറയാൻ കഴിയുമായിരുന്നില്ല. അവളുടെ അമ്മ അനങ്ങിത്തുടങ്ങിയിരുന്നു. ഞാൻ എന്റെ തൊപ്പി എടുത്തു് അവളുടെ മുഖത്തു മുട്ടിച്ചു. അതാരുടേതാണെന്ന് അവൾക്കു തൽക്ഷണം മനസ്സിലായി. അവൾ ചാടിയെണീറ്റു. അക്കാലത്തു് ആഗ്രഹിച്ചതെന്തോ അതൊക്കെ ഞാൻ നേടിയിരുന്നു. അവൾ എനിക്ക് തൈരും മുന്തിരിങ്ങയും മറ്റു പലതും കൊണ്ടുവന്നു തരാറുണ്ടായിരുന്നു," പ്രായോഗിക കാര്യങ്ങളിലേക്ക് കഥാഗതി തിരിച്ചുവിട്ടുകൊണ്ട് വൃദ്ധൻ പറഞ്ഞു. "അവളെക്കൂടാതെ വേറെ പലരുമുണ്ടായിരുന്നു! അന്ന് ജീവിതം ജീവിതമായിരുന്നു!"

"ഇപ്പോൾ എങ്ങനെയാണു്?"

"ഇപ്പോൾ നമ്മൾ പട്ടിയുടെ പിന്നാലെ പോകും. മരത്തിൽ വാൻകോഴി ഇരിക്കുന്നതു കാണുമ്പോൾ വെടിവയ്ക്കും!"

"മര്യാനയെ പ്രേമിക്കാൻ നിങ്ങൾക്ക് ആഗ്രഹമുണ്ടോ?"

"പട്ടിയെ ശ്രദ്ധിക്കു! വൈകുന്നേരമാകുന്നതിനുമുമ്പ് ഞാൻ നിനക്കു കാണിച്ചുതരാം," തന്റെ പ്രിയപ്പെട്ട ല്യാമിനെ ചൂണ്ടിക്കാണിച്ചുകൊണ്ട് വൃദ്ധൻ പറഞ്ഞു.

രണ്ടുപേരും മൗനംപൂണ്ടു.

ഏകദേശം നൂറു ചുവടു് അവർ അങ്ങനെ നടന്നു. പെട്ടെന്ന് വൃദ്ധൻ നടപ്പു നിർത്തി. വഴിയിൽ കിടക്കുന്ന ഒരു മരക്കൊമ്പു ചൂണ്ടിക്കാണിച്ചു.

"ഇതെന്താണെന്നറിയാമോ?" വൃദ്ധൻ ചോദിച്ചു. "ഇതു വേണ്ടതുപോലെയാണു കിടക്കുന്നതെന്നു തോന്നുന്നുണ്ടോ? അല്ല, ഈ കമ്പ് കിടക്കുന്നതു ശരിയായിട്ടല്ല."

"എന്താണു് കുഴപ്പം?"

വൃദ്ധൻ അവജ്ഞയോടെ പുഞ്ചിരിച്ചു.

"നിനക്ക് ഒന്നും അറിഞ്ഞുകൂടാ! ഞാൻ പറഞ്ഞുതരാം. ഒരു കമ്പ് ഇങ്ങിനെ കിടന്നാൽ അതു മറികടക്കാൻ പാടില്ല. ഒന്നുകിൽ അതു

ചുറ്റി പോകണം, അല്ലെങ്കിൽ അതെടുത്തു വഴിയിൽനിന്നു മാറ്റിയിട്ടിട്ട്, "പിതാവിനും പുത്രനും പരിശുദ്ധാത്മാവിനും," എന്ന പ്രാർത്ഥന ചൊല്ലി ദൈവാനുഗ്രഹം വാങ്ങി പോകണം. പിന്നെ കുഴപ്പമൊന്നും ഉണ്ടാവുകയില്ല. പഴമക്കാർ എപ്പോഴും എന്നോടു് ഉപദേശിച്ചിരുന്നു."

"അസംബന്ധം!" ഒലേനിൻ പറഞ്ഞു. "ആ മര്യാനയുടെ കാര്യം വല്ലതും പറയൂ. അവൾ ലുക്കാഷയുടെകൂടെ നടക്കാറുണ്ട്, അല്ലേ?"

"ശ്! ശബ്ദിക്കരുത്!" വൃദ്ധൻ മന്ത്രിച്ചു. "ചെവി കൂർപ്പിച്ചു നടക്കണം. നമ്മൾ വനത്തിനുള്ളിലേക്കു കടക്കുകയാണ്."

പൊർഷ്നി ധരിച്ച കാലുകൾ ഊന്നി ശബ്ദം അശേഷം ഉണ്ടാക്കാതെ വൃദ്ധൻ ഒരു ഇടുങ്ങിയ പാതയിലൂടെ നടന്നു. ആ പാത ഒരു ഘോരവനത്തിനുള്ളിലേക്കാണു നയിച്ചത്. ചെടികളും വള്ളികളും മുറ്റിവളർന്ന് നിലമാകെ മൂടിയിരുന്നു. തന്റെ കനത്ത ബൂട്ടുകൾ നിലത്തൂന്നി ശബ്ദം കേൾപ്പിച്ചുകൊണ്ടും തോക്ക് അലക്ഷ്യമായി പിടിച്ചിരുന്നതിനാൽ ഇടയ്ക്കിടെ താണുകിടക്കുന്ന വൃക്ഷക്കൊമ്പുകളിൽ ഉടക്കിക്കൊണ്ടും പിന്നിൽ നടന്നിരുന്ന ഒലേനിന്റെ നേരെ വൃദ്ധൻ ശുണ്ഠിയോടെ തിരിഞ്ഞുനോക്കി.

"ഇത്രയും ശബ്ദം കേൾപ്പിക്കാൻ പാടില്ല, പട്ടാളക്കാരാ!" ദേഷ്യത്തോടെ വൃദ്ധൻ മന്ത്രിച്ചു.

സൂര്യരശ്മികൾ മൂടൽമഞ്ഞ് ഭേദിക്കാൻ ശ്രമിച്ചുകൊണ്ടിരുന്നു. അതിന്റെ കട്ടി കുറഞ്ഞിരുന്നെങ്കിലും മരത്തലപ്പുകളെ അത് അപ്പോഴും കാഴ്ചയിൽനിന്നു മറച്ചിരുന്നു. കാടിന് ഭയാനകമായ ഉയരം തോന്നിച്ചു. ഓരോ അടി മുന്നോട്ടു വയ്ക്കുമ്പോഴും കൺമുമ്പിലെ ദൃശ്യം മാറിക്കൊണ്ടിരുന്നു. ഒരു മരമാണെന്ന് തോന്നിയത് വെറുമൊരു കുറ്റിച്ചെടിയാണെന്നു തെളിഞ്ഞു. ഒരു കൂട്ടം മുൾച്ചെടികൾ ഒരു മരത്തിന്റെ പ്രതീതി ജനിപ്പിച്ചു.

XIX

മൂടൽമഞ്ഞ് കുറെ നീങ്ങി. പുല്ലു മേഞ്ഞ നനഞ്ഞ മേൽക്കൂരകൾ പുറത്തു കാണാറായി. മൂടൽമഞ്ഞിന്റെ ഒരു ഭാഗം മഞ്ഞുതുള്ളികളായി മാറി വേലികൾക്കടുത്തുള്ള പച്ചിലപ്പടർപ്പുകളിലും പുല്ലിലും തങ്ങിനിന്നു. എല്ലാം വീടുകളിലേയും പുകക്കുഴലുകളിൽനിന്ന് ഉതിർന്നുകൊണ്ടിരുന്ന പുക മുകളിലേക്കു പൊങ്ങാതെ ഗ്രാമത്തിൽ തങ്ങിനിന്നു. ഗ്രാമത്തിൽനിന്ന് ആളുകൾ പുറത്തേക്ക് പ്രവഹിച്ചുകൊണ്ടിരുന്നു. തോട്ടത്തിലെ ജോലിക്കോ പുഴയിലേക്കോ കൊർഡനിലേക്കോ പോകുന്നവരായിരുന്നു അവർ.

പുല്ലു വളർന്നു നിൽക്കുന്ന നനഞ്ഞ കാട്ടുപാതയിലൂടെ ആ രണ്ട് നായാട്ടുകാരും നടന്നു. പട്ടികൾ വാലാട്ടുകയും ഇടയ്ക്കിടയ്ക്ക് യജമാനന്മാരുടെനേരെ നോക്കുകയും ചെയ്തുകൊണ്ട് അവരെ പിൻതുടർന്നു. ചുറ്റും പറന്നുനടന്ന കൊതുകുകളുടെ പട അവരുടെ പുറവും മുഖവും കൈകളും പൊതിഞ്ഞു. ഔഷധച്ചെടികളുടെ വാസനയും കാടിന്റെ ഈർപ്പവും വായുവിൽ തങ്ങിനിന്നിരുന്നു. കൈയിൽ വടിയുമായി മര്യാന കാളകളെ തെളിച്ചുകൊണ്ട് ഇരുന്നിരുന്ന ആ വണ്ടിയുടെനേർക്ക് ഒലേനിൻ പലതവണ തിരിഞ്ഞു നോക്കി.

കാടു നിശ്ശബ്ദമായിരുന്നു. ഗ്രാമത്തിലെ ശബ്ദങ്ങളൊന്നും അവിടെ എത്തിയിരുന്നില്ല. പട്ടികൾ മുൾപ്പടർപ്പുകൾക്കിടയിലൂടെ മുമ്പോട്ടു പൊയ്ക്കൊണ്ടിരുന്നു. വല്ലപ്പോഴുമൊരിക്കൽ പക്ഷികൾ ചിലയ്ക്കുന്നതു കേൾക്കാം. ഈ കാട്ടിൽ അപകടം പതിയിരിക്കുന്നുണ്ടെന്ന് ഒലേനിന് അറിയാമായിരുന്നു-അബ്റെക്കുകൾ ഇത്തരം സ്ഥലങ്ങളിൽ പതിയിരിക്കുക സാധാരണമാണ്. തന്നെ സംരക്ഷിക്കാൻ തോക്കുണ്ട് എന്ന ബോധം അയാൾക്കു ധൈര്യം നൽകി. അയാൾക്ക് വാസ്തവത്തിൽ ഭയം തോന്നിയിരുന്നില്ല. എന്നാൽ തന്റെ സ്ഥാനത്ത് മറ്റൊരാളാണെങ്കിൽ ഭയപ്പെട്ടുമെന്ന് അയാൾക്കറിയാം. വല്ലപ്പോഴും ഉയരുന്ന പതിഞ്ഞ ശബ്ദം ശ്രദ്ധിച്ചുകൊണ്ട് ജാഗരൂകനായി മൂടൽമഞ്ഞണിഞ്ഞ നനഞ്ഞ കാട്ടിലേക്ക് ഉറ്റുനോക്കി നടക്കവേ അയാൾ തന്റെ തോക്കിൽ ബലമായി പിടിച്ചിരുന്നു. പുതുമയും എന്നാൽ അതേസമയംതന്നെ സുഖകരവുമായ ഒരു അനുഭൂതി അയാൾക്കുണ്ടായി.

മുമ്പേ നടന്നിരുന്ന യെറോഷ്ക അമ്മാവൻ മൃഗങ്ങളുടെ കാൽപ്പാടുകൾ പതിഞ്ഞുകിടക്കുന്ന എല്ലാ വെള്ളക്കുഴികളുടെ അടുത്തും നിന്ന് അതു സശ്രദ്ധം പരിശോധിക്കുകയും ഒലേനിന് കാട്ടിക്കൊടുക്കുകയും ചെയ്തു. വല്ലപ്പോഴും താൻ കണ്ടതെന്താണെന്ന് പിറുപിറുക്കുന്നതൊഴിച്ചാൽ വൃദ്ധൻ യാതൊന്നും സംസാരിച്ചിരുന്നില്ല. അവർ നടന്നിരുന്ന

വഴിയിൽ കുറെനാൾ മുമ്പ് ഒരു കാളവണ്ടി പോയതിന്റെ പാടുണ്ടായിരുന്നു. എന്നാൽ ഇപ്പോൾ അതു പുല്ലുമൂടിക്കിടക്കുകയാണ്. കോർക്ക് എൽമ് മരങ്ങളും ചിനാർമരങ്ങളും തിങ്ങിവളരുന്ന കൊട്ടങ്കാടായിരുന്നു ആ പാതയുടെ ഇരുവശവും. കാട്ടുവള്ളികൾ കൊണ്ട് ഓരോ മരവും അടിമുടി ചുറ്റപ്പെട്ടിരുന്നു. ആ സാന്ദ്രമായ കാട്ടിനുള്ളിലേക്കു കണ്ണുകൾക്കു കടന്നുചെല്ലാൻ സാദ്ധ്യമായിരുന്നില്ല. മുറ്റിവളർന്ന മുൾച്ചെടികൾ ഭൂമിയെ പൂർണ്ണമായും മറച്ചിരുന്നു. മരങ്ങളില്ലാത്ത ചെറുതുണ്ടുകൾ എവിടെയുണ്ടോ അവിടെയെല്ലാം ബ്ലാക്ക്ബെറിവള്ളികളും ചാരനിറമുള്ള തല ആട്ടിക്കൊണ്ടിരിക്കുന്ന കോരപ്പുല്ലും തിങ്ങിവളർന്നുനിന്നു. വന്യമൃഗങ്ങൾ നടന്നുണ്ടായ വലിയ വഴിത്താരകളും വാൻകോഴികൾ നടന്നുണ്ടായ ചാലുകൾപോലുള്ള ചെറിയ വഴിത്താരകളും പലയിടത്തും കാട്ടുപാതയിൽനിന്ന് കാടിന്റെ അന്തർഭാഗത്തേക്കു പിരിഞ്ഞുപോകുന്നതു കാണാമായിരുന്നു. അതുപോലൊരു കാഴ്ച മുമ്പൊരിക്കലും കണ്ടിട്ടില്ലാത്ത ഒലേനിൻ ആ കന്നിക്കാടിന്റെ സാന്ദ്രതയും കരുത്തും കണ്ട് ആശ്ചര്യഭരിതനായിത്തീർന്നു. കാട്, അവിടെ പതിയിരിക്കുന്ന അപകടസാദ്ധ്യത, നിഗൂഢഭാവത്തിൽ മന്ത്രിച്ചുകൊണ്ടുനടക്കുന്ന വൃദ്ധൻ, കരുത്തുറ്റ, കടഞ്ഞെടുത്ത, ദേഹമുള്ള മര്യാന എന്ന യുവതി, മലകൾ-ഇവയെല്ലാം ഒരു സ്വപ്നമാണെന്ന് ഒലേനിനു തോന്നി.

"ഒരു വാൻകോഴി ഇറങ്ങിയിട്ടുണ്ട്," ചുറ്റും നോക്കിക്കൊണ്ട് വൃദ്ധൻ മന്ത്രിച്ചു. അയാൾ തന്റെ തൊപ്പികൊണ്ട് മുഖം മറച്ചിട്ട് തുടർന്നു: "മുഖം മറയ്ക്കൂ! അതൊരു വാൻകോഴിയാണ്! അതിന് മനുഷ്യരുടെ മോന്ത ഇഷ്ടമല്ല." അയാൾ ഒലേനിനോട്ട് പരുഷമായി പറഞ്ഞുകൊണ്ട് നാലുകാലും കുത്തിനടക്കുന്നതുപോലെ കുനിഞ്ഞു് മെല്ലെ മുമ്പോട്ട് ഇഴഞ്ഞുതുടങ്ങി.

ഒലേനിൻ പിന്നിൽത്തന്നെയായിരുന്നു. പെട്ടെന്ന് വൃദ്ധൻ നിവർന്ന നിന്ന് ഒരു മരത്തിലേക്കു ഉറ്റുനോക്കിത്തുടങ്ങി.

ആ മരച്ചുവട്ടിൽനിന്ന് മുകളിലേക്കു നോക്കി കുരച്ചുകൊണ്ടിരുന്ന പട്ടിയുടെ നേരെ ഒരു കോഴി കൊക്കുന്ന ശബ്ദം ഒലേനിൻ കേട്ടു. അടുത്ത നിമിഷംതന്നെ അയാൾ വാൻകോഴിയെ കണ്ടു. എന്നാൽ അയാൾ ഉന്നംപിടിച്ചുകൊണ്ടിരുന്നതിനിടയിൽ യെറോഷ്ക അമ്മാവന്റെ തോക്കിൽനിന്ന് പീരങ്കി വെടിപോലെ ഉറക്കെ പൊട്ടി. പറക്കാൻ ആരംഭിച്ച ആ പക്ഷി നിലംപതിച്ചു. അതിന്റെ തൂവലുകൾ നാലുപാട്ടും ചിതറി. ഒലേനിൻ വൃദ്ധന്റെ അടുത്തേക്ക് നടന്നു. അപ്പോൾ മറ്റൊരു വാൻകോഴി വിരണ്ട് മുകളിലേക്കു പറന്നു. തോക്ക് തോളിൽ വെച്ച് ഉന്നം പിടിച്ച് ഒലേനിൻ വെടിവെച്ചു. മേല്പോട്ടു പറന്നുയർന്ന

വാൻകോഴി ഒരു കല്ലുപോലെ താഴെയുള്ള പച്ചിലപ്പടർപ്പുകളുടെ ഇടയിലേക്കു വീണു.

"ഭേഷ്!" പറന്നുകൊണ്ടിരിക്കുന്ന പക്ഷികളെ വെടിവെച്ചു ശീലമില്ലാത്ത യെറോഷ്ക അമ്മാവൻ വിളിച്ചുപറഞ്ഞു. രണ്ടു വാൻ കോഴികളേയും എടുത്തുകൊണ്ട് അവർ മുമ്പോട്ടു പോയി. അദ്ധ്വാ നംകൊണ്ടും വൃദ്ധന്റെ പ്രശംസകൊണ്ടും ഉത്തേജിതനായിത്തീർന്ന ഒലേനിൻ വൃദ്ധനോട് സംസാരിച്ചുകൊണ്ടിരുന്നു.

"നിൽക്ക് ! ഈ വഴി പോകാം !" വൃദ്ധൻ അയാളെ തടസ്സപ്പെടു ത്തി. "ഇന്നലെ ഞാൻ ഇവിടെ ഒരു മാനിന്റെ കാല്പാടുകൾ കണ്ടു."

കുറ്റിക്കാട്ടിനുള്ളിലേക്കു കടന്ന് ഉദ്ദേശം മുന്നൂറു ചുവടു നടന്ന് അവർ ഞാങ്ങണ വളർന്നുനിന്ന ഒരു തുറസ്സായ സ്ഥലത്തെത്തി. അവിടെ പലയിടത്തും വെള്ളം കെട്ടിനിന്നിരുന്നു. വൃദ്ധൻ ഒരിടത്തു കുനിഞ്ഞുനിൽക്കുന്നതും തലയാട്ടുന്നതും അടുത്തു ചെല്ലാൻ തന്നോട് ആംഗ്യം കാട്ടുന്നതും ഇരുപതു ചുവടു പിന്നിൽ നടന്നിരുന്ന ഒലേനിൻ കണ്ടു. അയാൾ ധൃതിയിൽ അങ്ങോട്ടു നടന്നു. മനുഷ്യരുടെ കാല്പാടുക ൾ അവിടെ പതിഞ്ഞുകിടന്നിരുന്നു. യെറോഷ്ക അമ്മാവൻ അതു ചൂണ്ടിക്കാട്ടി.

"കണ്ടോ?"

"കണ്ടു. അതുകൊണ്ടെന്താ?" അക്ഷോഭ്യത പാലിക്കാൻ കഴിയു ന്നതും ശ്രമിച്ചുകൊണ്ട് ഒലേനിൻ മറുപടി പറഞ്ഞു. "ഇവിടെ ഒരു മനുഷ്യൻ വന്നിരുന്നു."

കൂപ്പറുടെ "പാത്ത്ഫയിണ്ടറെ"[36]ക്കുറിച്ചും അബ്റെക്കുകാരെ ക്കുറിച്ചും അയാൾ ആലോചിച്ചു. പിന്നീട് വൃദ്ധനെടുത്ത മുൻകരുതലു കൾ കണ്ടപ്പോൾ അക്കാര്യത്തെപ്പറ്റി കൂടുതൽ ചോദിക്കാൻ അയാൾ മടിച്ചു. അപകടസാദ്ധ്യത ഉള്ളതുകൊണ്ടാണോ നായാട്ടിലുള്ളതാ ല്പര്യംകൊണ്ടാണോ വൃദ്ധന്റെ ഈ നിഗൂഢത എന്ന് അയാൾക്കു നിശ്ചയമില്ലായിരുന്നു.

"ഇല്ല, അതെന്റെ സ്വന്തം കാല്പാടുകളാണ്," എന്ന് ലളിതമായി മറുപടി പറഞ്ഞിട്ട് വൃദ്ധൻ പുല്ലിൽ കഷ്ടിച്ചുമാത്രം കാണാവുന്ന ഏതോ ഒരു വന്യമൃഗത്തിന്റെ കാല്പാടുകൾ ചൂണ്ടിക്കാട്ടി.

വൃദ്ധൻ മുമ്പോട്ടു നടന്നു. ഒലേനിൻ ഇപ്പോൾ അയാളുടെ ഒപ്പമാണ് നടന്നിരുന്നത്. ഇരുപതു ചുവടുകൾ നടന്നിട്ട് അവർ ഒരു ഇറക്കം ഇറങ്ങി ഒരു പെയർമരം പടർന്നു പന്തലിച്ചുനിൽക്കുന്ന

36 കൂപ്പറുടെ "പാത്ത്ഫൈന്റർ"...-അമേരിക്കൻ സാഹിത്യകാരനായ എഫ്. കൂപ്പർ (1789-1851) എഴുതിയ നോവൽ.

കുറ്റിക്കാട്ടിലെത്തി. പെയർമരത്തിനടിയിൽ പുല്ലുവളർന്നിട്ടില്ലായിരുന്നു. അവിടുത്തെ കറുത്ത മണ്ണിൽ ഒരു കാട്ടുമൃഗത്തിന്റെ ഉണങ്ങാത്ത ചാണകം കാണാമായിരുന്നു. മുന്തിരിവള്ളികളാൽ ചുറ്റപ്പെട്ട ആ സ്ഥലം ഇരുട്ടും കുളിർമ്മയുമുള്ളഒരു ലതാനികുഞ്ജംപോലിരുന്നു.

"അവൻ ഇന്നു രാവിലെ ഇവിടെ വന്നിരുന്നു," വൃദ്ധൻ നെടുവീർപ്പിട്ടുകൊണ്ട് പറഞ്ഞു. "ഇതാ ഇവിടെ അവൻ കിടന്നതിന്റെ പാടു കാണാം."

പെട്ടന്ന് അവർ നിന്നിരുന്നിടത്തുനിന്ന് പത്തു ചുവടകലെ കാട്ടിനുള്ളിൽ ചെടികൾ ഞെരിയുന്ന ഭയങ്കര ശബ്ദം കേട്ടു. രണ്ടുപേരും ഞെട്ടി തോക്കിൽ കൈ വെച്ചു. എന്നാൽ ഒന്നും കാണാനുണ്ടായിരുന്നില്ല. ചില്ലകൾ ഒടിയുന്ന ശബ്ദം മാത്രം കേൾക്കാമായിരുന്നു. ഏതോ ഒരു ജന്തു കുതിച്ചോടുന്നതിന്റെ താളക്രമത്തിലുള്ള ശബ്ദം ഒരു നിമിഷം കേട്ടു. പിന്നീട് ആ ശബ്ദം അകന്നകന്നുപോയി പതിഞ്ഞ ഒരു മുഴക്കമായി കാട്ടിൽ മറ്റൊലിക്കൊണ്ടു. തന്റെ ഹൃദയത്തിനുള്ളിൽ എന്തോ ഒന്ന് തകരുന്നതുപോലെ ഒലേനിനു തോന്നി. ഹരിതാഭമായ കാടിന്റെ അന്തർഭാഗത്തേക്ക് അയാൾ അന്തംവിട്ടു നോക്കിനിന്നു. ഒടുവിൽ അയാൾ തല തിരിച്ച് വൃദ്ധനെ നോക്കി യെറോഷ്ക അമ്മാവൻ തോക്ക് അപ്പോഴും തോളിൽത്തന്നെ വെച്ചുകൊണ്ട് നിശ്ചലനായി നിൽക്കുകയായിരുന്നു. അയാളുടെ തൊപ്പി പിന്നിലേക്കു മാറിപ്പോയി. കണ്ണുകളിൽ ഒരുതരം അസാധാരണ തിളക്കം കണ്ടു. തുറന്നുപിടിച്ച വായിൽ മഞ്ഞനിറമുള്ള പല്ലിന്റെ കുറ്റികൾ കാണാമായിരുന്നു. രൗദ്രഭാവമായിരുന്നു ആ മുഖത്ത് ഒരു ശിലാപ്രതിമപോലെ അയാൾ അവിടെ നിന്നു.

"ഒരു കൊമ്പൻ കലമാൻ !" അയാൾ പറഞ്ഞു. നിരാശയോടെ തോക്കു താഴെയിട്ടിട്ട് അയാൾ തന്റെ നരച്ചതാടിയിൽ പിടിച്ചുവലിച്ചുതുടങ്ങി. "അവൻ ഇവിടെ നില്ക്കുകയായിരുന്നു. ഒരു നിമിഷം കാത്തു നിന്നിരുന്നെങ്കിൽ വഴിയിൽ നിന്നുകൊണ്ട് അവനെ

വെടിവെച്ചിടാമായിരുന്നു ! വിസ്റ്റി ! വിസ്റ്റി !" ദേഷ്യത്തോടെ അയാൾ താടിയിൽ ശക്തിയായി വലിച്ചു. "ഞാനൊരു കഴുതയാണ് !" താടി വലിച്ചുകൊണ്ട് അയാൾ ആവർത്തിച്ചു. കാട്ടിനുള്ളിലെ മൂടലിനിടയിലൂടെ എന്തോ പറന്നു പോകുന്നുണ്ടെന്നു തോന്നി. രക്ഷപ്പെട്ട കലമാനിന്റെ കുളമ്പടിശബ്ദം അകന്നകന്നു പോവുകയും കൂടുതൽക്കൂടുതൽ അസ്പഷ്ടമായിത്തീരുകയും ചെയ്തു.

ക്ഷീണിച്ച്, വിശന്ന്, കാരുത്താർജ്ജിച്ച്, ഒലേനിൻ വൃദ്ധനോടൊപ്പം താമസസ്ഥലത്തേക്കു മടങ്ങിയപ്പോൾ സന്ധ്യയായി. അത്താഴം അയാളെ കാത്തിരുന്നു. വൃദ്ധനോടൊപ്പമിരുന്ന് അയാൾ ഭക്ഷണം കഴിച്ചു, അയാൾക്ക് ചൂടും ആഹ്ലാദവും തോന്നി. അവർ മുറ്റത്തേക്കിറങ്ങാനുള്ളപടവുകളിൽ ചെന്നിരുന്നു. സൂര്യാസ്തമനവേളയിലെ മലകൾ വീണ്ടും അയാളുടെ കൺമുമ്പിൽ ഉയർന്നുനിന്നു. വൃദ്ധൻ വീണ്ടും നായാട്ടിനെപ്പറ്റിയും അബ്റെക്കുകാരെപ്പറ്റിയും തന്റെ വന്യമായ സാഹസിക ജീവിതത്തെപ്പറ്റിയുമുള്ള എണ്ണമറ്റ കഥകളുടെ ഭണ്ഡാരം തുറന്നു. വീണ്ടും മര്യാനയെന്ന യുവസുന്ദരി മുറ്റം മുറിച്ച് അകത്തേക്കും പുറത്തേക്കും കടന്നുപോയി. കനംകുറഞ്ഞ ഒറ്റക്കുപ്പായം അവളുടെ ദേഹവടിവ് മുഴുവൻ എടുത്തുകാട്ടി.

XX

കലമാൻ വിരണ്ടോടിയ സ്ഥലത്തേക്ക് പിറ്റേ ദിവസം ഒലേനിൻ ഒറ്റയ്ക്ക് പുറപ്പെട്ടു. ഗ്രാമത്തിന്റെ കവാടത്തിലൂടെയുള്ളനീണ്ടവഴിയേ പോകുന്നതിനു പകരം മറ്റെല്ലാവരേയുംപോലെ അയാളും മുൾച്ചെടിവേലികൾക്കിടയിലൂടെ ചാടിക്കടന്നാണ് അങ്ങോട്ടു പോയത്. ഒരു മുള്ളിലുടക്കിയ തന്റെ ചെർക്കേസ്ക അയാൾ കഷ്ടിച്ചു വേർപെടുത്തിയപ്പോഴേക്കും മുമ്പിൽ കുറെ ദൂരെ എത്തിക്കഴിഞ്ഞിരുന്ന അയാളുടെ പട്ടി രണ്ട് വാൻകോഴികളെ ഇളക്കിവിട്ടു. മുൾച്ചെടിക്കാട്ടിനുള്ളിൽ അയാൾ കടന്നതോടെ ഓരോ ചുവടുവയ്ക്കുമ്പോഴും വാൻകോഴികൾ ഇളകി മേലോട്ടു പറന്നുതുടങ്ങി. വൃദ്ധനായ നായാട്ടുകാരൻ തലേ ദിവസം ഈ സ്ഥലം ഒലേനിനു കാണിച്ചുകൊടുത്തിരുന്നില്ല. കെണിവല വെച്ച് അവയെ പിടിക്കണമെന്നായിരുന്നു വൃദ്ധന്റെ ഉദ്ദേശം. പന്ത്രണ്ടുതവണ വെടിവെച്ച് അയാൾ അഞ്ചു വാൻകോഴികളെ നിലത്തിട്ടു. അവയെ എടുക്കാൻ കാട്ടിനുള്ളിലേക്ക് ഇഴഞ്ഞുകയറുന്നത് ശരിക്കും ആയാസകരമായ ഒരു ജോലിയായിരുന്നതിനാൽ അയാൾ വിയർത്തു കുളിച്ചു. അയാൾ പട്ടിയെ തിരികെ വിളിച്ചു. തോക്കിന്റെ കൊത്തി മാറ്റി വെടിയുണ്ടയ്ക്കു പകരം ഒരു ബുള്ളറ്റ് വെച്ചു. ചെർക്കേസ്കയുടെ കൈ വീശി കൊതുകുകളെ ആട്ടിപ്പായിച്ചുകൊണ്ട് അയാൾ തലേദിവസം മാനിനെ കണ്ട സ്ഥലത്തേക്കു നടന്നു. എന്നാൽ പട്ടിയെ അടക്കിനിർത്താൻ അസാദ്ധ്യമായിരുന്നു. അത് വീണ്ടും വീണ്ടും കാടിളക്കി വാൻകോഴികളെ പുറത്തു ചാടിച്ചുകൊണ്ടിരുന്നു. പിന്നെയും രണ്ട് വാൻകോഴികളെ വെടിവെച്ചിടാൻ അയാൾ നിർബ്ബന്ധിതനായി. അങ്ങനെ വഴിക്കു താമസിച്ചതു കാരണം ഏതാണ്ട് ഉച്ചയായപ്പോഴാണ് അയാൾ ഉദ്ദിഷ്ടസ്ഥാനത്തെത്തിയത്.

നല്ല തെളിച്ചമുള്ള പ്രശാന്തമായ ഒരു ദിവസമായിരുന്നു അത് നല്ല ചൂടുമുണ്ടായിരുന്നു. പ്രഭാതത്തിലെ കുളിര് കാടിനോട് വിടപറഞ്ഞുകഴിഞ്ഞിരുന്നു. കൊതുകുകൾ അക്ഷരാർത്ഥത്തിൽത്തന്നെ അയാളുടെ മുഖവും പുറവും കൈകളും പൊതിഞ്ഞു. പട്ടിയുടെ പുറം മുഴുവൻ അവ കൈയടക്കിക്കഴിഞ്ഞിരുന്നതിനാൽ കറുത്തപട്ടി ഇപ്പോൾ ചാരനിറത്തിൽ കാണപ്പെട്ടു. ചെർക്കേസ്കയുടേയും കഥ അതുതന്നെയായിരുന്നു. അതിനുള്ളിലൂടെ അവ ഒലേനിനെ കടിച്ചുകൊണ്ടിരുന്നു. ഈ മർദ്ദകരിൽനിന്ന് രക്ഷപ്പെടാൻ അയാൾ തീരുമാനിച്ചു. വേനൽക്കാലം മുഴുവൻ ഗ്രാമത്തിൽ താമസിക്കാൻ തനിക്കു സാദ്ധ്യമല്ലെന്നുപോലും അയാൾക്കു തോന്നി. അയാൾ തിരിച്ചുപാർപ്പിടത്തിലേക്കു പോകാൻ ഒരുങ്ങിയതാണ്. എന്നാൽ

ആളുകൾ ഇതെല്ലാം സഹിച്ച് ജീവിക്കുന്നുണ്ടെന്ന് പെട്ടെന്ന് അയാൾ ഓർത്തു. അയാൾ അതു സഹിക്കാൻതന്നെ തീരുമാനിക്കുകയും ചെയ്തു. എന്നാൽ വിചിത്രമെന്നു പറയട്ടെ, ഉച്ചയായപ്പോഴേക്കും ആ അനുഭവം അയാൾക്കു സുഖകരമായി തോന്നി. മാത്രവുമല്ല, നാലുവശത്തുനിന്നും തന്നെ പൊതിയുന്ന കൊതുകുകളുടെ ഈ അന്തരീക്ഷവും, വിയർത്ത മുഖം തുടച്ചാൽ മാവുപോലെ കൈയിലൊട്ടിപ്പിടിക്കുന്ന ചതഞ്ഞ കൊതുകുകളും, ദേഹമാസകലം അനുഭവപ്പെടുന്ന അസഹ്യമായ ചൊറിച്ചിലും ഇല്ലെങ്കിൽ തന്നെ സംബന്ധിച്ചിടത്തോളം കാടു കാടല്ലാതായിത്തീരുമെന്നും അതിന്റെ വശ്യത നഷ്ടപ്പെടുമെന്നും അയാൾക്കു തോന്നിത്തുടങ്ങി. വൈരൂപ്യം തോന്നുമാറ് മുറ്റിവളർന്ന വൃക്ഷലതാദികളുടേയും എങ്ങും കാണപ്പെടുന്ന പക്ഷിമൃഗാദികളുടേയും ആവാസഭൂമിയായ ഈ കാടുമായും അതിന്റെ കടും പച്ചനിറവുമായും സൗരഭ്യമുള്ളവായുവുമായും ടെറെക്കിൽനിന്ന് ഊറിവന്ന് തുങ്ങിക്കിടക്കുന്ന ഇലകൾക്കിടയിലെവിടെയോ നുരഞ്ഞുപൊന്തി എവിടേയും ഒലിച്ചുകൊണ്ടിരിക്കുന്ന ചെളിവെള്ളച്ചാലുകളുമായും ഈ കൊതുകുകൾ ഇഴുകിച്ചേർന്നിരിക്കുന്നതിനാൽ ആദ്യം ഭയങ്കരവും അസഹ്യവുമായി തോന്നിയതു് ഇപ്പോൾ സുഖകരമാണെന്നു തോന്നിച്ചു. തലേന്ന് മാനിനെ കണ്ടയിടത്തു് എത്തിയപ്പോൾ അവിടെ ഒന്നുംതന്നെ കാണാനുണ്ടായിരുന്നില്ല. അയാൾക്ക് അവിടെ അല്പം വിശ്രമിക്കണമെന്നു തോന്നി. തുറസ്സായ സ്ഥലങ്ങളിലോ തുറന്ന വഴികളിലോ കാലുകുത്തിയാലുടൻ അയാളുടെ തലയും കഴുത്തും പൊള്ളിച്ചുകൊണ്ട് സൂര്യൻ കാടിന്റെ നേരെ മുകളിൽ ജ്വലിച്ചുകൊണ്ടിരുന്നു. വെടിവെച്ചു കിട്ടിയ ഏഴുവാൻകോഴികളും ഒരു വൻഭാരമായി അയാളുടെ അരപ്പട്ടയിൽ തുങ്ങിക്കിടന്നു. അയാൾ മാനിന്റെ കാല്പാടുകൾ അന്വേഷിച്ച് പൊന്തയ്ക്കിടയിലൂടെ നടന്ന് തലേ ദിവസം അതു കിടന്ന അതേ സ്ഥലത്തെത്തി, അവിടെ നീണ്ടുനിവർന്നു കിടന്നു. ഇലകൾ ചമച്ച പച്ച നിറമുള്ളഒരു ചുമർ തനിക്കു ചുറ്റും ഉയർന്നുനിൽക്കുന്നതു് അയാൾ കണ്ടു. തലേ ദിവസത്തെ ചാണകവും കലമാൻ മുട്ടുകുത്തി എണിറ്റതിന്റെ പാടും അതിന്റെ കുളമ്പുകൾ തൊഴിച്ചുമാറ്റിയ മൺകട്ടകളും അതിന്റെ ഏറ്റവും പുതിയ കാല്പാടുകളും അയാൾ കണ്ടു. അവിടെ കുളിർമ്മയും സുഖവും തോന്നി. അയാൾ ഒന്നിനെപ്പറ്റിയും ആലോചിക്കാതെ, ഒന്നും ആഗ്രഹിക്കാതെ അവിടെ കിടന്നു.

പെട്ടന്ന് വിചിത്രവും അകാരണവുമായ ഒരുതരം ആഹ്ലാദവും സർവ്വതിനോടുമുള്ളസ്നേഹവും കൊണ്ട് അയാളുടെ ഹൃദയം നിറഞ്ഞുതുളുമ്പി. കുട്ടിക്കാലത്തു ചെയ്തിരുന്നതുപോലെ അയാൾ കുരിശുവരയ്ക്കുകയും പ്രാർത്ഥിക്കുകയും ചെയ്തു. പൊടുന്നനെ അസാമാന്യമായ വ്യക്തതയോടെ ഈ ചിന്ത അയാളുടെ മനസ്സിലുദിച്ചു: "ഞാൻ, മറ്റെല്ലാവരിൽ

നിന്നും വ്യത്യസ്തനായ ദ്മീത്രി ഒലേനിൻ എന്ന വ്യക്തി, ഒരു മാൻ താമസിച്ചിരുന്ന ഇവിടെ, മനുഷ്യന്റെ മുഖം ഇതേവരെ കണ്ടിട്ടില്ലാത്ത സുഭഗനും വൃദ്ധനുമായ ഒരു കലമാൻ താമസിച്ചിരുന്ന ഇവിടെ-ഇതെവിടമാണെന്നു ദൈവത്തിനറിയാം-ഒറ്റയ്ക്കു കിടക്കുകയാണ്. മനുഷ്യൻ ഇതേവരെ കാലുകുത്തുകയോ കാലുകുത്തുന്നതിനെപ്പറ്റി ചിന്തിക്കുകപോലുമോ ചെയ്തിട്ടില്ലാത്ത ഒരിടമാണിത്. എന്റെ ചുറ്റും മരങ്ങളാണ്, വൻവൃക്ഷങ്ങളും തൈമരങ്ങളും. കാട്ടുമുന്തിരിയുടെ വള്ളികൾ അവയെല്ലാം ചുറ്റിയിരിക്കുന്നു. എണ്ണമറ്റ വാൻകോഴികൾ പരസ്പരം ഓടിക്കുകയും ഒരുപക്ഷേ മരിച്ച സ്വവർഗ്ഗക്കാരുടെ സാമിപ്യം മണത്തറിയുകയും ചെയ്തുകൊണ്ടു് ചുറ്റും വിഹരിക്കുന്നു."

അയാൾ തന്റെ വാൻകോഴികളെ കൈകൊണ്ടു് തപ്പി നോക്കിയിട്ടു് രക്തം പുരണ്ട കൈ ചെർകേസ്കയിൽ തുടച്ചു.

"ഒരുപക്ഷേ കുറുക്കന്മാരും അവയെ മണത്തറിയുന്നുണ്ടാവും. ഭയാനകമായ മുഖവുമായി അവ എന്നെ നോക്കിക്കൊണ്ടു് അപ്പുറത്തു പതുങ്ങി നടപ്പുണ്ടാവും. ഇലകൾക്കിടയിലൂടെ പറന്നു നടക്കുന്ന കൊതുകുകളാണ് ചുറ്റിനും. ഓരോ ഇലയും വലിയ ഒരോ ദ്വീപാണെന്ന് അവയ്ക്കു തോന്നുന്നുണ്ടാവും. വായുവിൽ തങ്ങിനിന്ന് മൂളിക്കൊണ്ടിരിക്കുന്ന ഒന്ന്, രണ്ടു്, മൂന്ന്, നാല്, നൂറ്, ആയിരം, ദശലക്ഷം-കൊതുകുകൾ! അവ ഓരോന്നും എന്തുകൊണ്ടോ എന്റെ ചുറ്റും പറന്ന് എന്തോ മന്ത്രിച്ചുകൊണ്ടിരിക്കുന്നു. അവ ഓരോന്നും ഓരോ ദ്മീത്രി ഒലേനിനാണ്, എന്നെപ്പോലെതന്നെ മറ്റുള്ളവരിൽനിന്നെല്ലാം വ്യത്യസ്തനായ ഒരു ജീവിയാണ്." കൊതുകുകൾ വിചാരിക്കുന്നതെന്തെന്നും മൂളിക്കൊണ്ടിരിക്കുന്നതെന്തെന്നും അയാൾക്ക് വ്യക്തമായി മനസ്സിലായിത്തുടങ്ങി. "കുട്ടികളേ, ഇതിലെ ഇതിലേ. ഇതാ തിന്നാൻ സ്വാദുള്ളൊരു വസ്തു," എന്നു പാടിക്കൊണ്ടു് അവ അയാളുടെ ദേഹത്തു ചെന്നിരുന്നു. താൻ ഒരു റഷ്യൻ കുലീനനോ മോസ്കോയിലെ ഉന്നത സമുദായത്തിൽ വിഹരിക്കുന്നവനോ ഇന്നയാളിന്റെയോ ബന്ധുവോ സുഹൃത്തോ അല്ലെന്നും, ചുറ്റും പറക്കുന്ന ഈ കൊതുകുകളെപ്പോലുള്ളമറ്റൊരു കൊതുകോ ചുറ്റുമുള്ളകാട്ടിൽ വാസമുറപ്പിച്ചിരിക്കുന്ന വാൻകോഴികളെയോ കലമാനുകളെയോ പോലുള്ളവെറുമൊരു വാൻകോഴിയോ കലമാനോ മാത്രമാണെന്നും ഒലേനിന് വ്യക്തമായി. "അവയെപ്പോലെ, യെറോഷ്ക അമ്മാവനെപ്പോലെ, ഞാൻ ജീവിക്കുകയും മരിക്കുകയും ചെയ്യും. അയാൾ പറഞ്ഞതു ശരിയാണ്. മരിച്ചാൽ മീതെ പുല്ലു മുളയ്ക്കും, അത്രതന്നെ."

"അതെ, പുല്ലുമുളയ്ക്കും. പക്ഷേ അതുകൊണ്ടെന്താ? എന്നാലും എനിക്കു ജീവിക്കണം, സന്തോഷിപ്പിക്കണം. കാരണം എനിക്ക്

ഒന്നേ ആഗ്രഹമുള്ളു-സന്തുഷ്ടി. ഞാൻ ആരാണ് എന്നതു പ്രധാനമല്ല. ഞാൻ മറ്റു ജന്തുക്കളെപ്പോലെതന്നെ മരിച്ചാൽ പുല്ലുമാത്രം അവശേഷിപ്പിക്കുന്ന ഒരു ജന്തുവാണോ അതോ ദൈവീകാംശം ഉൾക്കൊള്ളുന്ന ഒരു ചട്ടക്കൂടാണോ എന്നതു് പ്രധാനമല്ല. എന്തായാലും ഏറ്റവും നല്ലരീതിയിൽ ജീവിക്കണം. സന്തുഷ്ടി കൈവരണമെങ്കിൽ എങ്ങനെ ജീവിക്കണം? ഇതുവരെ ഞാൻ സന്തുഷ്ടനല്ലാതിരുന്നതു് എന്തുകൊണ്ടാണ്?"

ഒലേനിൻ തന്റെ ഭൂതകാല ജീവിതം അവലോകനം ചെയ്യുതുടങ്ങി. അതു് ജുഗുപ്സാവഹമായിരുന്നെന്ന് അയാൾക്കു തോന്നി. വാസ്തവത്തിൽ തനിക്ക് ഒന്നുംതന്നെ ആവശ്യമില്ലായിരുന്നെങ്കിലും താൻ അന്യായമായി എല്ലാം ആവശ്യപ്പെടുന്ന ഒരു സ്വാർത്ഥമതിയായിരുന്നെന്ന് ഇപ്പോൾ അയാൾക്കു തോന്നി. ചുറ്റുമുള്ളകാടിന്റെ ഉജ്ജ്വലമായ പച്ചനിറവും താണുകൊണ്ടിരിക്കുന്ന സൂര്യബിംബവും തെളിഞ്ഞ ആകാശവും നോക്കിക്കൊണ്ടിരുന്നപ്പോൾ ഒലേനിൻ മുമ്പത്തെപ്പോലെതന്നെ സന്തുഷ്ടനായിരുന്നു.

"എന്താണ് എന്നെ സന്തുഷ്ടനാക്കുന്നതു്? ഭൂതകാലജീവിതത്തിൽ എന്തു ലക്ഷ്യമായിരുന്നു എനിക്കുണ്ടായിരുന്നതു്?" അയാൾ സ്വയം ചോദിച്ചു. "എന്റെ സ്വന്തം താല്പര്യങ്ങൾക്കുവേണ്ടി ഞാൻ എത്ര അന്യായമായി അവകാശവാദം മുഴക്കിയിരുന്നു ! ഞാൻ എന്തൊരു ചപലനായിരുന്നു ! എന്റെ പ്രവൃത്തികളുടെ ഫലമെന്തായിരുന്നു? മാനഹാനിയും മനഃക്ലേശവും മാത്രം ! സന്തുഷ്ടിക്ക് അത്രയധികമൊന്നും ആവശ്യമില്ലെന്ന് ഇപ്പോൾ എനിക്കു മനസ്സിലായി." പെട്ടെന്ന് തന്റെ മുമ്പിൽ ഒരു പുതിയ ലോകം തുറന്നു കിടക്കുന്നതായി അയാൾക്കു തോന്നി. "ഇതാണു സന്തുഷ്ടി," അയാൾ സ്വയം പറഞ്ഞു. "മറ്റുള്ളവർക്കുവേണ്ടി ജീവിക്കുന്നതാണ് സന്തുഷ്ടി. അതുവളരെ വ്യക്തമാണ്. സന്തുഷ്ടിക്കു വേണ്ടിയുള്ളതൃഷ്ണമനുഷ്യന് ജന്മസിദ്ധമാണ്. അതിനാൽ അതു ന്യായമാണുതാനും. അവൻ സ്വാർത്ഥപരമായി അതു ശമിപ്പിക്കാനൊരുങ്ങിയാൽ, അതായതു് ധനവും കീർത്തിയും ജീവിതസൗകര്യവും പ്രേമവും നേടാൻ ശ്രമിച്ചാൽ, സാഹചര്യങ്ങൾ അതു് അസാദ്ധ്യമാക്കിത്തീർക്കാനിടയുണ്ട്. സത്യത്തിൽ അത്തരം ആഗ്രഹങ്ങൾ അന്യായങ്ങളാണ്. എന്നാൽ സന്തുഷ്ടിക്കുവേണ്ടിയുള്ളഅഭിവാഞ്ഛ അന്യായമാകുന്നില്ല. ബാഹ്യോപാധികളുടെ സഹായമില്ലാതെ ശമിപ്പിക്കാവുന്ന തൃഷ്ണകൾ എന്തൊക്കെയാണ്? പ്രേമം, ആത്മപരിത്യാഗം."

ആ കണ്ടുപിടുത്തം-അതൊരു പുതിയ സത്യമാണെന്നാണ് അയാൾക്കു തോന്നിയതു്-അയാളിൽ അളവറ്റ സന്തോഷവും

സംതൃപ്തിയുമുളവാക്കി. അയാൾ ചാടിയെണീറ്റ് ആർക്കുവേണ്ടിയാണ് തന്റെ ജീവിതം സമർപ്പിക്കേണ്ടതു് എന്ന് ധൃതിപിടിച്ച് ആലോചിച്ചു തുടങ്ങി. ആർക്കാണ് താൻ ഉപകാരം ചെയ്യേണ്ടതു്? ആരെയാണ് സ്നേഹിക്കാൻ കഴിയുക? "എനിക്ക് സ്വന്തമായി ഒന്നും ആവശ്യമില്ലാത്ത സ്ഥിതിക്ക് മറ്റുള്ളവർക്കുവേണ്ടി ജീവിച്ചാലെന്താ?" അയാൾ ആലോചിച്ചു. അയാൾ തോക്കുമെടുത്തുകൊണ്ട് കുറ്റിക്കാട്ടിൽ നിന്ന് പുറത്തു കടക്കാനൊരുങ്ങി. കഴിയുന്നതും വേഗം താമസസ്ഥലത്തു തിരിച്ചുചെന്ന് ഇതേപ്പറ്റിയെല്ലാം ശരിക്കാലോചിക്കുകയും നന്മ ചെയ്യാനൊരു അവസരം കണ്ടുപിടിക്കുകയും ചെയ്യണമെന്നായിരുന്നു അയാളുടെ ആഗ്രഹം. തുറസ്സായ സ്ഥലത്തെത്തിയപ്പോൾ അയാൾ ചുറ്റും നോക്കി. മരത്തലപ്പുകൾക്കു പിന്നിൽ സൂര്യൻ മറഞ്ഞുകഴിഞ്ഞു. ചൂടു കുറഞ്ഞിരുന്നു. ആ സ്ഥലം തനിക്കു തികച്ചും അപരിചിതമാണെന്ന് അയാൾക്കു തോന്നി. ഗ്രാമത്തിന്റെ പരിസരം പോലെയല്ല അവിടം കാണപ്പെട്ടതു്. കാലാവസ്ഥയ്ക്കും കാടിന്റെ സ്വഭാവത്തിനും മറ്റെല്ലാറ്റിനും പൊടുന്നനെ രൂപഭേദം വന്നു. ആകാശം മേഘാവൃതമാണ്. കാറ്റ് മരത്തലപ്പുകളിൽ മർമ്മരശബ്ദമുയർത്തിക്കൊണ്ടിരുന്നു. ചുറ്റും ഞാങ്ങണപ്പുല്ലും ജീർണ്ണിച്ച മരങ്ങളും മാത്രം കാണാം. ഏതോ ഒരു ജന്തുവിന്റെ പിന്നാലെ ഓടിപ്പോയ പട്ടിയെ അയാൾ ഉറക്കെ വിളിച്ചു. അയാളുടെ ശബ്ദം കാട്ടിൽ വീണ്ടും വീണ്ടും മാറ്റൊലിക്കൊണ്ടു. പെട്ടെന്ന് അയാൾ ഭയവിഹ്വലനായിത്തീർന്നു. അയാളുടെ ധൈര്യം ചോർന്നുപോയി. അബ്റെക്കുകളും അവർ നടത്തിയിട്ടുള്ളതായി പറഞ്ഞുകേട്ട കൊലപാതകങ്ങളും അയാളുടെ സ്മൃതിപഥത്തിൽ തെളിഞ്ഞുവന്നു. തന്റെ മേൽ ചാടിവീഴാൻ തയ്യാറായി ചെച്ചെൻകാർ ഓരോ കുറ്റിച്ചെടിക്കു പിന്നിലും ഒളിച്ചിരിപ്പുണ്ടെന്ന് അയാൾക്കു തോന്നി. ചെറുത്തുനിന്ന് മരിക്കുന്നതായും ഭീരുത്വം കാണിക്കുന്നതായും മാറിമാറി അയാൾ ഭാവനയിൽ കണ്ടു. ദീർഘകാലമായി അനുഭവപ്പെടാത്തത്ര വ്യക്തതയോടെ ദൈവത്തെപ്പറ്റിയും ഭാവിജീവിതത്തെപ്പറ്റിയുമുള്ളചിന്ത അയാളുടെ മനസ്സിൽ തെളിഞ്ഞുവന്നു. എന്നാൽ അപ്പോഴും നിരുന്മേഷവും നിർദ്ദയവും വന്യവുമായ പ്രകൃതിയായിരുന്നു ചുറ്റിനും.

"ഇവിടെ വീണു മരിക്കാനാണെങ്കിൽ, നന്മയൊന്നും ചെയ്യാതെ, ആരോരുമറിയാതെ ഇവിടെ വീണു മരിക്കാനാണെങ്കിൽ, തനിക്കു വേണ്ടി മാത്രം ജീവിക്കുന്നതുകൊണ്ട് എന്തെങ്കിലും പ്രയോജനമുണ്ടോ?" അയാൾ ആലോചിച്ചു.

ഗ്രാമം അവിടെയാണ് എന്ന ധാരണയിൽ അയാൾ ഒരു ദിശയിലേക്കു നടന്നുതുടങ്ങി. നായാട്ടിന്റെ കാര്യമേ അയാൾ മറന്നു.

അയാൾക്കു വല്ലാത്ത ക്ഷീണം തോന്നി. അയാൾ ഭയാക്രാന്തനായി ഒരോ മുൾച്ചെടിപ്പടർപ്പിന്റേയും വൃക്ഷത്തിന്റേയും പിന്നിലേക്ക് സൂക്ഷിച്ചുനോക്കിക്കൊണ്ടിരുന്നു-ഏതു നിമിഷവും തന്റെ ജീവൻ നഷ്ടപ്പെട്ടുമെന്ന് അയാൾ വിചാരിച്ചു. ഏറെ നേരം നടന്ന് ഒടുവിൽ അയാൾ ടെറെക്കിലെ മണൽ കലർന്ന തണുത്തവെള്ളം ഒഴുകിക്കൊണ്ടിരിക്കുന്ന ഒരു തോടിനടുത്തെത്തി. വഴി തെറ്റാതെ ആ തോടിന്റെ ഓരം ചേർന്നു നടക്കാൻ അയാൾ തീരുമാനിച്ചു. അങ്ങനെ നടന്നാൽ താൻ എവിടെ ചെന്നെത്തുമെന്ന് അപ്പോഴും അയാൾക്കു തീർച്ചയില്ലായിരുന്നു. പെട്ടെന്ന് പിന്നിൽ പുല്ലുകൾക്കിടയിൽ എന്തോ ഒരു ശബ്ദം കേട്ടു. ഞെട്ടിത്തരിച്ച് അയാൾ തോക്കിൽ കൈവെച്ചു. എന്നാൽ അണച്ചുകൊണ്ട് ഓടിവന്ന അയാളുടെ പട്ടി ഒരു കുഴിയിലെ തണുത്ത വെള്ളത്തിലേക്കു ചാടിയ ശബ്ദമായിരുന്നു അത്. പട്ടി വെള്ളം നക്കിക്കുടിച്ചു തുടങ്ങി. ഓലേനിന് ലജ്ജതോന്നി.

അയാളും കുനിഞ്ഞുനിന്ന് വെള്ളം കുടിച്ചു. ഗ്രാമത്തിലെത്തുമെന്ന പ്രതീക്ഷയോടെ അയാൾ തോടിന്റെ ഓരം ചേർന്നു നടന്നു. പട്ടി കൂട്ടിനുണ്ടായിരുന്നിട്ടും പൊടുന്നനെ അയാൾ മുമ്പെന്നത്തെക്കാൾ കൂടുതൽ വിഷാദഭരിതനായിത്തീർന്നു. കാട്ടിൽ പലതരം നിഴലുകൾ പ്രത്യക്ഷപ്പെട്ടു. കാലപ്പഴക്കത്താൽ ജീർണ്ണിച്ചുതുടങ്ങിയ മരങ്ങളുടെ തലപ്പുകളെ കാറ്റ് കൂടുതൽ ശക്തിയായി ഉലച്ചുതുടങ്ങി. വലിയ പക്ഷികൾ ഉറക്കെ ചിലച്ചുകൊണ്ട് ആ മരങ്ങളിലുള്ളകൂടുകൾക്കു ചുറ്റും പറന്നുകൊണ്ടിരിക്കുന്ന കോരപ്പുൽക്കൂട്ടവും കാട്ടു ജന്തുക്കളുടെ കാല്പാടുകൾ പതിഞ്ഞ മണൽക്കൂനകളും കൂടുതൽ കൂടുതൽ സാധാരണമായിത്തീർന്നു. കാറ്റിന്റെ മർമ്മരത്തോടൊപ്പം വിഷാദഭരിതവും ഏകപ്രകാരവുമായ ഒരു മുരളൽ കേട്ടുതുടങ്ങി. ഒലേനിന്റെ ഹൃദയം വിഷാദനിർഭരമായിത്തീർന്നു. അയാൾ അരയിൽ തൂക്കിയിട്ടിരുന്ന വാൻകോഴികളെ തപ്പിനോക്കി. അവയിലൊന്ന് നഷ്ടപ്പെട്ടെന്ന് അയാൾക്കു മനസ്സിലായി. അതിന്റെ ഉടൽ അറ്റുപോയിരുന്നു. രക്തമൊലിക്കുന്ന കഴുത്തു മാത്രം അരപ്പട്ടയിൽ തൂങ്ങിക്കിടന്നു. ജീവിതത്തിൽ അതിനുമുമ്പൊരിക്കലും താൻ ഇതുപോലെ ഭയവിഹ്വലനായിത്തീർന്നിട്ടില്ലെന്ന് അയാൾക്കു തോന്നി. അയാൾ ദൈവത്തെ പ്രാർത്ഥിക്കാൻ ശ്രമിച്ചു. നല്ലതെന്തെങ്കിലും ചെയ്യാൻ തനിക്ക് അവസരം കിട്ടുന്നതിനുമുമ്പ് താൻ കൊല്ലപ്പെട്ടുമോ എന്ന ഭയമായിരുന്നു അയാൾക്ക്. ആത്മപരിത്യാഗം ആവശ്യമായ മഹത്തായ എന്തെങ്കിലുമൊരു പ്രവൃത്തി ചെയ്യാൻ വേണ്ടി തനിക്കു ജീവിക്കണം എന്ന അഭിലാഷം അയാളിൽ ഉൽക്കടമായിത്തീർന്നു.

XXI

പെട്ടന്ന് സൂര്യപ്രകാശം തന്റെ ഉള്ളിലേക്കു കടന്നുവന്നതു പോലെ ഒലേനിനു തോന്നി. റഷ്യൻ ഭാഷയിലുള്ള സംസാരം അയാൾ കേട്ടു. അതിവേഗം ഒഴുകിക്കൊണ്ടിരിക്കുന്ന ടെറെക്കിന്റെ ശബ്ദവും അയാളുടെ കാതുകളിലെത്തി. രണ്ടു ചുവടു കൂടി നടന്നപ്പോൾ അതിവേഗം ചലിച്ചുകൊണ്ടിരിക്കുന്ന ചെളിയുടെ നിറമുള്ളജലപ്പരപ്പും കരകളിലേയും മണൽത്തിട്ടകളിലേയും തവിട്ടു നിറമുള്ളനനഞ്ഞതത്തിനു കുറച്ചിപ്പുറത്ത് മേയുന്ന കാലുകൾ ബന്ധിച്ച, ജീനികെട്ടിയെ കുതിരയും മലകളും ഒലേനിന്റെ കൺമുമ്പിൽ പ്രത്യക്ഷപ്പെട്ടു. മേഘങ്ങൾക്കിടയിൽനിന്ന് ചുവന്ന സൂര്യബിംബം ഒരു നിമിഷം പുറത്തേക്കെത്തി നോക്കി. അതിന്റെ പ്രസന്നമായ അന്ത്യകിരണങ്ങൾ പുഴയേയും ഞാങ്ങണപ്പുൽക്കൂട്ടങ്ങളേയും കാവൽ ഗോപുരത്തേയും അതിനടുത്തു നിന്നിരുന്ന കൊസാക്കുകാരുടെ ചെറു സംഘത്തേയും തഴുകി. കൊസാക്കുകാരുടെയിടയിൽ നിന്നിരുന്ന ലൂക്കാഷയുടെ കരുത്തുറ്റ ദേഹം ഒലേനിന്റെ ശ്രദ്ധ പിടിച്ചുപറ്റി.

പ്രത്യക്ഷത്തിൽ കാരണമൊന്നുമില്ലാതെതന്നെ താൻ അതീവ സന്തുഷ്ടനാണെന്ന് വീണ്ടും ഒലേനിനു തോന്നി. ടെറെക്കിന്റെ വക്കിൽ, മറുകരയിലെ പ്രശാന്തമായ ചെച്ചെൻ ഔളിന്റെ നേരെ എതിർവശത്തായി സ്ഥിതി ചെയ്യുന്ന നീഷ്നി പ്രൊതോത്സ്കി ചൗക്കയിലാണ് അയാൾ എത്തിയിരിക്കുന്നതു്. അയാൾ കൊസാക്കുകാരെ അഭിവാദ്യം ചെയ്തു. എന്നാൽ അവിടെ അയാൾക്ക് നന്മ ചെയ്യാനുള്ളഅവസരമൊന്നും ഉണ്ടായിരുന്നില്ല. അതിനാൽ അയാൾ കുടിലിനുള്ളിലേക്കു കടന്നു അവിടെയും അതിന് അവസരമുണ്ടായില്ല. കൊസാക്കുകാർ അയാളെ തണുപ്പൻ മട്ടിലാണ് സ്വീകരിച്ചതു്. കളിമണ്ണു തേച്ച മുറിയിലൂടെ കണ്ണോടിച്ചുകൊണ്ടു് അയാൾ സിഗററ്റ് വലിച്ചു. കൊസാക്കുകാർ അയാളെ ശ്രദ്ധിച്ചതേയില്ല. അതിന്റെ പ്രധാനകാരണം അയാൾ സിഗററ്റ് വലിച്ചതായിരുന്നു. ആ സായാഹ്നത്തിൽ അവരുടെ ശ്രദ്ധ കേന്ദ്രീകരിച്ചിരുന്നതു് മറ്റൊരു സംഗതിയിലായിരുന്നു എന്നതാണ് രണ്ടാമത്തെ കാരണം. ചെറുത്തുനിൽക്കുന്ന ചെച്ചൻകാരിൽ ചിലർ-ലൂക്കാഷ കൊന്ന അബ്റെക്കുകാരന്റെ ബന്ധുക്കളായിരുന്നു അവർ-ചാരനും ദ്വിഭാഷിയുമായ ഒരാളോടൊപ്പം മലമുകളിൽനിന്ന് അവിടെ എത്തിയിരുന്നു. പണം കെട്ടുത്ത് മൃതദേഹം കൊണ്ടുപോകാനാണ് അവർ വന്നതു്. ഗ്രാമത്തിൽനിന്ന് മേലധികാരികൾ വരുന്നതും കാത്തിരിക്കുകയായിരുന്നു എല്ലാവരും. പരേതന്റെ സഹോദരൻ നല്ല ഉയരവും ഒത്ത ശരീരവും വെട്ടിഭംഗിയാക്കി ചുവന്ന ചായം പുരട്ടിയ താടിയുമുള്ളഒരു മനുഷ്യനായിരുന്നു.

കീറിയ ചെർക്കേസ്കയും ആട്ടിൻതോൽ തൊപ്പിയുമായിരുന്നു അയാൾ ധരിച്ചിരുന്നതെങ്കിലും ഒരു രാജാവിന്റെ പ്രൗഢിയും അന്തസ്സും അയാൾക്കുണ്ടായിരുന്നു. മരിച്ച അബ്റെക്കുകാരന്റെ നല്ല ഛായ ഉണ്ടായിരുന്നു അയാൾക്ക്. ആരെയും നോക്കാൻ അയാൾ കൂട്ടാക്കിയില്ല. മൃതദേഹത്തിലേക്ക് ഒരിക്കൽപ്പോലും അയാൾ നോക്കിയുമില്ല. പൈപ്പ് വലിക്കുകയും നിലത്തേക്കു തുപ്പുകയും ഇടയ്ക്ക് ഇടറിയ സ്വരത്തിൽ ചില ആജ്ഞകൾ നൽകുകയും ചെയ്തുകൊണ്ട് അയാൾ തണലത്ത് കുത്തിയിരിക്കുകയായിരുന്നു. അയാളുടെ ആജ്ഞകൾ അനുചരൻ ബഹുമാനപൂർവ്വം അനുസരിച്ചുകൊണ്ടിരുന്നു. അയാൾ ഒരു ജിഗീത്താണെന്നും തികച്ചും വിഭിന്നമായ സാഹചര്യങ്ങളിൽ പലതവണ റഷ്യാക്കാരെ കണ്ടുമുട്ടിയിട്ടുള്ളവനാണെന്നും തന്നെ അത്ഭുതപ്പെടുത്തുകയോ ആകർഷിക്കുകയോ ചെയ്യുന്ന യാതൊന്നും

ഇപ്പോൾ അയാൾ അവരിൽ കാണുന്നില്ലെന്നും സ്പഷ്ടമായിരുന്നു. ഒലേനിൻ മൃതദേഹത്തിനടുത്ത് ചെന്ന് അതിൽ ഉറ്റുനോക്കിക്കൊണ്ടിരുന്നു. എന്നാൽ പരേതന്റെ സഹോദരൻ അവജ്ഞയോടെ ശാന്തമായി ഒലേനിനെ ഒന്നു നോക്കിയിട്ട് പരുഷമായ സ്വരത്തിൽ എന്തോ, പറഞ്ഞു. ദ്വിഭാഷി പരേതന്റെ മുഖം ഒരു മേലങ്കികൊണ്ട് മൂടി. ആ ജിഗീത്തിന്റെ മുഖത്തെ അന്തസ്സും കാർക്കശ്യവും ഒലേനിനെ അത്ഭുതപരതന്ത്രനാക്കി. അയാളെ അഭിവാദ്യം ചെയ്തിട്ട് അയാൾ ഏത് ഔളിൽനിന്നു വരികയാണെന്ന് ഒലേനിൻ ചോദിച്ചു. എന്നാൽ ആ ചെച്ചെൻകാരൻ അയാളുടെ നേരെ ഒന്നു നോക്കുകപോലും ചെയ്യാതെ കാർക്കിച്ചുതുപ്പുകയും തല തിരിക്കുകയുമാണുണ്ടായത്. ആ മലവാസി തന്നോടു കാട്ടിയ അവഗണന അഥവാ താല്പര്യമില്ലായ്മ ഒലേനിനെ അത്ഭുതപ്പെടുത്തി. ബുദ്ധിഹീനതയോ താൻ പറഞ്ഞതു മനസ്സിലാക്കാനുള്ളകഴിവുകേടോ ആണ് അതിനു കാരണമെന്നു വിചാരിച്ച് അയാൾ സ്വയം സമാധാനിച്ചു. അയാളുടെ അനുചരനെ ഒലേനിൻ സംബോധനചെയ്തു. ജിഗീത്തിന്റെ ദ്വിഭാഷിയും ദൂതനുമായ അനുചരൻ അയാളെപ്പോലെ തന്നെ കീറിയ വസ്ത്രങ്ങളാണ് ധരിച്ചിരുന്നത് എന്നാൽ ചുവന്ന നിറമായിരുന്നില്ല കറുപ്പുനിറമായിരുന്നു അയാൾക്ക്. ഓജസ്സുള്ളമുഖവും ശുവെള്ളപല്ലുകളും തിളങ്ങുന്ന കറുത്തകണ്ണുകളുമായിരുന്നു അയാളുടേത്. അയാൾ സംസാരിക്കാൻ ഒട്ടും വൈമുഖ്യം കാണിച്ചില്ലെന്നുമാത്രമല്ല ഒരു സിഗററ്റ് ആവശ്യപ്പെടുകയും ചെയ്തു.

"അവർ അഞ്ച് സഹോദരന്മാരുണ്ടായിരുന്നു," ദ്വിഭാഷി മുറിറഷ്യനിൽ പറഞ്ഞു. "ഇതോടെ റഷ്യാക്കാർ മൂന്നുപേരെ കൊന്നുകഴിഞ്ഞു. ഇനി രണ്ടുപേരേ ബാക്കിയുള്ളൂ. അയാൾ ഒരു ജിഗീത്താണ്, നല്ല ജിഗീത്," ചെച്ചെൻകാരനെ ചൂണ്ടിക്കാട്ടിക്കൊണ്ട് ദ്വിഭാഷി പറഞ്ഞു. "അഹ്മെത് ഖാൻ-മരിച്ച അബ്റെക്കുകാരന്റെ പേര് അതായിരുന്നു-കൊല്ലപ്പെട്ടുമ്പോൾ ഇയാൾ മറുകരയിൽ ഞാങ്ങണപ്പുല്ലിനിടയിൽ ഒളിച്ചിരിക്കുകയായിരുന്നു. ഇയാൾ സംഭവം മുഴുവൻ കണ്ടു. ഒരു വഞ്ചിയിൽ കയറ്റി അവർ അഹ്മെത് ഖാനെ കരയിലേക്കു കൊണ്ടുവരുന്നതും ഇയാൾ കണ്ടു. രാത്രിയാകുന്നതുവരെ ഇയാൾ അവിടെ കാത്തിരുന്നു. വൃദ്ധനെ വെടിവയ്ക്കാൻ ഇയാൾക്ക് ആഗ്രഹമുണ്ടായിരുന്നു. എന്നാൽ മറ്റുള്ളവർ അയാളെ തടഞ്ഞു."

ല്യൂക്കാഷ ഒലേനിന്റെയടുത്തു ചെന്ന് നിലത്തിരുന്നു.

"നിങ്ങൾ ഏത് ഔളിൽനിന്നാണ്? അവൻ ദ്വിഭാഷിയോട് ചോദിച്ചു.

"അതാ ആ കാണുന്ന മലകൾക്കു പിന്നിൽനിന്ന്,"

ടെറെക്കിനപ്പുറത്ത് ഇളംനീല നിറമുള്ളമൂടൽ മഞ്ഞണിഞ്ഞു കിടക്കുന്ന ഒരു മലച്ചൂണ്ടിക്കാണിച്ചുകൊണ്ട് ദ്വിഭാഷി പറഞ്ഞു. "സുയുക്-സൂ എവിടെയാണെന്നറിയാമോ? അവിടുന്ന് പത്തു വേഴ്സ്റ്റ് പോയാൽ മതി."

"സുയുക്-സൂയിലെ ഗിരേയ് ഖാനെ അറിയാമോ? അഭിമാനപൂർവ്വം ലൂക്കാഷ ചോദിച്ചു. "അയാൾ എന്റെ പരിചയക്കാരനാണ്."

"അയാൾ എന്റെ അയല്ക്കാരനാണ്," ദ്വിഭാഷി പറഞ്ഞു.

"ധീരനായ ഒരു മനുഷ്യനാണ് അയാൾ," താല്പര്യത്തോടെ ലൂക്കാഷ മലവാസിയുമായി ടാട്ടാർ ഭാഷയിൽ സംസാരിച്ചുതുടങ്ങി.

താമസിയാതെ സോത്നിക്കും ഗ്രാമമുഖ്യനും കുതിരപ്പുറത്ത് അവിടെയെത്തി. രണ്ടു കൊസാക്കുകാർ അവർക്ക് അകമ്പടി സേവിച്ചിരുന്നു. പുതിയ ഓഫീസർമാരിലൊരാളായ സോത്നിക് കൊസാക്കുകാരെ അഭിവാദ്യം ചെയ്തു. എന്നാൽ പട്ടാളമട്ടിൽ "തിരുമനസ്സിനു സുഖമാണെന്നു വിശ്വസിക്കുന്നു," എന്ന പ്രത്യഭിവാദ്യം അവിടെ മുഴങ്ങിയില്ല. അവിടേയും ഇവിടേയും ഇരുന്ന് ചിലർ തലഅല്പമൊന്നു കുനിക്കുക മാത്രം ചെയ്തു. കുറച്ചുപേർ-ലൂക്കാഷയും അക്കൂട്ടത്തിലുണ്ടായിരുന്നു-എണീറ്റ് ഒരു വരിയായി നിന്നു. ചൗക്കയിൽ എല്ലാം തൃപ്തികരമാണെന്ന് ഉര്യാദ്നിക് റിപ്പോർട്ടു ചെയ്തു.

ഇതെല്ലാം പരിഹാസ്യമായി ഒലേനിനു തോന്നി-കൊസാക്കുകാർ കളിയായി പട്ടാളക്കാരെ അനുകരിക്കുന്ന പ്രതീതിയാണ് അതുളവാക്കിയത്. എന്നാൽ ഈ ഔപചാരികത്വം അധികസമയം നീണ്ടുനിന്നില്ല. മറ്റെല്ലാ കൊസാക്കുകാരേയും പോലെ സമർത്ഥനായ ഒരു കൊസാക്കുകാരനായിരുന്നു സോത്നിക്. അയാൾ ദ്വിഭാഷിയുമായി ടാട്ടാർ ഭാഷയിൽ സംസാരിച്ചുതുടങ്ങി. ഒരു കടലാസിൽ എന്തോ എഴുതി അയാൾ ദ്വിഭാഷിയെ ഏല്പിച്ചു. ദ്വിഭാഷി പകരം അയാളെ പണം ഏൽപ്പിച്ചു. അതു കഴിഞ്ഞ് അവർ മൃതദേഹത്തിനടുത്തു ചെന്നു നിന്നു.

"ഗവ്രീലൊവ് സുക്കാ ആരാണ്?" സോത്നിക് ചോദിച്ചു. ലൂക്കാഷ തൊപ്പി മാറ്റിയിട്ട് മുമ്പോട്ടു നീങ്ങിനിന്നു.

"ഞാൻ നിന്നെപ്പറ്റി കേണലിനു റിപ്പോർട്ടു കൊടുത്തിട്ടുണ്ട്. അതിന്റെ ഫലമെന്തായിരിക്കുമെന്ന് എനിക്കു പറയാൻ കഴിയില്ല. നിനക്ക് ഒരു കുരിശു സമ്മാനം തരണമെന്നാണ് താൻ ശുപാർശ ചെയ്തിരിക്കുന്നത് താമസിയാതെ നിന്നെ ഞങ്ങൾ ഒരു ഉര്യാദ്നിക് ആക്കാം. നിനക്ക് എഴുത്തും വായനയും അറിയാമോ?"

"ഇല്ല."

"പക്ഷേ എത്ര സമർത്ഥനായ പയ്യൻ !" സോത്നിക് കമാണ്ടരുടെ ഭാവത്തിൽ പറഞ്ഞു. "തൊപ്പി ധരിക്കൂ. ഏതു ഗബ്രീലൊവ് കുടുംബത്തിൽനിന്നാണ് നീ? ഷിറോക്കിയുടെ ആരെങ്കിലുമാണോ?"

"അതെ. അനന്തിരവനാണ്," ഉര്യാദ്നിക് പറഞ്ഞു.

"എനിക്കറിയാം. ശരി. ഇതു് ഇവിടെനിന്നു മാറ്റാൻ സഹായിക്കൂ," അയാൾ കൊസാക്കുകാരോടു പറഞ്ഞു.

ലൃക്കാഷയുടെ മുഖം സന്തോഷംകൊണ്ടു് വികസിച്ചു. അതു കൂടുതൽ സുന്ദരമായിത്തോന്നി. അയാൾ ഉര്യദ്നിക്കിന്റെ അടുത്തുനിന്നു് മാറി തൊപ്പി വെച്ചുകൊണ്ടു് ഒലേനിന്റെ സമീപം ചെന്നിരുന്നു.

മൃതദേഹം വഞ്ചിയിൽ വെച്ചുകഴിഞ്ഞപ്പോൾ പരേതന്റെ സഹോദരനായ ചെച്ചെൻകാരൻ പുഴവക്കിലേക്കു വന്നു. കൊസാക്കുകാർ ബോധപൂർവ്വമല്ലാതെതന്നെ അയാൾക്കു വഴി മാറിക്കൊടുത്തു. കരയിൽ നിന്നു് ആയം പിടിച്ചു് അയാൾ വഞ്ചിയിലേക്കു ചാടി. പിന്നീടു് ആദ്യമായി-ഒലേനിൻ അക്കാര്യം പ്രത്യേകം ശ്രദ്ധിച്ചു-അയാൾ കൊസാക്കുകാരുടെ നേരെ ഒന്നു നോക്കി. വീണ്ടും അയാൾ ദ്വിഭാഷിയോടു് എന്തോ ധൃതിയിൽ ചോദിച്ചു. ദ്വിഭാഷി ലൃക്കാഷയെ ചൂണ്ടിക്കാട്ടിക്കൊണ്ടു് അതിനു മറുപടി പറഞ്ഞു. ചെച്ചൻകാരൻ ലൃക്കാഷയെ സൂക്ഷിച്ചുനോക്കിയിട്ടു് മെല്ലെ തല തിരിച്ചു് മറുകരയിലേക്കു നോക്കി. അയാളുടെ മുഖത്തു് വിദ്വേഷത്തെക്കാൾ കൂടുതൽ പുച്ഛമാണ് തെളിഞ്ഞുനിന്നതു്. അയാൾ പിന്നെയും ഏതാനും വാക്കുകൾ പറഞ്ഞു.

"അയാൾ എന്താണു പറഞ്ഞതു്?" ഒലേനിൻ പ്രസരിപ്പാർന്ന ദ്വിഭാഷിയോടു ചോദിച്ചു.

"നിങ്ങൾ ഞങ്ങളുടെ ആൾക്കാരെ കൊല്ലുന്നു, ഞങ്ങൾ നിങ്ങളുടെ ആൾക്കാരെ പറ്റിക്കുന്നു. എപ്പോഴും ഒരേ കൂട്ടുകതന്നെ !" അയാൾ എങ്ങും തൊടാത്തമട്ടിൽ ഉത്തരം പറഞ്ഞു. തന്റെ വെളുത്ത പല്ലു കാട്ടി ചിരിച്ചിട്ടു് അയാളും വഞ്ചിയിലേക്കു ചാടിക്കയറി.

കൊല്ലപ്പെട്ട മനുഷ്യന്റെ സഹോദരൻ മറുകരയിലേക്കു കണ്ണുംനട്ടു് നിശ്ചലനായി വഞ്ചിയിൽ ഇരുന്നു. പകയ്ക്കും അവജ്ഞയ്ക്കും മാത്രമേ അയാളുടെ മനസ്സിൽ ഇടമുണ്ടായിരുന്നുള്ളു. അതിനാൽ ഇക്കരെ തന്റെ ശ്രദ്ധ അർഹിക്കുന്ന യാതൊന്നുമില്ല എന്ന ഭാവമായിരുന്നു അയാൾക്കു്. വഞ്ചിയുടെ അമരത്തു് നിന്നിരുന്ന ദ്വിഭാഷി ഒരു വശത്തും പിന്നെ മറ്റെ വശത്തും തുഴഞ്ഞു് സമർത്ഥമായി വഞ്ചി മറുകരയിലേക്കു നയിച്ചുകൊണ്ടു് നിർത്താതെ സംസാരിക്കുന്നതു കാണാമായിരുന്നു. ചെരിഞ്ഞു് താഴത്തേക്കു് ഒഴുകിക്കൊണ്ടിരുന്ന

വഞ്ചി ചെറുതായിച്ചെറുതായി വന്നു. വഞ്ചിയിലിരുന്നവരുടെ ശബ്ദം കേൾക്കാൻ കഴിയാതായി. ഒടുവിൽ മറുകരയിൽ വഞ്ചി അടുത്തു. അവിടെ അവരുടെ കുതിരകൾ കാത്തുനിന്നിരുന്നു. അവർ മൃതദേഹം വഞ്ചിയിൽനിന്ന് ഇറക്കി, കുതിര ഇളകിക്കൊണ്ടിരുന്നെങ്കിലും ജീനിപ്പുറത്ത് വിലങ്ങനെ കിടത്തി. പിന്നീട് കുതിരപ്പുറത്ത് കയറി അവർ മെല്ലെ മുമ്പോട്ടു പോയി. ഔളിന്റെ മുമ്പിൽക്കൂടി അവർ കടന്നുപോയപ്പോൾ ആളുകൾ കൂട്ടംകൂട്ടമായി പുറത്തുവന്ന് അവരെ നോക്കിനിന്നു.

എന്നാൽ ഇക്കരെ നിന്നിരുന്ന കൊസാക്കുകാർ തികച്ചും സംതൃപ്തരും സന്തുഷ്ടരുമായിരുന്നു. ചിരിയും കളിയും എല്ലായിടത്തും മുഴങ്ങിക്കേട്ടു. സോത്നിക്കും ഗ്രാമമുഖ്യനും ലഘുഭക്ഷണം കഴിക്കാൻ കുടിലിലെ കളിമണ്ണു തേച്ച മുറിയിലേക്കു കയറി. തന്റെ ഉദ്വേഗം മറച്ചു വയ്ക്കാൻ വിഫലശ്രമം നടത്തികൊണ്ട് പ്രസന്നമായ മുഖഭാവത്തോടെ ലൂക്കാഷ ഒലേനിന്റെ അടുത്ത് കാൽമുട്ടുകളൂന്നി ഇരുന്ന് ഒരു വടി ചെത്തിമിനുക്കാനാരംഭിച്ചു.

"നിങ്ങൾ എന്തിനാണ് പുകവലിക്കുന്നതു?" ജിജ്ഞാസകൊണ്ടെന്ന മട്ടിൽ അവൻ ചോദിച്ചു. "ഇതു നല്ലതാണോ?"

ഒലേനിൻ കൊസാക്കുകാരുടെ ഇടയിൽ ഒറ്റപ്പെട്ട് ഇരിക്കുകയാണെന്നു തോന്നിയതുകൊണ്ടാണ് അവൻ സംസാരിക്കാൻ മുതിർന്നതു്.

"വെറും ശീലംകൊണ്ട്," ഒലേനിൻ പറഞ്ഞു. "പക്ഷേ ചോദിക്കാൻ കാരണമെന്താണ്?"

"ഉം ! ഇവിടെ ഞങ്ങളാരെങ്കിലും പുകവലിക്കാൻ തുടങ്ങിയാൽ ആളുകൾ വെറുതെ വിടില്ല ! അതാ, നോക്കു, മലകൾ എത്ര അടുത്താണെന്നു തോന്നും !" പർവ്വതനിര ചൂണ്ടികാട്ടിക്കൊണ്ട് ലൂക്കാഷ പറഞ്ഞു. "പക്ഷേ അവിടെ എത്താൻ എത്ര സമയം വേണമെന്നോ ! . . . നിങ്ങൾ ഒറ്റയ്ക്ക് എങ്ങനെ തിരിച്ചുപോകും? വേണമെങ്കിൽ ഞാൻ കൂടെ വരാം. ഉര്യാദ്നിക്കിനോടു ചോദിച്ചുനോക്കു."

"എത്ര സമർത്ഥനായ ചെറുപ്പക്കാരൻ !" ലൂക്കാഷയുടെ പ്രസന്നമായ മുഖത്തേക്കു നോക്കിക്കൊണ്ട് ഒലേനിൻ വിചാരിച്ചു. മര്യാനയെപ്പറ്റിയും വേലിക്കപ്പുറത്തുനിന്ന് കേട്ട ചുംബനത്തെപ്പറ്റിയും അയാൾ ഓർത്തു. ലൂക്കാഷയ്ക്കു വിദ്യാഭ്യാസമില്ലല്ലോ എന്നോർത്ത് അയാൾക്ക് കുണ്ഠിതം തോന്നി. "എന്തൊരു വിഡ്ഢിത്തവും അറിവില്ലായ്മയുമാണിതു് !" അയാൾ ആലോചിച്ചു. "ഒരു മനുഷ്യൻ മറ്റൊരു മനുഷ്യനെ കൊന്നിട്ട് താൻ ഒരു സൽപ്രവർത്തി ചെയ്തെന്നമട്ടിൽ സന്തോഷിക്കുകയും ചാരിതാർത്ഥ്യമടയുകയും ചെയ്യുന്നു ! ആഹ്ലാദിക്കാനുള്ളഒരു

കാര്യമല്ല ഇതെന്ന് അയാളെ മനസ്സിലാക്കാൻ ഒരു ശക്തിയുമില്ലെ? മറ്റുള്ളവരെ കൊല്ലുന്നതിലല്ല ആത്മപരിത്യാഗത്തിലാണ് യഥാർത്ഥ സന്തുഷ്ടി കുടികൊള്ളുന്നതെന്ന് അയാൾക്ക് പറഞ്ഞുകൊടുക്കാൻ ആരുമില്ലെ?

"ചങ്ങാതി , താൻ അവന്റെ കൈയ്യിൽ ചെന്നു ചാടാതെ നോക്കണം !" വഞ്ചി പോകുന്നത് കാണാൻ വന്ന കൊസാക്കുകാരി ലൊരാൾ ലൂക്കാഷയോടു പറഞ്ഞു. "അവൻ തന്നെപ്പറ്റി പറഞ്ഞതു താൻകേട്ടില്ലേ?"

"ഞാൻ മാമൂദീസാമുക്കിയവന്റെ കാര്യമാണോ?" കൊല്ലപ്പെട്ട ചെച്ചെൻകാരനെ ഉദ്ദേശിച്ച് ലൂക്കാഷ ചോദിച്ചു.

"അല്ല. അവൻ ഇനി തിരിച്ചുവരില്ല. പക്ഷേ അവന്റെ സഹോദരൻ ജീവിച്ചിരിപ്പുണ്ടെന്ന് ഓർക്കണം"

"അവൻ തടിക്കു കേടൊന്നും കൂടാതെ രക്ഷപ്പെട്ടതിന് ദൈവത്തോടു നന്ദി പറയട്ടെ," ചിരിച്ചുകൊണ്ട് ലൂക്കാഷ പറഞ്ഞു.

"നിനക്കെന്താണ് ഇത്രസന്തോഷം?" ഒലേനിൻ ലൂക്കാഷയോടു ചോദിച്ചു. "നിന്റെ സ്വന്തം സഹോദരൻ കൊല്ലപ്പെട്ടിരുന്നെങ്കിൽ നീ സന്തോഷിക്കുമായിരുന്നോ?"

ഒലേനിനെ നോക്കിക്കൊണ്ടിരുന്ന ലൂക്കാഷയുടെ കണ്ണുകൾ പുഞ്ചിരിച്ചു. ഒലേനിൻ ഉദ്ദേശിച്ചതെന്തെന്ന് അവനു മനസ്സിലായെന്നു തോന്നി. എന്നാൽ അവൻ അത്തരം ചിന്തകൾക്കതീതനായിരുന്നു.

"അതുകൊണ്ടെന്താ? അതങ്ങിനെയാവാതെ പറ്റില്ല ! അവർ നമ്മുടെ സഹോദരന്മാരെ കൊല്ലുന്നില്ലേ?"

XXII

സോത്നിക്കും ഗ്രാമമുഖ്യനും കുതിരപ്പുറത്തു കയറി തിരിച്ചു പോയി. ഒലേനിൻ ലൂക്കാഷയെ ഒന്നു സന്തോഷിപ്പിക്കാമെന്നും ഇരുൾമൂടിയ കാട്ടിലൂടെ ഒറ്റയ്ക്കു പോകുന്നത് ഒഴിവാക്കാമെന്നും നിനച്ച് ഉര്യാദ്നിക്കിനോട്ട് ലൂക്കാഷയെ തന്റെ കൂടെ വിടണമെന്നപേക്ഷിച്ചു. ഉര്യാദ്നിക് അതിന് അനുവാദം കൊടുത്തു. ലൂക്കാഷയ്ക്ക് മര്യാനയെ കാണാൻ ആഗ്രഹമുണ്ടെന്ന് ഒലേനിൻ ഊഹിച്ചു. മാത്രവുമല്ല സുമുഖനും സംസാരപ്രിയനുമായ ആ കൊസാക്ക്യുവാവിന്റെ സമ്പർക്കം അയാൾ ഇഷ്ടപ്പെടുകയും ചെയ്തു. "അവൻ മര്യാനയെ സ്നേഹിക്കുന്നു," ഒലേനിൻ വിചാരിച്ചു, "ഞാനും അവളെ സ്നേഹിക്കാനിടയുണ്ട്." ലൂക്കാഷയേയും മര്യാനയേയും സ്വാഭാവികമായും ഒരുമിച്ചാണ് അയാൾ ഭാവനയിൽ കണ്ടത്. അവരെപ്പറ്റി വിചാരിക്കാൻ അയാൾ ഇഷ്ടപ്പെട്ടു. ഇരുണ്ട കാട്ടിലൂടെ ലൂക്കാഷയോടൊപ്പം വീട്ടിലേക്കു നടക്കുമ്പോൾ വിചിത്രവും അയാൾക്ക് അതുവരെ അനുഭവപ്പെട്ടിട്ടില്ലാത്തതുമായ ഒരുതരം വാത്സല്യം അയാളുടെ ഉള്ളിൽ നിറഞ്ഞു. ലൂക്കാഷയും പതിവിലേറെ ഉല്ലാസവാനായിരുന്നു. എന്തുകൊണ്ടു നോക്കിയാലും തികച്ചും വിഭിന്നരായ ആ രണ്ടുയുവാക്കളേയും സ്നേഹംപോലുള്ളൊരു വികാരം പരസ്പരം ബന്ധിച്ചതായി തോന്നി. കണ്ണുകൾ തമ്മിലിടയുമ്പോഴെല്ലാം ഇരുവരും പുഞ്ചിരിതുകിക്കൊണ്ടിരുന്നു.

"ഏതു കവാടമാണ് നിന്റേത്?" ഒലേനിൻ ചോദിച്ചു.

"നടുവിലത്തേത്. ഞാൻ ചതുപ്പുവരെ നിങ്ങളുടെ കൂടെ വരാം. അവിടം കഴിഞ്ഞാൽ പിന്നെ പേടിക്കാനൊന്നുമില്ല.

ഒലേനിൻ ഉറക്കെ ചിരിച്ചു.

"ഞാൻ പേടിക്കുന്നതെന്തിന്? നീ തിരിച്ചു പോയ്ക്കോളൂ. നിനക്ക് നന്ദി. ഇനി ഞാൻ ഒറ്റയ്ക്കു പൊയ്ക്കോളാം."

"അതു വേണ്ട. എനിക്കു വേറെ പണിയൊന്നുമില്ലല്ലൊ. നിങ്ങൾക്കു പേടിതോന്നാതിരിക്കുന്നതെങ്ങിനെ? ഞങ്ങൾക്കുപോലും പേടിയുണ്ട്," ചിരിച്ചുകൊണ്ട് ഒലേനിന്റെ ആത്മാഭിമാനത്തെ വ്രണപ്പെടുത്താത്തമട്ടിൽ ലൂക്കാഷ പറഞ്ഞു.

"എന്നാൽ എന്റെ കൂടെ വീട്ടിലേക്കു വരൂ. നമുക്ക് ഒരുമിച്ചിരുന്ന് അല്പം കുടിക്കുകയും സംസാരിക്കുകയും ചെയ്യാം. നീ നാളെ തിരിച്ചു പോയാൽ മതി."

"എനിക്കു രാത്രി ചെലവഴിക്കാൻ ഇവിടെ സ്ഥലം ഇഷ്ടംപോലെയുണ്ട്," ലൂക്കാഷ ചിരിച്ചുകൊണ്ട് പറഞ്ഞു. "പക്ഷേ തിരിച്ചുചെല്ലണമെന്നാണ് ഉര്യാദ്നിക് കല്പിച്ചിരിക്കുന്നത്."

"ഇന്നലെ നീ പാട്ടു പാടുന്നതു ഞാൻ കേട്ടു. ഞാൻ നിന്നെ കാണുകയും ചെയ്തു."

"ആണുങ്ങളെല്ലാം. . ." എന്നു പറഞ്ഞിട്ട് ലൂക്കാഷ തല കുലുക്കി.

"അതിരിക്കട്ടെ നിന്റെ കല്യാണം ഉറച്ചോ?" ഒലേനിൻ ചോദിച്ചു.

"ഞാൻ കല്യാണം കഴിക്കണമെന്നാണ് അമ്മയുടെ ആഗ്രഹം. പക്ഷേ എനിക്ക് ഒരു കുതിരയില്ല."

"നീ സ്ഥിരം പട്ടാളക്കാരനായിട്ടില്ലേ?"

"ഇല്ല. എന്നെ ഈയിടെ എടുത്തതേയുള്ളു. എനിക്ക് ഇനിയും കുതിരയെ കിട്ടിയിട്ടില്ല. ഒന്നിനെ കിട്ടാൻ ഒരു മാർഗ്ഗവും കാണുന്നില്ല. അതാണ് ഞാൻ കല്യാണം കഴിക്കാത്തത്."

"ഒരു കുതിരയ്ക്ക് എന്തു വില വരും?"

"പുഴയ്ക്കക്കരെനിന്ന് ഈയിടെ ഒരാൾ ഒന്നിനെ വാങ്ങി. അതിന് അറുപതു റൂബിളിൽ കുറവായിരുന്നു. പക്ഷേ അത് ഒരു നൊഗായ് കുതിരയാണ്."

"നീ എന്റെ 'ദ്രബാന്ത്'[37] ആയിരുന്നോ ഞാൻ അതിനുള്ളഏർപ്പാടെല്ലാം ചെയ്തോളാം. നിനക്കു കുതിരയേയും തരാം," ക്ഷിപ്രമായ ഒരു ഉൾപ്രേരണയ്ക്കു വശംവദനായി ഒലേനിൽ പറഞ്ഞു. "സത്യമായും ഞാൻ നിനക്ക് കുതിരയെ തരാം. എനിക്ക് രണ്ടെണ്ണമുണ്ട്. രണ്ടു കുതിരകളെ എനിക്കാവശ്യമില്ല."

"ആവശ്യമില്ലെന്നോ?" ചിരിച്ചുകൊണ്ടു ലൂക്കാഷ ചോദിച്ചു. "എന്തിനാണു നിങ്ങൾ എനിക്കു തരുന്നത്. ദൈവം നിശ്ചയിക്കുന്ന സമയത്ത് എനിക്ക് ഒന്നിനെ കിട്ടും."

"ഞാൻ കാര്യമായി പറയുകയാണ്, എന്റെ 'ദ്രബാന്ത്' ആയിരിക്കാൻ നിനക്ക് ഇഷ്ടമില്ലേ?" ലൂക്കാഷയ്ക്കു ഒരു കുതിരയെ സംഭാവനചെയ്യാമെന്ന് തനിക്കു തോന്നിയതിൽ സന്തുഷ്ടനായി ഒലേനിൻ ചോദിച്ചു. എങ്കിലും അയാൾക്ക് തെല്ലൊരു ലജ്ജയും മനസ്സാക്ഷിക്കുത്തും തോന്നാതിരുന്നില്ല. ആ വൈഷമ്യത്തിൽനിന്ന് കരകയറാൻ അയാൾ ആഗ്രഹിച്ചു. എന്നാൽ അയാൾക്കു വാക്കുകൾ കിട്ടിയില്ല.

ലൂക്കാഷയാണ് ആദ്യം നിശബ്ദത ഭഞ്ജിച്ചത്.

37 പടയോട്ടം നടക്കുമ്പോൾ ഏതാണ്ട് അംഗരക്ഷകനെപ്പോലെ ഓഫീസർമാരെ അനുഗമിക്കുന്ന ഭടൻ-ഗ്രന്ഥകാരന്റെ കുറിപ്പ്.

“നിങ്ങൾക്ക് റഷ്യയിൽ സ്വന്തം വീടുണ്ടോ?”

തനിക്ക് ഒരു വീടല്ല അനേകം വീടുകൾ ഉണ്ടെന്ന് പറയാതിരിക്കാൻ ഒലേനിനു കഴിഞ്ഞില്ല.

“നല്ല വീടാണോ? ഞങ്ങളുടെ വീടുകളേക്കാൾ വലുതാണോ?” സദ്ഭാവത്തോടെ ലുക്കാഷ ചോദിച്ചു.

“വളരെ വലുതാണ്! അതിന്റെ പത്തിരട്ടിവരും. മൂന്നു നിലയുണ്ട്,” ഒലേനിൻ വിശദീകരിച്ചു.

“ഞങ്ങളുടെ കുതിരകളെ പ്പോലുള്ളകുതിരകൾ അവിടെയുണ്ടോ?”

“മുന്നൂറോ നാന്നൂറോ റൂബിൾ വീതം വില വരുന്ന നൂറു കുതിരകൾ എനിക്കുണ്ട്. പക്ഷേ അവ ഇവിടെയുള്ളകുതിരകളെപ്പോലെയല്ല. മുന്നൂറു വെള്ളി റൂബിൾ ! അവ ഓട്ടക്കുതിരകളാണ്. . . . പക്ഷേ എനിക്ക് ഇവിടെയുള്ളഇനം കുതിരകളെയാണ് കൂടുതൽ ഇഷ്ടം.”

“നിങ്ങൾ ഇവിടെ വരാൻ കാരണമെന്താണ്? സ്വന്തം ഇഷ്ടപ്രകാരം വന്നതാണോ നിർബന്ധിച്ച് ഇങ്ങോട്ട് അയച്ചതാണോ?” ലുക്കാഷ വീണ്ടും കളിമട്ടിൽ ചോദിച്ചു. “ഇതാ, ഇവിടെവെച്ചാണ് നിങ്ങൾക്ക് വഴി തെറ്റിയതു്,” ഒരു വഴിത്താര ചൂണ്ടികാട്ടിക്കൊണ്ട് ലുക്കാഷ കൂട്ടിച്ചേർത്തു. “നിങ്ങൾ വലത്തോട്ടായിരുന്നു തിരിയേണ്ടതു്.”

“അതെ ഞാൻ എന്റെ സ്വന്തം ഇഷ്ടപ്രകാരം ഇവിടെ വന്നതാണ്,” ഒലേനിൻ മറുപടി പറഞ്ഞു. “നിങ്ങളുടെ നാടു കാണാനും പടയോട്ടങ്ങളിൽ പങ്കെടുക്കാനും എനിക്ക് ആഗ്രഹമുണ്ടായിരുന്നു.”

“എനിക്കും ഒരു പടയോട്ടത്തിന് പോകാൻ അതിയായ ആഗ്രഹമുണ്ട്,” ലുക്കാഷ പറഞ്ഞു. “ശ്രദ്ധിക്കൂ ! കുറുക്കന്മാർ കൂവുന്നതു കേൾക്കാം!” അവൻ ചെവിയോർത്തു.

“പക്ഷേ ഒരു മനുഷ്യനെ കൊന്നതു് ഭയങ്കരമായി നിനക്കു തോന്നുന്നില്ലേ?”

“എന്തിനെ ഭയപ്പെടാനാണ്? എനിക്ക് ഒരു പടയോട്ടത്തിൽ പങ്കെടുക്കാൻ ധൃതിയായി !” ലുക്കാഷ ആവർത്തിച്ചു. “എനിക്കെത്ര ആഗ്രഹമുണ്ടെന്നോ !”

“ഒരുപക്ഷേ നമുക്ക് ഒരുമിച്ചു പോകാൻ സാധിക്കുമായിരിക്കും. ഞങ്ങളുടെ കമ്പനി ഒഴിവുദിവസത്തിനു മുമ്പുതന്നെ പുറപ്പെട്ടേക്കും. നിങ്ങളുടെ സോത്ന്യയും പോകുന്നുണ്ട്.”

“പക്ഷേ സ്വമനസ്സാലെ നിങ്ങൾ ഇവിടെ വന്നതു് അത്ഭുതമായിരിക്കുന്നു ! വീടും കുതിരകളും അടിയാളന്മാരും സ്വന്തമായിട്ടുള്ളഒരാൾ

എന്തിന് ഇവിടെ വരുന്നു? നിങ്ങളുടെ സ്ഥാനത്ത് ഞാനായിരുന്നെങ്കിൽ ഞാൻ ശരിക്കും ജീവിക്കുമായിരുന്നു ! ഞാനൊരിക്കലും ഇങ്ങോട്ടു വരില്ലായിരുന്നു ! നിങ്ങളുടെ സ്ഥാനം എന്താണ്?"

"യുങ്കർ. പക്ഷേ പ്രമോഷന് ശുപാർശ ചെയ്യപ്പെട്ടു കഴിഞ്ഞു."

"നിങ്ങളുടെ വീടിനെപ്പറ്റി നിങ്ങൾ പറയുന്നതെല്ലാം നേരാണെങ്കിൽ നിങ്ങൾ ഇവിടെ വരേണ്ട കാര്യമൊന്നുമില്ലായിരുന്നു ! അതു പോകട്ടെ, ഞങ്ങളോടൊപ്പം ഇവിടെ താമസിക്കാൻ നിങ്ങൾക്ക് ഇഷ്ടമാണോ?"

"അതെ, വളരെ ഇഷ്ടമാണ്," ഒലേനിൻ പറഞ്ഞു.

പരസ്പരവിശ്വാസത്തോടെ ഇങ്ങനെ സംസാരിച്ചുകൊണ്ട് നടന്ന് ആ രണ്ടു യുവാക്കളും ഗ്രാമത്തിലെത്തിയപ്പോൾ നേരം നല്ലതു പോലെ ഇരുട്ടിയിരുന്നു. കാടിന്റെ സാന്ദ്രമായ ഇരുട്ട് അപ്പോഴും അവരെ വളഞ്ഞിരുന്നു. വലിയ വൃക്ഷങ്ങളുടെ തലപ്പത്തിരുന്ന് കാറ്റ് ഗർജ്ജിച്ചു. കുറുക്കന്മാർ ഓരിയിടുകയും ചിരിക്കുകയും മോങ്ങുകയും ചെയ്തുകൊണ്ട് തൊട്ടുപിന്നിൽ ഉണ്ടെന്ന് അവർക്കു തോന്നി. എന്നാൽ അവരുടെ മുമ്പിലായി ഗ്രാമത്തിലെ സ്ത്രീകൾ സംസാരിക്കുന്ന ശബ്ദവും പട്ടികൾ കുരയ്ക്കുന്ന ശബ്ദവും കേൾക്കാമായിരുന്നു. കുടിലുകളുടെ ബാഹ്യരേഖകൾ തെളിഞ്ഞു കാണാറായി. ജനാലകൾ വിളക്കുകളുടെ പ്രകാശത്തിൽ മിന്നിത്തിളങ്ങി. ചാണകവരളികൾ കത്തിക്കുന്ന ഗന്ധവും പുകയും കൊണ്ട് വായു സാന്ദ്രമായിരുന്നു. തന്റെ വീടും കുടുംബവും തന്റെ ജീവിത സൗഭാഗ്യം മുഴുവൻതന്നെയും കുടികൊള്ളുന്നത് ഈ ഗ്രാമത്തിലാണെന്നും ഈ ഗ്രാമത്തിൽ ജീവിക്കുന്നതുപോലെ സന്തുഷ്ടനായി താൻ ഇതിനു മുമ്പ് ജീവിച്ചിട്ടില്ലെന്നും ഇനിയെങ്ങും തനിക്കു ജീവിക്കാൻ കഴിയുകയില്ലെന്നും ഒലേനിനു തോന്നി. ആ സായാഹ്നത്തിൽ പ്രത്യേകിച്ചും അയാൾക്ക് അവരോടെല്ലാവരോടും, പ്രത്യേകിച്ച് ലുക്കാഷയോട്ട്, തോന്നിയ സ്നേഹം എത്ര കരുത്തുറ്റതായിരുന്നു !

വീട്ടിലെത്തിയ ഉടൻ ഒലേനിൻ ലായത്തിലേക്കു കടന്ന് താൻ ഗ്രോസ്നിയിൽനിന്നു വാങ്ങിയ കുതിരയെ പുറത്തേക്ക് കൊണ്ടുവന്നത് കണ്ട് ലുക്കാഷ അത്ഭുതപരതന്ത്രനായിത്തീർന്നു. അത് ഒലേനിൻ എപ്പോഴും സവാരിക്കുപയോഗിക്കുന്ന കുതിരയായിരുന്നില്ല മറ്റൊന്നായിരുന്നു. തീരെ ചെറുപ്പമല്ലെങ്കിലും കുറ്റമറ്റ ഒരു കുതിരയായിരുന്നു അത്.

"നിങ്ങൾ ഈ കുതിരയെ എനിക്കു തരുന്നതെന്തിന്?" ലുക്കാഷ ചോദിച്ചു. "ഞാൻ നിങ്ങൾക്ക് ഒരുപകാരവും ചെയ്തിട്ടില്ലല്ലോ."

"ഇതു വലിയ കാര്യമൊന്നുമല്ല," ഒലേനിൻ പറഞ്ഞു. "ഇതിനെ എടുത്തോളൂ. എന്നെങ്കിലും എപ്പോഴെങ്കിലും നിന്നെക്കൊണ്ട് എനിക്ക് ഉപകാരമുണ്ടായേക്കാം... ചിലപ്പോൾ നമുക്ക് ഒരുമിച്ച് പടയോട്ടത്തിന് പോകേണ്ടിവരുമല്ലോ."

ലൃക്കാഷ പകച്ചുനിന്നു.

"പക്ഷേ, എന്താണിത് ? ഇതൊരു നിസ്സാര വസ്തുവാകുന്നതെങ്ങിനെ ?" കുതിരയുടെ നേരെ നോക്കാതെ അവൻ ചോദിച്ചു.

"ഇതെടുത്തോ ! നീ ഇതിനെ കൊണ്ടുപോയില്ലെങ്കിൽ ഞാൻ പിണങ്ങും. വന്യൂഷാ, കുതിരയെ ഇവനെ ഏല്പിക്കൂ."

ലൃക്കാഷ കടിഞ്ഞാൺ വാങ്ങി.

"നിങ്ങൾ എനിക്കു വലിയ ഉപകാരമാണു ചെയ്യുന്നത്. ഇത് ഞാൻ സ്വപ്നത്തിൽപ്പോലും പ്രതീക്ഷിച്ചിരുന്നതല്ല."

പന്ത്രണ്ടുവയസ്സുള്ള ഒരു ബാലനെപ്പോലെ ഒലേനിൻ സന്തോഷം കൊണ്ട് മതിമറന്നു.

"അതിനെ ഇവിടെ കെട്ടിക്കോളൂ. നല്ല കുതിരയാണിത്. ചാടാൻ സമർത്ഥൻ. ഞാൻ ഇതിനെ ഗ്രോസ്നിയിൽനിന്നു വാങ്ങിയതാണ്. വന്യൂഷാ, കുറച്ചു ചുവന്ന വീഞ്ഞു കൊണ്ടുവരൂ. ഞങ്ങൾ അകത്തേക്കു വരികയാണ്."

വന്യൂഷ വീഞ്ഞു കൊണ്ടുവന്നു. ലൃക്കാഷ ഇരുന്ന് വീഞ്ഞു കുടിച്ചു.

"ദൈവം അനുവദിക്കുകയാണെങ്കിൽ നിങ്ങൾക്ക് ഞാൻ ഇതിനു പ്രത്യുപകാരം ചെയ്യും," എന്നു പറഞ്ഞുകൊണ്ട് അവൻ ഗ്ലാസ് കാലിയാക്കി. "നിങ്ങളെ എന്താണ് ഞാൻ വിളിക്കേണ്ടത് ?"

"ദ്മീത്രി അന്ദ്രേയിച്ച്."

"ശരി, ദമീത്രി അന്ദ്രേയിച്ച്, ദൈവം നിങ്ങളെ അനുഗ്രഹിക്കട്ടെ. നമുക്ക് ചങ്ങാതിമാരാകാം. സമയം കിട്ടുമ്പോൾ ഞങ്ങളുടെ വീട്ടിൽ വരണം. ഞങ്ങൾ ധനവാന്മാരല്ലെങ്കിലും സ്നേഹിതരെ സൽക്കരിക്കാൻ ഞങ്ങൾക്ക് ഇഷ്ടമാണ്. ഞാൻ അമ്മയോട്ട് പറയാം. പാൽക്കട്ടിയോ മുന്തിരിങ്ങയോ വേണമെങ്കിൽ വീട്ടിലേക്ക് ആളയച്ചാൽ മതി. കോർഡണിൽ വരികയാണെങ്കിൽ നമുക്കൊരുമിച്ച് നായാട്ടിനു പോവുകയോ പുഴക്കരെ പോവുകയോ എന്തുവേണമെങ്കിലും ചെയ്യാം. ഈയിടെ ഞാൻ ഒരു ഒന്നാന്തരം കാട്ടുപന്നിയെ വെടിവെച്ചിട്ടു. ഞാനതിനെ കൊസാക്കുകാർക്കു വീതിച്ചു കൊടുത്തു. നിങ്ങളെ പരിചയമുണ്ടായിരുന്നെങ്കിൽ തീർച്ചയായും അതിനെ നിങ്ങൾക്കു കൊടുത്തയയ്ക്കുമായിരുന്നു !"

“ശരി. നന്ദി ! ഒരു കാര്യം, ഈ കുതിരയുടെ കഴുത്തിൽ നുകം വയ്ക്കരുത്. പിന്നെ ഇതിനെ സവാരിക്കു കൊള്ളുകില്ല.”

“നുകം വയ്ക്കുകയോ ? ഒരിക്കലുമില്ല ! ഞാൻ ഒരു കാര്യം പറയാം,” തല കുനിച്ചു പിടിച്ച് ലൂക്കാഷ പറഞ്ഞു. “എനിക്ക് ഒരു ചങ്ങാതിയുണ്ട് -ഗിരേയ് ഖാൻ. മലകളുടെ അടിവാരത്തിലുള്ള റോഡിൽ പതിയിരുന്ന് കുതിരകളെ പിടിച്ചെടുക്കാൻ എന്നെ ക്ഷണിച്ചിട്ടുണ്ട്. വേണമെങ്കിൽ നിങ്ങളും വന്നോളൂ. ഞാൻ നിങ്ങളെ ഉപേക്ഷിക്കയുമില്ല ആരോടും പറയുകയുമില്ല.”

“ശരി. നമുക്ക് പോകാം. എപ്പോഴെങ്കിലും പോകാം.”

ലൂക്കാഷയ്ക്ക് അവിടെ യാതൊരു പരിചയക്കേടും അനുഭവപ്പെട്ടില്ല. ഒലേനിന്റെ തന്നോടുള്ള പെരുമാറ്റത്തിന്റെ പൊരുൾ അവന് മനസ്സിലാക്കാൻ കഴിഞ്ഞെന്നു തോന്നി. അവന്റെ നിർവികാരതയും ലാളിത്യവും ഒലേനിനെ അത്ഭുതപ്പെടുത്തുകയും തെല്ലൊന്ന് അസഹ്യപ്പെടുത്തുകയും ചെയ്തു. അവർ വളരെ നേരം മേളയ്ക്കടുത്തിരുന്നു സംസാരിച്ചു. നേരം വളരെ വൈകിയശേഷമാണ് ലൂക്കാഷ പോകാൻ എണീറ്റത്. മദ്യലഹരിക്ക് കീഴടങ്ങിയിരുന്നില്ലെങ്കിലും (അവൻ ഒരിക്കലും കുടിച്ച് ഉന്മത്തനാകാറില്ലായിരുന്നു.) വേണ്ടതിലേറെ കുടിച്ചിരുന്ന ലൂക്കാഷ ഒലേനിന്റെ കൈ പിടിച്ചമർത്തിയിട്ട് പുറത്തേക്കു നടന്നു.

അവൻ എന്തു ചെയ്യാൻ പോകുന്നുവെന്നറിയാനായി ഒലേനിൻ ജനലിലൂടെ വെളിയിലേക്കു നോക്കി. തല കുനിച്ചുപിടിച്ചുകൊണ്ട് ശബ്ദം കേൾപ്പിക്കാതെ മെല്ലെ നടക്കുകയായിരുന്നു അവൻ. എന്നാൽ കുതിരയെ പടിക്കു പുറത്തു കടത്തിയ ഉടൻ അവൻ തല ഒന്നു കുടഞ്ഞിട്ട് ഒരു പൂച്ചയുടെ മെയ്‌വഴക്കത്തോടെ അതിന്റെ പുറത്തേക്കു ചാടിക്കയറി. ഒരു അട്ടഹാസത്തോടെ അവൻ അതിനെ അതിവേഗം തെരുവിലൂടെ ഓടിച്ചു. അവൻ തന്റെ സന്തോഷം പങ്കിടാൻ മര്യാനയുടെയടുത്തേക്കു പോകുമെന്നാണ് ഒലേനിൻ വിചാരിച്ചത്. പക്ഷേ അവൻ അതു ചെയ്തില്ല. എങ്കിലും ഒലേനിൻ അതീവ സന്തുഷ്ടനായിരുന്നു. ജീവിതത്തിൽ അതിനു മുമ്പൊരിക്കലും അയാൾക്ക് ഇത്രയേറെ സന്തുഷ്ടി അനുഭവപ്പെട്ടിട്ടില്ല. ഒരു കൊച്ചു കുട്ടിയെപ്പോലെ ആഹ്ലാദചിത്തനായിത്തീർന്ന അയാൾക്ക്, താൻ ലൂക്കാഷയ്ക്കു കുതിരയെ സമ്മാനിച്ച വിവരവും അതിനു തന്നെ പ്രേരിപ്പിച്ചതെന്തായിരുന്നെന്ന വസ്തുതയും വന്യൂഷയോടു പറയാതിരിക്കാൻ കഴിഞ്ഞില്ല. സന്തുഷ്ടിയെപ്പറ്റിയുള്ള തന്റെ പുതിയ സിദ്ധാന്തം അവനു വിശദീകരിച്ചുകൊടുക്കാനും അയാൾ മുതിർന്നു. എന്നാൽ വന്യൂഷയ്ക്കു ആ സിദ്ധാന്തം സ്വീകാര്യമായിരുന്നില്ല. തനിക്ക് വെറുതെ കളയാൻ

പണമില്ലെന്നും അതിനാൽ ആ സിദ്ധാന്തം തനിവിഡ്ഢിത്തമാണെന്നും അവൻ അഭിപ്രായപ്പെട്ടു.

ലൂക്കാഷ കുതിരയെ തന്റെ വീട്ടുമുറ്റത്തേക്കു പായിച്ചു. കുതിരപ്പുറത്തുനിന്നു ചാടിയിറങ്ങി അവൻ കടിഞ്ഞാൺ അമ്മയെ ഏല്പിച്ചു. തനിക്ക് അന്നുതന്നെ കോർഡണിലേക്കു മടങ്ങണമെന്നും കുതിരകളെ മറ്റു കൊസാക്കുകാരുടെ കുതിരകളോടൊപ്പം മേയാൻ വിടണമെന്നും അവൻ അമ്മയോടു പറഞ്ഞു. കുതിരയെ കൊണ്ടുപോകാൻ ഊമപ്പെണ്ണു മുറ്റത്തെത്തി. തന്റെ സഹോദരന് ഈ കുതിരയെ സമ്മാനിച്ചയാളുടെ കാൽക്കൽ വീണു നമസ്കരിക്കാൻ താൻ തയ്യാറാണെന്ന് ആംഗ്യങ്ങൾ മൂലം അവൾ വ്യക്തമാക്കി. വൃദ്ധയായ മാതാവ് മകന്റെ കഥ കേട്ട് തല കുലുക്കിയതേയുള്ളു. മകൻ അതിനെ മോഷ്ടിച്ചതാണെന്നായിരുന്നു വാസ്തവത്തിൽ അവരുടെ വിശ്വാസം. അതിനാൽ വെളിച്ചം വീഴുന്നതിനു മുമ്പുതന്നെ അതിനെ മേച്ചിൽപ്പുറത്തു കൊണ്ടുവിടാൻ അവർ ഊമയ്ക്കു നിർദ്ദേശം നൽകി.

ലൂക്കാഷ ഒറ്റയ്ക്കു കോർഡണിലേക്കു മടങ്ങി. ഒലേനിന്റെ പ്രവൃത്തിയുടെ പൊരുൾ കണ്ടുപിടിക്കാൻ വഴിനീളെ അവൻ ശ്രമിച്ചുകൊണ്ടിരുന്നു. കുതിര ഒന്നാന്തരമെന്നു പറഞ്ഞുകൂടാ, എങ്കിലും നാല്പതു നാണയമെങ്കിലും കൊടുത്താലെ അത്തരമൊന്നിനെ കിട്ടൂ. ആ സമ്മാനം അവനെ സന്തുഷ്ടനാക്കി. എന്നാൽ ഒരു അപരിചിതൻ തനിക്ക് ഇങ്ങനെയൊരു സമ്മാനം തന്നതെന്തിനാണെന്ന് എത്ര ആലോചിച്ചിട്ടും അവനു പിടികിട്ടിയില്ല. അക്കാരണത്താൽ അവന് ഒലേനിനോട് തെല്ലും കൃതജ്ഞത തോന്നിയതുമില്ല. നേരേമറിച്ച് ആ യുങ്കറുടെ ഉദ്ദേശ്യം എന്തായിരിക്കും എന്നതിനെപ്പറ്റിയുള്ള വിചിത്രമായ സംശയങ്ങളായിരുന്നു അവന്റെ മനസ്സിൽ. അയാളുടെ കണക്കുകൂട്ടൽ എന്താണെന്ന് കണ്ടുപിടിക്കാൻ അവനു കഴിഞ്ഞില്ല. എങ്കിലും തികച്ചും അന്യനായ ഒരാൾ യാതൊന്നും തിരിച്ചുകിട്ടാനാഗ്രഹിക്കാതെ വെറും ഔദാര്യം ഒന്നുകൊണ്ടുമാത്രം നാല്പതു റൂബിൾ വില വരുന്ന ഒരു കുതിരയെ തനിക്കു സംഭാവന ചെയ്തുവെന്ന് വിശ്വസിക്കാൻ അവന് അസാദ്ധ്യമായിരുന്നു. അയാൾ കുടിച്ചു ലക്കില്ലാത്ത അവസ്ഥയിൽ അങ്ങനെ ചെയ്തിരുന്നെങ്കിൽ മറ്റുള്ളവരുടെ മുമ്പിൽ ആളാകാനുള്ള ആഗ്രഹംകൊണ്ടാണതെന്ന് വിശദീകരിക്കാമായിരുന്നു. എന്നാൽ ആ യുങ്കർ കുടിച്ചിരുന്നില്ല. അതിനാൽ ഹീനമായ ഏതോ ഒരു പ്രവൃത്തി ചെയ്യാൻ തനിക്കു തരുന്ന കൈക്കൂലിയായിട്ടാണ് അവൻ അതു വ്യാഖ്യാനിച്ചത്.

"നിങ്ങൾക്കു തെറ്റുപറ്റി !" ലൂക്കാഷ മനസ്സിൽ പറഞ്ഞു. "എനിക്കു കുതിരയെ കിട്ടി. ഇനി എന്താണുണ്ടാകാൻ പോകുന്നതെന്ന് നമുക്കു

നോക്കാം. ഞാൻ ഒരു വിഡ്ഢിയല്ല. എന്നെ പറ്റിക്കാൻ അത്ര എളുപ്പ മല്ല. നമുക്കു നോക്കാം."

ഒലേനിന്റെ കാര്യത്തിൽ താൻ ജാഗ്രത പാലിക്കണം എന്ന് സ്വയം ബോദ്ധ്യപ്പെടുത്താൻവേണ്ടി അവൻ അയാളോട്ട് യഥാർത്ഥ ത്തിലുള്ള ഒരുതരം വിദ്വേഷം മനസ്സിൽ വളർത്തിയെടുത്തു. തനിക്കു കുതിരയെ കിട്ടിയതെങ്ങിനെയെന്ന് അവൻ ആരോടും പറഞ്ഞില്ല. താൻ വിലയ്ക്കു വാങ്ങിയതാണെന്ന് ഒരാളോട്ട് അവൻ പറഞ്ഞു. മറ്റുള്ളവരുടെ ചോദ്യങ്ങൾക്ക് അസ്പഷ്ടമായാണ് അവൻ മറുപടി കൊടുത്തത്. എന്നാൽ താമസിയാതെ സത്യാവസ്ഥ ഗ്രാമത്തിൽ പരസ്യമായി. ലൂക്കാഷയുടെ അമ്മയും മര്യാനയും ഇലിയവസീ ല്യെവിച്ചും മറ്റു കൊസാക്കുകാരും ഒലേനിന്റെ ഈ ദുർജ്ഞേയമായ സംഭാവനയെപ്പറ്റി കേട്ടപ്പോൾ അമ്പരന്നുപോയി. അവർ ആ യുങ്കറെ ഭയന്നുതുടങ്ങി. എങ്കിലും ഈ പ്രവൃത്തി അയാളുടെ "ശുദ്ധഗതി"യെക്കു റിച്ചും ധനസ്ഥിതിയെക്കുറിച്ചും അവരിൽ വലിയ മതിപ്പുളവാക്കാൻ ഉതകി.

"ഇലിയ വസീല്യെവിച്ചിന്റെ വീട്ടിൽ താമസിക്കുന്ന യുങ്കർ ലൂക്കാ ഷയ്ക്കു് അമ്പതു റൂബിൾ വില വരുന്ന ഒരു കുതിരയെ കൊടുത്ത കാര്യം അറിഞ്ഞോ ?" ഒരു കൊസാക്കുകാരൻ പറഞ്ഞു. "അയാൾ വലിയ ധനികനാണ് !"

"ഞാനും അതു കേട്ടു." മറ്റൊരാൾ അർത്ഥം വെച്ചു പറഞ്ഞു. "എന്തെങ്കിലും ഒരുദ്ദേശം അയാൾക്കു കാണും. നമുക്കു നോക്കാം. എന്താണു നടക്കാൻ പോകുന്നതെന്നു കാത്തിരിക്കാം. ഉർവാൻ ഭാഗ്യവാനാണ്!"

"ഈ യുങ്കർമാർ വലിയ കൗശലക്കാരാണ്, അവർ തുലയട്ടെ !" മൂന്നാമൻ അഭിപ്രായപ്പെട്ടു. "അയാൾ ആ പയ്യനെ വല്ല കുരുക്കിലും ചാടിക്കും."

XXIII

ഒലേനിന്റെ ജീവിതം അനായാസമായി, ഏകപ്രകാരമായി, ഒഴുകിക്കൊണ്ടിരുന്നു. മേലുദ്യോഗസ്ഥന്മാരുമായും സഹപ്രവർത്തകരുമായും അയാൾക്കു അധികമൊന്നും ഇടപെടേണ്ടിയിരുന്നില്ല. ഈ കാര്യത്തിൽ കോക്കസസ്സിൽ സേവനമനുഷ്ഠിക്കുന്ന ധനവാനായ ഒരു യുങ്കറുടെ സ്ഥാനം തികച്ചും അസൂയാർഹമാണ്. അയാൾക്കു പണിയെടുക്കുകയോ ഡ്രില്ലുചെയ്യുകയോ ചെയ്യേണ്ടിയിരുന്നില്ല. പടയോട്ടക്കാലത്തെ സ്തുത്യർഹമായ സേവനം പരിഗണിച്ച് അണ്ടർ ഓഫീസറായ ഒലേനിന് ഒരു കമ്മിഷൻഡ് ഓഫീസറായി കയറ്റം കൊടുക്കണമെന്ന് ശുപാർശചെയ്യപ്പെട്ടിരുന്നു. ആ ശുപാർശ അനുവദിച്ചു വരുന്നതുവരെ അയാൾക്ക് ഒന്നും ചെയ്യാനുണ്ടായിരുന്നില്ല.

സൈനിക ഓഫീസർമാർ അയാളെ ഒരു അഭിജാതനായിട്ടാണ് കണ്ടിരുന്നത്. അതിനാൽ അന്തസ്സുറ്റ പെരുമാറ്റമായിരുന്നു അയാൾക്ക് അവരിൽനിന്നു ലഭിച്ചിരുന്നത്. ഓഫീസർമാരുടെ ചീട്ടുകളിയിലും മദ്യക്കുത്തുകളിലും ഗാനസദസ്സുകളിലും അയാൾ മുന്നണിയിൽവെച്ച് പങ്കെടുത്തിരുന്നെങ്കിലും അവയൊന്നും അയാളെ തീരെ ആകർഷിച്ചിരുന്നില്ല. ഗ്രാമത്തിലെത്തിയശേഷം അയാൾ ഓഫീസർമാരുടെ സമൂഹത്തിൽനിന്നും അവരുടെ ജീവിതത്തിൽനിന്നും അകന്നുനിന്നു. കൊസാക്ക് ഗ്രാമങ്ങളിൽ താമസമാക്കുന്ന സൈനിക ഓഫീസർമാരുടെ ജീവിതത്തിന് അനേകം വർഷങ്ങളായി നിലവിലിരിക്കുന്ന ചില പ്രത്യേകതകളുണ്ടായിരുന്നു. കാവൽ കോട്ടകളിൽ താമസിക്കുമ്പോൾ ബിയർ കുടിക്കുകയും ചീട്ടുകളിക്കുകയും പടയോട്ടത്തിൽ ബഹുമതിമുദ്രകൾ കിട്ടാൻ ശ്രമിക്കുകയും പതിവാക്കിയിരുന്ന ഓഫീസർമാരും യുങ്കർമാരും കൊസാക്ക് ഗ്രാമത്തിൽ താവളമടിക്കുമ്പോൾ വീട്ടുടമസ്ഥന്മാരുമൊത്ത് കോക്കേഷ്യൻ വീഞ്ഞു കുടിക്കുന്നതും കൊസാക്ക് പെൺകിടാങ്ങൾക്കു മധുരപലഹാരങ്ങളും തേനും നൽകുന്നതും അവരുമായി സല്ലപിക്കുന്നതും അവരെ പ്രേമിക്കുന്നതും ഒരു പതിവാക്കിയിരുന്നു. ചിലപ്പോൾ അവരിൽ ചിലർ കൊസാക്ക് യുവതികളെ വിവാഹം കഴിക്കുകപോലും ചെയ്യാറുണ്ട്.

ഒലേനിൻ എപ്പോഴും തന്നിഷ്ടപ്രകാരമാണ് ജീവിച്ചിരുന്നത്. നടന്നുതെളിഞ്ഞ പാതയിലൂടെ സഞ്ചരിക്കാൻ അയാൾ ഇഷ്ടപ്പെട്ടില്ല. കോക്കസസ്സിലെ ഓഫീസർമാരുടെ ജീവിതചക്രം തിരിഞ്ഞുകൊണ്ടിരുന്ന അതേ ചാലിലൂടെ മുമ്പോട്ടുപോകാൻ ഇവിടേയും അയാൾ കൂട്ടാക്കിയില്ല.

ഉദയത്തോടൊപ്പം ഉണരുന്നത് അയാളുടെ സ്വഭാവമായിത്തീർന്നു.

ചായകുടി കഴിഞ്ഞാലുടൻ അയാൾ പൂമുഖത്തു ചെന്നുനിന്ന് മലകളുടേയും പ്രഭാതത്തിന്റെയും മര്യാനയുടേയും സൗന്ദര്യം നോക്കിക്കാണും. അതു കഴിഞ്ഞു് ആറുമണിക്ക്, കാളത്തോൽകൊണ്ടുള്ള സിപൂൺ ധരിച്ച്, ശരിക്കു കുതിർത്തെടുത്ത പൊർഷ്നി എന്നറിയപ്പെടുന്ന പാദരക്ഷകളുമണിഞ്ഞു് കഠാര അരയിൽ തിരുകി, തോക്കും ഉച്ചഭക്ഷണവും സിഗററ്റും നിറച്ച ഒരു സഞ്ചിയുമെടുത്തു്, പട്ടിയേയും വിളിച്ചുകൊണ്ടു അയാൾ ഗ്രാമത്തിന്റെ പിന്നിലൂടെ കാട്ടിലേക്കു പുറപ്പെടും. വൈകുന്നേരം ഏഴുമണിക്ക് അയാൾ അഞ്ചാറു വാൻകോഴികളെ അരയിൽ തൂക്കിയിട്ട്, വിശന്ന്, തളർന്ന്, വീട്ടിൽ മടങ്ങിയെത്തും. ചിലപ്പോൾ ഏതെങ്കിലുമൊരു വലിയ മൃഗത്തെ വേട്ടയാടി കൊണ്ടുവരാറുണ്ട്. മിക്ക ദിവസങ്ങളിലും ഉച്ചഭക്ഷണവും സിഗററ്റും കൊണ്ടുപോയതുപോലെതന്നെ തിരിച്ചുകൊണ്ടുവരിക അയാളുടെ പതിവായിരുന്നു. അയാളുടെ മസ്തിഷ്കത്തിലെ ചിന്തകൾ, സിഗററ്റുകൾ സഞ്ചിയിൽ കിടക്കുന്നതു പോലെ ഒരു സഞ്ചിയിൽ കിടക്കുകയായിരുന്നെങ്കിൽ, പതിന്നാലു മണിക്കൂർ നേരത്തെ അലച്ചിലിനിടയിൽ അവയിലൊന്നുപോലും പുറത്തെടുത്തിട്ടില്ലെന്ന് കാണാൻ കഴിയുമായിരുന്നു. ധാർമ്മികമായ നവചൈതന്യവും കരുത്തുമാർജ്ജിച്ച് പരമ സന്തുഷ്ടനായിട്ടാണ് അയാൾ വീട്ടിൽ മടങ്ങിയെത്തുന്നതു്. താൻ എന്തിനെപ്പറ്റിയായിരുന്നു ചിന്തിച്ചിരുന്നതെന്ന് അയാൾക്കു പറയാൻ സാദ്ധ്യമായിരുന്നില്ല. അയാളുടെ മസ്തിഷ്കത്തിൽ നുരഞ്ഞു പൊന്തിയതു് ചിന്തകളോ അനുസ്മരണങ്ങളോ സങ്കല്പങ്ങളോ ആയിരുന്നില്ല-അവയുടെ എല്ലാം നുറുങ്ങുകൾ ചേർന്നുണ്ടായ ഒരു മിശ്രിതമായിരുന്നു. അന്നു താൻ ആലോചിച്ചതു് എന്തിനെപ്പറ്റിയായിരുന്നു ? ഓർക്കാൻ ശ്രമിച്ചുകൊണ്ട് അയാൾ സ്വയം ചോദിച്ചു. കൊസാക്കുകാരിയായ ഭാര്യയോടൊപ്പം തോട്ടത്തിൽ ജോലിചെയ്യുന്ന ഒരു കൊസാക്കുകാരനായും മലമുകളിലെ ഒരു അബ്റെക്കുകാരനായും, തന്റെ കൺമുമ്പിൽ ഓടിക്കൊണ്ടിരിക്കുന്ന കാട്ടുപന്നിയായും അയാൾ സ്വയം സങ്കല്പിച്ചിരുന്നു. ആ സമയമെല്ലാം അയാൾ ഒരു വാൻകോഴിയേയോ കാട്ടുപന്നിയേയോ കലമാനിനേയോ കണ്ടുപിടിക്കാൻ കണ്ണും കാതും കൂർപ്പിച്ചിരിക്കുകയായിരുന്നു.

ഒരിക്കൽപ്പോലും വീഴ്ചവരുത്താതെ എല്ലാ സായാഹ്നങ്ങളിലും യെറോഷ്ക അമ്മാവൻ ഒലേനിന്റെ വസതിയിലെത്തി അയാളോടൊപ്പം ഇരിക്കും. വന്യൂഷ ഒരു തൊട്ടി ചുവന്ന വീഞ്ഞു് കൊണ്ടുവന്നുവയ്ക്കും. അവർ സ്വസ്ഥമായി ഇരുന്ന് ഏറെനേരം കുടിക്കുകയും സംസാരിക്കുകയും ചെയ്യും. സംതൃപ്തരായാണ് രണ്ടുപേരും പിരിയുന്നതു്. പിറ്റേ ദിവസം വീണ്ടും വേട്ട, വീണ്ടും ആരോഗ്യകരമായ തളർച്ച, വീണ്ടും അത്താഴത്തിനുശേഷമുള്ള കുടി, വീണ്ടും സംതൃപ്തിയും സന്തുഷ്ടിയും.

വിശേഷദിവസങ്ങളിലോ ഒഴിവുദിവസങ്ങളിലോ ചിലപ്പോൾ അയാൾ വീട്ടിൽതന്നെ ഇരിക്കാറുണ്ട്. അപ്പോൾ മര്യാനയെ നോക്കിയിരിക്കുക എന്നതായിരുന്നു അയാളുടെ പ്രധാന ജോലി. ബോധപൂർവ്വമല്ലാതെതന്നെ ജനലിലൂടെയും പൂമുഖത്തുനിന്നും അയാൾ അവളുടെ ഓരോ ചലനവും നോക്കിയിരിക്കും. അയാൾ മലകളുടേയും ആകാശത്തിന്റേയും സൗന്ദര്യം നോക്കിക്കാണുകയും അവയെ സ്നേഹിക്കുകയും ചെയ്യുന്നതുപോലെയാണ് മര്യാനയെ നോക്കിക്കൊണ്ടിരുന്നതും സ്നേഹിച്ചിരുന്നതും, (ചുരുങ്ങിയ പക്ഷം അയാൾക്ക് അങ്ങനെയാണ് തോന്നിയത്). അവളുമായി കൂടുതൽ അടുക്കുന്നതിനെപ്പറ്റി അയാൾ ചിന്തിച്ചിരുന്നില്ല. കൊസാക്കുകാരനായ ലൂക്കാഷയും അവളും തമ്മിൽ ഉണ്ടാവാൻ സാദ്ധ്യതയുള്ളതുപോലുള്ള ഒരു ബന്ധമോ ധനവാന്മാരായ ഓഫീസർമാരും കൊസാക്ക് യുവതികളും തമ്മിൽ ഉള്ളതുപോലുള്ള ഒരു ബന്ധമോ തനിക്കും അവൾക്കും ഇടയിൽ ഉണ്ടാവാൻ സാദ്ധ്യമല്ലെന്ന് അയാൾക്കു തോന്നി. തന്റെ സഹപ്രവർത്തകർ ചെയ്യുന്നതുപോലെ ചെയ്യാൻ താൻ ശ്രമിച്ചാൽ അതോടെ തന്റെ സമ്പൂർണ്ണമായ സന്തുഷ്ടിയും മനശ്ശാന്തിയും നഷ്ടപ്പെടുമെന്നും പകരം കിട്ടുന്നത് മന:ക്ലേശവും മോഹഭംഗവും പശ്ചാത്താപവും മാത്രമായിരിക്കുമെന്നും അയാൾ വിശ്വസിച്ചു. ആ യുവതിയോടുള്ള തന്റെ ബന്ധത്തിൽ ഒരുതരം ആത്മത്യാഗം അടങ്ങിയിട്ടുണ്ടെന്ന് അയാൾക്കു തോന്നി-അതും അയാൾക്ക് അനല്പമായ ആനന്ദം നൽകി. എന്നാൽ അയാൾക്ക് മര്യാനയോട് ഒരുതരം ഭയം തോന്നിയിരുന്നുവെന്നതും അതിനാൽ പ്രേമത്തെപ്പറ്റിയുള്ള ക്ഷുദ്രമായ ഒരു വാക്കുപോലും അവളോടു പറയാൻ അയാൾക്കു ധൈര്യമില്ലായിരുന്നു എന്നതുമായിരുന്നു ഏറ്റവും പ്രധാനം.

ഗ്രീഷ്മകാലത്ത് ഒരു ദിവസം വേട്ടയ്ക്കു പോകാതെ ഒലേനിൻ വീട്ടിലിരിക്കുകയായിരുന്നു. മോസ്കോ സമൂഹത്തിൽ അയാൾ കണ്ടുമുട്ടിയിട്ടുള്ള തീരെ ചെറുപ്പക്കാരനായ ഒരു യുവാവ് തികച്ചും അപ്രതീക്ഷിതമായി അയാളെ കാണാൻ അവിടെയെത്തി.

"ഹാ! mo[38]n cher,എന്റെ പ്രിയ സ്നേഹിതാ, താങ്കളെ കണ്ടതിൽ ഞാൻ അതിയായി സന്തോഷിക്കുന്നു," മോസ്കോമട്ടിൽഫ്രഞ്ചും റഷ്യനും കൂട്ടിക്കലർത്തി ആഗതൻ പറഞ്ഞു. ഫ്രഞ്ചുപദങ്ങൾ സുലഭമായി ഉപയോഗിച്ചുകൊണ്ട് അയാൾ തുടർന്നു: "ആരോ ഒലേനിനെപ്പറ്റി സംസാരിക്കുന്നതു ഞാൻ കേട്ടു. ഏത് ഒലേനിൻ? താങ്കൾ തന്നെയാണെതെന്നറിഞ്ഞു ഞാൻ എത്ര സന്തോഷിച്ചെന്നോ!... നമ്മെ ഒരുമിച്ചുകൊണ്ടുവന്നത് വിധിയാണ്... ശരി, താങ്കൾക്കു

---

38 എന്റെ സ്നേഹിതൻ.-(ഫ്രഞ്ച്).

സുഖമാണോ? താങ്കൾ എന്താണ ചെയ്യുന്നതു്? ഇവിടെ വന്നതു് എന്തിനാണ്?"

ബെലേത്സ്കി പ്രഭു തന്റെ കഥ മുഴുവൻ പറഞ്ഞു. ഈ റജിമെന്റിൽ കുറച്ചുകാലം സേവനമനുഷ്ഠിക്കാൻ അയാളെ നിയോഗിച്ചിരിക്കയാണെന്നും തന്റെ സ്റ്റാഫിൽ ചേരാൻ സൈന്യാധിപൻ അയാളെ ക്ഷണിച്ചിട്ടുണ്ടെന്നും അയാൾക്ക് അതിൽ വലിയ താല്പര്യമൊന്നുമില്ലെന്നും എങ്കിലും പടയോട്ടം കഴിഞ്ഞാലുടൻ അയാൾ അതു സ്വീകരിക്കാനുദ്ദേശിക്കുന്നുണ്ടെന്നും ഒലേനിനു മനസ്സിലായി.

"ഇവിടെ ഈ വനാന്തരത്തിൽ സേവനമനുഷ്ഠിക്കുകയാണെങ്കിൽ ചുരുങ്ങിയപക്ഷം ഒരാൾ തന്റെ സേവനം ശോഭനമാക്കാനെങ്കിലും ശ്രമിക്കണം... ഒരു കുരിശോ... പദവിയോ നേടുകയും... ഗാർഡ്സ് സേനയിലേക്ക് ഉദ്യോഗക്കയറ്റം വാങ്ങുകയും ചെയ്യണം. എനിക്ക് അതൊന്നും ഒഴിച്ചുകൂടാനാവില്ല-എനിക്കുവേണ്ടിയല്ലെങ്കിൽ എന്റെ ബന്ധുക്കളേയും സ്നേഹിതരേയും തൃപ്തിപ്പെടുത്താനെങ്കിലും ഞാൻ അതൊക്കെ നേടാൻ ബാദ്ധ്യസ്ഥനാണ്. പ്രഭു എന്നെ ഹൃദ്യമായി സ്വീകരിച്ചു. അദ്ദേഹം എല്ലാ അർത്ഥത്തിലും ഒരു മാന്യനാണ്," ബെലേത്സ്കി ഒറ്റ ശ്വാസത്തിൽ പറഞ്ഞു. "മിന്നൽ ആക്രമണം കഴിഞ്ഞയുടനെ എനിക്ക് ആന്നയുടെ പേരിലുള്ള ബഹുമതി നൽകപ്പെട്ടു. ഇനി പടയോട്ടം തുടങ്ങുന്നതുവരെ ഇവിടെത്തന്നെ നിൽക്കാനാണ് ഞാൻ ഉദ്ദേശിക്കുന്നതു്. ഇവിടം എനിക്കു വളരെ ഇഷ്ടപ്പെട്ടു. ഇവിടുത്തെ സ്ത്രീകൾ അതിസുന്ദരിമാരാണ്! അതിരിക്കട്ടെ, താങ്കളുടെ വിശേഷം എന്തൊക്കെയാണ്? നമ്മുടെ ക്യാപ്റ്റൻ-സ്റ്റാർതീസവിനെ താങ്കൾക്കു പരിചയമുണ്ടല്ലോ-വളരെ നല്ല ഒരു മനുഷ്യനാണ് പക്ഷേ ബുദ്ധി കുറവാണ്... അദ്ദേഹം എന്നോടു പറഞ്ഞതു് താങ്കൾ ഇവിടെ ഒരു കാടനെപ്പോലെ ജീവിക്കുകയാണെന്നാണ്. താങ്കൾക്ക് അവരിൽ ആരുമായും ഒരു അടുപ്പവുമില്ലെന്നും അദ്ദേഹം പറഞ്ഞു. ഇവിടെയുള്ള ഓഫീസർമാരുമായി താങ്കൾ ഇടപഴകാതിരിക്കുന്നതു് എനിക്കു മനസ്സിലാക്കാൻ കഴിയും. നമുക്കിരുവർക്കും പരസ്പരം കാണാൻ ധാരാളം അവസരം കിട്ടും. എനിക്കതു സന്തോഷമായി. ഞാൻ ഉര്യാദ്നിക്കിന്റെ വീട്ടിലാണ് താമസം. അവിടെ ഒരു യുവതിയുണ്ട്-ഊസ്തെങ്ക. എന്തൊരു പെണ്ണാണെണോ! അതിസുന്ദരി!"

താൻ എന്നെന്നേക്കുമായി വിട പറഞ്ഞുവെന്ന് ഒലേനിൻ വിശ്വസിച്ചിരുന്ന ആ ലോകത്തിൽനിന്നുള്ള റഷ്യനും ഫ്രഞ്ചും വാക്കുകൾ തുരുതുരെ അടർന്നുവീണുതുടങ്ങി. രമ്യനും സൽസ്വഭാവിയുമായ ഒരു യുവാവിന്റെ പ്രതീതിയാണ് ബെലേത്സ്കി ജനിപ്പിച്ചതു്. അയാൾ വാസ്തവത്തിൽ അങ്ങനെയായിരുന്നുതാനും. എന്നാൽ സദ്ഭാവം

സ്ഫുരിക്കുന്ന സുന്ദരമായ മുഖമുള്ള ആ യുവാവിനെ കാണുന്നത് ഒലേനിന് തികച്ചും അരോചകമായാണ് അനുഭവപ്പെട്ടത്. താൻ ഉപേക്ഷിച്ചുപോന്ന ഗർഹണീയമായ ജീവിതത്തിന്റെ ഗന്ധം അയാളിൽനിന്നു പ്രസരിച്ചുകൊണ്ടിരുന്നു എന്നതായിരുന്നു അതിനു കാരണം. ആ ലോകത്തിൽനിന്നു വന്ന ഈ മനുഷ്യനെ നിർദ്ദയം തന്നിൽനിന്നു തള്ളിമാറ്റാൻ തനിക്കു കഴിയാത്തതിൽ, അതിനു തനിക്കു കരുത്തില്ലാതെ പോയതിൽ, അയാൾക്കു കുണ്ഠിതം തോന്നി. താൻ ഉപേക്ഷിച്ചുപോന്ന ആ ലോകത്തിന് ഇപ്പോഴും തന്റെ മേൽ അപ്രതിരോധ്യമായ സ്വാധീനമുണ്ട് എന്നാണോ അതു തെളിയിക്കുന്നത് എന്നയാൾ ഭയന്നു. ബെലേത്സ്കിയോടും തന്നോടുതന്നെയും വെറുപ്പുതോന്നിയെങ്കിലും ഒലേനിൻ സംഭാഷണത്തിൽ ഫ്രഞ്ചു പദങ്ങൾ കൂട്ടിച്ചേർക്കുകയും സൈന്യാധിപന്റേയും തന്റെ മോസ്കോ പരിചയക്കാരുടേയും കാര്യത്തിൽ താല്പര്യമുണ്ടെന്നു ഭാവിക്കുകയും ചെയ്തു. തങ്ങൾ ഇരുവരും റഷ്യൻ കലർത്തിയ ഫ്രഞ്ച് ഭാഷയിലാണ് സംഭാഷണം നടത്തുന്നതെന്ന കാരണംകൊണ്ട് അയാൾ തന്റെ സഹഓഫീസർമാരെപ്പറ്റിയും കൊസാക്കുകാരെപ്പറ്റിയും അവജ്ഞയോടെ സംസാരിച്ചു. താൻ അയാളെ സന്ദർശിക്കാമെന്ന വാക്കു കൊടുക്കുകയും തന്നെ കൂടെക്കൂടെ വന്നു കാണണമെന്ന് അയാളോട് അഭ്യർത്ഥിക്കുകയും ചെയ്തുകൊണ്ട് സൗഹൃദപൂർവ്വമാണ് ഒലേനിൻ ബെലേത്സ്കിയെ യാത്രയാക്കിയത്. എന്നാൽ ഒലേനിൻ തന്റെ വാഗ്ദാനം നിറവേറ്റിയില്ല. വന്യൂഷയ്ക്ക് ബെലേത്സ്കിയെ ഇഷ്ടപ്പെട്ടു. അദ്ദേഹം ഒരു യഥാർത്ഥ മാന്യനാണെന്ന് അവൻ പറയുകയും ചെയ്തു.

കോക്കസസ്സിലെ ഒരു കൊസാക്ക് ഗ്രാമത്തിലെത്തുന്ന ധനികനായ ഒരു റഷ്യൻ ഓഫീസറുടെ ജീവിതചര്യയിൽ മുഴുകി ബെലേത്സ്കി സമയം കളഞ്ഞു. ഒരു മാസം തികയുന്നതിനുമുമ്പ് അയാൾ ഗ്രാമത്തിലെ ഒരു സ്ഥിരം താമസക്കാരനെപ്പോലെയായിത്തീർന്നെന്ന് ഒലേനിനു തോന്നി. ബെലേത്സ്കി വൃദ്ധന്മാരെ സൽക്കരിച്ചു, പെൺകുട്ടികൾക്കുവേണ്ടി വിരുന്നുസൽക്കാരങ്ങൾ നടത്തി. അയാൾ അവർ നടത്തുന്ന സൽക്കാരങ്ങളിൽ പങ്കെടുക്കാറുമുണ്ടായിരുന്നു. ഗ്രാമത്തിലെ പെൺകുട്ടികളും സ്ത്രീകളും എന്തുകൊണ്ടോ അയാളെ "ദേദുഷ്ക," അതായത് "മുത്തച്ഛൻ," എന്നാണ് വിളിച്ചിരുന്നത്. മദിരയിലും മദിരാക്ഷിമാരിലും കമ്പമുള്ള പുരുഷന്മാർക്ക് അന്തസ്സു കല്പിക്കാൻ സദാ തയ്യാറുള്ള കൊസാക്കുകാർക്ക് അയാളെ ഇഷ്ടപ്പെട്ടു. നേരു പറഞ്ഞാൽ ഒരു കടങ്കഥയായി തങ്ങളുടെ മുമ്പിൽ പ്രത്യക്ഷപ്പെടുന്ന ഒലേനിനോടു തോന്നിയതിൽ കൂടുതൽ സ്നേഹവും അവർക്ക് ബെലേത്സ്കിയോടു തോന്നി.

XXIV

വെളുപ്പിന് അഞ്ചു മണി. വന്യൂഷ കുടിലിന്റെ ഉമ്മറപ്പടിയില്ലിരുന്ന് തന്റെ ബൂട്ടു വീശി സമോവാറിലെ തീ കത്തിക്കയാണ്. ഒലേനിൻ കുളിക്കാൻ ടെറെക്കിലേക്കു പോയ്ക്കഴിഞ്ഞു. തന്റെ കുതിരയെ പുഴയിൽ നീന്തിച്ചു രസിക്കുക എന്ന ഒരു പുതിയ നേരംപോക്ക് ഈയിടെ അയാൾ കണ്ടുപിടിച്ചു. ബബൂക്ക ഉലീത്ക്കപൊലു കാച്ചുന്ന പുരയിലായിരുന്നു. അപ്പോൾ കത്തിച്ച അടുപ്പിലെ കട്ടിയുള്ള കറുത്ത പുക അതിന്റെ പുകക്കുഴലിൽനിന്നുയർന്നു. മര്യാന തൊഴുത്തിലിരുന്ന് എരുമയെ കറക്കുകയാണ്. "അടങ്ങിനിൽക്ക്, പിശാചേ!" അവളുടെ അക്ഷമകലർന്ന ശബ്ദം മുഴങ്ങി. പിന്നീട് പാൽ കറന്നെടുക്കുന്ന ക്രമത്തിലുള്ള ശബ്ദം കേട്ടുതുടങ്ങിയ വീട്ടിനു മുമ്പിലുള്ള വഴിയിൽ ഒരു കുതിരയുടെ ചുറുചുറുക്കാർന്ന കുളമ്പടി ശബ്ദം ഉയർന്നു. വെള്ളംപറ്റി തിളങ്ങുന്ന കടും ചാരനിറമുള്ള ഒരു ഉഗ്രൻ കുതിരയുടെ പുറത്ത് ഒലേനിൻ പടിവാതില്ക്കലെത്തി. ഒരു ചുവന്ന ഉവാലകൊണ്ട് മൂടിയിരുന്ന മര്യാനയുടെ ഭംഗിയുള്ള ശിരസ്സ് തൊഴുത്തിൽനിന്ന് പുറത്തേക്ക് എത്തിനോക്കി. തൽക്ഷണംതന്നെ അവൾ തല പിൻവലിച്ചു. ചുവന്ന ഷർട്ടും വെളുത്ത ചെർക്കേസ്കയും ഉയർന്ന ആട്ടിൻതോൽ തൊപ്പിയുമായിരുന്നു ഒലേനിന്റെ വേഷം. ബെൽറ്റിൽനിന്ന് ഒരു കഠാര തൂങ്ങിക്കിടപ്പുണ്ട്. ഉന്മേഷവാനായ കുതിരയുടെ നനഞ്ഞ പുറത്ത് തെല്ലൊരു സങ്കോചത്തോടെ ഇരുന്നിരുന്ന ഒലേനിൻ തോക്ക് തോളിൽ വെച്ചുകൊണ്ട് കുനിഞ്ഞു പടി തുറക്കാൻ ശ്രമിച്ചു. അയാളുടെ മുടിയുടെ നനവു മാറിയിരുന്നില്ല. യുവത്വത്തിന്റെ പ്രസരിപ്പും ആരോഗ്യവുംകൊണ്ട് അയാളുടെ മുഖം തിളങ്ങി. താൻ സുമുഖനും ബുദ്ധിമാനുമാണെന്നും ഒരു ജിഗീത്തിനെപ്പോലെയാണിരിക്കുന്നതെന്നും അയാൾ വിചാരിച്ചു. എന്നാൽ അവിടെ അയാൾക്കു തെറ്റുപറ്റി. അനുഭവസമ്പന്നനായ ഏതൊരു കൊസാക്കുകാരനും ഒറ്റ നോട്ടത്തിൽതന്നെ അയാൾ ഒരു പട്ടാളക്കാരനാണെന്നു മനസ്സിലാക്കാൻ കഴിയുമായിരുന്നു.

യുവതി ഒളിഞ്ഞുനോക്കുന്നത് ഒലേനിൻ കണ്ടു. പടി തുറന്നിട്ട് കടിഞ്ഞാൺ വലിക്കുകയും ചാട്ട വീശുകയും ചെയ്തുകൊണ്ട് അയാൾ മുറ്റത്തേക്ക് പാഞ്ഞു.

"ചായ തയ്യാറായോ, വന്യൂഷ?" തൊഴുത്തിന്റെ നേരെ നോക്കാതെ ഒലേനിൻ വിളിച്ചുചോദിച്ചു.

"സെ പ്രെ[39]," വന്യൂഷ മറുപടി പറഞ്ഞു.

വേലി ചാടിക്കടക്കാൻ തയ്യാറായി മുറ്റത്തെ ഉണങ്ങിയ

---

39 c'est pret-തയ്യാർ (ഫ്രഞ്ച്).

കളിമണ്ണിനുമീതെ നിന്ന് ഉന്മേഷത്തോടെ തുള്ളിക്കൊണ്ടിരുന്ന കുതിരയെ, തന്റെ ദൃഢമായ മാംസപേശികളെല്ലാം വിറപ്പിച്ചുകൊണ്ട് കടിഞ്ഞാൺ പിടിച്ച നിലയ്ക്കു നിർത്തിയ ഒലേനിന് അളവറ്റ സംതൃപ്തി തോന്നി. മര്യാനയുടെ മനോഹരനേത്രങ്ങൾ തന്നെ പിൻതുടരുന്നുണ്ടെന്നു അയാൾ സങ്കല്പിച്ചു. എന്നാൽ അയാൾ തിരിഞ്ഞു നോക്കിയില്ല. കുതിരപ്പുറത്തുനിന്നു ചാടിയിറങ്ങിയപ്പോൾ അയാളുടെ തോക്ക് പടവുകളുടെ അഴിയിൽ ഉടക്കി. വേച്ചുവീഴാതിരിക്കാൻ ശ്രമിച്ചുകൊണ്ട് സംഭ്രമത്തോടെ അയാൾ തൊഴുത്തിന്റെ നേരെ കണ്ണയച്ചു. എന്നാൽ ആരെയും കാണാനുണ്ടായിരുന്നില്ല. പാൽ കറന്നെടുക്കുന്നതിന്റെ താളക്രമത്തിലുള്ള ശബ്ദം മാത്രം കേട്ടുകൊണ്ടിരുന്നു.

അയാൾ തന്റെ മുറിയിൽ ചെന്ന് ഒരു പുസ്തകവും പൈപ്പും എടുത്തുകൊണ്ടു തിരിച്ചുവന്ന് പ്രഭാതസൂര്യന്റെ ചെരിഞ്ഞ കിരണങ്ങൾ പതിക്കാത്ത ഉമ്മറത്തിന്റെ ഒരു കോണിൽ ചെന്നിരുന്നു. ചായ നിറച്ച ഗ്ലാസ് അടുത്തുതന്നെയുണ്ട്. ഉച്ചഭക്ഷണത്തിനു മുമ്പ് പുറത്തു പോകേണ്ടതില്ലെന്ന് അയാൾ തീരുമാനിച്ചു. വളരെക്കാലമായി നീട്ടിവെച്ച കുറെ കത്തുകൾ എഴുതണമെന്നായിരുന്നു അയാളുടെ ഉദ്ദേശം. എന്നാൽ ഉമ്മറത്തെ സുഖകരമായ തന്റെ മൂല വിട്ട് അകത്തു ചെന്ന് മുറിയിൽ അടച്ചുപൂട്ടിയിരിക്കാൻ അയാൾക്കു വൈമുഖ്യം തോന്നി. ബബൂക്ക ഉലീത്ക തീകൂട്ടിക്കഴിഞ്ഞു. മര്യാന കറവ കഴിഞ്ഞു് പുറത്തു വന്ന് ചാണക വരളികൾ ഉണ്ടാക്കിക്കൊണ്ട് വേലിക്കടുത്തു നിന്നു.

ഒലേനിൻ മുമ്പിൽ പുസ്തകം തുറന്നുവെച്ചിരുന്നെങ്കിലും അയാളുടെ ശ്രദ്ധ അതിന്റെ അച്ചടിച്ച താളുകളിലായിരുന്നില്ല. അയാൾ ശിരസ്സുയർത്തി തന്റെ മുമ്പിൽ നിന്ന് ജോലി ചെയ്യുന്ന കടഞ്ഞെടുത്ത ദേഹമുള്ള യുവതിയെ നോക്കിക്കൊണ്ടിരുന്നു. വീടിനോടു ചേർന്നുള്ള നനഞ്ഞ നിഴലിൽ അവൾ നിൽക്കുമ്പോഴും പ്രഭാതസൂര്യന്റെ ഉജ്ജ്വല പ്രഭയിൽ മുങ്ങിക്കിടക്കുന്ന മുറ്റം മുറിച്ചുകടക്കുമ്പോഴും അവളുടെ ഓരോ ചലനവും ശ്രദ്ധിച്ചുകൊണ്ട് അയാൾ ഇരുന്നു. മുറ്റത്തുകൂടി നടക്കുമ്പോൾ വർണ്ണശബളമായ വേഷമണിഞ്ഞ അവളുടെ വടിവൊത്ത ശരീരം തിളങ്ങുകയും നീണ്ട നിഴൽ വീഴ്ത്തുകയും ചെയ്തു. സ്വതന്ത്രമായ, ചാരുതയാർന്ന അവളുടെ ചലനങ്ങൾ അയാളെ കോരിത്തരിപ്പിച്ചു. അവൾ ആകെക്കൂടി ധരിച്ചിരുന്ന പിങ്കുനിറമുള്ള നേർത്ത കുപ്പായം അവളുടെ ഉയർന്ന മാറിലും വടിവൊത്ത കാലുകളിലും പറ്റിപ്പിടിച്ചുകിടക്കുന്ന കാഴ്ച അയാളുടെ കണ്ണുകൾക്ക് ആനന്ദം പകർന്നു. അവൾ കുനിയുകയും വീണ്ടും നിവർന്നു നിൽക്കുകയും ചെയ്യുന്നതും ഇറുകിയ കുപ്പായത്തിനടിയിൽ അവളുടെ തുടിക്കുന്ന വക്ഷോജങ്ങളുടെ രൂപരേഖ മിഴിവോടെ തെളിയുന്നതും അയാൾ നോക്കിക്കൊണ്ടിരുന്നു. ഭംഗിയുള്ള പഴയ

ചുവന്ന പാദുകങ്ങളണിഞ്ഞ അവളുടെ പാദങ്ങൾ നിലത്തൂന്നിയിരിക്കുന്നതെങ്ങനെയെന്ന് അയാൾ ശ്രദ്ധിച്ചു. ചുരുട്ടിവെച്ച കുപ്പായ ക്കൈകൾക്കിടയിൽ മാംസളമായ ഭുജങ്ങൾ പ്രദർശിപ്പിച്ചുകൊണ്ട് അവളുടെ കരുത്തുറ്റ കരങ്ങൾ അക്ഷമയോടെ മൺവെട്ടി ചലിപ്പിക്കുന്നതും ആഴമുള്ള കറുത്ത മിഴികളുയർത്തി അവൾ ഇടയ്ക്കു തന്നെ നോക്കുന്നതും അയാളെ സന്തുഷ്ടനാക്കി. നേർത്ത പുരികങ്ങൾ ചുളിച്ചു പിടിച്ചിരുന്നെങ്കിലും അവളുടെ കണ്ണുകളിൽ സംതൃപ്തിയും തന്റെ സൗന്ദര്യത്തെപ്പറ്റിയുള്ള ബോധവും തെളിഞ്ഞുകണ്ടു.

"എന്താ, ഒലേനിൻ, താങ്കൾ വളരെ നേരത്തെ ഉണർന്നുവോ?" ഒരു കോക്കസെസ്സ് സൈനിക ഓഫീസറുടെ ഫ്രോക് കോട്ട് ധരിച്ച ബെലേത്സ്കി മുറ്റത്തേക്കു കയറി ഒലേനിനെ സമീപിച്ചുകൊണ്ട് ചോദിച്ചു.

"ഇതാരു! ബെലേത്സ്കിയോ!" എന്നു പറഞ്ഞുകൊണ്ട് ഒലേനിൻ അയാൾക്ക് ഹസ്തദാനം ചെയ്തു. "താങ്കൾ എന്താണു ഇത്ര നേരത്തേ?"

"ഞാൻ എന്തു ചെയ്യും? എന്നെ വീട്ടിൽനിന്നു പുറത്താക്കിയിരിക്കയാണ്. ഇന്ന് എന്റെ വീട്ടിൽവെച്ച് ഞങ്ങൾ ഒരു വിരുന്നു നടത്താൻ തീരുമാനിച്ചു. മര്യാന, നീ തീർച്ചയായും ഊസ്തെങ്കയുടെ വീട്ടിൽ വരുമല്ലോ, ഇല്ലേ?" അയാൾ മര്യാനയോടു ചോദിച്ചു.

ബെലേത്സ്കി ആ യുവതിയോടു കാട്ടിയ പരിചയഭാവം ഒലേനിനെ അത്ഭുതപ്പെടുത്തി. എന്നാൽ മര്യാന അതു കേട്ടതായി ഭാവിക്കാതെ തല കുനിച്ചുപിടിച്ച് മൺവെട്ടി തോളിൽവെച്ച് പതറാത്ത കാൽവെയ്പുകളോടെ ധൃതിയിൽ പാൽകാച്ചുന്ന പുരയിലേക്കു നടന്നു.

"നിനക്കു നാണമാണെന്നു തോന്നുന്നല്ലോ സഹോദരീ," ബെലേത്സ്കി അവളോടു വിളിച്ചുപറഞ്ഞു. "ഇവൾക്കു താങ്കളെ ഭയമാണ്," എന്നു പറഞ്ഞു ചിരിച്ചുകൊണ്ട് അയാൾ പടവുകൾ ഓടിക്കയറി ഉമ്മറത്തെത്തി.

"ഒരു വിരുന്നോ? ആരാണ് താങ്കളെ പുറത്താക്കിയതു്?"

"ഊസ്തെങ്കയുടെ വീട്ടിൽവെച്ച് വിരുന്നു നടത്താൻ പോകുന്നു-അവിടെയാണ് ഞാൻ താമസിക്കുന്നതു്. താങ്കളേയും ക്ഷണിക്കുന്നു. വിരുന്നെന്നുവെച്ചാൽ പെൺകിടാങ്ങളുടേയും മധുരപലഹാരങ്ങളുടേയും ഒരു സമ്മേളനമെന്നർത്ഥം."

"ശരി, അവിടെ നമ്മൾ എന്താണു ചെയ്യേണ്ടതു്?"

ബെലേത്സ്കി കൗശലപൂർവ്വം പുഞ്ചിരിക്കുകയും മര്യാന പോയ വഴിയേ നോക്കി. കണ്ണിറുക്കുകയും ചെയ്തു.

ഒലേനിൻ തോൾ ചലിപ്പിച്ചു. അയാളുടെ മുഖം ചുവന്നു. "ദൈവം സാക്ഷിയായി, താങ്കൾ ഒരു വല്ലാത്ത മനുഷ്യനാണ്!" അയാൾ പറഞ്ഞു. "ശരി, ശരി, പറയൂ, കേൾക്കട്ടെ."

ഒലേനിൻ മുഖം കനപ്പിച്ചു. ബെലേത്സ്കി അതു ശ്രദ്ധിച്ചു. ഒരു കുസൃതിച്ചിരി അയാളുടെ ചുണ്ടുകളിൽ തങ്ങിനിന്നു. "അതു പറയണോ? ബെലേത്സ്കി ചോദിച്ചു. "ഇവിടെ അവളുടെ വീട്ടിൽ താങ്കൾ താമസിക്കുന്നു. അവളാണെങ്കിൽ ആരും കൊതിക്കുന്ന ഒരു പെൺകുട്ടി,... നിറഞ്ഞ യൗവ്വനം... സൗന്ദര്യത്തിന്റെ നിറകുടം!"

"അവൾ അതിസുന്ദരിയാണ്. ഇത്ര സൗന്ദര്യമുള്ള ഒരു സ്ത്രീയെ ഞാൻ ഇതിനുമുമ്പ് കണ്ടിട്ടില്ല," ഒലേനിൻ പറഞ്ഞു.

"അതെ, അതുകൊണ്ടന്താ?" കാര്യം മനസ്സിലാക്കാതെ ബെലേത്സ്കി ചോദിച്ചു.

"ഞാൻ പറയുന്നത് താങ്കൾക്ക് വിചിത്രമായി തോന്നിയേക്കാം," ഒലേനിൻ പറഞ്ഞു. "എങ്കിലും ഞാൻ സത്യം പറയാതിരിക്കുന്നതെന്തിന്? ഞാൻ ഇവിടെ താമസമാക്കിയതുമുതൽ എന്നെ സംബന്ധിച്ചിടത്തോളം സ്ത്രീകൾ എന്നൊരു കൂട്ടർ ഇല്ലാതായിത്തീർന്നിരിക്കുന്നു. അതു നല്ല കാര്യമാണ്, ശരിയുമാണ്. കാരണം എനിക്കും ഈ സ്ത്രീകൾക്കുമിടയിൽ പൊതുവായി എന്തെങ്കിലുമുണ്ടോ? യെറോഷ്കയുടെ കാര്യം വേറെ. എന്നെയും അയാളേയും കൂട്ടിയിണക്കുന്ന പൊതുവായ ഒരു സംഗതിയുണ്ട്-നായാട്ട്."

"ഇതു കേട്ടില്ലേ! എന്താണ് പൊതുവിലുള്ളതെന്നോ? എനിക്കും അമാലിയ ഇവാനൊവ്നക്കും പൊതുവായി എന്താണുള്ളത്? അതു തന്നെ! അവർ വൃത്തികെട്ടവരാണെന്ന് സമ്മതിക്കാം. പക്ഷേ അതു മറ്റൊരു കാര്യമാണ്. A la guerre comme a la guerre![40] "താങ്കളുടെ ആ അമാലിയ ഇവാനൊവ്നമാരെ എനിക്കു തീരെ പരിചയമില്ല. അവരുമായി പൊരുത്തപ്പെടാൻ എനിക്കു സാധിച്ചിട്ടില്ല," ഒലേനിൻ മറുപടി പറഞ്ഞു. "അവരെ ബഹുമാനിക്കാൻ സാദ്ധ്യമല്ല. എന്നാൽ ഇവിടെയുള്ളവരെ ഞാൻ ആദരിക്കുന്നു."

"ശരി, ആദരിച്ചുകൊള്ളൂ. അതിനെന്താണു തടസ്സം?" ഒലേനിൻ മറുപടി പറഞ്ഞില്ല. താൻ പറഞ്ഞുതുടങ്ങിയത് മുഴുവനാക്കാൻ അയാൾക്കു ധൃതിയായിരുന്നു. വലിയൊരു ഭാരമായി അത് അയാളുടെ ഹൃദയത്തെ മർദ്ദിച്ചുകൊണ്ടിരുന്നു.

"ഞാൻ മറ്റുള്ളവരിൽനിന്ന് വ്യത്യസ്തനാണെന്ന് എനിക്കറിയാം," തെല്ലൊരു സങ്കോചത്തോടെ അയാൾ തുടർന്നു. "എന്നാൽ എന്റെ

40 യുദ്ധം വരുമ്പോൾ യുദ്ധകാലത്തെപ്പോലെ-(ഫ്രഞ്ച്).

തത്വങ്ങളെ മാറ്റേണ്ട ആവശ്യകത ഉളവാകാത്ത രീതിയിലാണ് എന്റെ ജീവിതം രൂപംകൊണ്ടിരിക്കുന്നത്. എന്നു മാത്രവുമല്ല നിങ്ങളെപ്പോലെ എനിക്കിവിടെ ജീവിക്കാൻ സാദ്ധ്യവുമല്ല-ഇപ്പോൾ എനിക്കുള്ളത്ര സന്തുഷ്ടിയോടെ ജീവിക്കാൻ കഴിയുകയില്ലെന്നല്ല, ജീവിക്കാനേ കഴിയുകയില്ല എന്നാണു ഞാൻ ഉദ്ദേശിക്കുന്നത്. പോരാത്തതിന് ഞാൻ അവരിൽ അന്വേഷിക്കുകയും കണ്ടെത്തുകയും ചെയ്യുന്നത് നിങ്ങൾ കണ്ടെത്തുന്നതിൽനിന്നും തികച്ചും വിഭിന്നമായ ഒന്നാണ്."

ബെലേത്സ്കിയുടെ പുരികങ്ങൾ സന്ദേഹഭാവത്തിൽ മെല്ലെ ഉയർന്നു.

"അതൊക്കെയിരിക്കട്ടെ, ഇന്നു വൈകിട്ട് താങ്കൾ എന്റെ വീട്ടിൽ വരണം. മര്യാനയും അവിടെ വരും. ഞാൻ നിങ്ങളെ ഇരുവരേയും പരസ്പരം പരിചയപ്പെടുത്താം. ദയവുചെയ്തു വരൂ. അവിടെ താങ്കൾക്ക് വിരസത അനുഭവപ്പെട്ടാൽ തിരിച്ചുപോരാമല്ലോ. താങ്കൾ വരുമോ?"

"വരണമെന്ന് ആഗ്രഹമുണ്ട്. പക്ഷേ തുറന്നു പറയാമല്ലോ, ഞാൻ വാസ്തവത്തിൽ അനുരാഗബദ്ധനായിത്തീർന്നേക്കുമോ എന്നാണ് എന്റെ ഭയം."

"ഓ! ഓ! ഓ!" ബെലേത്സ്കി ആശ്ചര്യശബ്ദം പുറപ്പെടുവിച്ചു. "എന്തായാലും വരൂ. ഞാൻ താങ്കളെ കാത്തുകൊള്ളാം. താങ്കൾ വരുമോ? സത്യമായിട്ടും വരുമോ?"

"വരാം. പക്ഷേ അവിടെ എന്താണു ചെയ്യേണ്ടതെന്ന് എനിക്കു മനസ്സിലാകുന്നില്ല. നമ്മുടെ പങ്കെന്താണ്?"

"ദയവുചെയ്തു വരൂ! ഞാൻ അപേക്ഷിക്കുന്നു. വരുമോ?"

"ശരി, വരാൻ നോക്കാം."

"ദൈവമേ! ഇവിടെ, ഭൂലോകസുന്ദരിമാരായ ഈ പെൺകിടാങ്ങളുടെയിടയിൽ

ഒരാൾ സന്യാസിയെപ്പോലെ ജീവിക്കുന്നു! എന്തിനു വേണ്ടി ? നല്ലതൊന്നും ആസ്വദിക്കാതെ വെറുതെ ജീവിതം പാഴാക്കുന്നതെന്തിന്? നമ്മുടെ കമ്പിണി വൊസ്ദ്വിഷേൻസ്കയയിലേക്കു പോകുന്ന കാര്യത്തെപ്പറ്റി വല്ലതും കേട്ടോ?"

"അതിനു സാദ്ധ്യതയില്ല. എട്ടാമത്തെ കമ്പിണി പോകുന്നുവെന്നാണ് ഞാൻ കേട്ടത്," ഒലേനിൻ പറഞ്ഞു.

"അല്ല. അജ്ജൂട്ടന്റിന്റെ ഒരു കത്ത് എനിക്കു കിട്ടിയിരുന്നു. സാക്ഷാൽ പ്രഭുതന്നെ പടയോട്ടത്തിൽ പങ്കെടുക്കുമെന്നാണ് അയാൾ എഴുതിയിരിക്കുന്നത്. നമുക്ക് അദ്ദേഹത്തെ കണ്ടുമുട്ടാൻ അവസരം

കിട്ടുന്നതിൽ ഞാൻ സന്തോഷിക്കുന്നു. എനിക്ക് ഇവിടം മടുത്തു തുടങ്ങി."

"അധികം താമസിയാതെ ഒരു കടന്നാക്രമണം ഉണ്ടാകുമെന്നു കേട്ടു."

"ഞാൻ അറിഞ്ഞില്ല. പക്ഷേ കഴിഞ്ഞ പടയോട്ടത്തിൽ ധീരത കാട്ടിയതിന്റെ പേരിൽ ക്രനൊവീത്സിന് സെന്റ്. ആൻ കീർത്തി മുദ്ര ലഭിച്ചെന്നു കേട്ടു. തന്നെ ലഫ്റ്റനന്റ് ആക്കുമെന്നാണ് അയാൾ പ്രതീക്ഷിച്ചിരുന്നത്," ഒരു ചിരിയോടെ ബെലേത്സ്കി പറഞ്ഞു. "അക്കാര്യത്തിൽ അയാൾക്ക് നിരാശപ്പെടേണ്ടി വന്നു. അയാൾ ഇപ്പോൾ ഹെഡ്ക്വാർട്ടേഴ്സിലാണ്."

നേരം ഇരുണ്ടുതുടങ്ങിയപ്പോൾ ഒലേനിൻ വിരുന്നിനു പോകുന്നതിനെപ്പറ്റി ആലോചിച്ചുതുടങ്ങി. ആ ക്ഷണം അയാളെ അസ്വസ്ഥനാക്കി. അയാൾക്ക് പോകാൻ ആഗ്രഹമുണ്ടായിരുന്നു. എന്നാൽ അവിടെ സന്നിഹിതനാകുക എന്ന ആശയം വിചിത്രവും വന്യവും ഏറെക്കുറെ ഭയാനകവുമായി അയാൾക്കു തോന്നി. കൊസാക്കുകരോ പ്രായംചെന്ന സ്ത്രീകളോ അവിടെ കാണുകയില്ലെന്നും അവിവാഹിതകളായ യുവതികൾ മാത്രമേ അവിടെ വരികയുള്ളെന്നും അയാൾക്കറിയാം. അതെങ്ങിനെയുള്ള ഒരു സദസ്സായിരിക്കും? താൻ എങ്ങനെയാണ് അവിടെ പെരുമാറേണ്ടത്? എന്തിനെപ്പറ്റിയാണ് സംസാരിക്കേണ്ടത്? അവർ തന്നോട്ട് എന്തു സംസാരിക്കും? പ്രാകൃതരായ ആ കൊസാക്ക് കന്യകമാരും താനും തമ്മിലുള്ള ബന്ധം എങ്ങനെയുള്ളതായിരിക്കും? വിചിത്രവും നിന്ദ്യവും അതേ സമയംതന്നെ കർശനവുമായ ഒരുതരം ബന്ധത്തെപ്പറ്റി ബെലേത്സ്കി പറഞ്ഞിരുന്നു... മര്യാനയും താനും ഒരേ മുറിയിൽ ഇരിക്കുമെന്നും ഒരുപക്ഷേ തനിക്ക് അവളോടു സംസാരിക്കാൻ കഴിഞ്ഞേക്കുമെന്നുമുള്ള ചിന്ത വിചിത്രമായി അയാൾക്കു തോന്നി. അവൾ പെരുമാറ്റത്തിൽ പാലിക്കുന്ന അന്തസ്സുറ്റ അകൽച്ചയെപ്പറ്റി ഓർത്തപ്പോൾ അത് അസാദ്ധ്യമാണെന്ന് അയാൾക്കു തോന്നാതിരുന്നില്ല. എന്നാൽ അതെല്ലാം അങ്ങേയറ്റം ലളിതമാണെന്നാണ് ബെലേത്സ്കി പറഞ്ഞത്. "ബെലേത്സ്കിയും മര്യാനയും തമ്മിൽ ആ രീതിയിൽ ഒരു കൂട്ടുകെട്ടുണ്ടാകുമോ? അതു രസകരമായിരിക്കും," അയാൾ വിചാരിച്ചു. "അല്ലെങ്കിൽ വേണ്ട, പോകാതിരിക്കുന്നതാണ് കൂടുതൽ നല്ലത്. ഇതെല്ലാം തികച്ചും നികൃഷ്ടവും നിന്ദ്യവും നിഷ്പ്രയോജനവുമാണ്." എന്നാൽ വീണ്ടും അയാളെ ഒരു പ്രശ്നം അലട്ടി: "അതെങ്ങിനെയായിരിക്കും?" പോരാത്തതിന് ചെല്ലാമെന്ന് അയാൾ വാക്കു കൊടുത്തതുമാണ്. ഒരു തീരുമാനമെടുക്കാതെയാണ് അയാൾ പുറത്തിറങ്ങിയത്. എന്നാൽ

അയാൾ ബെലേത്സ്കിയുടെ വാസസ്ഥലത്തെത്തുകയും അകത്തു പ്രവേശിക്കുകയും ചെയ്തു.

ബെലേത്സ്കി താമസിച്ചിരുന്ന കൊസ്ക്ക് കുടിൽ ഒലേനിന്റേ താമസസ്ഥലം പോലെ തന്നെയായിരുന്നു. തൂണുകൾക്കു മീതെ തറനിരപ്പിൽനിന്ന് ഏകദേശം ഒന്നര മുഴം ഉയരത്തിലാണ് അതു സ്ഥിതിചെയ്തിരുന്നത്. രണ്ടു മുറികളുണ്ട്. കുത്തനെയുള്ള പടവുകൾ കയറി ആദ്യത്തെ മുറിയിൽ ഒലേനിൻ പ്രവേശിച്ചു. കിടക്കകളും കമ്പിളികളും റസായികളും തലയിണകളും കൊസാക്ക് ശൈലിയിൽ ഭിത്തിയോടു ചേർത്ത് ഭംഗിയായി അവിടെ അടുക്കിവെച്ചിരുന്നു. വശത്തെ ഭിത്തികളിൽ ചെമ്പുചട്ടികളും ആയുധങ്ങളും തൂക്കിയിട്ടിരുന്നു. ബഞ്ചിനടിയിൽ തണ്ണിമത്തങ്ങ മത്തങ്ങ മുതലായവ വെച്ചിട്ടുണ്ട്. മറ്റെ മുറിയിൽ ഒരു കൂറ്റൻ അടുപ്പും ഒരു മേശയും ബഞ്ചുകളും പഴയവിശ്വാസികളുടെ കുറെ ഐക്കണുകളും ഉണ്ടായിരുന്നു.

തന്റെ മടക്കുകട്ടിലും നിറഞ്ഞ ഇരുമ്പുപെട്ടികളും തൂക്കിയിട്ടുള്ള ഒരു കമ്പളവും വലിച്ചുവാരിയിട്ടിരിക്കുന്ന ചമയൽ സാമഗ്രികളും ഛായാപടങ്ങളുമായി അവിടെയാണ് ബെലേത്സ്കി താമസമുറപ്പിച്ചിരുന്നത്. ഒരു ബഞ്ചിൽ അയാളുടെ പട്ടു ഗൗൺ കിടക്കുന്നുണ്ട്. ഷർട്ടുമാത്രം ധരിച്ച് സുഭഗതയുടേയും ശുചിത്വത്തിന്റേയും മൂർത്തീകരണംപോലെ ബെലേത്സ്കി തന്റെ മടക്കുകട്ടിലിൽ കിടന്ന് "മൂന്നു മസ്കറ്റിയേഴ്സ്" എന്ന ഫ്രഞ്ച് നോവൽ വായിക്കുകയായിരുന്നു.

ബെലേത്സ്കി ചാടിയെണീറ്റു.

"ഞാൻ എങ്ങനെയാണു താമസിക്കുന്നതെന്ന് കണ്ടില്ലേ? മോശമില്ല, അല്ലേ? താങ്കൾ വന്നതിൽ ഞാൻ അതിയായി സന്തോഷിക്കുന്നു. അവർ വലിയ ഒരുക്കങ്ങൾ ചെയ്തുകൊണ്ടിരിക്കയാണ്. അവർ "പിറൊഗി" എന്ന അപ്പം ചുടുന്നതെങ്ങിനെയാണെന്ന് താങ്കൾക്കറിയാമോ? മാവും പന്നിയിറച്ചിയും മുന്തിരങ്ങയും ചേർത്ത്! പക്ഷേ പ്രധാന സംഗതി അതല്ല. അവരുടെ ബഹളം നോക്കൂ!"

സ്ത്രീകളുടെ മുറിയിലെ അസാധാരണമായ തിരക്കും ബഹളവും ജനലിലൂടെ അവർ നോക്കിക്കണ്ടു. കയ്യിൽ ഒരോ സാധനവുമായി തരുണികൾ അകത്തേക്കും പുറത്തേക്കും സദാ ഓടിക്കൊണ്ടിരുന്നു.

"തുടങ്ങാറായോ?" ബെലേത്സ്കി വിളിച്ചുചോദിച്ചു.

"തുടങ്ങുകയായി. എന്താ 'മുത്തച്ഛാ' വിശക്കുന്നുണ്ടോ?" പൊട്ടിച്ചിരിയുടെ അകമ്പടിയോടെ ഒരു ചോദ്യമുയർന്നു.

തുടുത്ത മുഖമുള്ള തടിച്ചുകൊഴുത്ത സുന്ദരിയായ ഊസ്റ്റെങ്ക പിഞ്ഞാണങ്ങളെടുക്കാനായി ബെലേത്സ്കിയുടെ താമസസ്ഥലത്തേക്കു വന്നു.

"ഏയ്! നിങ്ങൾ എന്നെക്കൊണ്ട് ഈ പിഞ്ഞാണങ്ങൾ ഉടപ്പിക്കുമെന്നു തോന്നുന്നു!" അവൾ ബെലേത്ഡസ്കിയോട്ട് പറഞ്ഞു. പിന്നീട്ട് ഒരു ചിരിയോടെ ഒലേനിനെ നോക്കി അവൾ തുടർന്നു: "നിങ്ങൾ വന്ന് ഞങ്ങളെ സഹായിക്കുകയാണു ചെയ്യേണ്ടത്. പെൺകുട്ടികൾക്കു കുറച്ചു മിഠായിയും കേക്കും കൊടുക്കൂ."

"മര്യാന വന്നിട്ടുണ്ടോ?"

"പിന്നെ വരാതെ? അവളാണ് അപ്പത്തിനു മാവു കൊണ്ടുവന്നത്."

"ഈ ഊസ്റ്റെങ്കയെ ഒന്നു തേച്ചുമിനുക്കിയെടുത്ത് നല്ല ആടയാഭരണങ്ങളണിയിച്ചാൽ ഇവൾ നമ്മുടെ സുന്ദരിമാരെയെല്ലാം പിന്നിലാക്കും!" ബെലേത്സ്കി പറഞ്ഞു. ബൊർശ്ശേവ എന്ന കൊസാക്ക് സുന്ദരിയെ താങ്കൾ കണ്ടിട്ടുണ്ടോ? അവൾ കേണലിന്റെ പത്നിയാണ്. വിശ്വമോഹിനി! എന്തൊരു സൗന്ദര്യം! അവൾക്കു് ഇതു് എവിടുന്നു..."

"ഞാൻ ബൊർശ്ശേവയെ കണ്ടിട്ടില്ല. പക്ഷേ ഇവർക്ക് ഏറ്റവും യോജിക്കുന്നത് ഇവരുടെ നാടൻ വേഷമാണെന്നാണ് എന്റെ അഭിപ്രായം."

"ഹാ!" ഒരു നെടുവീർപ്പിട്ടുകൊണ്ട് ഉല്ലാസവാനായി ബെലേത്സ്കി പറഞ്ഞു. "ഏതു തരം ജീവിതവുമായും പൊരുത്തപ്പെട്ടു പോകാനുള്ള ഒരു കഴിവ് എനിക്കുണ്ട്! അവർ എന്താണു ചെയ്യുന്നതെന്ന് ഞാൻ ഒന്നു നോക്കിയിട്ടു വരാം."

ഗൗൺ ധരിച്ചുകൊണ്ട് ബെലേത്സ്കി പുറത്തേക്കു ഓടി.

"താങ്കൾ മിഠായിക്കു ഏർപ്പാടു ചെയ്യൂ," അയാൾ പറഞ്ഞു. മിഠായിയും തേനും വാങ്ങിച്ചുകൊണ്ടുവരാൻ ഒലേനിൻ സ്നേഹിതന്റെ ഭൃത്യനോടു പറഞ്ഞു. എന്നാൽ അയാളെ പണമേല്പിക്കാൻ നേരത്ത് താൻ നിന്ദ്യമായ എന്തോ ഒന്നു ചെയ്യുകയാണെന്ന്, ആരെയോ താൻ വിലയ്ക്കു വാങ്ങാൻ ശ്രമിക്കുകയാണെന്ന്, ഒലേനിനു തോന്നി. അതിനാൽ മിഠായി എത്ര വാങ്ങണമെന്നും ഏതു തരം വേണമെന്നും മറ്റുമുള്ള ഭൃത്യന്റെ ചോദ്യങ്ങൾക്കു കൃത്യമായി മറുപടി പറയാൻ ഒലേനിനു കഴിഞ്ഞില്ല.

"താൻതന്നെ തീരുമാനിച്ചോളൂ."

"ഇതിനു മുഴുവൻ വാങ്ങണോ?" വൃദ്ധനായ ആ പട്ടാളക്കാരൻ അർത്ഥംവെച്ച് ചോദിച്ചു.

"പെപ്പെരിമിന്റിനു വില കൂടുതലാണ്. പതിനാറു് കൊടുത്താലേ കിട്ടൂ."

"കിട്ടുന്നിടത്തോളം വാങ്ങൂ" എന്നു പറഞ്ഞുകൊണ്ട് ഒലേനിൻ ജനലിനടുത്തു ചെന്നിരുന്നു. ഗഹനവും അനുചിതവുമായ എന്തോ

ഒരു പ്രവൃത്തി ചെയ്യാൻപോകുന്ന ഒരാളുടേതുപോലെ തന്റെ ഹൃദയം ശക്തിയായി മിടിക്കാൻ കാരണമെന്താണെന്ന് അയാൾക്കു മനസ്സിലാക്കാൻ കഴിഞ്ഞില്ല.

ബെലേത്സ്കി കടന്നു ചെന്നപ്പോൾ പെൺകുട്ടികളുടെ മുറിയിൽ നിന്നുയർന്ന കൂക്കിവിളികളും പൊട്ടിച്ചിരികളും ശ്രദ്ധിച്ചുകൊണ്ട് അയാൾ അവിടെയിരുന്നു. ഏതാനും നിമിഷങ്ങൾക്കകം കൂക്കിവിളികളുടേയും അട്ടഹാസങ്ങളുടേയും പൊട്ടിച്ചിരികളുടേയും അകമ്പടിയോടേ ബെലേത്സ്കി ധൃതിയിൽ അവിടന്ന് പുറത്തു കടക്കുന്നത് അയാൾ കണ്ടു. പടവുകൾ ഓടിക്കയറി സ്വന്തം മുറിയിൽ പ്രവേശിച്ചുകൊണ്ട് ബെലേത്സ്കി പറഞ്ഞു:

"അവർ എന്നെ ആട്ടി പുറത്താക്കി!"

അല്പം കഴിഞ്ഞപ്പോൾ ഊസ്റ്റേങ്ക അവിടെയെത്തി. എല്ലാം തയ്യാറായെന്നും അതിഥികളെ വിരുന്നിൽ പങ്കുകൊള്ളാൻ സാദരം ക്ഷണിക്കുന്നുവെന്നും തികഞ്ഞ അന്തസ്സോടെ അറിയിച്ചു.

അവർ മറ്റെ കുടിലിൽ എത്തിയപ്പോൾ വാസ്തവത്തിൽ എല്ലാം തയ്യാറായിരുന്നു. ഊസ്റ്റേങ്ക മുറിയുടെ ഒരു വശത്തോട്ടു ചേർത്ത് കുഷ്യനുകൾ ഇട്ടുകൊണ്ടിരുന്നു. തീരെ ചെറിയ ഒരു ട്ടവാല വിരിച്ചിരുന്ന മേശപ്പുറത്ത് ചുവന്നവീഞ്ഞു നിറച്ച കുപ്പിയും ഒരു ഉണക്കമീനും വെച്ചിരുന്നു. മുറിയിൽ മുന്തിരങ്ങയുടേയും അപ്പത്തിനു കുഴച്ച മാവിന്റേയും വാസന തങ്ങിനിന്നു. അടുപ്പിന് പിന്നിലുള്ള മൂലയിൽ, പതിവിനു വിരുദ്ധമായി ട്ടവാല തലയിൽ കെട്ടാതെ, കുശു കുശുക്കുകയും പൊട്ടിച്ചിരിക്കുകയും ചെയ്തുകൊണ്ട് ആറു യുവതികൾ ഇരുന്നിരുന്നു. തങ്ങളുടെ ഏറ്റവും നല്ല വസ്ത്രങ്ങളാണ് അവർ അണിഞ്ഞിരുന്നത്.

"ഞങ്ങളുടെ എളിയ വിരുന്നിൽ പങ്കുകൊള്ളാൻ ഞങ്ങൾ എന്റെ മാലാഖയെ ക്ഷണിക്കുന്നു," എന്നു പറഞ്ഞുകൊണ്ട് ഊസ്റ്റേങ്ക അതിഥികളെ മേശയ്ക്കടുത്തേക്ക് ആനയിച്ചു.

അവിടെക്കൂടിയിരുന്ന പെൺകിടാങ്ങൾ ഒന്നൊഴിയാതെ എല്ലാവരും സുന്ദരിമാരായിരുന്നു. അവരുടെ ഇടയിൽ മര്യാന നില്ക്കുന്നത് ഒലേനിൻ കണ്ടു. ഇതുപോലൊരു വല്ലാത്ത ചുറ്റുപാടിൽ അവളെ കണ്ടുമുട്ടിയപ്പോൾ ഒലേനിന് എന്തുകൊണ്ടോ വേദനയും വിഷാദവുമാണ് തോന്നിയത്. താൻ ഒരു വിഡ്ഢിയാണെന്നും ഇവിടെ ഒരധികപ്പറ്റാണെന്നും അയാൾക്കു തോന്നിയെങ്കിലും ബെലേത്സ്കി ചെയ്യുന്നതൊക്കെ ചെയ്യാൻ അയാളും തീരുമാനിച്ചു. യുവാവായ പ്രഭുകുമാരൻ ഗംഭീരഭാവമവലംബിച്ചുകൊണ്ട് എന്നാൽ ആത്മവിശ്വാസത്തോടും അനായാസമായും മേശയ്ക്കടുത്തു ചെന്ന് ഒരു ഗ്ലാസ് വീഞ്ഞു പകർന്ന് ഊസ്റ്റേങ്കയുടെ ആരോഗ്യത്തിനുവേണ്ടി കുടിച്ചിട്ട്

മറ്റുള്ളവരെ അതുപോലെ ചെയ്യാൻ പ്രേരിപ്പിച്ചു. ചെറുപ്പക്കാരായ പെൺകിടാങ്ങൾ വീഞ്ഞു കുടിക്കുകയില്ലെന്ന് ഊസ്തെങ്ക വിശദീകരിച്ചു.

"തേനിന്റെ കൂടെയാണെങ്കിൽ നോക്കാം," പെൺകുട്ടികളിൽ ആരോ പറഞ്ഞു.

തേനും മിഠായിയുമായി പീടികയിൽനിന്നു മടങ്ങിവന്ന ഭൃത്യനെ ബെലേത്സ്കി അകത്തേക്കു വിളിച്ചു. അയാൾ അകത്തു കടന്ന് കൺകോണുകളിലൂടെ തന്റെ മേലുദ്യോഗസ്ഥന്മാരെ ഒന്നു നോക്കി. ആ നോട്ടത്തിൽ അസൂയയോ നിന്ദയോ ഉണ്ടായിരുന്നില്ല. എങ്കിലും അവർ "ദുർവ്യയം" ചെയ്യുകയാണെന്നായിരുന്നു അയാളുടെ അഭിപ്രായം. അയാൾ തേനും ചാരനിറമുള്ള കടലാസിൽ പൊതിഞ്ഞ പ്രാനിക്കി എന്ന മധുരപലഹാരവും യജമാനനെ ഏല്പിച്ചിട്ട് ചെലവായ പണത്തിന്റെ കണക്കു പറയാൻ ആരംഭിച്ചു. എന്നാൽ ബെലേത്സ്കി അയാളെ അവിടെനിന്ന് ഓടിച്ചു.

വീഞ്ഞിൽ തേൻചേർത്ത് ഗ്ലാസുകളിൽ നിറയ്ക്കുകയും മൂന്നു റാത്തൽ പ്രാനിക്കി മേശപ്പുറത്തു കുട്ടിയിടുകയും ചെയ്തിട്ട് ബെലേത്സ്കി പെൺകുട്ടികളെ മൂലയിൽനിന്ന് പിടിച്ചുവലിച്ച് മേശയ്ക്കടുത്തു കൊണ്ടുവന്നിരുത്തി അവർക്ക് സ്വാദുള്ള പലഹാരം വിതരണം ചെയ്തു.

മര്യാന രണ്ടു് ഉരുണ്ട പെപ്പെരിമിന്റുകളും ഒരു പ്രാനിക്കിയും തന്റെ വെയിലേറ്റു ഇരുണ്ട കൈയിൽ പിടിച്ചു് എന്തു ചെയ്യണമെന്നറിയാതെ നില്ക്കുന്നതു് ഒലേനിൻ കണ്ടു്. ബെലേത്സ്കിയുടേയും ഊസ്തെങ്കയുടേയും ആഹ്ലാദപ്രകടനങ്ങളും മറ്റുള്ളവരെ രസിപ്പിക്കാനുള്ള ശ്രമവും ഉണ്ടായിരുന്നിട്ടും ആ വിരുന്ന് മറ്റുള്ളവർക്ക് ആഹ്ലാദം പകർന്നില്ല. അവർക്ക് ഒരുതരം വീർപ്പുമുട്ടൽ അനുഭവപ്പെട്ടു. ഒലേനിന് അവിടെ തീരെ ശോഭിക്കാൻ കഴിഞ്ഞില്ല. തന്നെ എല്ലാവരും ജിജ്ഞാസയോടും ഒരുപക്ഷേ പരിഹാസത്തോടും കൂടി നോക്കുന്നുണ്ടെന്നും തന്റെ സങ്കോചം മറ്റുള്ളവരെ വീർപ്പുമുട്ടിക്കുന്നുണ്ടെന്നും അയാൾക്ക് മനസ്സിലായി. എന്തെങ്കിലുമൊന്നു പറയാൻവേണ്ടി അയാൾ തല പുകഞ്ഞാലോചിച്ചു. അയാളുടെ മുഖം ചുട്ടുത്തു. തന്റെ ഈ അസ്വസ്ഥത മര്യാനയ്ക്കു പ്രത്യേകിച്ചും അനുഭവപ്പെടുന്നുണ്ടെന്ന് അയാൾക്കു തോന്നി.

"ഞങ്ങൾ പണം കൊടുക്കുന്നതും കാത്ത് അവർ നിൽക്കുകയാണെന്നു തോന്നുന്നു," അയാൾ സ്വയം പറഞ്ഞു. "പക്ഷേ എങ്ങനെയാണ് കൊടുക്കേണ്ടതു്? അതു കഴിയുന്നതും വേഗം അവർക്കു കൊടുത്തിട്ട് ഇവിടുന്നു സ്ഥലം വിടാൻ എന്താണു മാർഗ്ഗം?"

XXV

"നീ നിന്റെ വീട്ടിലെ വാടകക്കാരനുമായി ഇതേവരെ പരിച യപ്പെടാതിരുന്നതു് എന്തുകൊണ്ടാണ്?' ബെലേത്സ്കി മര്യാനയോടു ചോദിച്ചു.

"അദ്ദേഹം ഞങ്ങളെ കാണാൻ വരാറില്ല. പിന്നെങ്ങിനെ പരിച യപ്പെടും?" ഒലേനിനെ ഒന്നു നോക്കിയിട്ടു് മര്യാന പറഞ്ഞു.

അതു കേട്ടപ്പോൾ ഒലേനിൻ അധീരനായിത്തീർന്നു. എന്തു പറയ ണമെന്നു് അറിയാതെ അയാൾ കുഴങ്ങി. ഒരു നെടുവീർപ്പിട്ടുകൊണ്ടു് അയാൾ പറഞ്ഞു:

"എനിക്കു് നിന്റെ അമ്മയെ ഭയമാണ്. ആദ്യം ഞാൻ നിങ്ങളെ കാണാൻ വന്നപ്പോൾ അവർ എന്നെ ഒരുപാടു ശകാരിച്ചു."

മര്യാന അതു കേട്ടു പൊട്ടിച്ചിരിച്ചു.

"അപ്പോൾ നിങ്ങൾ പേടിച്ചുപോയി, അല്ലേ?" അയാളുടെ നേരെ നോക്കി അങ്ങനെ ചോദിച്ചിട്ടു് അവൾ മുഖം തിരിച്ചു.

ആ സുന്ദരിയായ യുവതിയുടെ മുഖം പൂർണ്ണമായും അയാൾ കണ്ടതു് അതാദ്യമായാണ്. ഇതിനു മുമ്പെല്ലാം ഉുവാലകൊണ്ടു് കണ്ണുവരെ മൂടി നടക്കുന്നതേ അയാൾ കണ്ടിരുന്നുള്ളൂ. ഗ്രാമത്തിലെ സൗന്ദര്യ റാണിയായി അവൾ അറിയപ്പെടുന്നതിൽ അത്ഭുതപ്പെടാനില്ലെന്നു് ആ മുഖം കണ്ടപ്പോൾ അയാൾക്കു മനസ്സിലായി. പൊക്കം കുറഞ്ഞ കൊഴുത്ത ശരീരവും തുടുത്ത മുഖവും തവിട്ടുനിറമുള്ള കണ്ണുകളും സദാ പുഞ്ചിരി തൂകുന്ന ചുവന്ന ചുണ്ടുകളുമുള്ള ഉല്ലാസവതിയും സംസാരപ്രി യയുമായ ഊസ്റ്റെങ്ക അഴകുള്ള ഒരു യുവതിയായിരുന്നു. എന്നാൽ മര്യാനയെപ്പറ്റി അഴകുള്ള പെൺകുട്ടിയെന്നു പറഞ്ഞാൽ പോരാ, അതിസുന്ദരി എന്നുതന്നെ പറയണം. ഒത്ത ഉയരമുള്ള കടഞ്ഞെടുത്ത ശരീരവും വടിവൊത്ത ചുമലുകളും സ്ഥൂലിച്ചമാറിടവും കറുത്തിരുണ്ട പുരികക്കൊടികളുടെ നിഴലിൽ തിളങ്ങിക്കൊണ്ടിരിക്കുന്ന വിടർന്ന കരിമിഴികളിലെ ഗൗരവപൂർണ്ണമെങ്കിലും സ്നിഗ്ദ്ധമധുരമായ ഭാവവും അധരങ്ങളിൽ തങ്ങിനില്ക്കുന്ന ഹാർദ്ദമായ പുഞ്ചിരിയും ഇല്ലായിരു ന്നെങ്കിൽ ഒരു പക്ഷേ അവളുടെ മുഖം വേണ്ടതിലേറെ പരുഷവും മിക്കവാറും പരുക്കനുമാണെന്നു് തോന്നുമായിരുന്നു. അവൾ അപൂർവ്വ മായേ പുഞ്ചിരിക്കാറുള്ളൂ. എന്നാൽ ആ പുഞ്ചിരിക്കു് ഒരു പ്രത്യേക വശ്യതയുണ്ടായിരുന്നു. ശക്തിയുടേയും ആരോഗ്യത്തിന്റേയും മൂർത്തീ കരണമായിരുന്നു അവൾ.

അവിടെ സന്നിഹിതരായിരുന്ന എല്ലാ പെൺകിടാങ്ങളും സുന്ദരിമാരായിരുന്നു. എന്നാൽ അവരും ബെലേത്സ്കിയും മിഠായിയുമായി കയറിവന്ന അയാളുടെ ഭൃത്യനും അറിയാതെതന്നെ മര്യാനയെ നോക്കിനിന്നു. പെൺകുട്ടികളോട്ട് എന്തെങ്കിലും പറയേണ്ടപ്പോഴെല്ലാം സ്വാഭാവികമായും അവർ മര്യാനയെയാണ് സംബോധനചെയ്തത്. മറ്റുള്ളവരുടെ ഇടയിൽ പ്രൗഢയും ഉല്ലാസവതിയുമായ ഒരു റാണിയെപ്പോലെ അവൾ ശോഭിച്ചു.

സൽക്കാരം ഒരു വിജയമാക്കാനുള്ള ഉൽക്കണ്ഠമൂലം ബെലേത്സ്കി വാ തോരാതെ സംസാരിച്ചുകൊണ്ടിരുന്നു. വീഞ്ഞ് പകരാൻ അയാൾ പെൺകിടാങ്ങളെ നിർബ്ബന്ധിക്കുകയും തമാശ പറയുകയും ചെയ്തു. മര്യാനയുടെ സൗന്ദര്യത്തെപ്പറ്റിയുള്ള മര്യാദകെട്ട അഭിപ്രായങ്ങൾ അയാൾ ഫ്രഞ്ചിൽ ഒലേനിനോടു പറയുകയും "താങ്കളുടെ" മര്യാന എന്ന് അവളെ വിശേഷിപ്പിക്കുകയും ചെയ്തുകൊണ്ടിരുന്നു. തന്നെ അനുകരിക്കാൻ അയാൾ ഒലേനിനെ ഉപദേശിച്ചു. ഒലേനിന് അതെല്ലാം കൂടുതൽക്കൂടുതൽ അസഹ്യമായിതോന്നി. അവിടുന്ന് പോകാൻ എന്താണ് ഒരു മാർഗ്ഗം എന്ന് അയാൾ തല പുകഞ്ഞാലോചിച്ചുകൊണ്ടിരുന്നു. അത് ഊസ്തെങ്കയുടെ പിറന്നാളാഘോഷമായതിനാൽ അവൾ വീഞ്ഞു പകർന്നുകൊടുത്തുകൊണ്ട് ഓരോരുത്തരേയും ചുംബിക്കണമെന്ന് ബെലേത്സ്കി അഭിപ്രായപ്പെട്ടത് അപ്പോഴാണ്. ഒരു നിബന്ധനയോടെ അവൾ അതിനു സമ്മതിച്ചു. വിവാഹച്ചടങ്ങിനോട്ട് അനുബന്ധിച്ച് ചെയ്യാറുള്ളതുപോലെ തന്റെ താലത്തിൽ പണം ഇട്ടുതരണം എന്നായിരുന്നു അവളുടെ നിബന്ധന.

"എന്നെ ഈ നിന്ദ്യമായ സംഗതിയിലേക്കു വലിച്ചിഴച്ചത് ചെകുത്താനായിരിക്കണം!" ഒലേനിൻ വിചാരിച്ചു. തിരിച്ചുപോകാൻ ഉദ്ദേശിച്ച് അയാൾ എണീറ്റു.

"എവിടെ പോകുന്നു?"

"സിഗററ്റെടുക്കാൻ," എന്നു പറഞ്ഞുകൊണ്ട് അയാൾ സ്ഥലം വിടാൻ ഒരുങ്ങി. എന്നാൽ ബെലേത്സ്കി അയാളെ കൈയ്ക്കു പിടിച്ചു നിർത്തി.

"പണം എന്റെ കൈയിലുണ്ട്," അയാൾ ഫ്രഞ്ചിൽ പറഞ്ഞു.

"ഇവിടുന്ന് രക്ഷപ്പെടാൻ മാർഗ്ഗമൊന്നുമില്ല. ഞാൻ ഇതിനു വില കൊടുത്തേ തീരൂ !" ഒലേനിൻ വിചാരിച്ചു. തന്റെ നയക്കുറവ് അയാളെ ഈർഷ്യപ്പെടുത്തി. "ബെലേത്സ്കി ചെയ്യുന്നത് എനിക്കു ചെയ്യാൻ കഴിയുകയില്ലേ? ഞാൻ ഇവിടെ വരേണ്ടിയിരിന്നതു ശരിയല്ല. കൊസാക്കുകാരുടെ മട്ടിൽ ഞാൻ കുടിച്ചേ തീരൂ." ഏതാണ്ട് എട്ടു ഗ്ലാസ് കൊള്ളുന്ന "ചപ്പൂറ" എന്നു പേരുള്ള മരപ്പാത്രത്തിൽ വീഞ്ഞു

നിറച്ച് ഒറ്റ വലിക്ക് അയാൾ കുടിച്ചുതീർത്തു. പെൺകിടാങ്ങൾ അത്ഭുതപരതന്ത്രരായി, ഭയവിഹ്വലരായി അതു നോക്കി നിന്നു. അത് വിചിത്രവും അനുചിതവുമാണെന്ന് അവർക്കു തോന്നി. ഊസ്റ്റെങ്ക ഒരു ഗ്ലാസിൽ പിന്നെയും വീഞ്ഞു കൊണ്ടുവന്ന് അയാൾക്കു കൊടുത്തിട്ട് അയാളേയും ബെലേത്സ്കിയേയും ചുംബിച്ചു.

"പെൺകുട്ടികളേ, ഇനി നമുക്ക് ഉല്ലസിക്കാം," തന്റെ താലത്തിൽ കിടക്കുന്ന നാല് നാണയത്തുട്ടുകൾ കിലുക്കിക്കൊണ്ട് അവൾ പറഞ്ഞു.

ഒലേനിന്റെ സങ്കോചം മാറി. അയാൾ സംസാരിച്ചുതുടങ്ങി.

"മര്യാന, ഇനി നീയാണ് വീഞ്ഞും ചുംബനവും പകരേണ്ടത്," ബെലേത്സ്കി അവളുടെ കൈയിൽ പിടിച്ചുകൊണ്ട് പറഞ്ഞു.

"ഞാൻ ഇങ്ങനെ ചുംബിക്കാം," എന്നു പറഞ്ഞുകൊണ്ട് അവൾ അയാളുടെ ചെവിയിൽപിടിക്കുന്നതുപോലെ അഭിനയിച്ചു.

"പണം തന്നില്ലെങ്കിലും 'മുത്തച്ഛനെ' ചുംബിച്ചോളൂ," മറ്റൊരു യുവതി അഭിപ്രായപ്പെട്ടു.

"മിടുക്കി !" എന്നു വിളിച്ചുപറഞ്ഞുകൊണ്ട് ബെലേത്സ്കി കുതറി മാറാൻ ശ്രമിച്ച ആ യുവതിയെ കടന്നുപിടിച്ചു ചുംബിച്ചു.

"പക്ഷേ നീ വീഞ്ഞു പകർന്നുതരാതേ പറ്റില്ല." മര്യാനയുടെയടുത്തേക്കു തിരിച്ചുവന്ന് ബെലേത്സ്കി പറഞ്ഞു. "നിന്റെ വാടകക്കാരന് ആദ്യം കൊടുക്കു !"

ബെലേത്സ്കി മര്യാനയുടെ കൈയ്യിൽ പിടിച്ച് അവളെ ഒലേനിൻ ഇരുന്നിരുന്ന ബഞ്ചിനടുത്തേക്ക് കൊണ്ടുപോയി അയാളുടെ അടുത്തിരുത്തി.

"എത്ര സുന്ദരിയാണ് ഇവളെന്നു നോക്കു !" എന്നുപറഞ്ഞുകൊണ്ട് അയാൾ പാർശ്വവീക്ഷണം പ്രദർശിപ്പിക്കാനായി അവളുടെ മുഖം പിടിച്ചുതിരിച്ചു.

മര്യാന പ്രതിഷേധിച്ചില്ല. അവൾ തന്റെ കരിമിഴികൾ ഒലേനിന്റെ നേർക്കു തിരിച്ചു

"ഒരു സൗന്ദര്യധാമം !" ബെലേത്സ്കി ആവർത്തിച്ചു.

"ഞാൻ എത്ര സുന്ദരിയാണെന്നു നോക്കു," മര്യാനയുടെ കണ്ണുകൾ അങ്ങനെ പറയുന്നുണ്ടെന്നു തോന്നി. താൻ ചെയ്യുന്നതെന്താണെന്ന് ആലോചിക്കാതെ ഒലേനിൻ മര്യാനയെ ഒരു കൈകൊണ്ട് ചുറ്റിപ്പിടിച്ച് ചുംബിക്കാൻ ശ്രമിച്ചു. എന്നാൽ അവൾ പൊടുന്നനെ കുതറിമാറി അടുപ്പിന്റെ പിന്നിലുള്ള മൂലയിലേക്ക് ഓടി. ആ ഓട്ടത്തിനിടയിൽ

അവൾ ബെലേത്സ്കിയെ തട്ടി ഒരു വശത്തേക്കു മാറ്റുകയും മേശവിരി താഴെയിടുകയും ചെയ്തു. അത്ഭുതശബ്ദങ്ങളും പൊട്ടിച്ചിരികളും ഉയർന്നു. ബെലേത്സ്കി പെൺകുട്ടികളോട് എന്തോ മന്ത്രിച്ചു. പെട്ടെന്ന് അവരെല്ലാവരും മുറിവിട്ട് ഇടനാഴിയിലേക്കിറങ്ങി മുറിയുടെ വാതി ലടച്ചു. "നീ ബെലേത്സ്കിയെ ചുംബിക്കും. പക്ഷേ എന്തുകൊണ്ടാണ് എന്നെ ചുംബിക്കാത്തത്?" ഒലേനിൻ മര്യാനയോട് ചോദിച്ചു.

"എനിക്ക് ഇഷ്ടമില്ല, അത്ര തന്നെ," കീഴ്ച്ചുണ്ട് കൂർപ്പിക്കുകയും പുരികം ചുളിക്കുകയും ചെയ്തുകൊണ്ട് അവൾ പറഞ്ഞു. "അദ്ദേഹം മുത്തച്ഛനാണ്," ഒരു പുഞ്ചിരിയോടെ അവൾ കൂട്ടിച്ചേർത്തു. അവൾ വാതിലിനടുത്തു ചെന്ന് അതിൽ ഇടിച്ചുതുടങ്ങി. "പിശാചുക്കളേ, നിങ്ങൾ വാതിൽ പൂട്ടിയതെന്തിനാണ്?"

"സാരമില്ല. അവർ അവിടെ നിൽക്കട്ടെ നമുക്ക് ഇവിടെ ഇരിക്കാം," അവളുടെ അടുത്തേക്കു നീങ്ങിനിന്നുകൊണ്ട് ഒലേനിൻ പറഞ്ഞു.

അവൾ വീണ്ടും നെറ്റി ചുളിച്ചുകൊണ്ട് അയാളെ തള്ളിമാറ്റി. വീണ്ടും അവളുടെ അലൗകികസൗന്ദര്യം അയാളുടെ ഹൃദയത്തെ സ്പർശിച്ചു. അതയാളെ തട്ടിയുണർത്തി. തന്റെ പ്രവൃത്തിയിൽ അയാൾക്കു ലജ്ജ തോന്നി. അയാൾ വാതിലിനടുത്തു ചെന്ന് അതു തുറക്കാൻ ശ്രമിച്ചു. "ബെലേത്സ്കി, വാതിൽ തുറക്കൂ ! എന്തൊരു വിഡ്ഢിത്തമാണിത്?"

മര്യാന പിന്നെയും ഉന്മേഷവതിയായി പൊട്ടിച്ചിരിച്ചു.

"അപ്പോൾ എന്നെ പേടിയാണ്, അല്ലേ?" അവൾ ചോദിച്ചു. "അതെ. നിന്റെ അമ്മയെപ്പോലെ നീയും കോപിച്ചിരിക്കുകയാണ് അതാണു കാരണം."

"നിങ്ങൾ യെറോഷ്കയുടെകൂടെ കൂടുതൽ സമയം ഇരിക്കൂ. അപ്പോൾ പെൺകുട്ടികൾക്കു നിങ്ങളെ കൂടുതൽ ഇഷ്ടമാകും !" അയാളുടെ കണ്ണുകളിലേക്കു നോക്കി പുഞ്ചിരിച്ചുകൊണ്ട് അവൾ വിപരീതാ ർത്ഥത്തിൽ പറഞ്ഞു.

അതിന് എന്തു മറുപടി പറയണമെന്നറിയാതെ അയാൾ കുഴങ്ങി.

"ഞാൻ നിന്നെ കാണാൻ വന്നാലോ?" ഓർക്കാപ്പുറത്ത് അയാൾ ചോദിച്ചു.

"അപ്പോൾ സംഗതി മാറും," തലയാട്ടിക്കൊണ്ട് അവൾ പറഞ്ഞു.

ആ സമയത്ത് ബെലേത്സ്കി വാതിൽ തള്ളിത്തുറന്നു. മര്യാന ഒലേനിന്റെയടുത്തുനിന്ന് ചാടി മാറുന്നതിനിടയിൽ അവളുടെ നിതംബം അയാളുടെ കാലിൽ സ്പർശിച്ചു.

"ഞാൻ വിചാരിച്ചിരുന്നതൊക്കെ വെറും അസംബന്ധമാണ്.

പ്രേമത്തെപ്പറ്റിയും ആത്മത്യാഗത്തെപ്പറ്റിയും ലക്ഷ്യാഷയെപ്പറ്റിയുമുള്ള എന്റെ ധാരണകളൊക്കെ തനിവിഡ്ഢിത്തമാണ്. സന്തുഷ്ടിയാണ് സർവ്വപ്രധാനം. സന്തുഷ്ടനായ മനുഷ്യൻ ന്യായീകരിക്കപ്പെടും," ഒലേനിന്റെ മനസ്സിലൂടെ അങ്ങനെ ഒരു ചിന്ത മിന്നിമറഞ്ഞു. തന്നെത്തന്നെ അത്ഭുതപ്പെടുത്തുന്ന ശക്തിയോടെ അയാൾ സുന്ദരിയായ മര്യാനയെ വാരിയെടുത്ത് അവളുടെ നെറ്റിയിലും കവിളിലും ചുംബിച്ചു. അവൾ കോപിച്ചില്ല. ഉറക്കെ ചിരിച്ചുകൊണ്ട് അവൾ മറ്റു പെൺകുട്ടികളുടെയടുത്തേക്ക് ഓടിപ്പോയി.

ആ സൽക്കാരം അങ്ങനെ അവസാനിച്ചു. ഊസ്തെങ്കയുടെ അമ്മ ജോലികഴിഞ്ഞ് വീട്ടിൽ മടങ്ങിയെത്തി. അവർ പെൺകുട്ടികളെ ശകാരിക്കുകയും അവരവരുടെ വീടുകളിലേക്ക് മടക്കിയയക്കുകയും ചെയ്തു.

XXVI

"അതെ," വീട്ടിലേക്കു മടങ്ങുമ്പോൾ ഒലേനിൻ വിചാരിച്ചു. "ഞാൻ കടിഞ്ഞാൺ അല്പമൊന്ന് അയച്ചാൽ ഈ കൊസാക്ക് പെൺകുട്ടിയിൽ അനുരാഗബദ്ധനായിത്തീരും."

ആ വിചാരത്തോടെയാണ് അയാൾ ഉറങ്ങാൻ കിടന്നത്. എന്നാൽ ഈ വിഡ്ഢിത്തം താനേ മാറിക്കൊള്ളുമെന്നും നിനക്ക് പഴയതുപോലെതന്നെ തുടർന്നും ജീവിക്കാൻ കഴിയുമെന്നും അയാൾ സങ്കല്പിച്ചു.

പക്ഷേ പഴയ ജീവിതം അയാൾക്കു തിരിച്ചുകിട്ടിയില്ല. മര്യാനയുമായുള്ള അയാളുടെ ബന്ധത്തിൽ ഒരു മാറ്റം വന്നു. മുമ്പ് അവരെ വേർതിരിച്ചുനിർത്തിയിരുന്ന മറ അപ്രത്യക്ഷമായി. ഇപ്പോൾ അവളെ കാണുമ്പോഴെല്ലാം ഒലേനിൻ അഭിവാദ്യം ചെയ്യാറുണ്ട്.

കോർണെറ്റ് വാടക പിരിക്കാൻ ഒലേനിനെ സന്ദർശിച്ചു. ഒലേനിന്റെ ധനശേഷിയെപ്പറ്റിയും ഔദാര്യത്തെപ്പറ്റിയും കേട്ടറിഞ്ഞ ആ വൃദ്ധൻ അയാളെ തന്റെ വീട്ടിലേക്കു ക്ഷണിച്ചു. വൃദ്ധയായ ഉലീത്ക അയാളെ ഹൃദ്യമായി സ്വീകരിച്ചുതുടങ്ങി. സൽക്കാരം നടന്ന ദിവസം മുതൽ അവിടെ ചെന്ന് ആ വൃദ്ധയെ സന്ദർശിക്കുന്നതു് അയാൾ ഒരു പതിവാക്കിയിരുന്നു. ഗ്രാമത്തിലെ അയാളുടെ ജീവിതത്തിൽ പ്രത്യക്ഷത്തിൽ ഒരു മാറ്റവും വന്നില്ല. എന്നാൽ അയാളുടെ ഉള്ളിന്റെയുള്ളിൽ സർവ്വതും മാറിയിരുന്നു. പകൽസമയം മുഴുവൻ അയാൾ കാട്ടിൽ ചെലവഴിക്കും. എന്നാൽ നേരം ഇരുട്ടിയാലുടൻ, ഏകദേശം എട്ടുമണിക്ക്, അയാൾ ഗൃഹനാഥന്റെ കുടുംബം താമസിക്കുന്ന വീട്ടിലേക്കു പോകും. ചിലപ്പോൾ തനിച്ചായിരിക്കും പോകുന്നതു് ചിലപ്പോൾ യെറോഷ്ക അമ്മാവൻ കൂടെയുണ്ടായിരിക്കും. അവിടെയുള്ളവരെല്ലാം ഇപ്പോൾ ഒലേനിന്റെ ഈ സന്ദർശനവുമായി പഴകിക്കഴിഞ്ഞതിനാൽ ഒരു ദിവസം അയാൾ ചെന്നില്ലെങ്കിൽ അവരെ അതത്ഭുതപ്പെടുത്തും. അയാൾ വീഞ്ഞിന് നല്ല വിലകൊടുത്തിരുന്നു. ശാന്തനായ ഒരു മനുഷ്യനായിരുന്നു അയാൾ. വന്യൂഷ അയാളുടെ ചായ അവിടെ കൊണ്ടുചെല്ലും. അടുപ്പിനടുത്തുള്ള മൂലയിൽ അയാൾ ഇരിക്കും. വൃദ്ധയായ ഗൃഹനായികയെ അയാളുടെ സാന്നിദ്ധ്യം അലട്ടിയിരുന്നില്ല. അവർ തന്റെ പതിവുജോലികൾ ചെയ്തുകൊണ്ടിരിക്കും. ചായയോ വീഞ്ഞോ കുടിച്ചുകൊണ്ടിരിക്കുമ്പോൾ എല്ലാവരും കൊസാക്കുകാരുടെ ജോലിയെപ്പറ്റിയോ അയല്ക്കാരെപ്പറ്റിയോ സംസാരിച്ചുകൊണ്ടിരിക്കും. അല്ലെങ്കിൽ ഒലേനിൻ റഷ്യയെപ്പറ്റി അവരോടു പറഞ്ഞുകൊണ്ടിരിക്കും. അതുമല്ലെങ്കിൽ

അവർ അയാളോട് ചോദ്യങ്ങൾ ചോദിച്ചുകൊണ്ടിരിക്കും. ചിലപ്പോൾ ഒലേനിൻ പുസ്തകം കൊണ്ടുവന്ന് വായനയിൽ മുഴുകും.

മര്യാന ഒരു കാട്ടാടിനെപ്പോലെ കാലുകൾ പിറകോട്ടു മടക്കി വെച്ച് അടുപ്പിൻതിണ്ണയിലോ വെളിച്ചം വീഴാത്ത മൂലയിലോ ഇരിക്കുകയാണു പതിവ്. അവൾ സംഭാഷണത്തിൽ പങ്കുകൊള്ളാറില്ല. എന്നാൽ ഒലേനിന് അവളുടെ കണ്ണുകളും മുഖവും കാണാൻ കഴിഞ്ഞിരുന്നു. അവൾ അനങ്ങുന്നതും തണ്ണിമത്തൻകുരു കടിച്ചുപൊട്ടിക്കുന്നതും അയാൾക്കു കേൾക്കാമായിരുന്നു. താൻ സംസാരിക്കുമ്പോഴൊക്കെ അവൾ അതീവ താല്പര്യത്തോടെ അതു ശ്രദ്ധിക്കുന്നുണ്ടെന്ന ബോധം അയാൾക്കുണ്ടായിരുന്നു. നിശബ്ദനായി വായനയിൽ മുഴുകി ഇരിക്കുമ്പോൾപ്പോലും അയാൾക്ക് അവളുടെ സാമിപ്യം അനുഭവപ്പെട്ടു. അവളുടെ കണ്ണുകൾ തന്നിൽ പതിഞ്ഞിരിക്കയാണെന്ന് ചിലപ്പോൾ അയാൾക്കു തോന്നാറുണ്ട്. അവളുടെ പ്രസന്നമായ കണ്ണുകളുമായി തന്റെ കണ്ണുകൾ ഇടയുമ്പോഴൊക്കെ അയാൾ അറിയാതെ നിശ്ശബ്ദനായിത്തീരുകയും അവളെ നോക്കിക്കൊണ്ടിരിക്കുകയും ചെയ്യും. തൽക്ഷണംതന്നെ അവൾ മുഖം തിരിച്ചുകളയും. വൃദ്ധയുമായുള്ള സംഭാഷണത്തിൽ മുഴുകിയിരിക്കുകയാണെന്നു നടിച്ചുകൊണ്ട് അയാൾ അവളുടെ ശ്വാസോച്ഛ്വാസവും അവളുടെ ഓരോ ചലനവും ശ്രദ്ധിക്കും. വീണ്ടും അവൾ തന്റെ നേരെ നോക്കുന്നതും കാത്ത് അയാൾ അങ്ങനെ ഇരിക്കും. മറ്റുള്ളവരുടെ മുമ്പിൽവെച്ച് അവൾ പൊതുവെ സൗഹാർദ്ദപൂർവ്വമാണ് അയാളോടു പെരുമാറിയിരുന്നത്. എന്നാൽ അവർ ഒറ്റയ്ക്കാകുമ്പോൾ അവൾ വന്യയും മയമില്ലാത്തവളുമായി മാറും. ചിലപ്പോൾ മര്യാന പുറത്തുനിന്ന് മടങ്ങിവരുന്നതിനു മുമ്പുതന്നെ അയാൾ അവളുടെ വീട്ടിലെത്താറുണ്ട്. അപ്പോൾ

പൊടുന്നനെ അവളുടെ ഉറച്ച കാലടിശബ്ദം അയാൾ കേൾക്കും. നീല ചിട്ടിത്തുണികൊണ്ടുള്ള അവളുടെ കുപ്പായം മിന്നിമറയുന്നത് തുറന്ന വാതിലിലൂടെ അയാൾ കാണും. മുറിയിലേക്കു കടന്നുവന്ന് അയാളെ കാണുന്ന നിമിഷത്തിൽ അവളുടെ കണ്ണുകളിൽ സ്നിഗ്ധമായ ഒരു പുഞ്ചിരി വിരിയും. അതു കാണുമ്പോൾ ഭയവും സന്തോഷവും ഇടകലർന്ന ഒരു വികാരത്തിന് അയാൾ അടിമയായിത്തീരും.

അയാൾ അവളോട്ട് ഒന്നും ആവശ്യപ്പെട്ടില്ല. അവളിൽ നിന്ന് ഒന്നും പ്രതീക്ഷിച്ചുമില്ല. എന്നാൽ ദിവസം ചെല്ലുന്തോറും അവളുടെ സാന്നിദ്ധ്യം അയാളുടെ ജീവിതത്തിലെ ഒഴിച്ചുകൂടാനാവാത്ത ഒരു ഘടകമായിത്തീർന്നുകൊണ്ടിരുന്നു.

അങ്ങനെ ഗ്രാമീണജീവിതവുമായി അത്രയേറെ ഇഴുകിച്ചേർന്നതിനാൽ ഒലേനിന് തന്റെ ഭൂതകാലജീവിതം തികച്ചും അന്യമായിത്തീർന്നു. താൻ ഇപ്പോൾ താമസിക്കുന്ന കൊച്ചുലോകത്തിനൊഴികെ മറ്റൊന്നിനും അയാളുടെ ഭാവിയിൽ നിലനില്പില്ലാതായിത്തീർന്നു. നാട്ടിൽനിന്ന് സ്നേഹിതരോ ബന്ധുക്കളോ എഴുതുന്ന കത്തുകൾ അയാളെ വേദനിപ്പിക്കും. കാരണം തകർന്ന ഒരു മനുഷ്യനായിട്ടാണ് അവർ അയാളെ കാണുന്നതെന്ന് അവ വെളിപ്പെടുത്തിയിരുന്നു. എന്നാൽ ഒരു കൊസാക്ക് ഗ്രാമത്തിൽ താമസിച്ച് തന്നെപ്പോലെ ജീവിക്കാത്ത സകലരേയും തകർന്ന മനുഷ്യരായിട്ടാണ് അയാൾ കണ്ടിരുന്നത്. തന്റെ പഴയ ജീവിതത്തിൽനിന്ന് സ്വയം അടർന്നുമാറിയതിലും ഈ ഗ്രാമത്തിൽ ലളിതമായ ഒരു ജീവിതം നയിക്കുന്നതിലും ഒരിക്കലും തനിക്കു പശ്ചാത്തപിക്കേണ്ടിവരില്ലെന്ന് അയാൾ വിശ്വസിച്ചു. കാവൽചൗക്കകളും പടയോട്ടങ്ങളും അയാളെ ആകർഷിച്ചു. എന്നാൽ ഇവിടെവെച്ചു മാത്രമാണ്. യെറോഷ്ക അമ്മാവന്റെ ചിറകിനു കീഴിൽവെച്ചും തന്റെ ഈ കാട്ടിൽവെച്ചും ഗ്രാമത്തിന്റെ അതിർത്തിയിൽ സ്ഥിതിചെയ്യുന്ന ഈ കുടിലിൽവെച്ചും മാത്രമാണ്, പ്രത്യേകിച്ചും മര്യാനയേയും ലൂക്കാഷയേയും അനുസ്മരിക്കുന്ന സമയത്ത് മാത്രമാണ്, തന്റെ പഴയ ജീവിതത്തിന്റെ പൊള്ളത്തരം അയാൾക്കു ശരിക്കും ബോദ്ധ്യമാകുന്നത്. തന്റെ മനസ്സിനെ ഇപ്പോൾപ്പോലും ശല്യപ്പെടുത്തിരക്കൊണ്ടിരിക്കുന്ന പഴയ ജീവിതം അങ്ങേയറ്റം ഗർഹണീയവും അന്തസ്സാരവിഹീനവുമാണെന്ന് അയാൾക്ക് ഇപ്പോൾ തോന്നി.

ഓരോ ദിവസം കഴിയുന്തോറും താൻ കൂടുതൽ കൂടുതൽ സ്വതന്ത്രനായിക്കൊണ്ടിരിക്കയാണെന്നും മനുഷ്യനായിക്കൊണ്ടിരിക്കയാണെന്നും അയാൾക്കു ബോദ്ധ്യമായി. കോക്കസസ്സിനെപ്പറ്റി താൻ കേട്ടിരുന്നതോ വായിച്ചിട്ടുള്ളതോ ആയ യാതൊന്നും,

അതിനെപ്പറ്റിതാൻ വെച്ചുപുലർത്തിയിരുന്ന സങ്കല്പങ്ങളോട് സാദൃശ്യമുള്ള യാതൊന്നും അവിടെയില്ലെന്ന് അയാൾക്കു മനസ്സിലായി.

"ഇവിടെ പടക്കുതിരകളോ വെള്ളച്ചാട്ടങ്ങളോ അമലാത്-ബെക്കുകളോ വീരപുരുഷന്മാരോ തെണ്ടികളോ ഇല്ല," അയാൾ സ്വയം പറഞ്ഞു. "പ്രകൃതിയെപ്പോലെതന്നെ ഇവിടെ മനുഷ്യരും ജീവിക്കുന്നു. അവർ മരിക്കുന്നു, ജനിക്കുന്നു, കല്യാണം കഴിക്കുന്നു, പിന്നേയും ജനിക്കുന്നു, യുദ്ധം ചെയ്യുന്നു, കുടിക്കുന്നു, തിന്നുന്നു, ഉല്ലസിക്കുന്നു, വീണ്ടും മരിക്കുന്നു. സൂര്യനും പുല്ലിനും മൃഗങ്ങൾക്കും വൃക്ഷങ്ങൾക്കും ബാധകമായ പ്രകൃതിയുടെ മാറ്റാനാവാത്ത നിബന്ധനകളല്ലാതെ മറ്റു നിബന്ധനകളൊന്നും അവർക്കില്ല. മറ്റു നിയമങ്ങളും അവർക്കില്ല..."

തൽഫലമായി ആ മനുഷ്യർ താനുമായി താരതമ്യപ്പെടുത്തി നോക്കുമ്പോൾ കൂടുതൽ സൗന്ദര്യമുള്ളവരും ശക്തരും സ്വതന്ത്രരുമാണെന്ന് അയാൾക്കു തോന്നി. അവരെ നോക്കിക്കൊണ്ടിരിക്കുമ്പോൾ അയാൾക്ക് തന്നെപ്പറ്റി ലജ്ജയും ദുഃഖവും തോന്നി. എല്ലാം ഉപേക്ഷിച്ച് കൊസാക്കുകാരിൽ ഒരാളായിത്തീരണമെന്നും ഒരു കൊച്ചുവീടും, കുറെ കന്നുകാലികളേയും വാങ്ങിക്കണമെന്നും ഒരു കൊസാക്ക് യുവതിയെ-മര്യാനയെയല്ല, അവളെ അയാൾ ലൂക്കാഷ്യുവേണ്ടി ത്യജിക്കുകയാണ്-വിവാഹം ചെയ്യണമെന്നും യെറോഷ്ക അമ്മാവനോടൊപ്പം താമസിക്കണമെന്നും അയാളോടൊപ്പം വേട്ടയാടുകയും മീൻപിടിക്കുകയും ചെയ്യണമെന്നും കൊസാക്കുകാരോടൊപ്പം പടയോട്ടങ്ങളിൽ പങ്കെടുക്കണമെന്നും പലപ്പോഴും അയാൾ കാര്യമായി ചിന്തിക്കാറുണ്ടായിരുന്നു. "ഞാൻ എന്തുകൊണ്ട് അതു ചെയ്യുന്നില്ല?" അയാൾ സ്വയം ചോദിച്ചു. "ഞാൻ എന്താണ് കാത്തിരിക്കുന്നത്?" അയാൾ സ്വയം പീഡിപ്പിക്കുകയും അപമാനിക്കുകയും ചെയ്തുകൊണ്ടിരിക്കുന്നു. "യുക്തിയുക്തവും ശരിയുമെന്നു തോന്നുന്ന ഈ മാർഗ്ഗം സ്വീകരിക്കാൻ എനിക്കു ഭയമാണോ? ഒരു സാധാരണ കൊസാക്കുകാരനെപ്പോലെ ലളിതമായി, പ്രകൃതിയോട് ഇഴുകിച്ചേർന്ന് ജീവിക്കണമെന്നും ആരേയും ദ്രോഹിക്കരുതെന്നും കഴിയുമെങ്കിൽ മനുഷ്യർക്ക് എന്തെങ്കിലും നന്മചെയ്യണമെന്നുമുള്ള എന്റെ ഈ സ്വപ്നം മുമ്പു ഞാൻ കണ്ടിരുന്ന സ്വപ്നങ്ങളേക്കാൾ, ഉദാഹരണത്തിന് ഒരു മന്ത്രിയോ റജിമെന്റ് കമാണ്ടറോ ആയിത്തീരണമെന്നുള്ള എന്റെ പഴയ സ്വപ്നത്തേക്കാൾ, അസംബന്ധമാണോ?"

എന്നാൽ, കാത്തിരിക്കു, ധൃതികൂട്ടാതിരിക്കു, എന്ന് ഏതോ ഒരു ശബ്ദം തന്നോട് ആജ്ഞാപിച്ചുകൊണ്ടിരിക്കുന്നതായി അയാൾക്കു തോന്നി. സന്തുഷ്ടിയെപ്പറ്റിയുള്ള തന്റെ സങ്കല്പം മറ്റൊന്നായതുകൊണ്ട് തനിക്ക് യെറോഷ്കയെപ്പോലെയും ലൂക്കാഷയെപ്പോലെയും

ജീവിക്കാൻ സാദ്ധ്യമല്ല എന്ന അസ്പഷ്ടമായ ബോധം അയാളെ തടഞ്ഞുകൊണ്ടിരുന്നു. ആത്മത്യാഗത്തിൽനിന്നാണ് സന്തുഷ്ടി ഉളവാകുന്നതെന്ന അയാളുടെ വിശ്വാസം അയാളെ തടഞ്ഞുകൊണ്ടിരുന്നു ലൂക്കാഷയോടുള്ള തന്റെ പെരുമാറ്റത്തെപറ്റി ഓർത്ത് ഇപ്പോഴും അയാൾ സന്തോഷിക്കാറുണ്ട്. മറ്റുള്ളവർക്കുവേണ്ടി ത്യാഗം ചെയ്യാനുള്ള അവസരം അയാൾ സദാ തേടിക്കൊണ്ടിരുന്നു. എന്നാൽ അതിനുള്ള ഒരവസരവും വന്നുചേർന്നില്ല. സന്തുഷ്ടിയെപ്പറ്റി താൻ പുതുതായി കണ്ടുപിടിച്ച സിദ്ധാന്തം ചിലപ്പോൾ അയാൾ മറക്കാറുണ്ട്. യെറോഷ്ക അമ്മാവന്റെ ജീവിതത്തിൽ പങ്കുകൊള്ളാൻ തനിക്ക് സ്വാതന്ത്ര്യമുണ്ടെന്ന് അപ്പോൾ അയാൾക്കു തോന്നും. എന്നാൽ അടുത്ത നിമിഷം തന്നെ അയാൾക്ക് വീണ്ടും അതോർമ്മവരും. തൽക്ഷണം അയാൾ ബോധപൂർവ്വമുള്ള ആത്മപരിത്യാഗത്തിൽ വീണ്ടും മുറുകെപ്പിടിക്കും. തൽഫലമായി എല്ലാ മനുഷ്യരേയും എല്ലാ സംഭവങ്ങളേയും ശാന്തതയോടും അന്തസ്സോടുംകൂടി നോക്കിനില്ക്കാൻ അയാൾക്കു കഴിഞ്ഞു.

XXVII

മുന്തിരിയുടെ വിളവെടുപ്പിനുമുമ്പ് ലൂക്കാഷ ഒലേനിനെ സന്ദർശിച്ചു. കാഴ്ച്ചയിൽ അവനു മുമ്പെന്നത്തെക്കാളും കൂടുതൽ മിടുക്കും തന്റേടവും തോന്നിച്ചു.

"എന്താ, കല്യാണം അടുത്തോ?" അവനെ ഹൃദ്യമായി സ്വീകരിച്ചുകൊണ്ട് ഒലേനിൻ ചോദിച്ചു.

ലൂക്കാഷ അതിനു നേരെ മറുപടി പറഞ്ഞില്ല.

"നോക്കു ! ഞാൻ നിങ്ങളുടെ കുതിരയെ പുഴയ്ക്കക്കരെയുള്ള ഒരു കുതിരയുമായി വെച്ചുമാറി. ഇതു് നല്ല ഒരു കുതിരയാണ്. ഒന്നാന്തരം ഒരു കബാർദ കുതിര ! എനിക്കു കുതിരകളെ ശരിക്കു തെരഞ്ഞെടുക്കാനറിയാം."

അവർ പുതിയ കുതിരയെ നോക്കി നിന്നു. അതിനെ അവർ മുറ്റത്തുകൂടി ഓടിച്ചുനോക്കി. വാസ്തവത്തിൽ അതു് ഒന്നാന്തരം ഒരു കുതിരതന്നെയായിരുന്നു. വിശാലമായ പുറവും നീളമുള്ള ഉടലും ചെമ്പുനിറമുള്ള തിളങ്ങുന്ന തൊലിയും സമൃദ്ധമായ നീണ്ട വാലും മൃദുവായ കുഞ്ചിരോമവും മേൽജാതി കുതിരകളുടെ ലക്ഷണമൊത്ത സ്കന്ധവും ഒത്തുചേർന്ന ഒരു വിത്തുകുതിരയായിരുന്നു അതു്. തടിച്ച ആ കുതിരയുടെ പുറത്തിന്, വേണമെങ്കിൽ ഒരാൾക്കു കിടന്നുറങ്ങാൻ തക്ക വലിപ്പമുണ്ട്. എന്നാണ് ലൂക്കാഷ തമാശയായി പറഞ്ഞതു്. അതിന്റെ കുളമ്പുകളും കണ്ണുകളും പല്ലും മറ്റെല്ലാംതന്നെ കുറ്റമറ്റതായിരുന്നു. കലർപ്പില്ലാത്ത രക്തമുള്ള ഒരു മേൽജാതി കുതിരയാണ് അതെന്ന് ഈ ലക്ഷണങ്ങളെല്ലാം വിളിച്ചറിയിച്ചു. ഒലേനിന് ആ കുതിരയെ പ്രശംസിക്കാതിരിക്കാൻ കഴിഞ്ഞില്ല. കോക്കസസ്സിലൊരിടത്തും അത്ര നല്ല ഒരു കുതിരയെ അയാൾ അതിനുമുമ്പ് കണ്ടിട്ടില്ല.

"ഇവൻ ഭംഗിയായി ഓട്ടും," കുതിരയുടെ കഴുത്തിൽ തലോടിക്കൊണ്ടു് ലൂക്കാഷ പറഞ്ഞു. "ഇവൻ കുതിക്കുന്നതു് ഒന്നു കാണേണ്ടതാണ്.! ഇവന് നല്ല ബുദ്ധിയുണ്ട്. യജമാനന്റെ പിന്നാലെ ഓടിയെത്തും."

"ഒരുപാടു പണം കൂടുതൽ കൊടുക്കേണ്ടിവന്നോ?" ഒലേനിൻ ചോദിച്ചു.

"എനിക്കറിയില്ല," ലൂക്കാഷ ഒരു പുഞ്ചിരിയോടെ പറഞ്ഞു.

"എനിക്ക് എന്റെ സ്നേഹിതൻ തന്നതാണ് ഇവനെ."

"ഉഗ്രൻ കുതിരയാണ് ! ഇതിനു നീ എന്തു വില വാങ്ങും?" ഒലേനിൻ ചോദിച്ചു.

"നൂറ്റമ്പതു നാണയം ഇവനു വിലവരും. പക്ഷേ നിങ്ങൾ

വേണമെങ്കിൽ ഇവനെ എടുത്തോളൂ. ഇതു നിങ്ങളുടേതാണ്," ലുക്കാഷ ഉല്ലാസഭരിതനായി പറഞ്ഞു. "ഒരു വാക്കു പറഞ്ഞാൽ ഇവൻ നിങ്ങളു ടേതാകും. ജീനി മാറ്റിയിട്ട് ഇവനെ അകത്തേക്കു കൊണ്ടുപൊയ്ക്കോളൂ. എനിക്ക് ഏതെങ്കിലും ഒന്നിനെ തന്നാൽ മതി."

"വേണ്ട വേണ്ട. യാതൊരു കാരണവശാലും ഞാൻ ഇതു സ്വീക രിക്കുകയില്ല."

"ശരി. എന്നാൽ ഞാൻ നിങ്ങൾക്കു തരാൻ ഒരു സമ്മാനം കൊണ്ടു വന്നിട്ടുണ്ട്," എന്നു പറഞ്ഞുകൊണ്ട് ലുക്കാഷ തന്റെ ബൽറ്റിൽ തൂങ്ങിക്കിടന്ന രണ്ടു കഠാരികളിലൊന്ന് പുറത്തെടുത്തു. "എനിക്കിതു പുഴയ്ക്കക്കരെനിന്ന് കിട്ടിയതാണ്."

"നന്ദി. വളരെ നന്ദി."

"എന്റെ അമ്മ നിങ്ങൾക്കു കുറെ മുന്തിരിങ്ങ കൊണ്ടുവരാമെന്ന് ഏറ്റിട്ടുണ്ട്."

"അതിന്റെ ആവശ്യമില്ല. നമുക്ക് പിന്നീട് കണക്കു തീർക്കാം. ഞാൻ നിനക്ക് കഠാരയുടെ വില തരുന്നില്ലല്ലോ."

"അതിനു നിങ്ങൾ വിലതരുന്നതെങ്ങിനെ? നമ്മൾ ചങ്ങാതിമാര ല്ലേ? ഗിരേയ് ഖാൻ എന്നെ പുഴയ്ക്കക്കരെ ചെല്ലാൻ ക്ഷണിച്ചു. അവിടെ ചെന്നപ്പോൾ അയാൾ പറഞ്ഞു: 'ഇഷ്ടമുള്ളത് എടുത്തോളൂ.' ഞാൻ ഒരു സിർക്കേഷ്യൻ വാൾ എടുത്തു. അതാണ് ഞങ്ങളുടെ ആചാരം."

"നീ ഗ്രാമത്തിൽ താമസിക്കാൻ വന്നതാണോ?" ഒലേനിൻ ചോദിച്ചു.

"അല്ല. ഞാൻ യാത്ര പറയാൻ വന്നതാണ്. അവർ എന്നെ കോർഡണിൽനിന്ന് ടെറെക്കിനപ്പുറമുള്ള സോത്ന്യയിലേക്ക് അയയ്ക്കുകയാണ്. ഞാനും എന്റെ കൂട്ടുകാരൻ നസാർക്കയും ഇന്നുത ന്നെ അങ്ങോട്ടു പുറപ്പെടും.

"നിന്റെ കല്യാണം എന്നാണ്?"

"അധികം താമസിയാതെ ഞാൻ തിരിച്ചുവരും. അതു നടത്തിയിട്ട് വീണ്ടും സേവനത്തിനു പോകും."

"പക്ഷേ നീ നിന്റെ വധുവിനെ കാണാൻ പോകുന്നില്ലേ?"

"അതെന്തിനാണ് ? എന്തിന് അവളെ കാണുന്നു? നിങ്ങൾ ആ വഴി വരുമ്പോൾ ലുക്കാഷ ഷിറോക്കി എവിടെയെന്ന് സോത്ന്യ യിൽ ചോദിച്ചാൽ മതി. അവിടെ ധാരാളം കാട്ടുപന്നികളുണ്ട് ഞാൻ രണ്ടെണ്ണത്തിനെ കൊന്നു. ഞാൻ നിങ്ങളെ നായാട്ടിനു കൊണ്ടുപോകാം."

"ശരി, നമസ്കാരം നിനക്കു നല്ലതു വരട്ടെ !"

ലൂക്കാഷ മര്യാനയെ കാണാൻ പോകാതെ കുതിരപ്പുറത്തു കയറി ഒരു ജിഗീത്തിനെപ്പോലെ തെരുവിലേക്കു പാഞ്ഞു. നസാർക്ക അവിടെ അവനെ കാത്തുനിന്നിരുന്നു.

"നമുക്ക് അവിടംവരെ ഒന്നു പോകണ്ടേ?" യാംകയുടെ വീടിനുനേരെ കണ്ണുകാണിച്ചുകൊണ്ട് നസാർക്ക ചോദിച്ചു.

"ഞാൻ പറയുന്നതു കേൾക്കു !" ലൂക്കാഷ വിളിച്ചുപറഞ്ഞു.

"താൻ എന്റെ കുതിരയെ അങ്ങോട്ടു കൊണ്ടുപോകുകയാണെങ്കിൽ അതിനു കുറച്ചു വൈക്കോൽ കൊടുക്കണം. ഞാൻ വരാൻ താമസിച്ചേക്കും. നാളെ നേരം വെളുക്കുമ്പോൾത്തന്നെ എനിക്കു ടെറെക്കിനപ്പുറത്തുള്ള സോത്ന്യയിലെത്തണം."

"ആ യുങ്കർ തനിക്ക് മറ്റൊന്നും സമ്മാനിച്ചില്ലേ?"

"ഇല്ല ! നന്ദി പ്രകടിപ്പിക്കാൻ ഞാൻ അയാൾക്ക് എന്റെ കഠാര കൊടുത്തു. എന്നിട്ടും അയാൾ കുതിരയെ തിരിച്ചു ചോദിച്ചുതുടങ്ങി," താഴെയിറങ്ങി കടിവാളം നസാർക്കയെ ഏല്പിച്ചിട്ട് ലൂക്കാഷ പറഞ്ഞു.

അവർ ഒലേനിന്റെ ജനലിനു തൊട്ടുതാഴെ ഒരിടത്തുകൂടി മുറ്റത്തു കടന്ന് പതുങ്ങിപ്പതുങ്ങി മര്യാനയുടെ ജനലിനടുത്തേക്ക് ചെന്നു. നേരം നല്ലതുപോലെ ഇരുട്ടിയിരുന്നു. ഒറ്റ ഉടുപ്പു മാത്രം ധരിച്ചിരുന്ന ആ യുവതി തന്റെ നീണ്ട മുടി ചീകിയിട്ട് കിടക്കാൻ തയ്യാറാവുകയായിരുന്നു.

"ഇതു ഞാനാണ്," ആ കൊസാക്ക് യുവാവ് മന്ത്രിച്ചു.

മര്യാനയുടെ ഗൗരവംസ്ഫുരിക്കുന്ന മുഖത്ത് ഭാവഭേദമൊന്നും ഉണ്ടായില്ല. എന്നാൽ തന്റെ പേര് വിളിക്കുന്നത് കേട്ടപ്പോൾ അവളുടെ മുഖം പ്രസന്നമായി. സംഭ്രമവും സന്തോഷവുംകൊണ്ട് മതിമറന്ന് അവൾ ജനലിന്റെ മറ പൊക്കി തല പുറത്തേക്കു നീട്ടി.

"എന്താണ്? എന്തു വേണം?" അവൾ ചോദിച്ചു.

"വാതിൽ തുറക്കു, ലൂക്കാഷ ആവശ്യപ്പെട്ടു. "ഒരു നിമിഷം ഞാൻ അകത്തു വരട്ടെ. നിന്നെ കാണാൻ ഞാൻ കൊതിച്ചിരിക്കുകയാണ്. ഭയങ്കരമായ ഏകാന്തത എനിക്കു തോന്നി."

"അവൻ അവളുടെ മുഖം പിടിച്ചടുപ്പിച്ച് ചുംബിച്ചു.

"സത്യമായിട്ടും, എന്നെ അകത്തു കയറ്റു !"

"അസംബന്ധം ! ഞാൻ പറഞ്ഞില്ലേ പറ്റില്ലെന്ന്! കുറെ ദിവസം ഇവിടെ കാണുമോ?"

"ഒരു ചുംബനമായിരുന്നു അതിനുള്ള മറുപടി. അവൾ പിന്നീട്

ഒന്നും ചോദിച്ചില്ല.

"ജനലിനിപ്പുറത്തുനിന്ന് കെട്ടിപ്പിടിക്കാൻ വളരെ പ്രയാസമാണ്!" ല്യക്കാഷ പരാതിപ്പെട്ടു.

"മര്യാന, ആരാണ് അവിടെ?" ബബൂക ഉലീത്ക അന്വേഷിച്ചു."

ല്യക്കാഷ തന്നെ ആരും തിരിച്ചറിയാതിരിക്കാൻ തൊപ്പിയെടുത്ത് മാറ്റിയിട്ട് കുനിഞ്ഞുനിന്നു.

"വേഗം പൊയ്ക്കോളൂ !" പെൺകുട്ടി മന്ത്രിച്ചു.

"ല്യക്കാഷ ഇവിടെ വന്നിരുന്നു." അവൾ അമ്മയോടു പറഞ്ഞു. "അച്ഛനെ അന്വേഷിച്ചു."

"അവനോട്ട് ഇങ്ങോട്ടു വരാൻ പറയൂ."

"ല്യക്കാഷ പൊയ്ക്കഴിഞ്ഞു. സമയം തീരെയില്ലത്രെ."

വാസ്തവത്തിൽ ല്യക്കാഷ കുനിഞ്ഞു് അതിവേഗം നടന്ന് ജനാലകൾക്കിടയിലൂടെ മുറ്റം കടന്ന് യാംകയുടെ വീട്ടിലേക്ക് പൊയ്ക്കഴിഞ്ഞിരുന്നു. ഒലേനിൻ മാത്രം അവനെ കണ്ടു.

രണ്ട് മരചഷകം നിറയെ വീഞ്ഞു് അകത്താക്കിയിട്ട് അവനും നസാർക്കയും കുതിരപ്പുറത്ത് ചൗക്കയിലേക്കു പുറപ്പെട്ടു. നല്ല ചൂടും ഇരുട്ടുമുള്ള പ്രശാന്തമായ ഒരു രാത്രിയായിരുന്നു അത്. അവർ നിശബ്ദരായി മുമ്പോട്ടു പോയി. അവരുടെ കുതിരകളുടെ കുളമ്പടി ശബ്ദമല്ലാതെ മറ്റു ശബ്ദങ്ങളൊന്നും കേൾക്കാനുണ്ടായിരുന്നില്ല. ല്യക്കാഷ മിൻഗാൽ എന്ന കൊസാക്കുകാരനെക്കുറിച്ചുള്ള ഒരു പാട്ടുപാടാനാരംഭിച്ചു. എന്നാൽ ആദ്യവരി മുഴുവനാക്കുന്നതിനു മുമ്പുതന്നെ അവൻ പാട്ടു നിർത്തി നസാർക്കയോടു പറഞ്ഞു:

"അവൾ എന്നെ അകത്തു കടത്തിയില്ല."

"ഓ, അവൾ കയറ്റുകയില്ലെന്ന് എനിക്കറിയാമായിരുന്നു," നസാർക്ക പറഞ്ഞു. "യാംക എന്നോടു പറഞ്ഞു. യുങ്കർ പതിവായി അവിടെ പോകാറുണ്ട്. മര്യാനയെ അയാൾക്കു കൂട്ടികൊടുക്കുന്നതിന് സമ്മാനമായി തനിക്ക് ഒരു തോക്കു കിട്ടാൻ പോകുന്നുവെന്ന് യെറോഷ്ക അമ്മാവൻ വീമ്പടിക്കുന്നതു കേട്ടു."

"അയാൾ നുണ പറയുകയാണ്! ചെകുത്താൻ !" ല്യക്കാഷ ആക്രോശിച്ചു. "ഞാൻ ആ കിഴവൻ ചെകുത്താന്റെ വാരിയെല്ല് ഒടിക്കും !" അവൻ ഒരിക്കൽക്കൂടി തന്റെ ഇഷ്ടഗാനം ആലപിച്ചു:

ഇസ്മയ്‌ലോവാ കാട്ടിൽനിന്ന്,
സുസ്മിത മുഖിയുടെ തൊടിയിൽനിന്ന്
ശീഘ്രമിറങ്ങി പ്രാപ്പിടിയൻ, നൽ,
സൂക്ഷ്മതയുള്ളൊരു കണ്ണിനുടമ.
ധീരൻ യോദ്ധാവെത്തീ പിന്നിൽ
ഉരചെയ്തുടനേ പക്ഷിശ്രേഷ്ഠൻ
"കരമിതു തീരെച്ചെറുതാണല്ലോ !
നിന്നുടെ കനകക്കൂട്ടിനുള്ളിൽ
കയറാനിനിയും ഞാൻ വരികില്ല!
നീലക്കടലിൽ നീന്തിനടക്കും
അരയന്നങ്ങളെ റാഞ്ചാൻ പോണു.
ഹംസത്തിൻ മൃദുമാംസം തിന്നാൻ
മോഹമെനിക്കുണ്ടറിയുക വീരാ.

XXVIII

വീട്ടുകാർ കല്യാണനിശ്ചയം ആഘോഷിച്ചു. ലുക്കാഷ ഗ്രാമത്തിൽ തിരിച്ചെത്തിയെങ്കിലും ഒലേനിനെ കാണാൻ ചെന്നില്ല. വീട്ടുകാർ ക്ഷണിച്ചിരുന്നെങ്കിലും ഒലേനിൻ ആഘോഷത്തിൽ പങ്കെടുത്തുമില്ല. അയാളുടെ ഹൃദയം ഭാരിച്ചതായിരുന്നു. ഗ്രാമത്തി ലെത്തിയശേഷം അതിനുമുമ്പൊരിക്കലും അയാൾക്ക് ഇത്രയേറെ മനോവ്യഥ ഉണ്ടായിട്ടില്ല. ലുക്കാഷ ഏറ്റവും നല്ല വസ്ത്രങ്ങളണിഞ്ഞ് അവന്റെ അമ്മയോടൊപ്പം വൈകിട്ട് കോർണെറ്റിന്റെ വീട്ടിലേക്കു കയറിപ്പോകുന്നത് അയാൾ കണ്ടു. അവൻ തന്നോട്ട് യാതൊരു അടുപ്പവും കാണിക്കാതിരിക്കാൻ കാരണമെന്താണെന്നുള്ള ചിന്ത ഒലേനിനെ അലട്ടിക്കൊണ്ടിരുന്നു.

ഒലേനിൻ തന്റെ മുറിക്കുള്ളിൽ വാതിലടച്ച് ഇരുന്ന് ഡയറി എഴു താനാരംഭിച്ചു.

"ഞാൻ പല സംഗതികളേപ്പറ്റിയും കൂടുതൽ ആലോചിച്ചു. ഈയിടെയായി പല മാറ്റങ്ങളും എനിക്കനുഭവപ്പെടുന്നുണ്ട്." അയാൾ എഴുതി. "ബാലപാഠത്തിൽ എഴുതിയിട്ടുള്ള വസ്തുതകളിലാണ് ഞാൻ എത്തിച്ചേർന്നിരിക്കുന്നത്. സന്തുഷ്ടി നേടാൻ ഒരേയൊരു മാർഗ്ഗമേയു ള്ളൂ. സ്നേഹിക്കുക-ആത്മത്യാഗസന്നദ്ധതയോടെ സർവ്വരേയും സർവ്വ തിനേയും സ്നേഹിക്കുക. സ്നേഹത്തിന്റെ ചിലന്തിവല എല്ലാദിശക ളിലേക്കും വലിച്ചുനീട്ടുകയും ആരെ കണ്ടുമുട്ടുന്നുവോ അവരെയെല്ലാം ആ വലയ്ക്കുള്ളിലാക്കുകയും ചെയ്യുക. അങ്ങനെ ഞാൻ വന്യൂഷയേയും യെറോഷ്ക അമ്മാവനേയും ലുക്കാഷയേയും മര്യാനയേയും വലയ്ക്കുള്ളി ലാക്കിക്കഴിഞ്ഞു."

ഒലേനിൻ ഇത് എഴുതിക്കൊണ്ടിരുന്നപ്പോൾ യെറോഷ്ക അമ്മാവൻ മുറിയിൽ കടന്നുവന്നു.

യെറോഷ്ക അമ്മാവൻ ആഹ്ലാദഭരിതനായിരുന്നു. ഏതാനും ദിവസങ്ങൾക്കു മുമ്പ് ഒരു സായാഹ്നത്തിൽ അയാൾ സ്വന്തം വീട്ടുമുറ്റത്തിരുന്ന് അഭിമാനവും സംതൃപ്തിയും സ്ഫുരിക്കുന്ന മുഖഭാവ ത്തോടെ ഒരു കാട്ടുപന്നിയുടെ തൊലിയുരിക്കുന്നത് ഒലേനിൻ കണ്ടു. അയാളുടെ പട്ടികൾ-ല്യാമും അക്കൂട്ടത്തിലുണ്ടായിരുന്നു-അയാളുടെ മുഖത്തു നോക്കി വാലാട്ടിക്കൊണ്ട് അടുത്തു കിടന്നിരുന്നു. ജിജ്ഞാ സുക്കളായ ബാലന്മാർ വേലിയ്ക്കിടയിലൂടെ അതു നോക്കിക്കൊണ്ടി രുന്നെങ്കിലും പതിവുപോലെ അയാളെ പരിഹസിച്ചില്ല. അയല്ക്കാ രായ പല സ്ത്രീകളും-സാധാരണ അവരാരും അയാളോട്ട് അടുപ്പം കാട്ടാത്തവരായിരുന്നു-ഒരു ചെറിയ കുപ്പി വീഞ്ഞോ കുറച്ചു തൈരോ

കുറെ അപ്പങ്ങളോ അതുപോലുള്ള മറ്റെന്തെങ്കിലുമോ കൊണ്ടുവന്ന് അയാൾക്കു കൊടുത്തു.

പിറ്റേ ദിവസം രാവിലെ യെറോഷ്ക തന്റെ ഷെഡ്ഡിലിരുന്ന് പണമോ വീഞ്ഞോ വാങ്ങിക്കൊണ്ടു് പന്നിയിറച്ചി വിറ്റുതുടങ്ങി. അയാളുടെ ദേഹമാസകലം രക്തം പുരണ്ടിട്ടുണ്ടായിരുന്നു. അയാളുടെ മുഖഭാവം ഇങ്ങനെ വിളിച്ചറിയിച്ചു: "ദൈവം എനിക്ക് ഭാഗ്യം കൈവരുത്തി. ഞാൻ ഒരു കാട്ടുപന്നിയെ കൊന്നു. ഇപ്പോൾ വൃദ്ധനായ ഈ അമ്മാവനെക്കൊണ്ട് എല്ലാവർക്കും ഉപകാരമുണ്ട്!" അതിന്റെ ഫലമായി അയാൾ ബോധംകെടുന്നതുവരെ കുടിച്ചു. മൂന്നു ദിവസം മുഴുവൻ ഗ്രാമത്തിൽ താമസിച്ച് അയാൾ തന്റെ മദിരോത്സവം കൊണ്ടാടി. അതിനും പുറമെ കല്യാണനിശ്ചയ വിരുന്നിൽവെച്ചും അയാൾ വേണ്ടുവോളം കുടിച്ചു.

കുടിച്ച് ഉന്മത്തനായിട്ടാണ് യെറോഷ്ക അമ്മാവൻ കോർണെറ്റിന്റെ വീട്ടിൽനിന്ന് പുറത്തു വന്നത്. അയാളുടെ മുഖം ചുവന്നിരുന്നു. താടിമീശ അലങ്കോലപ്പെട്ടു കിടന്നു. കിന്നരി വെച്ചുപിടിപ്പിച്ച ചുവന്നനിറമുള്ള, ഒരു പുതിയ ബെഷ്മെത്തും ധരിച്ച് ഒരു ബലലായ്ക്കയും കൈയിൽ പിടിച്ചാണ് അയാൾ വന്നത്. മൂന്നു കമ്പികളുള്ള ആ റഷ്യൻ വാദ്യോപകരണം അയാൾക്ക് ടെറെക്കിന്റെ മറുകരയിൽനിന്നു കിട്ടിയതായിരുന്നു. ഒലേനിനെ പാട്ടുപാടികേൾപ്പിക്കുകയും ബലലായ്ക വായിച്ചുകേൾപ്പിക്കുകയും ചെയ്യാമെന്ന് ആ വൃദ്ധൻ വളരെക്കാലം മുമ്പ് അയാൾക്കു വാക്കു കൊടുത്തിരുന്നു. ഇപ്പോൾ അയാൾ അതിനു തയ്യാറായി വന്നിരിക്കുകയാണ്... ഒലേനിൻ എഴുതിക്കൊണ്ടിരിക്കുന്നതു കണ്ടപ്പോൾ വൃദ്ധനു നിരാശയായി.

"എഴുതിക്കോളു, പിതാവേ, എഴുതിക്കോളു," തനിക്കും കടലാസിനുമിടയ്ക്ക് ഏതോ ഒരു അദൃശ്യാത്മാവ് ഇരിക്കുന്നുണ്ടെന്നമട്ടിൽ അയാൾ മന്ത്രിച്ചു. അതിനെ ശല്യപ്പെടുത്താതിരിക്കാൻ അയാൾ ഒച്ച കേൾപ്പിക്കാതെ നടന്ന് നിലത്തിരുന്നു. കുടിച്ചുകഴിഞ്ഞാൽപ്പിന്നെ യെറോഷ്ക അമ്മാവന് ഏറ്റവും ഇഷ്ടമുള്ള സ്ഥലം അതാണ്. ഒലേനിൻ മുഖമുയർത്തി അയാളെ നോക്കിയിട്ട് അയാൾക്കു വീഞ്ഞു കൊടുക്കാൻ വന്യൂഷയോടു പറഞ്ഞു. ഒലേനിൻ വീണ്ടും എഴുത്തു തുടർന്നു. എന്നാൽ ഒറ്റയ്ക്കു കുടിക്കാൻ വൃദ്ധന് തീരെ രസം തോന്നിയില്ല. അയാൾ സംസാരിക്കാൻ ആഗ്രഹിച്ചു.

"ഞാൻ കല്യാണനിശ്ചയത്തിനു പോയിരുന്നു. പക്ഷേ എനിക്ക് ആ പന്നികളെ ഇഷ്ടമല്ല. അതുകൊണ്ട് ഞാൻ ഇങ്ങോട്ടു പോന്നു."

"ഈ ബലലായ്ക എവിടുന്നു കിട്ടി?" എഴുത്തുനിർത്താതെ ഒലേനിൻ ചോദിച്ചു.

"പിതാവേ, ഞാൻ പുഴയ്ക്കക്കരെ പോയിരുന്നു. അവിടുന്ന് കിട്ടിയതാണ്," കുറച്ചുകൂടി ഉറക്കെ വൃദ്ധൻ പറഞ്ഞു. "ഇതു വായിക്കുന്നതിൽ ഞാൻ സമർത്ഥനാണ്. ടാട്ടാറുകാരുടേയോ കൊസാക്കുകാരുടേയോ കുലീനന്മാരുടേയോ ആരുടെ പാട്ടുവേണമെങ്കിലും ഞാൻ വായിക്കാം."

ഒലേനിൻ വീണ്ടും വൃദ്ധനെ ഒന്നു നോക്കി പുഞ്ചിരി തൂകിയിട്ട് എഴുത്തു തുടർന്നു. ആ പുഞ്ചിരി വൃദ്ധനെ പ്രോത്സാഹിപ്പിച്ചു.

"ഇതു മതിയാക്കൂ, പിതാവേ ! മതിയാക്കൂ !" പെട്ടെന്ന് നിശ്ചയദാർഢ്യത്തോടെ വൃദ്ധൻ പറഞ്ഞു. "അവർ നിന്നോടു പിണങ്ങി-പക്ഷേ അവർ പോയി തുലയട്ടെ ! അവരുടെ നേരെ കാർക്കിച്ചു തുപ്പുകയാണ് വേണ്ടതു് ! നീ എന്തിനാണ് ഇങ്ങനെ എഴുതിക്കൊണ്ടിരിക്കുന്നതു്? അതുകൊണ്ടെന്താ കാര്യം?"

ഒലേനിൻ എഴുതുന്നതിനെ അനുകരിച്ച് വൃദ്ധൻ തന്റെ തടിച്ച കൈവിരലുകൾകൊണ്ട് തറയിൽ മാന്തുകയും തന്റെ തടിച്ച മുഖം കൊണ്ട് ഗോഷ്ടി കാണിക്കുകയും ചെയ്തുതുടങ്ങി.

"നീ ആ മന്ത്രങ്ങൾ എഴുതുന്നതുകൊണ്ട് എന്താണു പ്രയോജനം? വന്നു കുറച്ച് കുടിക്ക്. അപ്പോൾ നിനക്ക് ഉന്മേഷം തോന്നും !" എഴുതുന്നതു് ദോഷകരമായ ഒരു ചെപ്പടിവിദ്യയായിട്ടാണ് വൃദ്ധൻ കരുതിയിരുന്നതു്.

ഒലേനിൻ ഉറക്കെ ചിരിച്ചു. യെറോഷ്ക അമ്മാവനും ചിരിച്ചു തുടങ്ങി. ബലലായ്ക വായനയിലും ടാട്ടാർ ഗാനങ്ങളിലുമുള്ള തന്റെ വൈദഗ്ധ്യം പ്രദർശിപ്പിക്കാൻ തയ്യാറായി വൃദ്ധൻ ചാടിയെണീറ്റു.

"നല്ല മനുഷ്യാ, നീ എന്തിനാണ് ഇങ്ങനെ എഴുതുന്നതു്? ഞാൻ ഒരു പാട്ടുപാടാം, നീ അതു കേൾക്ക്. ശ്വാസം നിലച്ചാൽപ്പിന്നെ ഇത്തരം പാട്ടു കേൾക്കാൻ പറ്റില്ല. വാ വന്ന് കുടിക്ക് !"

വൃദ്ധൻ താൻ രചിച്ച ഒരു പാട്ടു പാടാനാരംഭിച്ചു. ഒപ്പം അയാൾ നൃത്തം ചെയ്തുതുടങ്ങി.

ആ! ഡിഡി-ഡിഡി-ഡിഡി,

അങ്ങാടിപ്പീടിക മുറ്റത്ത്

അലങ്കാര വസ്തുക്കൾ വില്ക്കുന്ന,

ചൊടിയുള്ള പയ്യനെ കണ്ടു ഞാൻ.

തന്റെ പഴയ സുഹൃത്തായ സാർജന്റ് പഠിപ്പിച്ച ഒരു പാട്ടാണ് അയാൾ പിന്നീട് പാടിയതു്:

സോമവാരത്തിൽ ഞാനനുരാഗബദ്ധനായ്,
കുചവാരം ഖിന്നനായ് തള്ളിനീക്കി.
ബുധവാരത്തിലെൻ പ്രേമമെന്റെ
പ്രിയയോടു ചൊല്ലി ഞാനേതും മറയ്ക്കാതെ.
ഉൽക്കണ്ഠയോടെ മറുപടിയും കാത്ത്
വ്യാഴമൊരുവിധം പിന്നിലാക്കി.
എന്നെ നിരസിച്ച വാർത്തയുമായ്
വെള്ളിടി പോലെത്തി വെള്ളിയാഴ്ച
ശനി പുലർന്നപ്പോഴെന്നപശപ്ത ജീവിതം
മണ്ണോടു ചേർക്കുവാൻ ഞാൻ കൊതിച്ചു.
പിറ്റേന്നു മാറ്റീ മനസ്സു ഞാൻ, സാമോദം
ഞായറാഴ്ച്ചനാളാഘോഷിച്ചു.

പിന്നെയും:

ആ! ഡിഡി-ഡിഡി-ഡിഡി,
അങ്ങാടിപ്പീടിക മുറ്റത്ത്

അതു കഴിഞ്ഞു് കണ്ണിറുക്കുകയും തോൾ ചലിപ്പിക്കുകയും കാൽ മാറ്റിമാറ്റി ചവിട്ടുകയും ചെയ്തുകൊണ്ടു് അയാൾ

മറ്റൊരു പാട്ടു പാടി:

ചുംബനം കൊണ്ടു മൂടീടും നിന്നെ ഞാൻ
പൂക്കൾ കോർത്തു മുടിയിൽ തിരുകിടും.
'ആശ'യെന്നു പേരുള്ള കൃശാംഗി നീ
ആശാദീപമായ് വാഴേണമെന്നെന്നും.
സുന്ദരീമണീ നിന്നുള്ളിലല്പവും
പ്രേമമെന്നോടു കാട്ടുവാനില്ലയോ?

"ഡിഡി-ഡിഡിൽ" എന്ന പാട്ടും അതുപോലുള്ള മറ്റു "കുലീനന്മാരുടെ" പാട്ടുകളും വൃദ്ധൻ ഒലേനിനുവേണ്ടി മാത്രം പാടിയതാണ്. എന്നാൽ പിന്നീടു് മൂന്നു ഗ്ലാസ് വീഞ്ഞുകൂടി അകത്താക്കിക്കഴിഞ്ഞപ്പോൾ അയാൾ തന്റെ പഴയ കാലം അനുസ്മരിക്കുകയും കലർപ്പില്ലാത്ത കൊസാക്ക് ഗാനങ്ങളും ടാട്ടാർ ഗാനങ്ങളും പാടിത്തുടങ്ങുകയും ചെയ്തു. അയാൾക്ക് ഏറെ പ്രിയംകരമായിരുന്ന അത്തരം ഒരു പാട്ടിന്റെ മദ്ധ്യത്തിൽവെച്ച് പെട്ടെന്ന് അയാളുടെ തൊണ്ട ഇടറി. അയാൾ പാട്ടു നിർത്തി ബലലായ്ക മീട്ടിക്കൊണ്ടിരുന്നു.

"ഹാ ! എന്റെ പ്രിയസ്നേഹിതാ !" അയാൾ

പറഞ്ഞു.

അയാളുടെ ശബ്ദത്തിൽ വന്ന മാറ്റം ഒലേനിൻ ശ്രദ്ധിച്ചു. വൃദ്ധൻ കരയുകയായിരുന്നു. കണ്ണുകൾ നിറഞ്ഞിരുന്നു. ഒരു തുള്ളി കണ്ണീർ അയാളുടെ കവിളിലൂടെ ഒലിച്ചിറങ്ങി.

"ഹാ ! എന്റെ ചെറുപ്പകാലം ഇനി ഒരിക്കലും തിരിച്ചു വരില്ല !" തേങ്ങിക്കൊണ്ട് അത്രയും പറഞ്ഞിട്ട് അയാൾ നിർത്തി. പൊടുന്നനെ തന്റെ പതിവുള്ള ഉറച്ച ശബ്ദത്തിൽ അയാൾ പറഞ്ഞു: "കുടിക്കു ! നീ കുടിക്കാത്തതെന്താണ്?" അയാൾ കണ്ണീർ തുടച്ചില്ല.

മലവാസികളുടെ ഒരു പാട്ട് വൃദ്ധനെ പ്രത്യേകിച്ചും വേദനിപ്പിച്ചു. അതിൽ വാക്കുകൾ അധികമില്ലായിരുന്നു. അതിന്റെ ആകർഷകത്വം മുഴുവൻ ശോകമയവും ശ്രുതിമധുരവുമായ പല്ലവിയിലായിരുന്നു: "ആയ് ! ദായ്! ദലലായ് !" ആ ഗാനത്തിന്റെ അർത്ഥം യെറോഷ്ക ഇങ്ങനെ പരിഭാഷപ്പെടുത്തി: "ചെറുപ്പക്കാരൻ തന്റെ പറ്റത്തെ ഔളിൽ നിന്ന് മലമുകളിലേക്കു തെളിയ്ക്കുകയായിരുന്നു: റഷ്യാക്കാർ വന്ന് ഔൾ കത്തിച്ചു ചാമ്പലാക്കുകയും പുരുഷന്മാരെ വധിക്കുകയും സ്ത്രീകളെ തടവുകാരാക്കുകയും ചെയ്തു. ചെറുപ്പക്കാരൻ മലമുകളിൽനിന്നു തിരിച്ചുവന്നു ഔളിന്റെ സ്ഥാനത്ത് ചാരം മാത്രം അവശേഷിച്ചിരുന്നു. അവന് ഇപ്പോൾ അമ്മയില്ല, സഹോദരന്മാരില്ല. വീടില്ല. ഒരു മരം മാത്രം അവിടെ അവശേഷിച്ചിരുന്നു. ചെറുപ്പക്കാരൻ ആ മരച്ചോട്ടിലിരുന്നു കേണു: 'നിന്നെപ്പോലെ തന്നെ ഏകനാണ് ഞാനും. എനിക്ക് ആരുമില്ല. ചെറുപ്പക്കാരൻ തന്റെ ശോകഗാനം പാടിത്തുടങ്ങി: 'ആയ് ! ദായ് ! ദലലായ് !'" ഹൃദയം ദ്രവിപ്പിക്കുന്ന ആ വിഷാദഭരിതമായ പല്ലവി വൃദ്ധൻ പലതവണ ആവർത്തിച്ചു.

ഈ പാട്ടു പാടിക്കഴിഞ്ഞയുടൻ യെറോഷ്ക ചുമരിൽ തൂക്കിയിട്ടിരുന്ന തോക്കുകളിലൊന്ന് വലിച്ചെടുത്തുകൊണ്ട് മുറ്റത്തേയ്ക്കോടി. ഒരേ സമയംതന്നെ അയാൾ അതിന്റെ രണ്ടു കുഴലുകളിൽനിന്നും ആകാശത്തിലേക്കു വെടിവെച്ചു. അയാൾ വീണ്ടും ആ ശോകഗാനത്തിന്റെ പല്ലവി മൂളി: "ആയ് ! ദായ് ! ദലലായ് !" പിന്നീട് അയാൾ നിശ്ശബ്ദനായി അവിടെ നിന്നു.

ഒലേനിൻ അയാളുടെ പിന്നാലെ ഓടിച്ചെന്നു. ഉമ്മറത്തു നിന്നുകൊണ്ട് അയാൾ നക്ഷത്ര ഖചിതമായ ഇരുണ്ട ആകാശത്തിൽ വൃദ്ധൻ വെടിവെച്ച ദിശയിലേക്കു നോക്കി. കോർണെറ്റിന്റെ വീട്ടിലെ ജനാലകളെല്ലാം തുറക്കപ്പെട്ടു. ആളുകൾ സംസാരിക്കുന്ന ശബ്ദം ഉയർന്നുകൊണ്ടിരുന്നു. ഉമ്മറത്തും ജനലുകളുടെ അടുത്തും ചെറുപ്പക്കാരികൾ കൂടിനിന്നു. അവർ പാൽപ്പുരയിൽനിന്ന് ഇടനാഴിയിലേക്ക്

ഓടിക്കൊണ്ടിരുന്നു. കുറെ കൊസാക്കുകാർ വാതില്ക്കൽനിന്ന് ചാടിപ്പുറത്തു കടന്ന് സ്വയം നിയന്ത്രിക്കാനാവാതെ ഉറക്കെ ആക്രോശിച്ച്. യെറോഷ്ക അമ്മാവന്റെ വെടിക്കും പാട്ടിനും മറുപടി പറഞ്ഞു.

"നിങ്ങൾ അങ്ങോട്ടു പോകാത്തതെന്താണ്?" ഒലേനിൻ യെറോഷ്കയോടു ചോദിച്ചു.

"ദൈവം അവരെ കാക്കട്ടെ ! ദൈവം അവരെ കാക്കട്ടെ !" വൃദ്ധൻ പറഞ്ഞു. അയാൾ എന്തുകൊണ്ടോ അവരോടു പിണങ്ങിയിരിക്കുകാണെന്നു തോന്നി. "എനിക്ക് അവരെ ഇഷ്ടമല്ല. തീരെ ഇഷ്ടമല്ല ! ഛീ! എന്തൊരു മനുഷ്യർ ! വാ, നമുക്ക് അകത്തേക്കു പോകാം. അവർ അവിടെ ആഘോഷിക്കട്ടെ. നമുക്ക് ഇവിടെ ആഘോഷിക്കാം !"

ഒലേനിൻ തിരിച്ചു മുറിയിലെത്തി.

"അതിരിക്കട്ടെ, നമ്മുടെ ലൂക്കാഷയ്ക്കു സന്തോഷമാണോ? അവൻ എന്നെ കാണാൻ വരാതിരുന്നത് എന്തുകൊണ്ടാണ്?" അയാൾ ചോദിച്ചു.

"ലൂക്കാഷ ! അവർ അവനോടു നുണ പറഞ്ഞു. ഞാൻ ആ പെണ്ണിനെ നിനക്കു കൂട്ടിത്തരുമെന്ന് അവർ അവനെ ധരിപ്പിച്ചു," വൃദ്ധൻ പതിഞ്ഞ ശബ്ദത്തിൽ പറഞ്ഞു. "ആ പെണ്ണിന്റെ കാര്യം നോക്കണോ? നമ്മൾ മനസ്സുവെച്ചാൽ അവൾ നമ്മുടെ കൈയിൽ വീഴും. കുറച്ചുകൂടി പണം കൊടുത്താൽ അവളെ കൈക്കലാക്കാം ! ഞാൻ അവളെ നിനക്ക് കൂട്ടിത്തരാം. സത്യം. !"

"വേണ്ട, അമ്മാവാ. അവൾക്ക് ഇഷ്ടമില്ലെങ്കിൽ പണംകൊണ്ട് ഒന്നും നേടാനാവില്ല. അക്കാര്യത്തെപ്പറ്റി പറയാതിരിക്കയാണ് നല്ലത് !"

"നിന്നേയും എന്നേയും അവർക്ക് ഇഷ്ടമല്ല. നമ്മൾ അനാഥരാണ്." എന്നു പറഞ്ഞുകൊണ്ട് ഓർക്കാപ്പുറത്ത് വൃദ്ധൻ വീണ്ടും കരഞ്ഞുതുടങ്ങി.

വൃദ്ധന്റെ കഥ കേട്ടുകൊണ്ടിരുന്ന് അന്ന് ഒലേനിൻ പതിവിലേറെ കുടിച്ചു. "അതെ, ഇപ്പോൾ എന്റെ ലൂക്കാഷ സന്തുഷ്ടനാണ്!" ഒലേനിൻ സ്വയം പറഞ്ഞു. എങ്കിലും അയാളുടെ ഹൃദയം ഭാരിച്ചതായിരുന്നു.

അന്നു വൈകുന്നേരം വളരെയധികം കുടിച്ചതിനാൽ വൃദ്ധൻ ബോധംകെട്ട് നിലത്തു വീണു. അയാളെ പുറത്തേക്കു വലിച്ചിഴച്ചുകൊണ്ടുപോകാൻ വന്യൂഷയ്ക്ക് ഏതാനും പട്ടാളക്കാരുടെ സഹായം തേടേണ്ടിവന്നു. വൃദ്ധന്റെ അവസ്ഥ കണ്ട് കോപം അടക്കാനാവാതെ അവൻ കാർക്കിച്ചു തുപ്പിയെന്നു മാത്രമല്ല പതിവുള്ള തന്റെ ഫ്രഞ്ച് പ്രയോഗം മറന്നുപോവുകയും ചെയ്തു.

XXIX

ആഗസ്റ്റ് മാസം സമാഗതമായി. അടുപ്പിച്ച് അനേക ദിവസങ്ങളായി ആകാശം മേഘശൂന്യമാണ്. വെയിൽ അതികഠിനമായിരുന്നു. മണൽക്കൂനകളിൽനിന്നും റോഡിൽനിന്നും ചുട്ടുപഴുത്ത മണൽ മേഘങ്ങൾപോലെ ഉയർത്തി മരങ്ങളുടെ മുകളിലേക്കും ഗ്രാമത്തിലേക്കും ചുഴറ്റിയെറിഞ്ഞുകൊണ്ട് പ്രഭാതം മുതൽ പ്രദോഷംവരെ ചുടുകാറ്റു വീശിക്കൊണ്ടിരുന്നു. പുല്ലും പച്ചിലകളും പൊടികൊണ്ടു മൂടി. വഴികളും ചതുപ്പുകളും ഉണങ്ങി വരണ്ടു. നടക്കുമ്പോൾ വരണ്ട

മണ്ണ് കാല്ക്കീഴിൽ ഞെരിയുന്ന ശബ്ദമുയർന്നു. ടെറെക്കിലെ വെള്ളം വളരെ ദിവസങ്ങൾക്കുമുമ്പേ വറ്റിത്തുടങ്ങി. തോടുകളെല്ലാം വറ്റി. ഗ്രാമത്തിനടുത്തുള്ള കുളത്തിന്റെ കന്നുകാലികൾ ചവിട്ടിക്കുഴച്ചിട്ടിരുന്ന വക്കുകൾ ഉറച്ചുതുടങ്ങി. കുട്ടികൾ കുളത്തിലെ വെള്ളത്തിൽ നീന്തി കളിക്കുന്ന ശബ്ദം പകൽമുഴുവൻ കേൾക്കാം. സ്റ്റെപ്പിയിലേക്കു കയറിക്കിടന്ന ചതുപ്പുകളിൽ വളർന്നുനിന്ന മുൾച്ചെടികളെല്ലാം കരിഞ്ഞു. കന്നുകാലികൾ അമറിക്കൊണ്ട് മേച്ചിൽപ്പുറങ്ങളിലൂടെ അലഞ്ഞുനടന്നു. കാട്ടുജന്തുക്കൾ കാടിന്റെ അന്തർഭാഗത്തേക്കും ടെറെക്കിനപ്പുറത്തെ മലമുകളിലുള്ള വനാന്തരങ്ങളിലേക്കും പിൻവാങ്ങി. കാട്ടീച്ചകളും കൊതുകുകളും കൂട്ടംകൂട്ടമായി നാട്ടിലും കാട്ടിലും പറന്നു നടന്നു. മഞ്ഞണിഞ്ഞ പർവ്വതനിരയെ ചാരനിറമുള്ള മൂടൽമഞ്ഞു പൊതിഞ്ഞു. അബ്റെക്കുകൾ വരണ്ട നദി തരണം ചെയ്ത് ഇപ്പുറത്തെത്തിയിട്ടുണ്ടെന്ന് ഒരു വാർത്ത പരന്നു. സൂര്യൻ എന്നും വൈകിട്ട് തീജ്വാലപോലെ ചുവന്ന ചൂടുള്ള അസ്തമനം കാഴ്ചവെച്ചു. വിളവെടുപ്പിന്റെ സമയമായിരുന്നു അത്. ഗ്രാമത്തിലുള്ള ആബാലവൃദ്ധം ജനങ്ങളും തണ്ണിമത്തൻ പാടങ്ങളിലേക്കും മുന്തിരിത്തോട്ടങ്ങളിലേക്കും പ്രവഹിച്ചു. കെട്ടുപിണഞ്ഞുകിടന്ന മുന്തിരിവള്ളികൾ തോട്ടത്തിൽ സുഖശീതളമായ തണൽ പരത്തി. വീതിയുള്ള തിളങ്ങുന്ന ഇലകൾക്കടിയിൽ തൂങ്ങിക്കിടക്കുന്ന ഊതനിറമുള്ള വിളഞ്ഞ വലിയ മുന്തിരിക്കുലകളാണ് എവിടേയും. തോട്ടങ്ങൾക്കുള്ളിലേക്കു. നിണ്ടുകിടക്കുന്ന പൊടിനിറഞ്ഞ വഴികളിലൂടെ ഫലങ്ങൾ നിറച്ച ഞരങ്ങുന്ന കാളവണ്ടികൾ പുറത്തേക്ക് വന്നുകൊണ്ടിരുന്നു.റോഡിലെ പൂഴിമണ്ണിൽ വണ്ടിച്ചക്രങ്ങൾ ഉണ്ടാക്കിയ ചാലുകളിൽ ചിലപ്പോൾ പച്ചനിറമുള്ള വലിയ മുന്തിരിക്കുലകൾ വീണുകിടക്കുന്നതു കാണാം.

കൈകളിലും വായിലും നിറയെ മുന്തിരിങ്ങയും ഉടുപ്പിൽ മുന്തിരിച്ചാറിന്റെ കറയുമായി ബാലികാബാലന്മാർ അമ്മമാരുടെ പിന്നാലെ നടന്നു. കീറിപ്പറിഞ്ഞ വസ്ത്രങ്ങൾ ധരിച്ച പണിക്കാർ കരുത്തുറ്റ

ച്ചമലുകളിൽ മുന്തിരിങ്ങ നിറച്ച കുട്ടകളുമായി നടന്നു പോകുന്ന കാഴ്ച വഴിനീളെ കാണാം. ഉവാലകൊണ്ട് കണ്ണുവരെ മൂടിയ “കൊച്ചമ്മ മാർ”-കന്യകമാരെ അവർ അങ്ങനെ വിളിക്കാറുണ്ടായിരുന്നു-മുന്തിരി യുടെ ഘനംകൊണ്ട് ഭാരിച്ച വണ്ടികൾ വലിക്കുന്ന കാളകളെ മുമ്പോട്ടു തള്ളിവിട്ടുകൊണ്ടിരുന്നു. അവരെ കണ്ടുമുട്ടുന്ന പട്ടാളക്കാർ തിന്നാൻ മുന്തിരിങ്ങ ചോദിച്ചാലുടൻ പെൺകിടാങ്ങൾ വണ്ടിയുടെ മുകളിലേ ക്കു കയറി മുന്തിരിക്കുലകൾ നിർലോഭം വാരിയെടുത്ത് അവരുടെ നീട്ടിപ്പിടിച്ച പട്ടാളക്കോട്ടിന്റെ മടക്കിലേക്ക് ഇട്ടുകൊടുക്കും. ചില വീട്ടുമുറ്റങ്ങളിൽ മുന്തിരി ആട്ടി നീരെടുത്തുതുടങ്ങിയിരുന്നു. പുതിയ വീഞ്ഞിന്റെ മണം വായുവിൽ പരന്നു. കൊട്ടിലുകളുടെയടിയിൽ രക്തംപോലെ ചുവന്ന മുന്തിരിക്കറ പറ്റിയ വലിയ മരത്തോണികൾ പ്രത്യക്ഷപ്പെട്ടു. തെറുത്തുകയറ്റിയ ട്രൗസറും നിറഭേദംവന്ന കാൽ വണ്ണ കളുമായി നൊഗായ് പണിക്കാർ മുറ്റങ്ങളിൽ ഓടിനടന്നു. പന്നികൾ മുക്രയിട്ടുകൊണ്ട് മുന്തിരിച്ചണ്ടിതിന്നുകയും അതിൽ കിടന്നുരുളുകയും ചെയ്തുകൊണ്ടിരുന്നു. പാൽപ്പുരകളുടെ പരന്ന മേൽക്കൂരകളുടെ മീതെ കടും നിറമുള്ള മുന്തിരിക്കുരുക്കൾ ഉണങ്ങാൻ നിരത്തിവെച്ചിരുന്നു. കാക്കകളും മാഗ്പൈകളും മുന്തിരിക്കുരുകൾ കൊത്തിപ്പെറുക്കി ക്കൊണ്ട് കൂട്ടംകൂട്ടമായി ഒരു മേൽക്കൂരയിൽനിന്ന് മറ്റൊന്നിലേക്കു പറന്നുകൊണ്ടിരുന്നു.

ഒരു വർഷത്തെ അദ്ധ്വാനത്തിന്റെ ഫലം സസന്തോഷം അവർ സംഭരിച്ചു. ആ വർഷത്തെ വിളവ് അസാധാരണമാംവണ്ണം സമൃദ്ധ മായിരുന്നു.

പച്ചനിറമാർന്ന തോട്ടത്തിലെ തണലിനു കീഴിൽ മുന്തിരിവള്ളി കളുടെ ആ മഹാസമുദ്രത്തിനിടയിൽ എവിടേയും പൊട്ടിച്ചിരികളും പാട്ടും സ്ത്രീകളുടെ ആഹ്ലാദഭരിതമായ ശബ്ദവും കേൾക്കാമായിരുന്നു. സ്ത്രീകളുടെ വർണ്ണശബളമായ വസ്ത്രങ്ങൾ ആ ദൃശ്യത്തിനു കൂടുതൽ മിഴിവു നൽകി.

ഉച്ചയ്ക്കു മര്യാന തന്റെ തോട്ടത്തിൽ ഒരു പീച്ച് മരത്തിന്റെ തണലിൽ നിന്നുകൊണ്ട് കാളവണ്ടിയിൽ വെച്ചിരുന്ന ഉച്ചഭക്ഷണം പുറത്തെടുക്കുകയായിരുന്നു. നിലത്തു വിരിച്ചിരുന്ന ഒരു കരിമ്പ ടത്തിൽ കോർണെറ്റ് ഇരിക്കുന്നുണ്ട്. സ്കൂളിൽനിന്ന് തിരിച്ചുവന്ന അയാൾ കുടത്തിൽ നിന്ന് വെള്ളം ഒഴിച്ച് കൈ കഴുകുകയായിരുന്നു. മര്യാനയുടെ സഹോദരനായ ഒരു ചെറുബാലൻ കുളത്തിൽനിന്ന് കരയ്ക്കുകയറി അപ്പോൾ അവിടെ എത്തിയതേയുള്ളു. അവൻ കുപ്പാ യക്കൈകൊണ്ട് മേലു തുടച്ചുകൊണ്ട് ഉച്ചഭക്ഷണം പ്രതീക്ഷിച്ച് അമ്മയുടേയും ചേച്ചിയുടേയും നേരെ നോക്കിക്കൊണ്ടുനിന്നു. അവൻ

കിതയ്ക്കുന്നുണ്ടായിരുന്നു. വൃദ്ധമാതാവ് വെയിലേറ്റ് ഇരുണ്ട കരുത്തുറ്റ കൈകൾകൊണ്ടായിരുന്നു മുന്തിരിങ്ങയും ഉണങ്ങിയ മീനും പാൽക്കട്ടിയും റൊട്ടിയും പൊക്കം കുറഞ്ഞ ഒരു ചെറിയ ടാട്ടാർ വട്ടമേശയുടെ പുറത്തു ധൃതിയിൽ നിരത്തിവെച്ചതു കോർണെറ്റ് കൈതുടച്ചിട്ട് തൊപ്പി എടുത്ത് മാറ്റുകയും കുരിശു വരയ്ക്കുകയും ചെയ്തു. അനന്തരം അയാൾ മേശയ്ക്കടുത്തേയ്ക്കു നീങ്ങിയിരുന്നു. ചെറിയ ബാലൻ കുടം എടുത്ത് ആർത്തിയോടെ വെള്ളം കുടിച്ചു. അമ്മയും മകളും കാലുകൾ പിണച്ചുവെച്ച് മേശയ്ക്കരികിൽ ഇരുന്നു. തണലത്തുപോലും ചൂട് അസഹ്യമായിത്തീർന്നു. തോട്ടത്തിലെ വായു വീർപ്പുമുട്ടിക്കുന്നതായിരുന്നു. മരക്കൊമ്പുകൾക്കിടയിലൂടെ കടന്നുവന്ന ശക്തിയായ ചൂടുകാറ്റ് ഒട്ടും ആശ്വാസം പകർന്നില്ല. അത് തോട്ടത്തിന് അതിർപിടിച്ചു നിന്നിരുന്ന പെയർ മരങ്ങളുടേയും പീച്ച് മരങ്ങളുടേയും മൾബെറി ച്ചെടികളുടേയും തലപ്പുകളെ ഏകപ്രകാരമായി ഉലച്ചുകൊണ്ടിരുന്നു.

കോർണെറ്റ് പിന്നേയും പ്രാർത്ഥന ചൊല്ലിയിട്ട് മുന്തിരിയിലകൾകൊണ്ട് അടച്ചുവെച്ചിരുന്ന ഒരു ഭരണി വീഞ്ഞ് പുറത്തെടുത്ത് അതിൽനിന്ന് കുറെ മൊത്തിക്കുടിച്ചിട്ട് ഭരണി ഭാര്യയ്ക്കു കൊടുത്തു. ദൃഢമായ മാംസപേശികളുള്ള രോമാവൃതമായ നെഞ്ചു പുറത്തു കാണത്തക്കവിധം തുറന്നിട്ട ഒരു ഷർട്ടാണ് അയാൾ ധരിച്ചിരുന്നത്. അയാളുടെ ജാഗ്രതയുള്ള മെലിഞ്ഞ മുഖം പ്രസന്നമായിരുന്നു. അയാളുടെ പ്രവൃത്തികളിലോ സംസാരത്തിലോ പതിവുപോലുള്ള കൗശലത്തിന്റെ ലാഞ്ഛനപോലും കാണാനുണ്ടായിരുന്നില്ല. അയാൾ സന്തുഷ്ടനും കൃതിമലേശമില്ലാത്തവനും ആയിരുന്നു.

"വൈകുന്നേരമാകുമ്പോഴേക്കും തീരുമോ?" തന്റെ നനഞ്ഞതാടി തുടച്ചുകൊണ്ട് അയാൾ ചോദിച്ചു.

"കാലാവസ്ഥ ചതിക്കാതിരുന്നാൽ തീർക്കാം." ഭാര്യ പറഞ്ഞു. "ദേംകിൻ കുടുംബക്കാർ പകുതി വിളവേ എടുത്തു കഴിഞ്ഞിട്ടുള്ളൂ. അവിടെ ആ ഊസ്റ്റെങ്ക ഒരുത്തി മാത്രമാണ് പണിയെടുക്കുന്നത്. അവൾ ചത്തു പണിയെടുക്കും."

"നീ പിന്നെ എന്താണ് വിചാരിച്ചത്?" വൃദ്ധൻ ഡംഭോടെ പറഞ്ഞു.

"മര്യാന, വന്നു കുറച്ചു കുടിച്ചോ!" വീഞ്ഞുഭരണി മകളെ ഏല്പിച്ചുകൊണ്ട് വൃദ്ധ പറഞ്ഞു. "ദൈവം കനിഞ്ഞു നമുക്കു നല്ല വിളവു തന്നു. കല്യാണം പൊടിപൊടിച്ചു നടത്താൻ വേണ്ടതു കിട്ടും."

"അതിന് ഇനിയും ധാരാളം സമയമുണ്ട്" പുരികം മെല്ലെ ഒന്നു ചുളിച്ചുകൊണ്ട് വൃദ്ധൻ പറഞ്ഞു.

മര്യാന മുഖം കുനിച്ചു.

"വേണ്ടതു പറഞ്ഞാൽ നിങ്ങൾ കേൾക്കാത്തതെന്താണ്?" വൃദ്ധ ചോദിച്ചു. "അക്കാര്യം നിശ്ചയിച്ചുകഴിഞ്ഞു. അതു നടത്താനുള്ള സമയവുമായി."

"പ്രവചനമൊന്നും നടത്തേണ്ട," വൃദ്ധൻ പറഞ്ഞു. "ഇതു വിളവെടുപ്പിനുള്ള സമയമാണ്."

"ലൂക്കാഷയുടെ പുതിയ കുതിരയെ കണ്ടോ?" വൃദ്ധ ചോദിച്ചു. "ദ്മീത്രി അന്ദ്രേയിച്ച് കൊടുത്ത കുതിരയല്ല ഇപ്പോൾ അവനുള്ളത്, അതിനെ കൊടുത്തിട്ട് മറ്റൊന്നിനെ അവൻ വാങ്ങി."

“ഞാൻ കണ്ടില്ല. പക്ഷേ ഇന്നു ഞാൻ നമ്മുടെ വാടകക്കാരന്റെ ഭൃത്യനെ കണ്ടു. അവൻ പറയുന്നത് അയാൾക്ക് ആയിരം റൂബിൾ പിന്നേയും കിട്ടിയെന്നാണ്.”

“കുബേരനാണെന്നർത്ഥം,” വൃദ്ധ പറഞ്ഞു. ആ കുടുംബം മുഴുവൻ സംതൃപ്തരും സന്തുഷ്ടരുമായിരുന്നു. മുന്തിരിയുടെ വിളവ് ഗുണത്തിലും അളവിലും അവരുടെ എല്ലാ പ്രതീക്ഷകളേയും കവച്ചുവെച്ചു.

മര്യാന ഉച്ചഭക്ഷണം കഴിച്ചിട്ട് കാളയ്ക്ക് കുറെ പുല്ലു കൊടുത്തു. പിന്നീട് ബെഷ്മെത്ത് ചുരുട്ടി തലയ്ക്കുവെച്ച് കാളവണ്ടിയുടെ അടിയിലുള്ള മൃദുലമായ പുല്ലിൽ കിടന്നു. അവൾ ആകെക്കൂടി ധരിച്ചിരുന്നത് തലയിൽ കെട്ടിയിരുന്ന ചുവന്ന പട്ട് തുവാലയും നീല തുണികൊണ്ടുള്ള ഒരു ഒറ്റയുടുപ്പും മാത്രമാണ്. എന്നിട്ടും അവൾക്ക് അസഹ്യമായ ഉഷ്ണം തോന്നി. അവളുടെ മുഖം ജ്വലിച്ചു. കൈകാലുകൾ കുഴച്ചു. ക്ഷീണവും ഉറക്കവും കണ്ണുകളിൽ തളംകെട്ടിനിന്നു അവളുടെ അധരങ്ങൾ താനേ അല്പം വിടർന്നു. ശക്തിയായ ശ്വാസോച്ഛ്വാസംകൊണ്ട് മാറിടം ഉയർന്നുതാണു.

വിളവെടുപ്പു തുടങ്ങിയിട്ട് രണ്ടാഴ്ചയായിരുന്നു. നിരന്തരമായ കഠിനാദ്ധ്വാനം ആ പെൺകിടാവിന്റെ സമയം മുഴുവൻ അപഹരിച്ചു. അതിരാവിലെ പുലരിയുടെ ആദ്യത്തെ കിരണങ്ങളോടൊപ്പം അവൾ ചാടിയെണീറ്റ് തണുത്ത വെള്ളത്തിൽ മുഖം കഴുകിയിട്ട് തുവാലകൊണ്ട് തല മൂടി നഗ്നപാദയായി തൊഴുത്തിലേക്ക് ഓടും. അവിടുന്നു തിരിച്ചുവന്ന് ധൃതിയിൽ പാദരക്ഷകളും ഒരു ബെഷ്മെത്തുമ ധരിച്ച് കുറെ റൊട്ടിയുമെടുത്തുകൊണ്ട് കാളകളെ വണ്ടിയിൽ കെട്ടി തോട്ടത്തിലേക്കു പുറപ്പെടുകയായി. അവിടെ കഷ്ടിച്ച് ഒരു മണിക്കൂർ നേരം വിശ്രമിച്ചിട്ട് ബാക്കി സമയമത്രയും അവൾ ജോലി ചെയ്തുകൊണ്ടിരിക്കും. മുന്തിരിക്കുലകൾ മുറിച്ചെടുക്കുകയും കുട്ടകളിലാക്കി വണ്ടിയിൽ വയ്ക്കുകയും ചെയ്തുകൊണ്ട് പകൽ മുഴുവൻ പണിയെടുത്തിട്ട്, വൈകുന്നേരം അവൾ ഉന്മേഷവതിയും അക്ഷീണയുമായി കയ്യിൽ ഒരു മരക്കൊമ്പുമായി കാളകളെ ചരടിൽ പിടിച്ചുവലിച്ചുകൊണ്ട് ഗ്രാമത്തിലേക്കു മടങ്ങും. സന്ധ്യയായാൽ അവൾ തന്റെ കുപ്പായത്തിന്റെ വീതിയുള്ള കൈകളിൽ വിത്തുകൾ നിറച്ചുകൊണ്ട് തെരുവിന്റെ മൂലയിൽ ചെന്നുനിന്ന് മറ്റു പെൺ കുട്ടികളോടൊപ്പം ചിരിക്കുകയും വർത്തമാനം പറയുകയും ചെയ്യും. എന്നാൽ സന്ധ്യ മയങ്ങിയാലുടൻ അവൾ വീട്ടിൽ തിരിച്ചെത്തും. ഇരുട്ടുള്ള പാൽപ്പുരയിൽ അച്ഛനമ്മമാരോടും അനുജനോടുമൊപ്പം ഇരുന്ന് അത്താഴം കഴിച്ചിട്ട് അല്ലലില്ലാത്ത മനസ്സും ആരോഗ്യം തുളുമ്പുന്ന ശരീരവുമായി അവൾ കുടിലിലേക്കു ചെല്ലും. അടുപ്പിൻതിണ്ണയിലിരുന്ന് അർദ്ധ സ്വപ്നാവസ്ഥയിൽ അവൾ

വാടകക്കാരന്റെ കഥ ശ്രദ്ധിച്ചുകൊണ്ടിരിക്കും.

അയാൾ പൊയ്ക്കഴിഞ്ഞാൽ അവൾ തന്റെ കട്ടിലിൽ വീണ് നേരം വെളുക്കുന്നതു വരെ സുഖമായി ഉറങ്ങും-സ്വപ്നരഹിതവും പ്രശാന്തവുമായ ഉറക്കം. പിറ്റേ ദിവസവും അതുതന്നെ ആവർത്തിക്കപ്പെട്ടും. വിവാഹനിശ്ചയത്തിനുശേഷം ലൂക്കാഷയെ അവൾ കണ്ടിട്ടില്ല. വിവാഹദിനം സമാഗതമാകാൻ അവൾ ക്ഷമയോടെ കാത്തിരുന്നു. ഇതിനകം അവൾ വാടകക്കാരനുമായി പൊരുത്തപ്പെട്ടു കഴിഞ്ഞു. അയാളുടെ നോട്ടം തന്നിൽ പതിക്കുന്നത് സുഖകരമായ ഒരനുഭവമായി അവൾക്കു തോന്നി.

XXX

ചൂടിൽനിന്ന് രക്ഷപ്പെടാൻ സാദ്ധ്യമല്ലാതിരുന്നിട്ടും കാളവണ്ടിയുടെ തണലിൽ കൊതുകുകൾ കൂട്ടംകൂട്ടമായി പറന്നുകൊണ്ടിരുന്നിട്ടും അനുജൻ ശല്യപ്പെടുത്തിക്കൊണ്ടിരുന്നിട്ടും മര്യാന തൂവാലകൊണ്ട് മുഖം മറച്ച് ഗാഢനിദ്രയിലാണ്ടു. പെട്ടന്ന് അയല്ക്കാരിയായ ഊസ്സെങ്ക ഓടിവന്ന് വണ്ടിയുടെ അടിയിൽ അവളുടെയടുത്ത് കിടന്നു.

"ഉറങ്ങിക്കോ പെണ്ണേ, ഉറങ്ങിക്കോ!" വണ്ടിക്കടിയിലേക്ക് നുഴഞ്ഞുകയറിക്കൊണ്ട് ഊസ്സെങ്ക പറഞ്ഞു. "പക്ഷേ ഇങ്ങനെയല്ല,"എന്നു പറഞ്ഞിട്ട് അവൾ പുറത്തു കടന്ന് പച്ചിലകളുള്ള കുറെ മരക്കൊമ്പുകൾ ഒടിച്ചെടുത്ത് വണ്ടിയുടെ രണ്ടു ചക്രങ്ങളിലും കൊരുത്തുവെച്ചു. പിന്നീട് തന്റെ ബെഷ്മെത്ത് അതിനു മുകളിലിട്ടു.

"ഇവിടുന്നു പുറത്തു പോ!" വീണ്ടും വണ്ടിക്കടിയിലേക്കു കയറിയിട്ട് ഊസ്സെങ്ക മര്യാനയുടെ അനുജനോടു പറഞ്ഞു. "കൊസാക്കുകാ പെൺകുട്ടികളോടൊപ്പം ഇരിക്കാൻ പാടില്ല. പൊയ്ക്കോ!"

വണ്ടിക്കടിയിൽ കൂട്ടുകാരിയും താനും ഒറ്റയ്ക്കായപ്പോൾ ഊസ്സെങ്ക അവളെ രണ്ടു കൈകൊണ്ടും കെട്ടിപ്പിടിച്ച് അവളുടെ കവിളിലും കഴുത്തിലും ചുംബിച്ചുതുടങ്ങി.

"എന്റെ പൊന്നേ! എന്റെ സഹോദരാ!" എന്നു വിളിച്ചുകൊണ്ട് ഊസ്സെങ്ക തന്റെ മണികിലുക്കം പോലുള്ള ചിരിയുടെ അലകളുയർത്തി.

"എന്താണിത്! നീ ഇത് 'മുത്തച്ഛന്റെ 'യടുത്തുനിന്ന് പഠിച്ചതാണോ?" എന്നു ചോദിച്ചുകൊണ്ട് മര്യാന സ്വതന്ത്രയാകാൻ ശ്രമിച്ചു. "എന്നെ വിടൂ!"

അവർ ഇരുവരും ഉറക്കെ ചിരിച്ചുതുടങ്ങി. ബബൂക്ക ഉലീത്ക്കയുടെ ശകാരമാണ് അതിനു വിരാമമിട്ടത്.

""നിനക്ക് അസൂയയുണ്ടോ?" ഊസ്സെങ്ക ശബ്ദം അടക്കി ചോദിച്ചു.

"വിഡ്ഢിത്തം! ഞാൻ ഒന്നുറങ്ങട്ടെ? നീ എന്തിനാണ് വന്നത്?"

ഊസ്സെങ്ക അടങ്ങിയില്ല.

"എനിക്ക് നിന്നോട്ട് ഒരു കാര്യം പറയാനുണ്ട്. അതെന്താണെന്നറിയാമോ?" അവൾ ചോദിച്ചു.

മര്യാന കൈമുട്ടുകളൂന്നി എണീറ്റിരുന്ന് ഊർന്നുപോയ തൂവാല ശരിക്കു കെട്ടി.

"എന്താണ്?"

"എനിക്ക് നിന്റെ വാടകക്കാരനെപ്പറ്റി ഒരു കാര്യം അറിയാം."

"അറിയാൻ ഒന്നുമില്ല," മര്യാന തിരിച്ചടിച്ചു.

"നീ ഒരു സൂത്രക്കാരിയാണ്!" അവളെ കൈമുട്ടുകൊണ്ട് തോണ്ടിക്കൊണ്ട് ഊസ്റ്റെങ്ക പൊട്ടിച്ചിരിച്ചു. "നീ എന്നോട് ഒന്നും പറയുകയില്ല. പക്ഷേ അയാൾ നിന്നെ കാണാൻ വരാറുണ്ട്, ഇല്ലേ?"

"ഉണ്ടെന്നുവെച്ചോളൂ! അതിനെന്താ?" എന്നു ചോദിച്ചെങ്കിലും മര്യാനയുടെ മുഖം തുടുത്തു.

"ഓ, ഞാൻ ഒരു മണ്ടിപ്പെണ്ണാണ്. ഞാൻ എല്ലാം എല്ലാവരോടും പറഞ്ഞുനടക്കും. പക്ഷേ ഞാൻ എന്തിനാണ് ഒളിച്ചുവയ്ക്കുന്നത്?" ഊസ്റ്റെങ്ക ചോദിച്ചു. അവളുടെ പ്രസന്നമായ തുടുത്ത മുഖം ചിന്താമഗ്നമായിത്തീർന്നു. "ഞാൻ ആർക്കും ഒരു ദ്രോഹവും ചെയ്യുന്നില്ല. അയാളെ എനിക്ക് ഇഷ്ടമാണ്. അത്ര തന്നെ."

"ആരെ? 'മുത്തച്ഛനെ' യോ?"

"അതെ!"

"പക്ഷേ അതു ശരിയല്ല!"

"മര്യാനാ, കല്യാണത്തിനു മുമ്പല്ലെങ്കിൽപ്പിന്നെ എപ്പോഴാണ് ഒരു പെണ്ണിന് സന്തോഷിക്കാൻ സമയം കിട്ടുന്നത്? കല്യാണം കഴിച്ചാൽ പിള്ളേരുണ്ടാകും. നൂറുകൂട്ടം ചുമതലകളുണ്ടാകും. നീ ലൂക്കാഷയെ കല്യാണംകഴിക്കാൻ പോവുകയാണല്ലോ. അന്നു നിന്റെ സന്തോഷവും തീരും. സന്തോഷം കാണുകയില്ല, പക്ഷേ കുട്ടികളും പിടിപ്പതു പണിയും കാണും."

"നീ എന്താണു പറയുന്നത്? മറ്റുള്ളവർ കല്യാണംകഴിച്ച് സുഖമായി ജീവിക്കുന്നില്ലേ? ഒരു വ്യത്യാസവുമില്ല," മര്യാന ശാന്തയായി മറുപടി പറഞ്ഞു.

"അതു കളയൂ! ഒരു പ്രാവശ്യം സത്യം പറയൂ. നീയും ലൂക്കാഷയും തമ്മിൽ എങ്ങനെയാണ്?"

"അതു പറയാനൊന്നുമില്ല. ലൂക്കാഷയ്ക്കു എന്നെ കെട്ടണമെന്നു പറഞ്ഞു. അച്ഛൻ അത് ഒരു വർഷമായി നീട്ടിവയ്ക്കുന്നു. പക്ഷേ ഈ ശരൽക്കാലത്ത് കല്യാണം നടത്താമെന്ന് ഈയിടെ തീരുമാനിച്ചു.

"പക്ഷേ അവൻ നിന്നോട് എന്താണു പറഞ്ഞത്?"

മര്യാന ചിരിച്ചു:

"എന്താ പറഞ്ഞതെന്ന് നിനക്കറിയാമല്ലോ! എന്നെ ഇഷ്ടമാണെന്നു പറഞ്ഞു. ഞാൻ തോട്ടത്തിൽ ചെല്ലണമെന്നു പലതവണ ആവശ്യപ്പെട്ടു."

"മണ്ടിപ്പെണ്ണ്! എന്നിട്ട് നീ പോയില്ല, അല്ലേ? പക്ഷേ അവൻ ഇപ്പോൾ എത്ര മിടുക്കനാണ്! നമ്മുടെ ഒന്നാമത്തെ ജിഗീത്താണ്! സോത്ന്യയിൽ അവൻ നടക്കുന്നത് ഒന്നു കാണണം! ഈ യിടെ ഞങ്ങളുടെ കീർക്ക തിരിച്ചുവന്നപ്പോൾ പറഞ്ഞു, അവന് ഒന്നാന്തരം ഒരു കുതിരയെ കിട്ടിയെന്ന്. നീ അവനെ വിഷമിപ്പിക്കുന്നു... പിന്നെ അവൻ എന്തെല്ലാം പറഞ്ഞു?" ഊസ്തെങ്ക ചോദിച്ചു.

"എല്ലാം നിനക്ക് അറിയണോ?" ചിരിച്ചുകൊണ്ട് മര്യാന ചോദിച്ചു. "ഒരു ദിവസം അവൻ ജനലിനു താഴെ വന്നുനിന്നു, കുടിച്ചിട്ടുണ്ടായിരുന്നു. അകത്തു കയറ്റണമെന്ന് എന്നോടു പറഞ്ഞു."

"എന്നിട്ട് നീ കയറ്റിയോ?"

"എന്തിന്? ഞാൻ ഒരിക്കൽ പറഞ്ഞു. അതിനു മാറ്റമില്ല. ഞാൻ പാറപോലെ ഉറച്ചു നിൽക്കും," മര്യാന സഗൗരവം പറഞ്ഞു.

പക്ഷേ അവൻ ഒരു വീരനാണ്! എവിടെ ചെന്നാലും ഏതു പെണ്ണും അവനെ സ്വീകരിക്കും."

"എന്നാൽ അവൻ മറ്റുള്ളവരുടെയടുത്തു ചെല്ലട്ടെ!" മര്യാന ഗർവ്വോടെ പറഞ്ഞു.

"നിനക്ക് അവനോട് ദയയില്ലേ?"

"ഉണ്ട്. പക്ഷേ ഞാൻ വിഡ്ഢിത്തമൊന്നും കാണിക്കയില്ല. അതു പാപമാണ്."

ഊസ്തെങ്ക പെട്ടെന്ന് തന്റെ കൂട്ടുകാരിയുടെ നെഞ്ചിൽ മുഖമമർത്തി അവളെ കെട്ടിപ്പിടിച്ചു. അടക്കിയ ചിരികൊണ്ട് അവളുടെ ദേഹമാകെ കുലുങ്ങിക്കൊണ്ടിരുന്നു.

"നീ ഒരു മണ്ടിപ്പെണ്ണാണ്," അവൾ പറഞ്ഞു. "നിനക്ക് സന്തോഷം എന്നു പറഞ്ഞാൽ എന്താണെന്നറിയില്ല." അവൾ മര്യാനയെ ഇക്കിളികൂട്ടി.

"നിർത്തു!" ചിരിയടക്കാൻ ശ്രമിച്ചുകൊണ്ട് മര്യാന വിളിച്ചു പറഞ്ഞു.

"പിശാചുക്കളെ! നിങ്ങൾക്ക് അടങ്ങിയിരുന്നുകൂടേ? മനുഷ്യരെ ഉറങ്ങാൻ സമ്മതിക്കയില്ല," വൃദ്ധ ഉറക്കപ്പിച്ചോടെ വണ്ടിക്കടുത്തു നിന്ന് വിളിച്ചുപറഞ്ഞു.

"നിനക്ക് സന്തോഷം എന്താണെന്ന് അറിഞ്ഞുകൂടാ," ഊസ്തെങ്ക തലയുയർത്തി മന്ത്രിച്ചു. "പക്ഷേ നീ ഒരു ഭാഗ്യവതിയാണ്! ദൈവമേ! നിന്നോട് എന്തൊരു ഇഷ്ടമാണ്! നിന്റെ എല്ലുകൾ എഴുന്നു നിൽക്കുന്നു! എന്നിട്ടും നിന്നെ എല്ലാവരും പ്രേമിക്കുന്നു! നിന്റെ സ്ഥാനത്ത്

ഞാനായിരുന്നെങ്കിൽ നിന്റെ ആ വാടകക്കാരനെ ഞാൻ വരച്ചവരയിൽ നിർത്തുമായിരുന്നു! നീ ഞങ്ങളുടെ വീട്ടിൽ വന്നപ്പോൾ ഞാൻ അയാളെ ശ്രദ്ധിച്ചു. അയാൾ ആർത്തിയോടെ നിന്നെ നോക്കുന്നതു ഞാൻ കണ്ടു. 'മുത്തച്ഛൻ' എന്റെ സ്നേഹിതനാണ്. അയാൾ എന്തു വേണമെങ്കിലും എനിക്കു തരും. പക്ഷേ നിന്റെ വാടകക്കാരൻ റഷ്യയിലെ ഏറ്റവും വലിയ സ്വത്തുകാരിലൊരാളാണ്! അയാൾക്കു സ്വന്തമായി അടിയാളന്മാർ ഉണ്ടെന്നാണ് ആ ഭൃത്യൻ പറഞ്ഞതു്!"

മര്യാന തല പൊന്തിച്ചു. എന്തോ ആലോചിച്ച് അവൾ പുഞ്ചിരിതൂകി.

"ഞങ്ങളുടെ താമസക്കാരൻ ഒരിക്കൽ എന്നോടു പറഞ്ഞതെന്താണെന്നോ?" ഒരു പുൽനാമ്പു കടിച്ചുകൊണ്ട് മര്യാന പറഞ്ഞു.

'"ഞാൻ കൊസാക്കുകാരൻ ലൂക്കാഷയോ നിന്റെ അനിയൻ ലസൂത്കയോ ആയിരുന്നെങ്കിൽ' എന്ന്. അയാൾ അങ്ങനെ പറഞ്ഞതെന്തിനാണ്?"

"ഓ, അവർ അങ്ങനെ തോന്നുന്നതെല്ലാം പറയും," ഊസ്തെങ്ക അഭിപ്രായപ്പെട്ടു. "എന്റെ ആള് എന്തൊക്കെ പറയുമെന്നോ! തനി കിറുക്ക്!"

മര്യാന മുഖം തന്റെ ബെഷ്മെത്തിൽ മറച്ചുകൊണ്ട് ഊസ്തെങ്കയുടെ തോളിൽ കൈ ചുറ്റി കണ്ണടച്ചിരുന്നു.

ഇന്ന് അയാൾ തോട്ടത്തിൽ ജോലിചെയ്യാൻ വരും. അച്ഛൻ ക്ഷണിച്ചിട്ടുണ്ട്," കുറച്ചുനേരം മൗനമായിരുന്നിട്ട് അവൾ പറഞ്ഞു. പിന്നീട് വീണ്ടും അവൾ ഉറങ്ങി.

XXXI

വണ്ടി കിടന്നിടത്തു തണൽവിരിച്ച പെയർമരത്തിന്റെ പിന്നിൽനിന്ന സൂര്യൻ പുറത്തുവന്നു. ഊസ്റ്റെങ്ക ഉണ്ടാക്കിയ മറയെഭേദിച്ച് അകത്തു കടന്ന ചെരിഞ്ഞ സൂര്യരശ്മികൾ ഉറങ്ങിക്കിടന്ന പെൺകിടാങ്ങളുടെ മുഖത്തു തട്ടി. മര്യാന ഉണർന്ന് ടുവാല ശരിയാക്കിയിട്ടു. അവൾ ചുറ്റും നോക്കിയപ്പോൾ വാടകക്കാരൻ തോളിൽ തോക്കുമായി അച്ഛനോട്ടു സംസാരിച്ചുകൊണ്ട് പെയർമരത്തിനു പിന്നിൽ നിൽക്കുന്നു. അവൾ ഊസ്റ്റെങ്കയെ തോണ്ടിവിളിച്ച് പുഞ്ചിരിച്ചുകൊണ്ട് അയാളെ ചൂണ്ടിക്കാട്ടി.

"ഇന്നലെ ഞാൻ പോയിരുന്നു. പക്ഷേ ഒന്നും കിട്ടിയില്ല," ഒലേനിൻ പറഞ്ഞു. അയാൾ അസ്വസ്ഥനായി ചുറ്റും നോക്കിക്കൊണ്ടിരുന്നെങ്കിലും കാളവണ്ടിയുടെ കീഴിൽ കിടക്കുന്ന മര്യാനയെകണ്ടില്ല.

"വടക്കുനോക്കി കാണിക്കുന്ന ദിശ നോക്കി താങ്കൾ പുഴയുടെ വടക്കുവരെ നേരെ പോകേണ്ടിയിരുന്നു. അവിടെ വിജനമായിക്കിടക്കുന്ന ഒരു തോട്ടമുണ്ട്. ഞങ്ങൾ അതിനെ 'തരിശ്ശ്' എന്നാണു വിളിക്കുന്നത്. അവിടെ ധാരാളം മുയലുകളുണ്ട്," തന്റെ സംസാരരീതി മാറ്റി കോർണെറ്റ് പറഞ്ഞു.

"പണിയെടുക്കേണ്ട സമയത്ത് മുയലുകളുടെ പിന്നാലെ പോകുന്നതു നല്ലതല്ല," ബബൂക്ക ഉലീത്ക സന്തോഷത്തോടെ പറഞ്ഞു. "നീ ഞങ്ങളെ വന്നു സഹായിക്കുന്നതാണു നല്ലത്. ഇവിടെ പെൺപിള്ളേരോടൊപ്പം നിനക്ക് രസമായിരിക്കും... പിള്ളേരേ, പുറത്തു വരൂ!"

മര്യാനയും ഊസ്റ്റെങ്കയും കാളവണ്ടിക്കടിയിലിരുന്ന് സ്വകാര്യം പറയുകയായിരുന്നു. ചിരിയടക്കാൻ അവർ നന്നേ പണിപ്പെട്ടു.

അമ്പതു നാണയം വിലവരുന്ന ഒരു കുതിരയെ ഒലേനിൻ ലുക്കാഷ്ക്കു സമ്മാനിച്ചെന്നറിഞ്ഞപ്പോൾ മുതൽ കോർണെറ്റും ഭാര്യയും ഒലേനിനോട്ട് ദാസ്യഭാവം കാട്ടിത്തുടങ്ങി. മര്യാനയുമായുള്ള അയാളുടെ മൈത്രി പ്രത്യേകിച്ചും കോർണറ്റിനെ സന്തുഷ്ടനാക്കി.

"പക്ഷേ എനിക്ക് തോട്ടത്തിൽ പണിയെടുക്കാൻ വശമില്ലല്ലോ," ഒലേനിൻ പറഞ്ഞു. കാളവണ്ടിയുടെ കീഴിൽ ഒരു ചുവന്ന ടുവാലയും നീല ഉടുപ്പും അനങ്ങിക്കൊണ്ടിരിക്കുന്നത് മരച്ചില്ലകളുടെ മറയിലൂടെ കുറെശ്ശെ കാണാമായിരുന്നെങ്കിലും ഒലേനിൻ മനപ്പൂർവ്വം അങ്ങോട്ടു നോക്കാതിരുന്നു.

"വരൂ, കുറച്ചു പീച്ചുകൾ തരാം," ബബൂക്ക ഉലീത്ക പറഞ്ഞു.

"പഴയ മട്ടിലുള്ള കൊസാക്കുകാരുടെ ആതിഥ്യമുറയാണത്- തീർച്ചയായും കിഴവിമാരുടെ ഒരു വിഡ്ഢിത്തം," കോർണെറ്റ് ഭാര്യയുടെ തെറ്റു തിരുത്താൻ ശ്രമിക്കുന്നമട്ടിൽ പറഞ്ഞു. "റഷ്യയിൽ നിങ്ങളൊക്കെ പീച്ചിനേക്കാൾ കൂടുതൽ ടിന്നിലാക്കിയ കൈതച്ചക്കയാണ് തിന്നുന്നതെന്ന് എനിക്കറിയാം."

"ഉപേക്ഷിക്കപ്പെട്ട ആ തോട്ടത്തിൽ മുയലുകളുണ്ടെന്നാണോ നിങ്ങൾ പറയുന്നത്?" ഒലേനിൻ ചോദിച്ചു. "എങ്കിൽ ഞാൻ അങ്ങോട്ടു പോകാം." ഒലേനിൻ കാളവണ്ടിയുടെ അടിയിലേക്ക് ധൃതിയിൽ ഒന്നു നോക്കി തൊപ്പി ഉയർത്തിയിട്ട് നടന്ന് നിരനിരയായി നില്ക്കുന്ന പച്ചനിറമുള്ള മുന്തിരിവള്ളികളുടെയിടയിൽ അപ്രത്യക്ഷനായി.

സൂര്യൻ വേലിക്കു പിന്നിലേക്കു താണുതുടങ്ങിയപ്പോഴാണ് ഒലേനിൻ ആതിഥേയന്റെ തോട്ടത്തിലേക്ക് മടങ്ങിയത്. സൂര്യന്റെ ചിതറിയ രശ്മികൾ വീണ മുന്തിരിയിലകൾ തിളങ്ങിക്കൊണ്ടിരുന്നു. കാറ്റ് കെട്ടടങ്ങി. സുഖകരമായ കുളിർമ്മ മുന്തിരിത്തോട്ടത്തിൽ പരന്നു. ഒരുതരം സഹജവാസനകൊണ്ടെന്നവണ്ണം ഒലേനിൻ മര്യാനയുടെ ചുവന്ന തൂവാലയും നീല കുപ്പായവും മുന്തിരിവള്ളികൾക്കിടയിലൂടെ വളരെ ദൂരെനിന്നേ കണ്ടു. വഴിയിൽ കാണുന്ന മുന്തിരിക്കുലകൾ അടർത്തിയെടുത്തു കൊണ്ട് ഒലേനിൻ നേരെ അവളുടെയടുത്തേക്കു നടന്നു. അണച്ചുകൊണ്ട് യജമാനന്റെ പിന്നാലെ നടന്നിരുന്ന പട്ടിയും താണുകിടക്കുന്ന മുന്തിരിക്കുലകൾ ചിലപ്പോൾ തന്റെ നുരയൊലിക്കുന്ന വായ്ക്കുള്ളിലാക്കിക്കൊണ്ടിരുന്നു. ചൂടുകൊണ്ട് ചുവന്നുതുടുത്ത മര്യാന കുപ്പായക്കൈകൾ തെറുത്തുകയറ്റി വലിയ മുന്തിരിക്കുലകൾ മുറിച്ച് കുട്ടയിൽ അടുക്കിവയ്ക്കുകയായിരുന്നു. അവളുടെ തൂവാല താടിക്കു കീഴിലേക്ക് ഊർന്നുവീണു.

താൻ പിടിച്ചിരുന്ന മുന്തിരിക്കൊമ്പിൽനിന്ന് പിടിവിടാതെ മര്യാന ഒരു നിമിഷം വെറുതെ നിന്ന് അയാളെ നോക്കി സ്നേഹപൂർവ്വം മന്ദഹസിച്ചു. അടുത്ത നിമിഷംതന്നെ അവൾ തന്റെ ജോലിവീണ്ടും തുടങ്ങി. തോക്ക് തോളിൽ തൂക്കി കൈകൾ സ്വതന്ത്രമാക്കിക്കൊണ്ട് ഒലേനിൻ അവളെ സമീപിച്ചു. "മറ്റുള്ളവർ എവിടെ? ദൈവം നിന്നെ സഹായിക്കട്ടെ! നീ ഒറ്റയ്ക്കാണോ?" എന്നു ചോദിക്കാൻ അയാൾ ആഗ്രഹിച്ചു. എന്നാൽ ഒന്നും പറയാതെ തൊപ്പി ഉയർത്തുക മാത്രമാണ് അയാൾ ചെയ്തത്. മര്യാനയോടൊപ്പം ഒറ്റയ്ക്കു നില്ക്കാൻ അയാൾക്ക് എന്തെന്നില്ലാത്ത സങ്കോചം തോന്നി. എന്നാൽ സ്വയം പീഡിപ്പിക്കാനെന്നവണ്ണം അയാൾ അവളോടു കൂടുതൽ അടുത്തു നിന്നു.

"തോക്ക് ഇങ്ങനെ കൊണ്ടുനടന്നാൽ വല്ല സ്ത്രീകളേയും നിങ്ങൾ

വെടിവയ്ക്കാനിടയുണ്ട്." മര്യാന പറഞ്ഞു.

"ഇല്ല. ഞാൻ ആരെയും വെടിവയ്ക്കുകയില്ല." രണ്ടുപേരും വീണ്ടും നിശ്ശബ്ദരായി.

"കുറച്ചു സഹായിക്കു!"

അയാൾ ഒരു ചെറിയ കത്തി പുറത്തെടുത്ത് മുന്തിരിക്കുലകൾ മുറിച്ചെടുക്കാനാരംഭിച്ചു. ഒരു കിലോഗ്രാമിൽ കൂടുതൽ തൂക്കം വരുന്ന വലിയ ഒരു മുന്തിരിക്കുല ഇലകളുടെ അടിയിൽനിന്ന് പുറത്തെടുത്തു. ഒലേനിൻ പരിശോധിച്ചു. മുന്തിരികൾ കുലയിൽ തിങ്ങിക്കൂടി നിന്നിരുന്നതിനാൽ അവ പരസ്പരം ഞെരിച്ച് ഏറെക്കുറെ പരന്ന് ഇരുന്നിരുന്നു. ഒലേനിൻ അതു ചൂണ്ടിക്കാട്ടിക്കൊണ്ട് ചോദിച്ചു:

"ഇതു മുറിച്ചെടുക്കാമോ? പഴുത്തിട്ടില്ലെന്നു തോന്നുന്നു."

"നോക്കട്ടെ."

അവരുടെ കൈകൾ കൂട്ടിമുട്ടി. ഒലേനിൻ അവളുടെ കൈയിൽ പിടിച്ചു. അവൾ മന്ദഹസിച്ചുകൊണ്ട് അയാളെ നോക്കി.

"നിന്റെ കല്യാണം അടുത്തോ?" അയാൾ ചോദിച്ചു.

അവൾ വലിയ കരിമിഴികളുയർത്തി അയാളെ ഒന്നു നോക്കിയിട്ട് മറുപടി പറയാതെ മുഖം തിരിച്ചു.

"നീ ലുക്കാഷയെ സ്നേഹിക്കുന്നുണ്ടോ?"

"എന്തിനാണ് അറിയുന്നത്?"

"എനിക്ക് അസൂയയാണ്."

നല്ല കാര്യം!"

"സത്യം നീ അത്രയേറേ സുന്ദരിയാണ്!"

പെട്ടെന്ന് താൻ പറഞ്ഞതോർത്ത് അയാൾ ലജ്ജിച്ചു. തന്റെ വാക്കുകൾ നിന്ദ്യമായി അയാൾക്കു തോന്നി. അയാളുടെ രക്തം തിളച്ചു. താൻ ചെയ്യുന്നതെന്താണെന്ന് അറിയാതെ അയാൾ അവളുടെ ഇരു കൈകളിലും പിടിച്ചു.

"എന്തായാലും ഞാൻ നിങ്ങൾക്കുള്ളതല്ല! എന്തിനാണ് കളിയാക്കുന്നത്?" മര്യാന ചോദിച്ചു. എന്നാൽ അയാൾ തന്നെ കളിയാക്കുകയല്ല എന്ന് അവൾക്ക് ഉറപ്പുണ്ടായിരുന്നെന്ന് അവളുടെ കണ്ണുകൾ വെളിപ്പെടുത്തി.

"കളിയാക്കുകയോ! ഞാൻ നിന്നെ എത്രമാത്രം..."

തന്റെ വാക്കുകൾ പൊള്ളയാണെന്ന് അയാൾക്കു വീണ്ടും തോന്നി. മാത്രവുമല്ല തന്റെ യഥാർത്ഥ വികാരങ്ങളെ വെളിപ്പെടുത്താൻ അവയ്ക്കു

കഴിവുമില്ല. എങ്കിലും അയാൾ തുടർന്നു:

"എനിക്ക് അതു പറഞ്ഞറിയിക്കാനാവില്ല... പക്ഷേ ഞാൻ... തയ്യാറാണ്. നിനക്കുവേണ്ടി എന്തു ചെയ്യാനും ഞാൻ തയ്യാറാണ്..."

എന്നെ വിടാനാണ പറഞ്ഞതു! ശല്യം!"

എന്നാൽ അവളുടെ തിളങ്ങുന്ന കണ്ണുകളും ഉയർന്നുതാഴുന്ന മാറിടവും വടിവൊത്ത അവയവങ്ങളും പറഞ്ഞതു് നേരെമറിച്ചാണ്. താൻ അവളോടു പറഞ്ഞതെല്ലാം വെറും ചവറാണെന്ന് അവൾക്കു മനസ്സിലായെന്നും എന്നാൽ അവൾ അതിനെല്ലാം ഉപരിയാണെന്നും അയാൾക്കു തോന്നി. താൻ അവളോടു പറയാൻ ആഗ്രഹിക്കുന്നതെന്തെന്ന്, താൻ പറയാൻ ധൈര്യപ്പെടാത്തതെന്തെന്ന്, അവൾക്കു പണ്ടേ അറിയാമെന്നും എന്നാൽ താൻ അതെങ്ങിനെ പറയും എന്നറിയാൻ അവൾ കാത്തിരിക്കയാണെന്നും അയാൾക്കു തോന്നി. താൻ പറയാൻ ആഗ്രഹിക്കുന്നതു് അവൾ എന്താണോ അതു മാത്രമാണെന്നിരിക്കെ, അവൾ എങ്ങനെ അതറിയാതിരിക്കും?-അയാൾ വിചാരിച്ചു. "പക്ഷേ അവൾ അതു മനസ്സിലാക്കാൻ ആഗ്രഹിക്കുന്നില്ല, മറുപടി പറയാൻ അവൾ ആഗ്രഹിക്കുന്നില്ല," അയാൾ സ്വയം പറഞ്ഞു.

"അ-ഊ!" അവർ നിന്നിരുന്നിടത്തുനിന്ന് അകലെയല്ലാതെ ഊസ്തെങ്കയുടെ നേർത്ത ശബ്ദം കേട്ടു. അവളുടെ ചിരി മുഴങ്ങി. "ദ്മീത്രി അന്ദ്രേയിച്ച്, ഇങ്ങോട്ടു വരൂ! വന്ന് എന്നെ സഹായിക്കൂ!" തന്റെ നിഷ്കളങ്കമായ കൊച്ചുമുഖം ഇലകൾക്കിടയിലൂടെ പുറത്തു കാട്ടിക്കൊണ്ടു് അവൾ ഒലേനിനോടു വിളിച്ചുപറഞ്ഞു.

ഒലേനിൻ മറുപടി പറയുകയോ നിന്നിടത്തുനിന്ന് അനങ്ങുകയോ ചെയ്തില്ല.

മര്യാന തന്റെ ജോലി തുടർന്നു. എങ്കിലും അവൾ ഒലേനിനെ ഇടക്കിടെ നോക്കിക്കൊണ്ടിരുന്നു. അയാൾ എന്തോ പറയാനാരംഭിച്ചു. എന്നാൽ ഇടയ്ക്കു നിർത്തി നിരാശയോടെ തോൾ ചലിപ്പിക്കുകയും തോക്കു ശരിക്കു വയ്ക്കുകയും ചെയ്തിട്ടു് ധൃതിയിൽ മുന്തിരിത്തോട്ടത്തിനു പുറത്തുകടന്നു.

XXXII

അയാൾ ഒന്നുരണ്ടു തവണ നിന്ന് മര്യാനയുടേയും ഊസ്ത്യെങ്കയുടേയും മണിനാദംപോലുള്ള ചിരിയും ഉറക്കെയുള്ള സംസാരവും ശ്രദ്ധിച്ചു.

അന്ന വൈകുന്നേരം മുഴുവൻ ഒലേനിൻ മൃഗങ്ങളെത്തേടി കാട്ടിൽ അലഞ്ഞുനടന്നു. എന്നാൽ സന്ധ്യയ്ക്കു വെറും കയ്യോടെയാണ് അയാൾ വീട്ടിൽ മടങ്ങിയെത്തിയത്. പാൽപ്പുരയുടെ വാതിൽ തുറന്നു കിടക്കുന്നതും ഒരു നീല ഉടുപ്പ് അകത്ത് അനങ്ങുന്നതും മുറ്റത്തെത്തിയപ്പോൾ അയാൾ കണ്ടു. താൻ വന്ന വിവരം വീട്ടുകാർ അറിയണമെന്ന ഉദ്ദേശ്യത്തോടെ ഒലേനിൻ ഉറക്കെ വന്യൂഷയെ വിളിച്ചു. അതിനുശേഷം ഉമ്മറത്തെ തന്റെ പതിവുസ്ഥാനത്ത് ചെന്നിരുന്നു. വീട്ടുകാർ തോട്ടത്തിൽ നിന്ന് മടങ്ങിയെത്തിയിരുന്നു. അവർ പാൽപ്പുരയിൽ നിന്നിറങ്ങി താമസിക്കുന്ന പുരയിലേക്കു പോയി. എന്നാൽ അകത്തു ചെല്ലാൻ ഒലേനിനെ ആരും ക്ഷണിച്ചില്ല. മര്യാന രണ്ടുതവണ പടിക്കലേക്കു പോയി. മങ്ങിയ സന്ധ്യാവെളിച്ചമേ ഉണ്ടായിരുന്നുള്ളെങ്കിലും അവൾ തന്നെ നോക്കിക്കൊണ്ടിരിക്കയാണെന്ന് ഒരു തവണ അയാൾക്കു തോന്നി. അയാൾ അവളുടെ ഒരോ ചലനങ്ങളും വീക്ഷിച്ചുകൊണ്ടിരുന്നെങ്കിലും അവളുടെയടുത്തേക്കു പോയില്ല. അവൾ വീട്ടിനുള്ളിലേക്കു പൊയ്ക്കഴിഞ്ഞപ്പോൾ അയാൾ മുറ്റത്തിറങ്ങി ഉലാത്തിത്തുടങ്ങി. എന്നാൽ മര്യാന പിന്നീട് പുറത്തുവന്നില്ല. കോർണെറ്റിന്റെ വീട്ടിലെ ഓരോ ശബ്ദവും ശ്രദ്ധിച്ചുകൊണ്ട്, ഉറങ്ങാതെ ഒലേനിൻ രാത്രി മുഴുവൻ മുറ്റത്തു ചെലവഴിച്ചു. അവർ ഇരുന്നു വർത്തമാനം പറയുന്നതും അത്താഴം കഴിക്കുന്നതും തുവൽക്കിടക്കകൾ വിരിച്ച് കിടക്കാൻ ഒരുങ്ങുന്നതും അയാൾ കേട്ടു. എന്തോ പറഞ്ഞു മര്യാന ചിരിക്കുന്നതും അയാൾ കേട്ടു. ക്രമേണ എല്ലാവരും നിശ്ശബ്ദരായി. കോർണെറ്റ് ഭാര്യയോട്ട് ശബ്ദമടക്കി സംസാരിച്ചുകൊണ്ടിരുന്നു. ആരുടേയോ ക്രമത്തിലുള്ള ശ്വാസോച്ഛ്വാസം ഉയർന്നു കേട്ടു. അയാൾ തന്റെ മുറിയിലേക്കു പോയി. വന്യൂഷപകൽ ധരിച്ചിരുന്ന വസ്ത്രങ്ങൾ മാറ്റാതെ ഉറങ്ങുകയായിരുന്നു. ഒലേനിന് അവനോട്ട് അസൂയ തോന്നി. വീണ്ടും അയാൾ മുറ്റത്തേക്കിറങ്ങി. അയാൾ ആരെയോ പ്രതീക്ഷിച്ചുകൊണ്ടിരുന്നു. എന്നാൽ ആരും വന്നില്ല, ആരും അനങ്ങിയില്ല. മൂന്നുപേർ ക്രമത്തിൽ ശ്വാസോച്ഛ്വാസം ചെയ്യുന്ന ശബ്ദമല്ലാതെ മറ്റൊന്നും അയാൾ കേട്ടില്ല. മര്യാന ശ്വസിക്കുന്ന ശബ്ദം അയൾക്കു തിരിച്ചറിയാൻ കഴിഞ്ഞു. വർദ്ധിച്ച ഹൃദയമിടിപ്പോടെ അയാൾ അതു ശ്രദ്ധിച്ചുകൊണ്ടിരുന്നു.

ഗ്രാമം നിശ്ശബ്ദതയിൽ മുങ്ങിക്കിടന്നു. വിളറിയ ചന്ദ്രക്കല ഉദിച്ചു. കിടക്കുകയോ മെല്ലെ എണീക്കാൻ ശ്രമിക്കുകയോ ചെയ്യുന്ന മുറ്റത്തെ കന്നുകാലികളുടെ രൂപം കൂടുതൽ തെളിഞ്ഞു കാണാറായി. ഒലേനിൻ കുപിതനായി സ്വയം ചോദിച്ചു: "എനിക്ക് എന്താണു വേണ്ടതു്?" എങ്കിലും അയാൾ കാത്തിരിപ്പ് അവസാനിപ്പിക്കാൻ അശക്തനായിരുന്നു. പെട്ടെന്ന് അയാൾ ആരോ നടക്കുന്ന ശബ്ദവും കോർണെറ്റിന്റെ വീട്ടിലെ തറ ഞരങ്ങുന്ന ശബ്ദവും സ്പഷ്ടമായികേട്ടു. അയാൾ വാതില്ക്കലേക്കു നടന്നു. പക്ഷേ ക്രമത്തിൽ ശ്വസിക്കുന്ന ശബ്ദമല്ലാതെ മറ്റൊന്നും കേട്ടില്ല. അല്പം കഴിഞ്ഞു് എരുമ ഉറക്കെ ചീറ്റിക്കൊണ്ട് മുട്ടുകുത്തി എണീക്കാൻ ശ്രമിച്ചു. പിന്നീട് അതു ശരിക്ക് എണീറ്റുനിന്ന് വാലാട്ടി. മുറ്റത്തെ ഉണങ്ങിയ കളിമണ്ണിൽ ഒരേ താളക്രമത്തിൽ എന്തോ പതിക്കുന്ന ശബ്ദം കുറച്ചുനേരം ശ്രദ്ധിച്ചിട്ട് ഒരു നെടുവീർപ്പോടെ അതു വീണ്ടും നേരിയ മഞ്ഞുള്ള പൂനിലാവിൽ കിടന്നു...

അയാൾ സ്വയം ചോദിച്ചു: "ഞാൻ എന്താണു ചെയ്യേണ്ടതു്?" അയാൾ കിടന്നുറങ്ങാൻ തീരുമാനിച്ചു. എന്നാൽ പിന്നെയും ആരുടേയോ കാല്പെരുമാറ്റം കേട്ടു. മഞ്ഞണിഞ്ഞ അർദ്ധതാര്യമായ പൂനിലാവിൽ മര്യാനയുടെ രൂപം താൻ കണ്ടെന്ന് അയാൾക്കു തോന്നി. അയാൾ വീണ്ടും വാതില്ക്കൽ ചെന്നുനിന്നു. വീണ്ടും കാലടിശബ്ദം കേട്ടു. നേരം പുലരാറായപ്പോൾ അയാൾ ജനലിനടുത്തു ചെന്നു നിന്ന് ചില്ലിൽ മുട്ടി. പിന്നീട് അയാൾ വാതില്ക്കലേക്ക് ഓടി. മര്യാനയുടെ കാലടി ശബ്ദം അടുത്തടുത്തു വരുന്നതു് അയാൾ കേട്ടു.

അയാൾ സാക്ഷ പിടിച്ചു കുലുക്കി. നിലത്തെ പലകകൾ ശബ്ദിക്കാതെ സൂക്ഷിച്ച് നഗ്നമായ പാദങ്ങൾ വാതിലിനടുത്തെത്തി. സാക്ഷമാറി. വാതിൽ ഞരങ്ങി. തണ്ണിമത്തന്റെ ഹൃദ്യമായ ഗന്ധം പുറത്തേക്കടിച്ചു. മര്യാന വാതില്പടിയിൽ പ്രത്യക്ഷപ്പെട്ടു. അവൾ

വാതിൽ അടച്ചിട്ട് എന്തോ പിറുപിറുത്തുകൊണ്ട് ശബ്ദം കേൾപ്പിക്കാതെ തിരിച്ചോടി. ഒലേനിൻ മെല്ലെ വാതിലിൽ മുട്ടി. എന്നാൽ ഉത്തരമൊന്നും ഉണ്ടായില്ല. അയാൾ തിരിച്ച് ജനലിനടുത്തുവന്ന് ചെവികൂർപ്പിച്ച് നിന്നു.

പെട്ടെന്ന് പിന്നിൽ ഉച്ചത്തിൽ ഉയരുന്ന നേർത്ത ഒരു പുരുഷശബ്ദം കേട്ട് അയാൾ ഞെട്ടി.

"ഭേഷ്!" വെളുത്ത ആട്ടിൻതോൽ തൊപ്പി ധരിച്ച പൊക്കം കുറഞ്ഞ ഒരു കൊസാക്കുകാരൻ മുറ്റം മുറിച്ചുകടന്ന് ഒലേനിനെ സമീപിച്ചുകൊണ്ട് പറഞ്ഞു. "ഞാൻ എല്ലാം കണ്ടു! കൊള്ളാം!"

ഒലേനിൻ നസാർക്കയെ തിരിച്ചറിഞ്ഞു. എന്തു പറയണമെന്നോ ചെയ്യണമെന്നോ നിശ്ചയമില്ലാതെ അയാൾ നിന്നു.

"ഒന്നാന്തരമായിരിക്കുന്നു! ഞാൻ ഉടൻതന്നെ ഗ്രാമമുഖ്യന്റെ അടുത്തേക്കു പോവുകയാണ്. കണ്ടതെല്ലാം ഞാൻ പറയും. ഞാൻ അവളുടെ അച്ഛനോടും പറയുന്നുണ്ട്. അവളും കൊള്ളാം! അവൾക്ക് ഒരാൾ പോരാ,"

"നിനക്ക് ഞാൻ എന്തു തരണം? എന്താണു നിനക്കു വേണ്ടത്?" ഒലേനിൻ ചോദിച്ചു.

"ഒന്നും വേണ്ട. പക്ഷേ ഞാൻ ഗ്രാമമുഖ്യനോടു പറയാൻ പോവുകയാണ്."

നസാർക്ക മനപ്പൂർവ്വം വളരെ ഉറക്കെയാണ് സംസാരിച്ചത്.

"ഒരു കൗശലക്കാരനായ യുങ്കർ!"

ഒലേനിൻ വിവർണ്ണവദനനായി നിന്ന് വിറച്ചു.

"വരൂ, ഇവിടെ വരൂ!" അയാൾ നസാർക്കയെ പിടിച്ച് ബലമായി വീട്ടിനുള്ളിലേക്കു കൊണ്ടുപോയി. "ഒന്നും ഉണ്ടായിട്ടില്ല. അവൾ എന്നെ അകത്തു കയറ്റിയില്ല... അവൾ യാതൊരു തെറ്റും ചെയ്തിട്ടില്ല.

"ഞാൻ എങ്ങനെ അറിയും?" നസാർക്ക ചോദിച്ചു.

"എങ്കിലും ഞാൻ നിനക്ക് എന്തെങ്കിലും തരാം... ഒരു നിമിഷം നിൽക്കൂ!"

നസാർക്ക മറുപടി പറഞ്ഞില്ല. ഒലേനിൻ പത്തു റൂബിളെടുത്ത് അവനു കൊടുത്തു.

"വാസ്തവത്തിൽ ഒന്നും ഉണ്ടായിട്ടില്ല. എങ്കിലും കുറ്റം എന്റേതാണ്. ഞാൻ നിനക്ക് ഇതു തരുന്നു. ആരോടും ഇക്കാര്യം പറയരുത്. വാസ്തവത്തിൽ ഒന്നുമുണ്ടായിട്ടില്ല..."

"നമസ്കാരം" ഒരു ചിരിയോടെ നസാർക്ക സ്ഥലം വിട്ടു.

താൻ മോഷ്ടിച്ച ഒരു കുതിരയെ ഒളിച്ചുവയ്ക്കാൻ ലൃക്കാഷ അവനെ ഗ്രാമത്തിലേക്ക് അയച്ചതായിരുന്നു. വഴിയിലൂടെ നടന്നുപോകുമ്പോഴാണ് അവൻ കാല്പെരുമാറ്റം കേട്ട് ഒലേനിനെ ശ്രദ്ധിച്ചത്. അവൻ പിറ്റേന്നു രാവിലെ സോത്ന്യയിലേക്കു തിരിച്ചുപോയി. ഒരു കൗശലം പ്രയോഗിച്ചു താൻ പത്തു റൂബിൾ കരസ്ഥമാക്കിയ കാര്യം അവൻ സരസമായി വർണ്ണിച്ചു.

ഒലേനിൻ അന്നു രാവിലെ വീട്ടുകാരെ കണ്ടു. നടന്നതൊന്നും അവർ അറിഞ്ഞിരുന്നില്ല. അയാൾ മര്യാനയോട് ഒന്നും സംസാരിച്ചില്ല. അവളാകട്ടെ വെറുതെ അയാളെ നോക്കി മന്ദഹസിക്കുക മാത്രം ചെയ്തു. അന്നു രാത്രിയും അയാൾ ഉറക്കമുപേക്ഷിച്ച് മുറ്റത്തു കൂടി ഉലാത്തിക്കൊണ്ടിരുന്നു. പിറ്റേ ദിവസം അയാൾ നായാട്ടിനു പോയി. വൈകുന്നേരം അയാൾ തന്നിൽനിന്ന് സ്വയം രക്ഷപ്പെടാനായി ബെലേത്സ്കയുടെ വീട്ടിൽ ചെന്നു. അയാൾ തന്നെത്തന്നെ ഭയന്നു. താൻ ഇനി കോർണെറ്റിന്റെ വീട്ടിൽ പോവുകയില്ലെന്ന് സ്വയം പ്രതിജ്ഞ ചെയ്തു.

പിറ്റേന്നു രാത്രി ഒരു ഓർഡർലി വന്ന് ഒലേനിനെ വിളിച്ചുണർത്തി കുപ്പിണി ഉടൻതന്നെ പടയോട്ടത്തിനു പുറപ്പെടുകയാണെന്ന് അറിയിച്ചു. ഒലേനിന് അതു വലിയൊരനുഗ്രഹമായി തോന്നി. ഗ്രാമത്തിലേക്കു താൻ ഇനി മടങ്ങിവരികയില്ല എന്ന് അയാൾക്കു തോന്നി.

പടയോട്ടം നാല് ദിവസം നീണ്ടുനിന്നു. സർവ്വസൈന്യാധിപൻ തന്റെ ഒരു ബന്ധുവായ ഒലേനിനെ കാണണമെന്നാവശ്യപ്പെടുകയും തന്റെ ആസ്ഥാനത്ത് സേവനമനുഷ്ഠിക്കാൻ അയാളെ ക്ഷണിക്കുകയും ചെയ്തു. ഒലേനിൻ അതു നിരസിച്ചു. ഗ്രാമത്തിൽനിന്നകന്ന് ജീവിക്കാൻ അയാൾക്കു സാദ്ധ്യമായിരുന്നില്ല. തിരിച്ചുപോകാൻ അയാൾ അവധിക്കപേക്ഷിച്ചു. പടയോട്ടത്തിൽ പങ്കെടുത്തതു പ്രമാണിച്ച് അയാൾക്ക് ഒരു കുരിശ്ശ് സൈനിക ബഹുമതിയായികിട്ടി. അതു കിട്ടണമെന്ന് അയാൾ മുമ്പ് വളരെ അഗ്രഹിച്ചിരുന്നെങ്കിലും ഇപ്പോൾ അയാൾക്ക് അതിൽ യാതൊരു താല്പര്യവും തോന്നിയില്ല. ഇതേവരെ സ്ഥിരം ഓഫീസറായി തന്നെ നിയമിച്ചിട്ടില്ല. എന്ന കാര്യം അയാളെ ഒട്ടുംതന്നെ അലട്ടിയുമില്ല. അയാൾ വന്യൂഷയോടൊപ്പം അതിർത്തിരേഖയിലൂടെ കുതിരപ്പുറത്തു സഞ്ചരിച്ച് കുപ്പിണിയെത്തുന്നതിനു മുമ്പ് ഗ്രാമത്തിലെത്തി. ആ സായാഹ്നം മുഴുവൻ അയാൾ ഉമ്മറത്തിരുന്ന് മര്യാനയെ നോക്കിക്കൊണ്ടിരുന്നു. ലക്ഷ്യമൊന്നുമില്ലാതെ, ഒന്നിനെപ്പറ്റിയും ആലോചിക്കാതെ മുറ്റത്തു ചുറ്റിനടന്ന് ആ രാത്രിയും അയാൾ തള്ളിനീക്കി.

XXXIII

പിറ്റേന്ന രാവിലെ താമസിച്ചാണ് ഒലേനിൻ ഉണർന്നത്. വീട്ടുകാർ ജോലിക്ക പൊയ്ക്കഴിഞ്ഞിരുന്നു. അയാൾ നായാട്ടിനു പോയില്ല. കുറെ നേരം അയാൾ വായിച്ചുകൊണ്ടിരുന്നു. പിന്നീട് ഉമ്മറത്തു ചെന്നുനിന്നു. വീണ്ടും മുറിക്കുള്ളിൽ ചെന്ന് കിടക്കയിൽ വീണു. യജമാനന്ന് സുഖമില്ലെന്ന് വന്യൂഷയ്ക്ക തോന്നി. സന്ധ്യക്കു മുമ്പ് ഒലേനിൻ നിശ്ചയദാർഢ്യത്തോടെ ചാടിയെണീറ്റ് എഴുതാനാരംഭിച്ചു. രാത്രി അതിക്രമിക്കുന്നതുവരെ അയാൾ എഴുതിക്കൊണ്ടിരുന്നു. അതു വായിച്ചാൽ ആർക്കും മനസ്സിലാവുകയില്ലെന്ന് തോന്നിയതു കൊണ്ട് അയാൾ അത് ആർക്കും അയച്ചില്ല. താനൊഴിച്ച് മറ്റാരും അതു മനസ്സിലാക്കേണ്ട ആവശ്യമില്ലെന്നും അയാൾക്കു തോന്നി.

അയാൾ എഴുതിയത് ഇതാണ്:

"അനുശോചനം രേഖപ്പെടുത്തിക്കൊണ്ടുള്ള കത്തുകൾ എനിക്കു റഷ്യയിൽനിന്നു കിട്ടി. ഞാൻ ഈ ഓണംകേറാമൂലയിൽ സ്വയം ഒളിച്ചിരുന്ന് ജീവിതം വ്യർത്ഥമാക്കുമോ എന്നാണ് അവരുടെ ഭയം. എന്നെപ്പറ്റി അവർ പറയുന്നത് ഇങ്ങനെയാണ്, 'അയാൾ പരുക്കനായിത്തീരും.എല്ലാ താല്പര്യങ്ങളും ത്യജിക്കും. ഒരു കുടിയനായിത്തീരും. പോരെങ്കിൽ ഒരു കൊസാക്ക് യുവതിയെ വിവാഹം ചെയ്യും,' കോക്കസസ്സിൽ പത്തുവർഷം താമസിക്കുന്ന ഒരാൾ ഒന്നുകിൽ കുടിച്ചുകുടിച്ചു ചാകും അല്ലെങ്കിൽ ഒരു തേവടിശ്ശിയെ കല്യാണം കഴിക്കും എന്ന് യെർമോലൊവ് പ്രവചിച്ചത് ശരിയാണെന്ന് അവർ പറയും. എത്ര ഭയങ്കരം! ബി-പ്രഭ്വിയുടെ ഭർതൃപദം എന്നമഹാഭാഗ്യം സ്വീകരിക്കുകയോ ഒരു കമ്മെർഹെറോ[41]കുലീനരുടെ മാർഷലോ ആയിത്തീരുകയോ ചെയ്താൽ ഞാൻ നശിക്കുന്നതിനു പകരം എന്റെ ജീവിതം ശോഭനമായിത്തീരുമത്രെ! കഷ്ടം! നിങ്ങൾ എന്റെ കണ്ണിൽ എത്ര നിന്ദ്യരും നികൃഷ്ടരുമാണെന്നോ! സന്തുഷ്ടി എന്തെന്നോ ജീവിതം എന്തെന്നോ നിങ്ങൾക്കറിയില്ല. അകൃത്രിമസുന്ദരമായ ജീവിതം ഒരിക്കലെങ്കിലും നിങ്ങൾ അനുഭവിച്ചറിയേണ്ടതാണ്. ഓരോ ദിവസവും ഞാൻ കണ്ടുകൊണ്ടിരിക്കുന്നത് എന്താണെന്ന് നിങ്ങൾക്കറിയില്ല, നിങ്ങൾ കണ്ടിട്ടില്ല. അനശ്വരവും അപ്രാപ്യവുമായ മലമുകളിലെ മഞ്ഞ്, സ്രഷ്ടാവിന്റെ പണിപ്പുരയിൽ തീർത്ത ആദ്യത്തെ സ്ത്രീയുടെ മൂലസൗന്ദര്യം മുഴുവൻ ഉൾക്കൊള്ളുന്ന പ്രൗഢയായ ഒരു സ്ത്രീ. നിങ്ങൾ അതൊന്നു കണ്ടിട്ടു വേണം എന്റെ ചോദ്യങ്ങൾക്ക് ഉത്തരം പറയാൻ: 'ആരാണ് നശിക്കുന്നത്? ആരാണ് യഥാർത്ഥജീവിതം

41 കമ്മെർഹെർ-കൊട്ടാരത്തിലെ ഒരു പ്രധാന ഉദ്യോഗസ്ഥൻ.

നയിക്കുന്നത്? ആരാണ് കപടജീവിതം നയിക്കുന്നത്? നിങ്ങളോ ഞാനോ?' നിങ്ങളും നിങ്ങളുടെ ആത്മവഞ്ചനയും നികൃഷ്ടവും ഗർഹണീയവുമാണെന്ന് നിങ്ങൾ അറിയുന്നുണ്ടോ? എന്റെ കുടിലിനും എന്റെ കാടിനും എന്റെ പ്രേമത്തിനും പകരം നിങ്ങളുടെ സൽക്കാരമുറികളും, കൃത്രിമ അളകങ്ങളും അസ്വാഭവികമായി ചലിക്കുന്ന ചുണ്ടുകളും ഒളിച്ചുവയ്ക്കപ്പെട്ട വിരൂപവും ബലഹീനവുമായ അംഗങ്ങളും നർമ്മഭാഷണമെന്നറിയപ്പെടുന്നതും ആ പേരിനർഹമല്ലാത്തതുമായ പരിഷ്കൃതമെട്ടിലുള്ളകൊഞ്ഞ വർത്തമാനവുമായി നടക്കുന്ന നിങ്ങളുടെ മഹിളാമണിമാരും എന്റെ ഭാവനയിൽ തെളിഞ്ഞു വരുമ്പോഴെല്ലാം എനിക്ക് ദുസ്സഹമായ വേദന അനുഭവപ്പെടും. ആ ശൂന്യമായ മുഖങ്ങളെപ്പറ്റി ഓർക്കുമ്പോൾ, പ്രായംതികഞ്ഞ ആ കുബേരകുമാരിമാരുടെ 'ഞാൻ ധനികയാണെങ്കിലും ഇഷ്ടമുള്ളവർക്ക് അടുത്തുവരാം' എന്നു ക്ഷണിക്കുന്നതുപോലുള്ള മുഖഭാവം ഓർമ്മ വരുമ്പോൾ, എനിക്ക് വേദന തോന്നുന്നു. ആ ഇരിപ്പുകളും ഇരിപ്പിടം മാറലും, ആണും പെണ്ണും നിർലജ്ജം ജോടിതിരിയുന്ന സമ്പ്രദായവും, അവസാനമില്ലാത്ത പരദൂഷണങ്ങളും ആർക്കു ഹസ്തദാനം ചെയ്യണമെന്നും ആരെ വണങ്ങണമെന്നും ആരോടു സല്ലപിക്കണമെന്നും മറ്റുമുള്ള നിബന്ധനകളും, എല്ലാറ്റിലുമുപരി അനിവാര്യമാണെന്ന ദൃഢവിശ്വാസത്തോടെ ബോധപൂർവ്വം തലമുറയിൽനിന്നു തലമുറയിലേക്കു പകരുന്ന, രക്തത്തിൽത്തന്നെ അലിഞ്ഞുചേർന്ന, ആ നിതാന്തമായ മട്ടുപ്പും ഞാൻ ഓർത്തുപോകുന്നു.

ഒരു കാര്യം സ്വീകരിക്കുകയോ ഒരു കാര്യത്തിൽ വിശ്വസിക്കുകയോ വേണം. സത്യവും സൗന്ദര്യവും കണ്ടു മനസ്സിലാക്കണം. അപ്പോൾ നിങ്ങൾ വിചാരിക്കുകയും പറയുകയും ചെയ്യുന്ന സകലതും, എനിക്കും നിങ്ങൾക്കും സന്തോഷം കൈവരുത്തണമെന്നുള്ള നിങ്ങളുടെ എല്ലാ ആഗ്രഹങ്ങളും തകർന്നു തരിപ്പണമാകും. പ്രകൃതിയുമൊന്നിച്ചിരിക്കുക, അതിനെ കാണുകയും അതിനോടു സല്ലപിക്കുകയും ചെയ്യുക- അതാണ് സന്തുഷ്ടി. 'ദൈവം നമ്മെ കാത്തുരക്ഷിക്കട്ടെ! അയാൾ വെറും ഒരു കൊസാക്ക് പെണ്ണിനെ കല്യാണം കഴിച്ച് തന്റെ ശോഭനമായ ഭാവി നശിപ്പിക്കാൻ പോവുകയാണ്.' അവർ നിർവ്യാജമായ സഹതാപത്തോടെ എന്നെപ്പറ്റി അങ്ങനെ പറയുമെന്ന് എനിക്കറിയാം. പക്ഷേ ഞാൻ ഒന്നേ ആഗ്രഹിക്കുന്നുള്ളൂ, പരിപൂർണ്ണമായ നാശം-നിങ്ങൾ ഉദ്ദേശിക്കുന്ന അർത്ഥത്തിൽ. ഈ വെറും കൊസാക്ക് പെണ്ണിനെ വിവാഹം ചെയ്യാൻ ഞാൻ ആഗ്രഹിക്കുന്നു. അത്ര വലിയൊരു സൗഭാഗ്യം ഞാൻ അർഹിക്കുന്നില്ല എന്ന ബോധം മൂലമാണ് ഞാൻ സംശയിച്ചുനിൽക്കുന്നത്.

ഞാൻ മര്യാന എന്ന കൊസാക്ക് കന്യകയെ ആദ്യമായി കണ്ടതു് മൂന്നു മാസം മുമ്പാണ്. ഞാൻ ഉപേക്ഷിച്ചുപോന്ന സമൂഹത്തിന്റെ ആശയങ്ങളും മുൻവിധികളും എന്റെയുള്ളിൽ മങ്ങാതെ അപ്പോഴും നിലനിന്നിരുന്നു. ആ സ്ത്രീയിൽ അനുരാഗബദ്ധനാകാൻ എനിക്കു സാദ്ധ്യമല്ലെന്ന് ഞാൻ വിചാരിച്ചു. മലകളുടേയും ആകാശത്തിന്റേയും സൗന്ദര്യത്തെ ഞാൻ സ്നേഹിച്ചിരുന്നതുപോലെ അവളേയും ഞാൻ സ്നേഹിച്ചു. അവയുടെ അതേ സൗന്ദര്യം അവൾക്കും ഉണ്ടായിരുന്നതിനാൽ അവളെ സ്നേഹിക്കാതിരിക്കാൻ എനിക്കു കഴിയുമായിരുന്നില്ല. അത്തരം സൗന്ദര്യത്തെപ്പറ്റിയുള്ള പരിചിന്തനം എന്റെ നിലനില്പിന് ഒഴിച്ചുകൂടാനാവാത്ത ഒരു ഉപാധിയായിത്തീർന്നുകൊണ്ടിരിക്കയാണെന്ന് എനിക്ക് തോന്നി. ഞാൻ സ്വയം ചോദിച്ചുകൊണ്ടിരുന്നു, 'ഞാൻ അവളെ പ്രേമിക്കുന്നുണ്ടോ?' എന്നാൽ പ്രേമത്തെപ്പറ്റി എനിക്കുണ്ടായിരുന്ന സങ്കല്പവുമായി പൊരുത്തപ്പെടുന്ന യാതൊരു വികാരവും എനിക്ക് ഉണ്ടായിരുന്നില്ല. ഏകാന്തതയുടെ വേദനയിൽ നിന്നും ദാമ്പത്യജീവിതം നയിക്കാനുള്ള അഭിവാഞ്ഛയിൽനിന്നും പ്ലേറ്റോണിക് പ്രേമത്തിൽനിന്നും ഞാൻ അനുഭവിച്ചറിഞ്ഞിട്ടുള്ള വിഷയാസക്തിയിൽനിന്ന് അതിലേറെയും വിഭിന്നമായ ഒരു വികാരമായിരുന്നു എന്റേ തു്. അവളെ കാണുന്നതും അവളുടെ ശബ്ദം കേൾക്കുന്നതും അവൾ അടുത്തുണ്ടെന്ന് അറിയുന്നതും എന്റെ ഓരാവശ്യമായിത്തീർന്നു. സന്തുഷ്ടിയല്ല ആത്മസംതൃപ്തിയാണ് എനിക്കനുഭവപ്പെട്ടിരുന്നതു്. പിറന്നാൾ സൽക്കാരദിവസം, ഒരു സായാഹ്നം മുഴുവൻ അവളെ കണ്ടുകൊണ്ടിരിക്കുകയും അവളെ സ്പർശിക്കുകയും ചെയ്തതിൽപ്പിന്നെ ഒരു കാര്യം എനിക്കു ബോദ്ധ്യമായി: ഈ സ്ത്രീയും ഞാനും തമ്മിൽ അദൃശ്യമെങ്കിലും അഭേദ്യമായ ഒരു ബന്ധമുണ്ടു്. അതിനെ ചെറുത്തുനില്ക്കാൻ ശ്രമിക്കുന്നതു നിഷ്ഫലമാണ്. എന്നിട്ടും ഞാൻ ചെറുത്തുനിന്നു. ഞാൻ സ്വയം ചോദിച്ചു: 'എന്റെ ബുദ്ധിപരമായ താല്പര്യങ്ങൾ ഒരിക്കലും മനസ്സിലാക്കാൻ കഴിയാത്ത ഈ സ്ത്രീയെ അവളുടെ സൗന്ദര്യം. ഒന്നുകൊണ്ടു മാത്രം സ്നേഹിക്കാൻ കഴിയുമോ? ഒരു വിഗ്രഹത്തെ സ്നേഹിക്കാൻ കഴിയുമോ?' ഞാൻ എന്നോട്ട് സ്വയം ചോദിച്ചതു് അതായിരുന്നു. എന്നാൽ ഞാൻ അതിനകംതന്നെ അവളിൽ അനുരക്തനായിക്കഴിഞ്ഞിരുന്നു, പക്ഷേ ഞാൻ അതു വിശ്വസിച്ചില്ല.

സൽക്കാരദിവസം ആദ്യമായി ഞാൻ അവളോട്ട് സംസാരിച്ചതിൽപ്പിന്നീട്ട് ഞങ്ങളുടെ ബന്ധത്തിൽ ഒരു മാറ്റം വന്നു. അതുവരെ അവൾ എന്നെ സംബന്ധിച്ചിടത്തോളം വിചിത്രമെങ്കിലും ആരാധ്യമായ ഒരു ബാഹ്യ വസ്തുവായിരുന്നു. അതിനുശേഷം അവൾ ഒരു മനുഷ്യ ജീവിയായിത്തീർന്നു. ഞാൻ അവളെ കാണുകയും അവളോടു

സംസാരിക്കുകയും അവൾ മുന്തിരിത്തോപ്പിൽ പണിയെടുക്കുന്നതു നോക്കിനില്ക്കുകയും അവളുടെ വീട്ടിൽ സായാഹ്നങ്ങൾ ചെലവഴിക്കുകയും ചെയ്തുതുടങ്ങി. ഇങ്ങനെ അവളുമായി അടുത്ത സമ്പർക്കം പുലർത്തിത്തുടങ്ങിയെങ്കിലും അവൾ ഇപ്പോഴും എന്റെ കണ്ണിൽ മുമ്പെന്നത്തെയും പോലെ പരിശുദ്ധയും അപ്രാപ്യയും പ്രൗഢയുമായിത്തന്നെ അവശേഷിച്ചു. അവൾ എപ്പോഴും എവിടെവെച്ചും മറുപടി പറയുന്നത് നിർവ്വികാരയായും അന്തസ്സോടു കൂടിയും ആഹ്ലാദകരമായ അലക്ഷ്യഭാവത്തിലുമായിരിക്കും. ചിലപ്പോൾ അവൾ ആർദ്രതയോടെ പെരുമാറും. പക്ഷേ പൊതുവെ അവളുടെ ഒരോ നോട്ടവും ഓരോ വാക്കും ഓരോ ചലനവും ആ അലക്ഷ്യഭാവമാണ് വെളിപ്പെടുത്തുന്നത്. അവജ്ഞയുടെ ലേശംപോലുമില്ലാത്തതെങ്കിലും അകന്നുനില്ക്കാൻ പ്രേരിപ്പിക്കുന്നതും വശ്യവുമായ ഒരുതരം അലക്ഷ്യഭാവമായിരുന്നു അത്.

ദിവസവും കൃത്രിമമായ ഒരു പുഞ്ചിരിയോടെ ഞാൻ എന്റെ യഥാർത്ഥ വികാരം മറച്ചുവെച്ചുകൊണ്ട്, വികാരവും അഭിലാഷവും കൊണ്ട് നീറുന്ന ഹൃദയവുമായി നിസ്സാരമായ എന്തിനേപ്പറ്റിയെങ്കിലും അവളോടു സംസാരിക്കും. എന്റെ കപടനാട്യം അവൾക്കു മനസ്സിലാകും.എങ്കിലും അവളുടെ പ്രസന്നമായ കണ്ണുകൾ സാധാരണമട്ടിൽ നേരെ എന്റെ കണ്ണുകളിലേക്കു നോക്കും. ഈ സ്ഥിതി എനിക്കു ദുസ്സഹമായിത്തീർന്നു. അവളോട് സത്യസന്ധത കാട്ടാൻ ഞാൻ ആഗ്രഹിച്ചു. ഞാൻ പതിവിലേറെ വികാരതരളിതനായിത്തീർന്നു-മുന്തിരിത്തോപ്പിൽവെച്ചായിരുന്നു അത്. ഞാൻ അവളോട് എന്റെ സ്നേഹത്തെപ്പറ്റി പറയാനാരംഭിച്ചു. ആ വാക്കുകൾ ഓർക്കുമ്പോൾ എനിക്ക് ലജ്ജ തോന്നുന്നു, കാരണം ആ വാക്കുകളിലൂടെ ഞാൻ പ്രകടിപ്പിക്കാനുദ്ദേശിച്ച വികാരത്തേയും അത്തരം വാക്കുകളേക്കാളും എത്രയോ ഉപരിയായിരുന്നു അവൾ! ഞാൻ സംസാരം തുടർന്നില്ല.

അന്നു മുതൽ എന്റെ സ്ഥിതി കൂടുതൽ ദുസ്സഹമായിത്തീർന്നു. അവളുമായുള്ള മുമ്പത്തെ അർത്ഥശൂന്യമായ ബന്ധം തുടരുന്നതു വഴി എന്നെ സ്വയം തരം താഴ്ത്താൻ ഞാൻ ആഗ്രഹിച്ചില്ല. അവളുമായി ലളിതവും ഋജുവുമായ ഒരു ബന്ധം സ്ഥാപിക്കാനുള്ള യോഗ്യത എനിക്കില്ലായിരുന്നുതാനും. ഞാൻ ഹതാശനായി സ്വയം ചോദിച്ചു: 'ഞാൻ എന്തു ചെയ്യണം?' അർത്ഥശൂന്യങ്ങളായ മനോരാജ്യങ്ങളിൽ ചിലപ്പോൾ ഞാൻ അവളെ എന്റെ വെപ്പാട്ടിയായും ചിലപ്പോൾ ഭാര്യയായും സങ്കല്പിച്ചു. രണ്ടും എനിക്ക് ഒരുപോലെ അരോചകമായിത്തോന്നി. അവളെ എന്റെ വെപ്പാട്ടിയാക്കുന്നത് അങ്ങേയറ്റം അപമാനകരവും ആത്മഹത്യാപരവുമായിരിക്കും. എന്നാൽ , ഒരു

കൊസാക്കുകാരിയെ ഈയിടെ വിവാഹം ചെയ്ത ഞങ്ങളുടെ ഒരു ഓഫീസറെപ്പോലെ അവളെ എന്റെ ധർമ്മപത്നിയായി സ്വീകരിച്ച് ഒരു കുലീന മഹിളയാക്കുന്നത് അതിലും ഭയങ്കരമായിരിക്കും. ലൂക്കാഷയെപ്പോലുള്ള ഒരു സാധാരണ കൊസാക്കുകാരനായിത്തീരാൻ എനിക്കു കഴിഞ്ഞാൽ, അവനെപ്പോലെ കുതിരകളെ മോഷ്ടിക്കുകയും ചുവന്നവീഞ്ഞു കുടിച്ച് ഉന്മത്തനാവുകയും അശ്ലീലഗാനങ്ങൾ ആലപിക്കുകയും മനുഷ്യരെ വെടിവെച്ചു വീഴ്ത്തുകയും മദ്യലഹരിക്കടിപ്പെട്ട് താൻ എന്താണു ചെയ്യുന്നതെന്നോ എന്തിനിതു ചെയ്യുന്നെന്നോ ആലോചിക്കാതെ ജനലിലൂടെ അവളുടെയടുത്തെത്തുകയും ചെയ്താൽ ഒരു പക്ഷേ ഞങ്ങൾക്കു പരസ്പരം മനസ്സിലാക്കാൻ കഴിഞ്ഞേക്കും, എനിക്കു സന്തുഷ്ടനാകാൻ കഴിഞ്ഞേക്കും. അത്തരമൊരു ജീവിതം സ്വയം സ്വീകരിക്കുന്നതിനെപ്പറ്റി ഞാൻ ആലോചിച്ചുനോക്കി. പക്ഷേ അപ്പോഴാണ് എന്റെ ദൗർബ്ബല്യവും കഴിവില്ലായ്മയും എനിക്ക് ശരിക്കും ബോധ്യമായത്. എനിക്ക് എന്നെത്തന്നെ മറക്കാനോ എന്റെ സങ്കീർണ്ണവും അനിയതവുമായ ഭൂതകാലം മറക്കാനോ കഴിയുന്നില്ല. എന്റെ ഭാവി കൂടുതൽ നിരാശാജനകമായ ഒരു ചിത്രമാണ് കാഴ്ചവയ്ക്കുന്നത്. ദിവസവും എന്റെ കൺമുമ്പിൽ അങ്ങുദൂരെ നിൽക്കുന്ന മഞ്ഞണിഞ്ഞ മലകളും പ്രൗഢയും ഉല്ലാസവതിയുമായ ഈ സ്ത്രീയുമാണ്. ഈ ലോകത്തിലെ ഒരേയൊരു സൗഭാഗ്യം എനിക്ക് കയ്യെത്തിപ്പിടിക്കാനാവില്ല, ഈ സ്ത്രീ എനിക്ക് അപ്രാപ്യയാണ്! എനിക്ക് അവളെ മനസ്സിലാക്കാൻ കഴിയുന്നുണ്ടെന്നും എന്നാൽ അവൾക്ക് എന്നെ ഒരിക്കലും മനസ്സിലാക്കാനാവില്ലെന്നുമുള്ള ചിന്തയാണ് എനിക്ക് ഏറ്റവും ഭയങ്കരവും മധുരവുമായി തോന്നിയത്. എന്നെക്കാൾ താണവളായതുകൊണ്ടല്ല അവൾക്ക് എന്നെ മനസ്സിലാക്കാൻ കഴിയാത്തത്. അവൾക്ക് എന്നെ മനസ്സിലാക്കേണ്ട ആവശ്യമില്ല. അവൾ സന്തുഷ്ടയാണ്. അവൾ പ്രകൃതിയെപ്പോലെതന്നെ ശാന്തയും അക്ഷോഭ്യയും സ്വയം സംതൃപ്തയുമാണ്. പക്ഷേ ഞാൻ, അപൂർണ്ണനും ബലഹീനനുമായ ഞാൻ, ആഗ്രഹിക്കുന്നത് അവൾ എന്റെ വൈരൂപ്യവും എന്റെ വേദനയും മനസ്സിലാക്കണമെന്നാണ്.

എനിക്ക് രാത്രിയിൽ ഉറക്കമില്ലാതായി. ഞാൻ അവളുടെ വീട്ടിലെ ജനാലകൾക്കു താഴെ ലക്ഷ്യമില്ലാതെ അങ്ങോട്ടുമിങ്ങോട്ടും നടന്നുകൊണ്ടിരുന്നു. എന്നാൽ എനിക്കു വേണ്ടതെന്താണെന്ന് എനിക്കുതന്നെ അറിയില്ലായിരുന്നു.

പതിനെട്ടാം തിയതി ഞങ്ങളുടെ കമ്പ്പിണി മലകളിൽ ഒരു മിന്നൽ ആക്രമണം നടത്താൻ പോയി. മൂന്നു ദിവസം ഞാൻ ഗ്രാമത്തിൽനിന്ന് മാറി താമസിച്ചു. എന്റെ ഹൃദയം ഭാരിച്ചതായിരുന്നു. ഒന്നിലും

എനിക്ക് താല്പര്യം തോന്നിയില്ല. അതിർത്തിയിലെ സൈനിക ജീവിതത്തിന്റെ ഭാഗമായ പാട്ടുകൾ, ചീട്ടുകളി, മദിരോത്സവങ്ങൾ, ഉദ്യോഗക്കയറ്റത്തെപ്പറ്റിയുള്ള സംസാരം മുതലായ കാര്യങ്ങൾ എനിക്ക് മുമ്പെന്നെത്തേക്കാൾ അരോചകമായിതീർന്നു. ഇന്നു ഞാൻ തിരിച്ചുവന്നു. ഞാൻ അവളെ കണ്ടു. എന്റെ കുടിൽ കണ്ടു. യെറോഷ്ക്ക അമ്മാവനെ കണ്ടു. ഉമ്മറത്തിരുന്നുകൊണ്ട് മഞ്ഞണിഞ്ഞ മലകൾ കണ്ടു. നവവും ശക്തവുമായ ആനന്ദത്തിന്റെ വേലിയേറ്റം എനിക്കനു ഭവപ്പെട്ടു. തൽക്ഷണം എനിക്ക് എല്ലാം മനസ്സിലായി. ഞാൻ ഈ സ്ത്രീയെ യഥാർത്ഥത്തിൽ സ്നേഹിക്കുന്നു. ജീവിതത്തിൽ ആദ്യത്തെ തവണ, ഒരേയൊരു തവണ, ഞാൻ സ്നേഹബദ്ധനായിത്തീർന്നിരി ക്കുന്നു. എന്റെ ഹൃദയത്തിലുള്ളത് എന്താണെന്ന് എനിക്കറിയാം. ആ വികാരം എന്നെ തരം താഴ്ത്തുമെന്ന ഭയം എനിക്കില്ല. എന്റെ പ്രേമം എന്നെ ലജ്ജിപ്പിക്കുന്നില്ല. ഞാൻ അഭിമാനം കൊള്ളുന്നു...

ഞാൻ പ്രേമബദ്ധനായത് എന്റെ കുറ്റമല്ല. എന്റെ ഇച്ഛയ്ക്കെതിരാ യിട്ടാണ് അത് സംഭവിച്ചത്. ആത്മത്യാഗം വഴി അതിൽനിന്ന് രക്ഷപ്പെടാൻ ഞാൻ ശ്രമിച്ചു. ലൂക്കാഷയെന്ന കൊസാക്ക് യുവാവ് മര്യാനയെ പ്രേമിക്കുന്നതിൽ ഞാൻ സന്തുഷ്ടനാണെന്ന് ഞാൻ സങ്കല്പിച്ചു. എന്റെ പ്രേമത്തേയും അസൂയയേയും ആളിക്കത്തിക്കുക മാത്രമാണ് അതു ചെയ്തത്. ഒരു പക്ഷേ, അവളിലൂടെ ഞാൻ സ്നേഹി ക്കുന്നത് പ്രകൃതിയെയായിരിക്കാം, പ്രകൃതിയുടെ സൗന്ദര്യത്തിന്റെ മുഴുവൻ മൂർത്തിമദ്ഭാവത്തെയായിരിക്കാം. എന്നാൽ എനിക്കു സ്വന്തമായ ഇച്ഛാശക്തിയില്ല, പഞ്ചഭൂതങ്ങളുടെ മുഴുവൻ ശക്തിയും, ദൈവസൃഷ്ടമായ സമസ്തപ്രപഞ്ചവും ആണ് എന്നിലൂടെ അവളെ സ്നേഹിക്കുന്നത്. പ്രകൃതി മുഴുവൻ ഈ സ്നേഹം എന്റെ ആത്മാവിൽ മുദ്രണം ചെയ്തുകൊണ്ട് മന്ത്രിക്കുന്നു, 'സ്നേഹിക്കു ! ' എന്റെ ബുദ്ധികൊ ണ്ടോ ഭാവനാശക്തികൊണ്ടോ അല്ല, എന്റെ മുഴുവൻ അസ്ഥിത്വവും കൊണ്ടാണ് ഞാൻ അവളെ സ്നേഹിക്കുന്നത്. ഞാൻ ദൈവസൃഷ്ടമായ ഈ സന്തുഷ്ട ലോകത്തിന്റെ മുഴുവൻ അഭേദ്യമായ ഒരംശമാണെന്ന ബോധം അവളെ സ്നേഹിക്കുന്നതിലൂടെ എന്നിലുളവായി.

ഏകാന്തജീവിതത്തിന്റെ സന്തതികളായ എന്റെ പുതിയ വിശ്വാ സങ്ങളെപ്പറ്റി ഞാൻ നേരത്തെ എഴുതിയിരുന്നല്ലോ. എന്നാൽ എത്ര ബുദ്ധിമുട്ടിയാണ് ഞാൻ അവയ്ക്ക് രൂപംകൊടുത്തതെന്നും, അവയെ സ്വീകരിച്ച് മുമ്പിൽ തുറന്നുകിടക്കുന്ന പുതിയ ജീവിതത്തെ സ്വാഗതം ചെയ്തത് എത്ര സന്തോഷത്തോടെയാണെന്നും ആർക്കും മനസ്സിലാ ക്കാൻ കഴിയുകയില്ല. ആ വിശ്വാസങ്ങളെക്കാൾ വിലപ്പെട്ട മറ്റൊന്നും എനിക്കില്ലായിരുന്നു... പക്ഷേ പ്രേമം കടന്നുവന്നു... അതോടെ ആ

വിശ്വാസങ്ങളും ഇല്ലാതായി. അതിൽ എനിക്കു ഖേദംപോലും തോന്നുന്നില്ല. ഏകപക്ഷീയവും നിർവികാരവും ബുദ്ധിപരവുമായ അത്തരമൊരു മാനസികാവസ്ഥയെ ഞാൻ വിലമതിച്ചതെങ്ങനെയെന്ന് മനസ്സിലാക്കാൻപോലും ഇപ്പോൾ എനിക്കു കഴിയുന്നില്ല. സൗന്ദര്യം കടന്നുവന്നു... ഞാൻ പാടുപെട്ടു പടുത്തുയർത്തിയ വൻസൗധം തകർന്നുതരിപ്പണമായി. അതു തകർന്നതിൽ ഞാൻ അശേഷം ഖേദിക്കുന്നില്ല. ആത്മത്യാഗം വെറും ചവറാണ്, ചപ്പടാച്ചിയാണ്. അത് വെറും ഡംഭാണ്, അർഹിക്കുന്ന അസന്തുഷ്ടിയിൽനിന്നുള്ള അഭയം തേടലാണ്, മറ്റൊരാളുടെ സന്തുഷ്ടിയിലുള്ള അസൂയയിൽനിന്നുള്ള രക്ഷാമാർഗ്ഗമാണ്. മറ്റുള്ളവർക്കുവേണ്ടി ജീവിക്കുക, നന്മചെയ്യുക ! എന്തിന്? എന്റെ ആത്മാവിൽ ഒരൊറ്റ അഭിലാഷവും -അവളെ സ്നേഹിക്കുകയും അവളോടൊപ്പം അവളെപ്പോലെ ജീവിക്കുകയും ചെയ്യുക എന്ന അഭിലാഷമാണത്-എന്നോടുതന്നെയുള്ള സ്നേഹവും മാത്രമുള്ളപ്പോൾ എന്തിനാണത്? മറ്റുള്ളവർക്ക് സന്തുഷ്ടി കൈവരണമെന്നല്ല, ലൂക്കാഷ്ക്കയ്ക്ക് സന്തുഷ്ടി കൈവരണമെന്നല്ല, ഇപ്പോൾ ഞാൻ ആഗ്രഹിക്കുന്നത്. മറ്റുള്ളവരെ ഞാൻ ഇപ്പോൾ സ്നേഹിക്കുന്നില്ല. ഇതുതെറ്റാണെന്ന് മുമ്പായിരുന്നെങ്കിൽ ഞാൻ

പറയുമായിരുന്നു. ഞാൻ ചോദ്യങ്ങൾകൊണ്ട് എന്നെ സ്വയം പീഡിപ്പിക്കുമായിരുന്നു: അവൾക്ക് എന്തു സംഭവിക്കും? ലൂക്കാഷ്ക്കയ്ക്ക് എന്തു സംഭവിക്കും? എനിക്ക് എന്തു സംഭവിക്കും? പക്ഷേ ഇപ്പോൾ അതൊന്നും എനിക്ക് പ്രശ്നമല്ല. എന്നെ ഇപ്പോൾ ഭരിക്കുന്നത് ഞാനല്ല, എന്നെക്കാൾ ശക്തിയുള്ള എന്തോ ഒന്ന് എന്നെ നയിച്ചുകൊണ്ടിരിക്കുകയാണ്. ഞാൻ പീഡിതനാണ് പക്ഷേ മുമ്പത്തെപ്പോലെ മൃതനല്ല. ഞാൻ ജീവിക്കുന്നു. ഇന്നു ഞാൻ അവളുടെയടുത്തു ചെന്ന് എല്ലാം അവളോടു പറയും."

XXXIV

ഇൗകത്തെഴുതി കഴിഞ്ഞപ്പോൾ നേരം ഇരുട്ടിയിരുന്നെങ്കിലും ഒലേനിൻ കോർണെറ്റിന്റെ വീട്ടിലേക്കു പോയി. വൃദ്ധ അടുപ്പിന്റെ പിന്നിലുള്ള ഒരു ബഞ്ചിലിരുന്ന് കൊക്കൂണിൽനിന്ന് പട്ടുനൂൽ ചുറ്റിയെടുക്കുകയായിരുന്നു. മര്യാന തലയിൽ ഉവാലകെട്ടാതെ ഇരുന്ന് മെഴുകുതിരി വെളിച്ചത്തിൽ എന്തോ തുന്നുകയായിരുന്നു. ഒലേനിനെ കണ്ടപ്പോൾ അവൾ ചാടിയെണീറ്റ് ഉവാലകൈയിലെടുത്തുകൊണ്ട് അടുപ്പിനടുത്തേക്ക് ഓടി.

"മര്യാന, വന്ന് ഇവിടെ ഇരിക്ക്," വൃദ്ധ പറഞ്ഞു.

"വേണ്ട. ഞാൻ തല മറച്ചിട്ടില്ല."

അവൾ അടുപ്പിൻതിണ്ണയിൽ കയറിയിരുന്നു.

അവളുടെ കാൽമുട്ടുകളിൽനിന്നോ തൂങ്ങിക്കിടക്കുന്ന വടിവൊത്ത കാൽവണ്ണകളിൽനിന്നോ കണ്ണെടുക്കാൻ ഒലേനിനു കഴിഞ്ഞില്ല. അയാൾ വൃദ്ധയ്ക്കു ചായ കൊടുത്തു. വൃദ്ധ പകരം പാൽപ്പാടകൊണ്ടുണ്ടാക്കിയ ക്രീം കൊടുത്ത് അയാളെ സൽക്കരിച്ചു. മര്യാനയാണ് അതെടുത്തുകൊണ്ടുവന്നത്. എന്നാൽ പിഞ്ഞാണം മേശപ്പുറത്തുവെച്ചിട്ട് അവൾ വീണ്ടും അടുപ്പിൻതിണ്ണയിൽ ചെന്നിരുന്നു. അവളുടെ നോട്ടം മാത്രം ഒലേനിന് അനുഭവപ്പെട്ടു. വൃദ്ധയുമായി അയാൾ കൃഷികാര്യങ്ങളെപ്പറ്റി സംസാരിച്ചുകൊണ്ടിരുന്നു. വൃദ്ധ നല്ലൊരു വീട്ടമ്മയ്ക്കു ചേർന്നവിധം അകത്തേക്കും പുറത്തേക്കും നടന്നുകൊണ്ടിരുന്നു. അവർ ഒലേനിന് മുന്തിരിജെല്ലിയും മുന്തിരികേക്കും മുന്തിയവീഞ്ഞും കൊടുത്തു സൽക്കരിച്ചു. വിയർത്തു വിയർത്തു പണിയെടുത്തു നിത്യവൃത്തികഴിക്കുന്ന സാധാരണ ആളുകൾക്ക് സഹജമായ പരുക്കനെങ്കിലും അന്തസ്സുറ്റ ആതിഥ്യമര്യാദ കാട്ടാൻ വൃദ്ധ ഉത്സുകയായിരുന്നു. ആദ്യ ദിവസം ശകാരവർഷംകൊണ്ട് തന്നെ ഭയപ്പെടുത്തിയ ആ വൃദ്ധയ്ക്ക് അവരുടെ മകളോടുള്ള ലാളിത്യമാർന്ന വാത്സല്യാതിരേകം കണ്ട് ഒലേനിന്റെ ഹൃദയം അലിഞ്ഞു.

"ദൈവത്തോടു പരാതിപ്പെടാനൊന്നുമില്ല," അവർ പറഞ്ഞു. "ദൈവം സഹായിച്ച് എല്ലാം ഞങ്ങൾക്കുണ്ട്. വീഞ്ഞുണ്ടാക്കി സൂക്ഷിച്ചുവെച്ചുകഴിഞ്ഞു. മൂന്നു വീപ്പ വിറ്റാലും കുടിക്കാൻ ധാരാളം ബാക്കി കാണും. കുറച്ചുകൂടി കഴിഞ്ഞു പോയാൽ മതി. വരാൻ പോകുന്ന കല്യാണത്തിന്റെ പേരിൽ നമുക്കു കുറച്ചുകൂടി കുടിക്കാം."

"പക്ഷേ എന്നാണു കല്യാണം?" ഒലേനിൻ ചോദിച്ചു. അയാളുടെ മുഖത്തേക്ക് രക്തം ഇരച്ചുകയറി. ഹൃദയം വേദനയോടെ ക്രമംതെറ്റി മിടിക്കുന്നതായി അയാൾക്കു തോന്നി.

അടുപ്പിന്റെ പിന്നിൽനിന്നും വസ്ത്രം ഉലയുന്ന ശബ്ദവും വിത്തുകടിച്ചുപൊട്ടിക്കുന്ന ശബ്ദവും ഉയർന്നു.

“ഇനി അത് നീട്ടിവയ്ക്കുന്നതെന്തിന്? ഞങ്ങൾ ഒരുക്കങ്ങളൊക്കെ ചെയ്തു കഴിഞ്ഞു, “വൃദ്ധ ലളിതമായും ശാന്തമായും ഒലേനിൻ എന്നൊരാൾ ഭൂമുഖത്തില്ല എന്ന മട്ടിലും പറഞ്ഞു. “ഞാൻ മര്യാനയ്ക്കു വേണ്ടതെല്ലാം കരുതിയിട്ടുണ്ട്. സർവ്വസാധനങ്ങളും കൊടുത്ത് അവളെ പറഞ്ഞയയ്ക്കണമെന്നാണ് ഞങ്ങളുടെ ആഗ്രഹം. എന്നാൽ ഒരു കാര്യം മാത്രം ഞങ്ങളെ വിഷമിപ്പിക്കുന്നു. ഈയിടെയായി നമ്മുടെ ലൂക്കാഷ നിയന്ത്രണംവിട്ടു നടക്കുകയാണ്. എപ്പോഴും കുടിച്ചുമദിച്ചു നടക്കുന്നു. പല തോന്ന്യാസങ്ങളും കാണിക്കുന്നു. സോത്ന്യയിൽനിന്ന് ഇന്നാള് ഇവിടെ വന്ന ഒരു കൊസാക്കുകാരൻ പറഞ്ഞത് അവൻ നൊഗായിലേക്ക് പോയിരിക്കയാണെന്നാണ്.”

“അവൻ സൂക്ഷിക്കേണ്ടതാണ് ! “ഒലേനിൻ പറഞ്ഞു.

“ശരിയാണ്. ഞാൻ അവനോട്ട് പറഞ്ഞു: ‘ലൂക്കാഷ നീ ഇങ്ങനെ അപകടത്തിൽ ചെന്ന് തലയിടരുത്. നിനക്കു തീരെ ചെറുപ്പമാണ്. അതുകൊണ്ട് മിടുക്ക് കാട്ടാൻ നിനക്ക് ആഗ്രഹം കാണും. പക്ഷേ അതിന് ഇനിയും സമയം ധാരാളമുണ്ട്. നീ യുദ്ധം ചെയ്തു, കുതിരകളെ മോഷ്ടിച്ചു, ഒരു അബ്റെക്കിനെ കൊന്നു. മിടുക്കനാണെന്നു നീ തെളിയിച്ചുകഴിഞ്ഞു. ഇനി അടങ്ങിയൊതുങ്ങി ജീവിക്ക്.’ പക്ഷേ പറഞ്ഞതുകൊണ്ടെന്തു ഫലം, അവൻ ഇപ്പോൾ തനി തെമ്മാടിയായി നടക്കുകയാണ്.”

“ശരിയാണ്. ഞാൻ രണ്ടുതവണ അവനെ അതിർത്തിയിൽ വെച്ച് കണ്ടു. അപ്പോഴെല്ലാം കുടിച്ചിട്ടുണ്ടായിരുന്നു. അവൻ പിന്നെയും കുതിരയെ വെച്ചുമാറി, “അടുപ്പിന്റെ നേരെ നോക്കികൊണ്ട് ഒലേനിൻ പറഞ്ഞു.

വലിയ രണ്ടു കരിനീലക്കണ്ണുകൾ കോപത്തോടെ അയാളെ നോക്കി. താൻ അങ്ങനെ പറഞ്ഞതിൽ ഒലേനിന് കുണ്ഠിതം തോന്നി.”

“അതുകൊണ്ടെന്താ, അവൻ ആർക്കും ഒരു ദ്രോഹവും ചെയ്യുന്നില്ലല്ലോ, “പൊടുന്നനെ മര്യാന പറഞ്ഞു. “അവൻ സ്വന്തം പണമാണ് ഇഷ്ടംപോലെ ചെലവാക്കുന്നത്. “അവൾ അടുപ്പിൻ തിണ്ണയിൽനിന്ന് ചാടിയിറങ്ങി പുറത്തുകടന്ന് വാതിൽ കൊട്ടിയടച്ചു.

ഒലേനിന്റെ കണ്ണുകൾ അവളെ പിൻതുടർന്നു. അവൾ പുറത്തുകടന്ന് വാതിലടച്ചപ്പോൾ അയാൾ ആ വാതിലുലേക്കു തുറിച്ചുനോക്കികൊണ്ടിരുന്നു. വൃദ്ധ തന്നോടു പറഞ്ഞതൊന്നും അയാൾ ശ്രദ്ധിച്ചില്ല.

അല്പം കഴിഞ്ഞപ്പോൾ കുറേ അതിഥികൾ അവിടെ എത്തി. ബബൂക്ക ഉലീത്കയുടെ സഹോദരനായ ഒരു വൃദ്ധനും യെറോഷ്ക അമ്മാവനും അവരുടെ പിന്നാലെ മര്യാനയും ഊസ്തെങ്കയും മുറിയിൽ കടന്നുവന്നു.

"നമസ്കാരം," ഊസ്തെങ്ക ഒലേനിനോടു പറഞ്ഞു. "നിങ്ങൾ എപ്പോഴും മേളിച്ചു നടക്കുകയാണ്. "

"അതു ശരിയാണ്," ഒലേനിൻ മറുപടി പറഞ്ഞു. അയാൾക്ക് എന്തുകൊണ്ടോ ലജ്ജയും ജാള്യതയും തോന്നി. അയാൾക്ക് അവിടെനിന്നു പോകണമെന്നുണ്ടായിരുന്നു. പക്ഷേ പോകാൻ കഴിഞ്ഞില്ല. ഒന്നും പറയാതെ അവിടെ ഇരിക്കാൻ സാദ്ധ്യമായിരുന്നുമില്ല. എന്നാൽ വൃദ്ധനായ കൊസാക്കുകാരൻ അയാളുടെ സഹായത്തിനെത്തി. അയാൾ തന്നോടൊപ്പം കുടിക്കാൻ ഒലേനിനെ ക്ഷണിച്ചു. അവർ കുടിച്ചു. പിന്നീട് യെറോഷ്ക അമ്മാവനോടൊപ്പവും ഒലേനിൻ കുടിച്ചു. അതു കഴിഞ്ഞ് ഒരിക്കൽക്കൂടി വൃദ്ധനോടൊപ്പവും വീണ്ടും യെറോഷ്കയോടൊപ്പവും അയാൾ കുടിച്ചു. കുടിക്കുന്തോറും അയാളുടെ ഹൃദയഭാരം വർദ്ധിച്ചതേയുള്ളൂ. എന്നാൽ വൃദ്ധന്മാർ ഉന്മേഷഭരിതരായിത്തീർന്നു. പെൺകുട്ടികൾ അടുപ്പിൻതിണ്ണയിൽ കയറിയിരുന്ന് അവരെ നോക്കിക്കൊണ്ട് എന്തൊക്കെയോ കുശുകുശുത്തു. ഒലേനിന് പറയാനൊന്നുമുണ്ടായിരുന്നില്ല. എന്നാൽ ഏറ്റവും കൂടുതൽ കുടിച്ചത് അയാളായിരുന്നു. വൃദ്ധന്മാർ പരസ്പരം ഭർത്സിച്ചുതുടങ്ങി. ബബൂക്ക ഉലീത്ക അവരെ മുറിക്കു പുറത്താക്കുകയും അവർക്കു കൂടുതൽ വീഞ്ഞുകൊടുക്കാൻ വിസമ്മതിക്കുകയും ചെയ്തു. പെൺകുട്ടികൾ യെറോഷ്ക അമ്മാവനെ പരിഹസിച്ചു ചിരിച്ചുകൊണ്ടിരുന്നു. അവരെല്ലാവരും ഉമ്മറത്തേക്കിറങ്ങിയപ്പോൾ മണി പത്തുകഴിഞ്ഞിരുന്നു. വൃദ്ധന്മാർ രണ്ടുപേരും ഒലേനിന്റെ അതിഥികളായി അയാളോടൊപ്പം അന്നുരാത്രി കൂടാൻ സ്വയം തീരുമാനിച്ചു. ഊസ്തെങ്ക സ്വഭവനത്തിലേക്കു മടങ്ങി. യെറോഷ്കയും ബബൂക്ക ഉലീത്കയുടെ സഹോദരനും വന്യൂഷയെ വിളിക്കാൻ പോയി. ബബൂക്ക ഉലീത്ക എന്തൊക്കെയോ ഒതുക്കിവയ്ക്കാൻ പാൽകാച്ചുന്ന പുരയിലേക്കു നടന്നു.

വീട്ടിൽ മര്യാന ഒറ്റക്കായി. ഒലേനിൻ അക്കാര്യം ശ്രദ്ധിച്ചു. സുഖനിദ്രയ്ക്കു ശേഷം എണീറ്റതുപോലുള്ള ഉന്മേഷവും ആരോഗ്യവും ഒലേനിന് അനുഭവപ്പെട്ടു. വൃദ്ധന്മാരിൽനിന്ന് ഒഴിഞ്ഞുമാറി അയാൾ മര്യാനയുടെ വീട്ടിനുള്ളിലേക്കു തിരിച്ചുപോയി. മര്യാന ഉറങ്ങാൻ കിടന്നു. അയാൾ അവളുടെയടുത്തു ചെന്നുനിന്ന് എന്തോ പറയാനൊരുങ്ങി. എന്നാൽ ശബ്ദം പുറത്തു വന്നില്ല. അവൾ എണീറ്റ് കാലുകൾ പിന്നിലേക്കു മടക്കിവെച്ച് അയാളിൽനിന്നും കഴിയുന്നത്ര അകന്ന് കിടക്കയിൽ ഇരുന്നു. കാതരയായി അവൾ അയാളെ നോക്കിക്കൊണ്ടിരുന്നു.

അയാൾ അവളെ ഭയപ്പെടുത്തിയെന്ന് സ്പഷ്ടമായിരുന്നു. ഒലേനിന് അതു മനസ്സിലായി. അയാൾക്ക് തന്റെ പ്രവൃത്തിയിൽ ലജ്ജയും അമർഷവും തോന്നി. അതേസമയംതന്നെ ഇങ്ങനെയൊരു വികാരമെങ്കിലും അവളിലുളവാക്കാൻ തനിക്കു കഴിഞ്ഞല്ലോ എന്നോർത്ത് അയാൾക്ക് ഒരുതരം അഭിമാനവും ചാരിതാർത്ഥ്യവും അനുഭവപ്പെടുകയും ചെയ്തു.

“മര്യാന, നിനക്ക് എന്നോട്ട് അല്പംപോലും അനുകമ്പയില്ലേ?” അയാൾ പറയാനാരംഭിച്ചു. “ഞാൻ നിന്നെ എത്രമാത്രം സ്നേഹിക്കുന്നുണ്ടെന്നു നിനക്കറിയാമോ? “

“കുടിച്ചിരിക്കുന്ന മദ്യമാണ്, നിങ്ങളല്ല, ഇതു പറയുന്നത്. നിങ്ങൾ പറയുന്നത് നിങ്ങൾ ഉദ്ദേശിക്കുന്നില്ല.”

“മദ്യമല്ല എന്നെകൊണ്ടു് ഇതു പറയിക്കുന്നത്. മര്യാന, നീ ലൂക്കാഷയെ ഉപേക്ഷിക്കു. ഞാൻ നിന്നെ കല്യാണം കഴിക്കാം.” അയാൾ പറഞ്ഞു. എന്നാൽ അതേസമയംതന്നെ അയാൾ മനസ്സിൽ ചോദിച്ചു: “ഞാൻ എന്താണ് പറയുന്നത്?” ഞാൻ ഇതുതന്നെ നാളെയും പറയുമോ?” അയാളുടെ ഉള്ളിലിരുന്ന് ഒരു ശബ്ദം അതിനു മറുപടി പറഞ്ഞു: “പറയും. ഇപ്പോൾ മാത്രമല്ല എന്നെന്നും ഞാൻ ഇതു

പറയും."

"നീ എന്നെ കല്യാണം കഴിക്കാൻ തയ്യാറാണോ?" അയാൾ ഉറക്കെ ചോദിച്ചു.

അവൾ അയാളെ സഗൗരവം നോക്കി. അവളുടെ ഭയം അപ്രത്യക്ഷമായെന്നു തോന്നി.

"മര്യാനാ എന്റെ സ്വബോധം നഷ്ടപ്പെട്ടു ! എനിക്ക് എന്നെത്തന്നെ നിയന്ത്രിക്കാൻ കഴിയുന്നില്ല ! നീ എന്തുകല്പിക്കുന്നുവോ അതു ഞാൻ അനുസരിക്കാം."

തുടർന്നുള്ള പ്രേമപരവശനായ അയാളുടെ നാവിൽ നിന്ന് വാത്സല്യവചനങ്ങൾ തുരുതുരെ അടർന്നുവീണുകൊണ്ടിരുന്നു.

"എന്തൊരു വിഡ്ഢിത്തം!" അയാളെ തടസ്സപ്പെടുത്തിക്കൊണ്ട്, അയാൾ നീട്ടിയ കൈയിൽ കടന്നുപിടിച്ചുകൊണ്ട് അവൾ പറഞ്ഞു. എന്നാൽ അവൾ അയാളുടെ കൈ തള്ളി മാറ്റാൻ ശ്രമിച്ചില്ല. നേരെ മറിച്ച് തന്റെ കരുത്തുറ്റ ഉറച്ച കൈവിരലുകൾകൊണ്ട് അതിൽ അമർത്തുകയാണ് ചെയ്തത്. "കുലീനന്മാർ കൊസാക്ക് യുവതികളെ വിവാഹം കഴിക്കാറുണ്ടോ? ഇവിടുന്ന് പോകൂ !"

"പക്ഷേ നീ അതിനു തയ്യാറാണോ? ഞാൻ എപ്പോഴും..."

"അപ്പോൾ ലുക്കാഷയുടെ കാര്യമോ? "ഒരു പുഞ്ചിരിയോടെ അവൾ ചോദിച്ചു.

അവൾ പിടിച്ചിരുന്ന കൈ വലിച്ചെടുത്ത് യുവത്വം തുടിക്കുന്ന ആ സുന്ദരഗാത്രം തന്റെ കരവലയത്തിലാക്കി. എന്നാൽ ഒരു മാനിന്റെ മെയ്‌വഴക്കത്തോടെ അവൾ അതിൽനിന്ന് സ്വതന്ത്രയായി നിലത്തേക്കു ചാടി. നഗ്നപാദയായി അവൾ ഓടി ഉമ്മറത്തെത്തി. ഒലേനിന് പെട്ടെന്ന് താൻ ചെയ്യുന്നതെന്താണെന്ന് ഓർമ്മവന്നു. അയാൾ ഞെട്ടി. അവളുമായി തുലനം ചെയ്തുനോക്കുമ്പോൾ താൻ ഒരു അധമനാണെന്ന് അയാൾക്ക് വീണ്ടും തോന്നി. എന്നാൽ താൻ പറഞ്ഞതോർത്ത് അയാൾ ഒരു നിമിഷംപോലും പശ്ചാത്തപിച്ചില്ല. അയാൾ സ്വവസതിയിലേക്കു മടങ്ങി. തന്റെ വീഞ്ഞുകുടിച്ച് രസിച്ചുകൊണ്ടിരിക്കുന്ന വൃദ്ധന്മാരായ കൊസാക്കുകാരുടെ നേരെ ഒന്നു നോക്കുകപോലും ചെയ്യാതെ അയാൾ കട്ടിലിൽ വീണ് ഗാഢനിദ്രയിലാണ്ടു.-വളരെ ദിവസങ്ങൾക്കുടിയാണ് അയാൾ അങ്ങനെ ഉറങ്ങുന്നത്.

XXXV

പിറ്റേന്ന് ഒരു പെരുന്നാൾദിവസമായിരുന്നു. ഉച്ചതിരിഞ്ഞപ്പോൾ ഏറ്റവും നല്ല വസ്ത്രങ്ങളുമണിഞ്ഞ് എല്ലാവരും വഴിയിലിറങ്ങി. അസ്തമന സൂര്യന്റെ ചെങ്കതിരുകളേറ്റ് അവരുടെ ഉടുപ്പുകൾ വെട്ടിത്തിളങ്ങി. മുന്തിരിയുടെ വിളവ് പതിവിലും നല്ലതായിരുന്നു. ആളുകൾ വിളവെടുപ്പു സംബന്ധിച്ച ജോലികളെല്ലാം ഒതുക്കിക്കഴിഞ്ഞു. ഒരു മാസത്തിനുള്ളിൽ കൊസാക്കുകാർ പടയോട്ടത്തിനു പോകും. അതിനു മുമ്പ് വിവാഹം ആഘോഷിക്കാൻ പല കുടുംബക്കാരും നിശ്ചയിച്ചുറച്ചിരുന്നു.

മൈതാനത്ത് ഗ്രാമമന്ദിരത്തിനു മുമ്പിലുള്ള രണ്ടു കടകളുടെ ചുറ്റുമായിരുന്നു ഏറ്റവും വലിയ ആൾത്തിരക്ക്. മിഠായികളും തണ്ണിമത്തൻകുരുവും വില്ക്കുന്ന കടയായിരുന്നു അവയിലൊന്ന്. മറ്റേത് തുണിയും ഉടുപ്പും വിൽക്കുന്ന കടയും. ഗ്രാമമന്ദിരത്തിന്റെ ചുറ്റുമുള്ള ഉയർന്ന തിട്ടയിൽ നാടകളോ ബഹുമതിചിഹ്നങ്ങളോ ഇല്ലാത്ത ചാരനിറത്തിലും കറുപ്പുനിറത്തിലുമുള്ള സിപൂൺ ധരിച്ച് വൃദ്ധന്മാർ കൂടിനിന്നു. അവർ ഏറ്റക്കുറച്ചിലില്ലാത്ത ശബ്ദത്തിൽ ശാന്തമായി വിളവിനെപ്പറ്റിയും ചെറുപ്പക്കാരായ കൊസാക്കുകാരെപറ്റിയും പൊതുകാര്യങ്ങളെപ്പറ്റിയും ചർച്ചചെയ്യുകയും പഴയകാലത്തിന്റെ സ്മരണകൾ അയവിറക്കുകയും ചെയ്തു. അവർ അന്തസ്സോടും അലക്ഷ്യഭാവത്തോടും കൂടി പുതിയതലമുറയെ വീക്ഷിച്ചുകൊണ്ടിരുന്നു. സ്ത്രീകളും യുവതികളും അവരുടെ മുമ്പിലെത്തുമ്പോൾ തെല്ലിടനിന്ന് തലകുനിച്ച് അവരെ വണങ്ങും. ചെറുപ്പക്കാരായ കൊസാക്കുകാർ ബഹുമാനപൂർവ്വം മന്ദഗതിയിൽ നടന്ന് ആട്ടിൻതോൽതൊപ്പി ഊരി തലയ്ക്കു മുകളിൽ പിടിച്ചു വൃദ്ധന്മാരെ അഭിവാദ്യം ചെയ്തിട്ടു കടന്നു പോകും. വൃദ്ധന്മാർ നിശ്ശബ്ദരാകും. കടന്നുപോകുന്ന ചെറുപ്പക്കാരുടെനേരെ ചിലർ കർക്കശഭാവത്തിലും ചിലർ വാത്സല്യപൂർവ്വവും നോക്കിക്കൊണ്ട് മെല്ലെ തൊപ്പി ഉയർത്തുകയും വീണ്ടും വയ്ക്കുകയും ചെയ്തു.

കൊസാക്ക് കന്യകമാർ "ഹൊറൊവോദ്" എന്നറിയപ്പെടുന്ന നാടോടി നൃത്തം ഇനിയും ആരംഭിച്ചിട്ടില്ല. വിവിധവർണ്ണമുള്ള ബെഷ്മെത്തുകൾ ധരിച്ച് അവർ സംഘംചേർന്ന് പുല്ലിലും വീടുകളുടെ തിട്ടകളിലും ഇരുന്ന് ആഹ്ലാദപൂർവ്വം സംസാരിക്കുകയും പൊട്ടിച്ചിരിക്കുകയും ചെയ്തു. വെളുത്തതുവാലകൊണ്ട് കണ്ണുവരെ മൂടി സൂര്യന്റെ ചെരിഞ്ഞുപതിക്കുന്ന കിരണങ്ങൾ അടിക്കാത്ത ഇടങ്ങളിലിരുന്ന് അവർ വെടി പറഞ്ഞു രസിക്കുകയാണ്.

ചെറിയ ബാലികമാരും ബാലന്മാരും ലാപ്ത എന്നറിയപ്പെടുന്ന

ഒരു തരം പന്തുകളിയിൽ മുഴുകിയിരിക്കയാണ്. മേഘലേശമില്ലാത്ത ആകാശത്തിനു നേരെ പന്തെറിയുകയും ആർത്തട്ടഹസിക്കുകയും ചെയ്തുകൊണ്ട് അവർ മൈതാനത്താകെ ഓടിനടന്നു. അല്പംകൂടി മുതിർന്ന ബാലികമാർ കാതരമായ നേർത്ത ശബ്ദത്തിൽ പാട്ടുകയും നാടോടിനൃത്തം അഭ്യസിക്കുകയുമാണ്. കൊസാക്ക് ഗൃഹസ്ഥന്മാരും സ്കൂൾകുട്ടികളും അവധിക്ക് ഗ്രാമത്തിലെത്തിയിട്ടുണ്ട്. വൃത്തിയുള്ള ഉടുപ്പുകളും നാടകൾ വെച്ചുപിടിപ്പിച്ച ചുവന്ന പുത്തൻ ചെർക്കേസ്കകളും ധരിച്ച അക്കൂട്ടർ രണ്ടും മൂന്നും പേർ വീതമുള്ള സംഘങ്ങളായി തിരിഞ്ഞു് കൈ കോർത്തുപിടിച്ച് സ്ത്രീകളുടേയും പെൺകുട്ടികളുടേയും സംഘങ്ങളെ മാറിമാറി സമീപിക്കുകയും തെല്ലിട നിന്ന് അവരോട്ട് തമാശ പറഞ്ഞു രസിക്കുകയും ചെയ്തു.

മേൽത്തരം തുണികൊണ്ടുണ്ടാക്കി നാടകൾ വെച്ചുപിടിപ്പിച്ചിട്ടുള്ള ഒരു നീല ചെർക്കേസ്ക ധരിച്ച് ആർമീനിയക്കാരനായ കച്ചവടക്കാരൻ വർണ്ണശബളമായ തുവാലകൾ ആകർഷകമായി തൂക്കിയിട്ടിരിക്കുന്ന തന്റെ കടയുടെ തുറന്ന വാതിലിനു മുമ്പിൽ ഒരു പൗരസ്ത്യവ്യാപാരിക്കു ചേർന്ന അന്തസ്സോടും തന്റെ പ്രാമാണ്യത്തിലുള്ള ആത്മവിശ്വാസത്തോടും കൂടി തലയുയർത്തിപ്പിടിച്ചു നിന്നിരുന്നു.

മൈതാനത്തു നിൽക്കുന്ന വർണ്ണശബളമായ വസ്ത്രങ്ങളണിഞ്ഞ ആളുകളുടെ ഇടയിലൂടെ അവിടെയും ഇവിടെയും വെറും സാധാരണവേഷം-തന്റെ പഴഞ്ചൻ മേലങ്കി-ധരിച്ച ഒരു പട്ടാളക്കാരൻ നടക്കുന്നതു കാണാം. കുടിച്ചുമദിച്ച കൊസാക്കുകാരുടെ ഗാനങ്ങൾ ഇടക്കിടെ കേട്ടുതുടങ്ങി. ഗ്രാമത്തിലെ വീടുകളെല്ലാം അടച്ചിട്ടിരിക്കയാണ്. അവയുടെ ഉമ്മറങ്ങൾ തലേന്ന് വൈകിട്ടുതന്നെ ഉരച്ചു കഴുകി വെടിപ്പാക്കിയിരുന്നു. വൃദ്ധകൾപോലും തെരുവിലിറങ്ങി. ഉണങ്ങിവരണ്ട, പൊടിനിറഞ്ഞവഴിയിലെവിടേയും തണ്ണിമത്തൻകുരുവിന്റെയും മത്തക്കുരുവിന്റെയും തോടുകൾ ചിതറിക്കിടന്നു. വായു സൗമ്യവും ശാന്തവുമായിരുന്നു. മേഘരഹിതമായ ആകാശം നീലവും സ്വച്ഛവുമായിരുന്നു. മേൽക്കൂരകൾക്കു മീതെ ഉയർന്നുനിന്ന മൗണ്ട വെള്ളപ്പനിറമുള്ള ഗിരിശൃംഗങ്ങൾ വളരെ അടുത്താണെന്നു തോന്നി. അസ്തമന സൂര്യന്റെ ചെങ്കതിരുകൾ അവയ്ക്കു ഇളംചുവപ്പു പകർന്നു. ഇടയ്ക്ക് വല്ലപ്പോഴും പുഴയുടെ ഭാഗത്ത് ദൂരെയെവിടെനിന്നോ ഉയരുന്ന ഒരു പീരങ്കിവെടിയുടെ ശബ്ദം മാറ്റൊലികൊള്ളുന്നതു കേൾക്കാം. എന്നാൽ ഗ്രാമത്തിൽ ഒരു ഉത്സവദിനത്തിന്റെ ഉല്ലാസകരമായ ശബ്ദകോലാഹലങ്ങളല്ലാതെ മറ്റൊന്നും കേൾക്കാനുണ്ടായിരുന്നില്ല.

മര്യാനയെ കാണാമെന്ന പ്രതീക്ഷയോടെ രാവിലെ മുതൽ ഒലേനിൻ മുറ്റത്തു കാത്തുനിന്നു. എന്നാൽ അവൾ പള്ളിയിൽ

പോയിരിക്കയായിരുന്നു. പിന്നീട് വിത്തു കൊറിച്ചുകൊണ്ട് മറ്റു പെൺകുട്ടികളോടൊപ്പം കുറേനേരം തിട്ടിൽ നിന്നിട്ട് അവൾ രണ്ടു മൂന്നു കൂട്ടുകാരികളോടൊപ്പം വീട്ടിലേക്കു മടങ്ങി. മുറ്റത്തുനിന്നിരുന്ന ഒലേനിനെ ആഹ്ലാദവും വാത്സല്യവും നിറഞ്ഞ കണ്ണുകളോടെ അവൾ ഒന്നു നോക്കി. അവളോട് കളിവാക്കുപറയാൻ, മറ്റുള്ളവരുടെ മുമ്പിൽവെച്ച് പ്രത്യേകിച്ചും അയാൾക്കു ഭയമായിരുന്നു. തലേദിവസത്തെ സംഭാഷണം തുടരണമെന്നും അവളുടെ അന്തിമ തീരുമാനം എന്താണെന്നറിയണമെന്നും അയാൾ ആഗ്രഹിച്ചു. തലേന്നു വൈകിട്ട് തനിക്കു കിട്ടിയതുപോലുള്ള ഒരു അവസരം വരാൻ അയാൾ കാത്തിരുന്നു. എന്നാൽ അങ്ങനെയൊരു സന്ദർഭം സംജാതമായില്ല. സന്ദിഗ്ധാവസ്ഥ താങ്ങാൻ താൻ അശക്തനാണെന്ന് അയാൾക്കു തോന്നി. അവൾ വീണ്ടും തെരുവിലേക്കിറങ്ങി. തെല്ലിടകാത്തുനിന്നിട്ട് എങ്ങോട്ടെന്നു നിശ്ചയമില്ലാതെ അയാളും അവളുടെ പിന്നാലെ നടന്നു. അവൾ നിന്നിരുന്ന മൂലയ്ക്കടുത്തുകൂടി അയാൾ കടന്നു പോയി. നീലനിറമുള്ള ഒരു സാറ്റിൻ ബെഷ്മെത്തണിഞ്ഞു നിന്ന ആ സുന്ദരിയായ പെൺകുട്ടിയുടെ ആഹ്ലാദംതിരതല്ലുന്ന പൊട്ടിച്ചിരി കേട്ടപ്പോൾ അയാളുടെ ഹൃദയത്തിൽ മധുരമായ ഒരു വേദന അനുഭവപ്പെട്ടു.

ബെലേത്സ്കിയുടെ താമസസ്ഥലം മൈതാനത്തിനടുത്തായിരുന്നു. ആ വഴി കടന്നുപോയപ്പോൾ പ്രഭുകുമാരൻ തന്നെ വിളിക്കുന്ന ശബ്ദം ഒലേനിൻ കേട്ടു. അയാൾ അങ്ങോട്ടു കയറിച്ചെന്നു.

അവർ സംസാരിച്ചുകൊണ്ട് ജനൽപടിയിലിരുന്നു. ഒരു പുതിയ ബെഷ്മെത്ത് ധരിച്ച യെറോഷ്ക അമ്മാവൻ അവിടെയെത്തി. അയാൾ അവരുടെയടുത്തായി തറയിൽ ഇരുന്നു.

“അതാ അഭിജാതരുടെ സംഘം,” ഒരു മൂലയിൽ നിന്നിരുന്ന വർണ്ണശബളമായ ഒരു സംഘത്തെ സിഗററ്റുകൊണ്ട് ചൂണ്ടിക്കാട്ടി ഒരു പുഞ്ചിരിയോടെ ബെലേത്സ്കി പറഞ്ഞു. “അതാ എന്റെ പെൺകുട്ടി ! കണ്ടോ? ചുവന്ന ഉടുപ്പിട്ടുനില്ക്കുന്നു. ഒരു പുതിയ ഉടുപ്പാണതു്. “പിന്നീട് അയാൾ ഉറക്കെ വിളിച്ചുചോദിച്ചു. “പെൺകുട്ടികളേ, നൃത്തംതുടങ്ങാറായില്ലേ? “വീണ്ടും ഒലേനിനോട് അയാൾ പറഞ്ഞു: “ഇരുട്ടിയാലുടൻ നമുക്ക് അങ്ങോട്ടു പോകാം. അവിടുന്ന് നമുക്ക് അവരെ ഊസ്തെങ്കയുടെ വീട്ടിലേക്കു കൊണ്ടു പോകണം. അവരെ ഒന്നു സൽക്കരിക്കേണ്ടതാണ് . “

“ഞാനും ഊസ്തെങ്കയുടെ വീട്ടിലേക്കു വരാം,” നിശ്ചയദാർഢ്യത്തോടെ ഒലേനിൻ പറഞ്ഞു. “മര്യാന അവിടെ വരുമോ? “

“തീർച്ചയായും വരും ! താങ്കൾ വരണം,” തെല്ലുപോലും ആശ്ചര്യപ്പെടാതെ ബെലേത്സ്കി പറഞ്ഞു. “എത്ര മനോജ്ഞമായ കാഴ്ച!”

പെൺകുട്ടികളുടെ സംഘത്തെ ചൂണ്ടിക്കാട്ടിക്കൊണ്ട് അയാൾ കൂട്ടി ച്ചേർത്തു.

"അതെ, "ക്ഷോഭം പുറത്തു കാട്ടാതിരിക്കാൻ ശ്രമിച്ചുകൊണ്ട് ഒലേനിൻ പറഞ്ഞു. ഇത്തരം വിശേഷദിവസങ്ങൾ വാസ്തവത്തിൽ എന്നെ അത്ഭുതപ്പെടുത്താറുണ്ട്. ഒരു പ്രത്യേക മാസത്തിൽ ഒരു പ്രത്യേക ദിവസം പെട്ടെന്ന് ആളുകൾക്ക് ഇത്രയേറെ ഉല്ലാസഭരിത രും സംതൃപ്തരുമാകാൻ എങ്ങനെ കഴിയുന്നു? ഇതൊരു ഉത്സവദിവസ മാണെന്ന് സർവ്വതും വിളിച്ചറിയിക്കുന്നു. കണ്ണുകളും മുഖങ്ങളും ശബ്ദ ങ്ങളും ചലനങ്ങളും വസ്ത്രങ്ങളും വായുവും സൂര്യനും അതു വിളംബരം ചെയ്യുന്നു."

"ശരിയാണ് !" അത്തരം ദുർഗ്രഹമായ പ്രശ്നങ്ങളിലൊന്നും താല്പ ര്യമില്ലാത്ത ബെലേത്സ്കി പറഞ്ഞു. "പക്ഷേ അമ്മാവാ നിങ്ങൾ കുടിക്കാത്തതെന്ത്? "അയാൾ യെറോഷ്കയോടു ചോദിച്ചു.

യെറോഷ്ക ഒലേനിനെ കണ്ണിറുക്കി കാണിച്ചിട്ട് ബെലേത്സ്കിയെ ഉദ്ദേശിച്ചു പറഞ്ഞു:

"നിന്റെ ഈ ചങ്ങാതി ആളു നല്ലവനാണ്."

ബെലേത്സ്കി ഗ്ലാസുയർത്തിക്കൊണ്ടു പറഞ്ഞു: "അള്ളാ ബിർദയ്!" [42]ഇങ്ങനെ പറയാറുണ്ട്.-ഗ്രന്ഥകാരന്റെ കുറിപ്പ്.

"സൗ ബുൾ (നിന്റെ ആരോഗ്യത്തിനു!)," എന്നു പറഞ്ഞുകൊണ്ട് ഒന്നു പുഞ്ചിരിച്ചിട്ട് യെറോഷ്ക അമ്മാവൻ തന്റെ ഗ്ലാസ് കാലിയാക്കി. "ഇതിനെയാണോ ഉത്സവമെന്നു നീ വിളിക്കുന്നത്? "എണീറ്റുനിന്ന് ജനലിലൂടെ പുറത്തേക്കു നോക്കിക്കൊണ്ട് വൃദ്ധൻ ഒലേനിനോടു പറഞ്ഞു. "ഇതെന്തുത്സവം ! പഴയ കാലത്ത് ഞങ്ങൾ പെരുന്നാളാ ഘോഷിക്കുന്നത് നീ കണ്ടിട്ടില്ലല്ലോ. കസവുപൂക്കൾ തുന്നിയ സരഫാ നുകൾ[43] ധരിച്ച് മാറിൽ രണ്ടുവരി സ്വർണ്ണനാണയങ്ങളും തലയിൽ സ്വർണ്ണംകൊണ്ടുള്ള "കൊക്കോഷ്നിക്കുകളും"[44] ധരിച്ച് പെണ്ണുങ്ങൾ പുറത്തുവരുമായിരുന്നു. അവർ നടക്കുമ്പോൾ പടപടാന്ന് വസ്ത്രങ്ങൾ ഉലയും. ഓരോ സ്ത്രീയും ഒരു രാജകുമാരിയെപ്പോലിരുന്നു. അവർ കൂട്ടംകൂട്ടമായി പാട്ടും പാടിക്കൊണ്ടു പോകുന്നതുകണ്ടാൽ ആരുടേയും ഹൃദയം ഇളകും രാത്രി മുഴുവൻ അവർ മേളിച്ചുനടക്കും. കൊസാക്കു കാർ വീഞ്ഞുനിറച്ച വീപ്പകൾ മുറ്റത്തേക്ക് ഉരുട്ടിക്കൊണ്ടുവന്ന് നേരം

---

42 ദൈവം തന്ന എന്നാണ് അർത്ഥം. കൊസാക്കുകാർ മദ്യപാനം നടത്തുമ്പോൾ ഇങ്ങനെ പറയാറുണ്ട്.– ഗ്രന്ഥകാരന്റെ കുറിപ്പ്.

43 സരഫാൻ-റഷ്യൻ സ്ത്രീകളുടെ ദേശീയ വസ്ത്രം. കയ്യില്ലാത്ത ഒരു കുപ്പായമാ ണിത്.

44 കൊക്കോഷ്നിക്-പഴയ കാലത്തെ റഷ്യൻ സ്ത്രീകളുടെ ശിരോവസ്ത്രം.

വെളുക്കുന്നതുവരെ കുടിക്കും. പിന്നീട് അവർ കൈ കോർത്തു പിടിച്ച് ഗ്രാമത്തിന്റെ അതിരുവരെ നടക്കും. വഴിക്കു കാണുന്ന സകലരേയും അവർ കൂട്ടത്തിൽ ചേർക്കും. എല്ലാ വീടുകളും കയറിയിറങ്ങും. ചിലപ്പോൾ അവർ മൂന്നു ദിവസം തുടർച്ചയായി ആഘോഷിക്കും. എന്റെ അച്ഛൻ വീട്ടിൽ വരുന്നത് എനിക്ക് ഓർമ്മയുണ്ട്. മുഖമാകെ ചുവന്ന് വീർത്തിരിക്കും. തൊപ്പി കാണുകില്ല. തീരെ വെളിവില്ലാതെ യാണ് വന്നു കയറുന്നത്. എന്നാൽ അച്ഛനെ നിയന്ത്രിക്കാൻ അമ്മയ്ക്ക് അറിയാമായിരുന്നു. അമ്മ തണുത്ത കവിയാറും ചുവന്ന വീഞ്ഞും കൊടുത്ത് അച്ഛന്റെ ലഹരി ഇറക്കും. പിന്നീട് അച്ഛന്റെ തൊപ്പി അന്വേഷിച്ച് അമ്മ ഗ്രാമം മുഴുവൻ ചുറ്റിക്കറങ്ങും. രണ്ടുപകലും രണ്ടു രാത്രിയും അച്ഛൻ ഉറങ്ങും. അവർ എത്ര ശക്തന്മാരായിരുന്നു. പക്ഷേ ഇപ്പോഴത്തെ പിള്ളേരെ കണ്ടില്ലേ !"

"സരഫാൻ ധരിച്ച പെൺകുട്ടികൾ എങ്ങനെയായിരുന്നു? അവർ തനിച്ചാണോ നടന്നിരുന്നത്? "ബെലേത്സ്കി ചോദിച്ചു.

"അതെ. കൊസാക്കുകാർ നടന്നും കുതിരപ്പുറത്തും വന്ന് അവരുടെ നൃത്തം അലങ്കോലപ്പെടുത്താൻ ശ്രമിക്കാറുണ്ടായിരുന്നു. എന്നാൽ പെൺകുട്ടികൾ അവർക്കെതിരായി കുറുവടി എടുക്കാൻപോലും മടിക്കുകയില്ല. ഒരിക്കൽ ഒരു പെരുന്നാൾ ദിവസം ഒരു പരാക്രമി യായ ചെറുപ്പക്കാരൻ പെൺകുട്ടികളുടെ വലയം ഭേദിക്കാൻ ഒരുങ്ങി. പെണ്ണുങ്ങൾ അവന്റെ കുതിരയേയും അവനേയും പൊതിരെ തല്ലി. ചിലപ്പോൾ ചെറുപ്പക്കാർ വേലി തല്ലിപ്പൊളിച്ച് അകത്തു കടന്ന് ഇഷ്ട മുള്ള പെൺകുട്ടിയെ തട്ടിക്കൊണ്ടു പോകും ! അവരെ പുരുഷന്മാർക്ക് എന്തൊരിഷ്ടമായിരുന്നു. എങ്ങനെയുള്ള പെൺകുട്ടികളായിരുന്നു അവർ ! മഹാറാണിമാരെപ്പോലിരുന്നു !

XXXVI

ആ സമയത്ത് ഒരു ഇടവഴിയിൽനിന്ന് രണ്ടുപേർ കുതിരപ്പുറത്ത് മൈതാനത്തെത്തി-നസാർക്കയും ലൂക്കാഷയും. ലൂക്കാഷ തന്റെ കരിംചുവപ്പുനിറമുള്ള തടിച്ച കബാർദാ കുതിരയുടെ പുറത്ത് ഒരുവശത്തേക്ക് അല്പം ചെരിഞ്ഞാണ് ഇരുന്നിരുന്നത്. പട്ടുപോലുള്ള തിളങ്ങുന്ന കഞ്ചിരോമത്തോട്ടുകൂടിയ ഭംഗിയുള്ള തലഇളക്കിക്കൊണ്ട് ആ കുതിര തുള്ളിത്തുള്ളി ഉറച്ച വഴിയിലൂടെ മുമ്പോട്ടു വന്നു. എടുക്കാൻ പാകത്തിനു വെച്ചിരുന്ന ഉറയിലിട്ട തോക്കും പിന്നിൽ തിരുകി വെച്ചിരുന്ന കൈത്തോക്കും ജീനിക്കു പിന്നിൽ കെട്ടിവെച്ചിരുന്ന ചുരുട്ടിയ കമ്പിളിബുർക്കയും ലൂക്കാഷ ദൂരെയെവിടെയോ ഉള്ള പ്രക്ഷുബ്ധമായ ഒരിടത്തുനിന്ന് വരികയാണെന്നു തെളിയിച്ചു. ലൂക്കാഷ വശം തിരിഞ്ഞു് കുതിരപ്പുറത്തിരുന്ന രീതിയും കുതിരയുടെ പള്ളയിൽ കുറേശ്ശെ ഒച്ച കേൾക്കുമാറ് ചാട്ട മുട്ടിച്ചുകൊണ്ടിരുന്ന അവന്റെ കൈയുടെ അലക്ഷ്യമായ ചലനവും ഔദ്ധത്യത്തോടെ ചുറ്റും നോക്കിക്കൊണ്ടിരുന്ന തിളങ്ങുന്ന കറുത്ത കണ്ണുകളും സ്വന്തം കരുത്തിനെപ്പറ്റിയുള്ള ബോധവും യുവസഹജമായ ചങ്കൂറ്റവും അവനുണ്ടെന്നുള്ളതിന്റെ തെളിവുകളായിരുന്നു."ഞാൻ എത്ര ധീരനാണെന്നു കണ്ടോ? "ഇരുവശത്തേക്കും മാറിമാറി നോക്കിക്കൊണ്ടിരുന്ന ആ കണ്ണുകൾ ചോദിക്കുന്നതായി തോന്നി. വെള്ളികൊണ്ടുള്ള ചമയങ്ങളണിഞ്ഞ ആ ഉഗ്രൻ കുതിരയും ആയുധങ്ങളും കുതിരപ്പുറത്തിരുന്നിരുന്ന സുഭഗനായ ആ യുവാവും മൈതാനത്തു കൂടിയിരുന്ന സകലരുടേയും ശ്രദ്ധ പിടിച്ചുപറ്റി. ചടച്ച് പൊക്കം കുറഞ്ഞ നസാർക്ക തന്റെ സുഹൃത്തിനേക്കാൾ വളരെ മോശമായാണ് വസ്ത്രം ധരിച്ചിരുന്നത്. അവർ വൃദ്ധന്മാരുടെ മുമ്പിലൂടെ കടന്നുപോയപ്പോൾ ലൂക്കാഷ കുതിരയെ നിർത്തി ചുരുണ്ട വെളുത്ത ആട്ടിൻരോമംകൊണ്ട് മോടിപിടിപ്പിച്ച ആട്ടിൻതോൽ തൊപ്പി തന്റെ പറ്റെ വെട്ടിയ കറുത്ത തലയ്ക്കു മീതെ പൊക്കിപ്പിടിച്ചു.

"നീ എത്ര നൊഗായ് കുതിരകളെ കൊണ്ടുപോന്നു? "നിരുന്മേഷമായ ഇരുണ്ട മുഖമുള്ള ഒരു ചടച്ച വൃദ്ധൻ ചോദിച്ചു.

"ചോദിക്കാതെ അപ്പൂപ്പന് എണ്ണിക്കൂടേ? "ആ ചോദ്യത്തിനു നേരെ മറുപടി പറയാതെ ലൂക്കാഷ ചോദിച്ചു.

"നീ ആ പയ്യനെ കൂടെ കൊണ്ടുനടക്കുന്നതുകൊണ്ട് ഒരു പ്രയോജനവുമില്ല," വൃദ്ധൻ കുറേക്കൂടി മുഖം വീർപ്പിച്ചുകൊണ്ട് പറഞ്ഞു.

"എല്ലാം അറിയാമല്ലോ!" ലൂക്കാഷ പിറുപിറുത്തു. അവന്റെ മുഖത്ത് തെല്ലൊരു മനഃക്ലേശം പ്രകടമായി. എന്നാൽ ഒരു സംഘം

പെൺകുട്ടികൾ നിൽക്കുന്നിടത്തേക്ക് നോക്കിയിട്ട് അവൻ കുതിരയെ അങ്ങോട്ടോടിച്ചു.

"നമസ്കാരം," തന്റെ ശക്തമായ മുഴങ്ങുന്ന സ്വരത്തിൽ വിളിച്ചുപറഞ്ഞുകൊണ്ട് ല്യക്കാഷ കുതിരയെ പെട്ടെന്ന് നിർത്തി."ഞാനില്ലാതെ നിങ്ങൾ വയസ്സികളായി, അല്ലേ പെൺപിശാചുക്കളേ ?" അവൻ ചിരിച്ചു.

"ല്യക്കാഷ ! സുഖമാണോ?" ആഹ്ലാദഭരിതമായ അനേകം ശബ്ദങ്ങൾ ഒരേസമയം ചോദിച്ചു. "നിന്റെ കൈയിൽ ധാരാളം പണമുണ്ടോ? ... ഞങ്ങൾക്കു കുറേ മധുരപലഹാരം വാങ്ങിത്തരാത്തതെന്താ?... നീ കുറേ ദിവസം ഇവിടെ കാണുമോ?... നിന്നെ കണ്ട കാലം മറന്നു. !"

"ഞാനും നസാർക്കയും ഒരു രാത്രി ആഘോഷിക്കാൻ വന്നതാണ്," ല്യക്കാഷ പറഞ്ഞു. അവൻ കുതിരയെ ചാട്ടകൊണ്ടടിച്ച് പെൺകുതിരകളുടെ നേർക്ക് പായിച്ചു.

"ഇവിടെ മര്യാനയാണെങ്കിൽ നിന്നെ മറന്നേ പോയി," മര്യാനയെ തോണ്ടിക്കൊണ്ട് ഇങ്ങനെ വിളിച്ചു പറഞ്ഞിട്ട് ഊസ്റ്റെങ്ക നേർത്ത ശബ്ദത്തിൽ ഉറക്കെ ചിരിച്ചു.

മര്യാന കുതിരയുടെ വഴിയിൽനിന്ന് മാറിനിന്ന് തല പിന്നാക്കം പിടിച്ച് തന്റെ സുന്ദരമായ വലിയ കണ്ണുകൾകൊണ്ട് ല്യക്കാഷയെ ശാന്തമായി നോക്കി.

"ഒരുപാടു നാളായല്ലോ ഇങ്ങോട്ടു വന്നിട്ട് ! കുതിരയെകൊണ്ട് ഞങ്ങളെ ചവിട്ടിക്കാനാണോ ഭാവം?" ശുഷ്കമായ ശബ്ദത്തിൽ ചോദിച്ചിട്ട് അവൾ മുഖം തിരിച്ചു.

ല്യക്കാഷ പതിവിലേറെ ഉല്ലാസവാനായിരുന്നു. അവന്റെ മുഖത്ത് സാഹസികത്വവും സന്തോഷവും തിരതല്ലി. മര്യാനയുടെ നിർവികാരമായ മറുപടി അവനെ ചൊടിപ്പിച്ചെന്നു തോന്നി. പെട്ടെന്ന് അവന്റെ നെറ്റി ചുളിഞ്ഞു.

"അങ്കപ്പടിയിൽ കേറിക്കോ! ഞാൻ നിന്നെ മലമുകളിലേക്കു കൊണ്ടുപോകാം," ദുർവിചാരങ്ങളെ മനസ്സിൽനിന്ന് ആട്ടിപ്പായിച്ചുകൊണ്ടെന്നവണ്ണം അവൻ പെട്ടെന്നു പറഞ്ഞു. അവൻ ഒരു ജിഗീതിനെപ്പോലെ പെൺകുട്ടികളുടെയിടയിലൂടെ കുതിരപ്പുറത്ത് സഞ്ചരിച്ചു. അവൻ മര്യാനയുടെ നേരെ കുനിഞ്ഞു് ഇങ്ങനെ പറഞ്ഞു:

"ഞാൻ നിന്നെ ചുംബിക്കും, അമർത്തി ചുംബിക്കും !"

മര്യാനയുടെ കണ്ണുകൾ അവൻറേതുമായി ഇടഞ്ഞു. അവൾ പെട്ടെന്ന് ലജ്ജകൊണ്ട് തുടുത്തു.

അവൾ അവന്റെ വഴിയിൽനിന്ന് ഒഴിഞ്ഞുമാറി.

“എന്താണിത്! എന്റെ കാലിൽ ചവിട്ടിയേനെ ! “അവൾ പറഞ്ഞു. കുനിഞ്ഞുനിന്ന് അവൾ നീല കാലുറയണിഞ്ഞ തന്റെ വടിവൊത്ത കാലുകളിലേക്കും വീതികുറഞ്ഞ വെള്ളിനാടകൾ തുന്നിപ്പിടിപ്പിച്ച ചുവന്ന പുത്തൻ പാദുകങ്ങളിലേക്കും നോക്കി.

ലൂക്കാഷ ഊസ്റ്റെങ്കയുടെയടുത്തേക്കു പോയി. ഒരു കൊച്ചു കുഞ്ഞിനെ കൈയിൽ പിടിച്ചുകൊണ്ട് ഇരുന്നിരുന്ന ഒരു ചെറുപ്പക്കാരിയുടെയടുത്ത് മര്യാന ഇരുന്നു. ആ കുട്ടിയുടെ കൊഴുത്ത കൈകൾ മര്യാനയുടെ നീല ബെഷ്മെത്തിനു മീതെ തൂങ്ങിക്കിടന്ന പവൻ മാലയിൽ പിടികൂടി. മര്യാന കുഞ്ഞിന്റെ നേരെ കുനിഞ്ഞിരുന്ന് കൺകോണിലൂടെ ലൂക്കാഷയെ നോക്കി. ആ സമയത്ത് അവൻ ചെർക്കേസ്ക്കയ്ക്കടിയിൽനിന്ന് ഒരു കറുത്ത പൊതി പുറത്തെടുത്തു. മിഠായിയും വിത്തുകളുമായിരുന്നു അതിൽ.

“എല്ലാവർക്കും കൂടിയാണ്,” പൊതി ഊസ്റ്റെങ്കയെ ഏല്പിച്ചിട്ട് മര്യാനയെ നോക്കി പുഞ്ചിരിച്ചുകൊണ്ട് അവൻ പറഞ്ഞു.

വീണ്ടും മര്യാനയുടെ മുഖത്ത് പരിഭ്രമം ദൃശ്യമായി. അവളുടെ കണ്ണിൽ ഒരു തരം മൂടൽ വ്യാപിച്ചു. അവൾ തൂവാല അധരങ്ങൾക്കിടയിലേക്ക് ഊർത്തി മാറ്റി തന്റെ മാലയിൽ അപ്പോഴും അള്ളിപ്പിടിച്ചുകൊണ്ടിരുന്ന കുഞ്ഞിന്റെ വിളർന്ന മുഖത്ത് ചുണ്ടമർത്തി അതിനെ ആവേശപൂർവ്വം ചുംബിച്ചുതുടങ്ങി. കുഞ്ഞു് അവളുടെ മാറിൽ മുഖമമർത്തി വാ പൊളിച്ച് തന്റെ പല്ലില്ലാത്ത മോണകൾ പുറത്തുകാട്ടി കരഞ്ഞു.

“നീ എന്റെ കുഞ്ഞിനെ ശ്വാസംമുട്ടിച്ചു കൊല്ലാൻപോവുകയാണോ?” എന്നു ചോദിച്ചുകൊണ്ട് അമ്മ കുട്ടിയെ അവളുടെ കൈയിൽനിന്നു വാങ്ങി തന്റെ ബെഷ്മെത്തിന്റെ കുടുക്കുകളഴിച്ച് അതിന് മുലകൊടുത്തു. “നീ ആ ചെറുപ്പക്കാരനുമായി ലോഗ്യമാകുന്നതാണു നല്ലത്.

“ഞാൻ ചെന്ന് ഈ കുതിരയെ കെട്ടിയിട്ടിട്ടു വരാം. ഞാനും നസാർക്കയും ഇന്നു രാത്രി മുഴുവൻ ഉല്ലസിക്കാൻ പോവുകയാണ്. “കുതിരയെ ചാട്ടകൊണ്ടടിച്ചു പറപ്പിച്ച് ലൂക്കാഷ പോയി.”

ഇടവഴിയിൽ കയറിയിട്ട് ലൂക്കാഷയും നസാർക്കയും അടുത്തടുത്തു നിന്ന രണ്ടു വീടുകളുടെ മുമ്പിലെത്തി.

“നമ്മുടെ സമയത്താണ് ഇത്, സഹോദരാ ! കഴിയുന്നതും വേഗം താൻ തിരിച്ചുവരണം!” നസാർക്കയുടെ വീട്ടുപടിക്കൽ കുതിരയെ നിർത്തി ലൂക്കാഷ സ്നേഹിതനോടു പറഞ്ഞു. അവൻ

കുതിരപ്പുറത്തുനിന്നിറങ്ങി. കുതിരയെ തന്റെ സ്വന്തം വീട്ടുമുറ്റത്തേക്കു കയറ്റി.

"ഏയ്, സ്റ്റേപ്ക! "കുതിരയെ കൊണ്ടുപോകാനെത്തിയ ഊമപ്പെണ്ണിനെ അവൻ വിളിച്ചു. അവളും അന്ന് ഭംഗിയുള്ള വസ്ത്രങ്ങൾ അണിഞ്ഞിരുന്നു. കുതിരയെ തൊഴുത്തിൽ കെട്ടണമെന്നും എന്നാൽ ജീനി അഴിച്ചുമാറ്റരുതെന്നും ആംഗ്യങ്ങൾ വഴി അവൻ അവളെ അറിയിച്ചു.

ഊമപ്പെണ്ണ് വിചിത്രമായ ഒരു ശബ്ദം കേൾപ്പിക്കുകയും ചുണ്ടനക്കുകയും കുതിരയെ ചൂണ്ടിക്കാട്ടുകയും ചെയ്തിട്ട് അതിന്റെ മൂക്കിൽ ചുംബിച്ചു. കുതിര ഒന്നാന്തരമാണെന്നും തനിക്ക് അതിനെ ഇഷ്ടമായെന്നുമാണ് അവൾ അതുകൊണ്ടുദ്ദേശിച്ചത്.

"സുഖമാണോ അമ്മേ? ഇതേവരെ പുറത്തു പോകാതിരുന്നതെന്താണ്? "ലുക്കാഷ തോക്കെടുത്തു മാറ്റിക്കൊണ്ട് പടവുകൾ കയറുന്നതിനിടയിൽ അമ്മയോടു ചോദിച്ചു.

വൃദ്ധയായ മാതാവ് വാതിൽ തുറന്നു.

"നീ വരുമെന്ന് ഞാൻ വിചാരിച്ചില്ല," അവർ പറഞ്ഞു.

"എനിക്ക് അങ്ങനെ ഒരു സംശയംപോലും തോന്നിയില്ല. കീർക്ക പറഞ്ഞിരുന്നു നീ വരില്ലെന്ന്. "

"കുറച്ചുവീഞ്ഞുകൊണ്ടുവരൂ, അമ്മേ ! നസാർക്ക ഇങ്ങോട്ടുവരും. ഞങ്ങൾ പെരുന്നാൾ ആഘോഷിക്കാൻ പോവുകയാണ് !"

"ഇപ്പോൾ തന്നെ കൊണ്ടുവരാം, ലുക്കാഷ," വൃദ്ധ പറഞ്ഞു.

"പെണ്ണുങ്ങളെല്ലാം തെരുവിൽ കുടിക്കഴിഞ്ഞു പൊട്ടിയും പോയ്ക്കഴിഞ്ഞെന്നു തോന്നുന്നു."

താക്കോലുമെടുത്തുകൊണ്ട് അമ്മ ധൃതിയിൽ പാൽപ്പുരയിലേക്കു നടന്നു.

നസാർക്ക് തന്റെ കുതിരയെ കെട്ടിയിടുകയും തോക്കു സൂക്ഷിച്ചുവയ്ക്കുകയും ചെയ്തിട്ട് ലുക്കാഷയുടെ വീട്ടിലെത്തി.

XXXVII

"ആരോഗ്യം നേടുന്നു !" അമ്മയുടെ കയ്യിൽനിന്ന് ചുവന്ന വീഞ്ഞു നിറഞ്ഞുതുളുമ്പുന്ന ഒരു ചഷകം വാങ്ങി സൂക്ഷിച്ച് ചുണ്ടോടടുപ്പിച്ചുകൊണ്ട് ലൂക്കാഷ പറഞ്ഞു.

"ഒരു കാര്യം പറയാനുണ്ട്," നസാർക്ക പറഞ്ഞു. "ബൂർലാക് അപ്പൂപ്പൻ ചോദിച്ചതു് 'എത്ര കുതിരകളെ മോഷ്ടിച്ചു,' എന്നല്ലേ? അയാൾക്ക് എന്തൊക്കെയോ മനസ്സിലായിട്ടുണ്ട്."

"ക്ഷുദ്രക്കാരൻ !" ദേഷ്യത്തോടെ ലൂക്കാഷ പറഞ്ഞു. "പക്ഷേ അതുകൊണ്ട് നമുക്കെന്താ ? ഈ സമയം കൊണ്ട് അവ പുഴയ്ക്കക്കരെ എത്തിക്കാണും, നീ ചെന്ന് അന്വേഷിക്കണം."

"അതു കുഴപ്പമാണ് !"

"എന്തു കുഴപ്പം? നാളെ അയാൾക്കു കുറേ ചുവന്ന വീഞ്ഞു കൊണ്ടുചെന്ന് കൊടുത്താൽ കാര്യം തീരും. അതാണു ചെയ്യേണ്ടതു്. കുഴപ്പമൊന്നും ഉണ്ടാകാനില്ല. ഇപ്പോൾ നമുക്ക് ഒന്നു മിന്നാം! കുടിക്കൂ! വൃദ്ധനായ യെറോഷ്ക്ക ആ വാക്കു പറയുന്നതു പോലുള്ള അതേ ശബ്ദത്തിൽ ലൂക്കാഷ വിളിച്ചുപറഞ്ഞു. "വരൂ, നമുക്ക് തെരുവിൽ ചെന്ന് പെൺകുട്ടികളോടൊപ്പം ഉല്ലസിക്കാം. നീ പോയി കുറേ തേൻ വാങ്ങിക്കൊണ്ടു വരൂ. അല്ലെങ്കിൽ വേണ്ട ഞാൻ പൊട്ടിയെ അയയ്ക്കാം. നമുക്കു നേരംവെളുക്കുന്നതുവരെ ആഘോഷിക്കണം."

നസാർക്ക പുഞ്ചിരിച്ചു.

"ഒരുപാടുനേരം ഇവിടെ തങ്ങണോ ?" അവൻ ചോദിച്ചു.

"വാ,നമുക്ക് തുടങ്ങാം ! കുറച്ചു വോഡ്ക്ക സംഘടിപ്പിക്കൂ ! ഇതാ,പണം ! "

നസാർക്ക അനുസരണയോടെ യാംകയുടെ പീടികയിലേക്കോടി.

മദ്യത്തിന്റെ ഗന്ധം മണത്തറിഞ്ഞു് യെറോഷ്ക്കയും യെർഗുഷൊവും രണ്ട് മാസഭുക്കുകളായ കൂറ്റൻ പക്ഷികളെപ്പോലെ, ഒരാൾക്കുപിന്നിൽ മറ്റൊരാളായി, ലൂക്കാഷയുടെ വീട്ടിലെത്തി. രണ്ടുപേരും വേണ്ടതിലേറെ കുടിച്ചിട്ടുണ്ടായിരുന്നു.

"അമ്മേ, അര തൊട്ടികൂടെ കൊണ്ടുവരൂ," അവരുടെ അഭിവാദ്യത്തിനു മറുപടിയായി ലൂക്കാഷ വിളിച്ചുപറഞ്ഞു.

"എടാ കുട്ടിചെകുത്താനെ, നീ അവറ്റയെ എവിടുന്നാണ് മോഷ്ടിച്ചതു്? പറയൂ," യെറോഷ്ക്ക അമ്മാവൻ പറഞ്ഞു. "നീ ഒരു വീരനാണ്. എനിക്കു നിന്നെ ഇഷ്ടമാണ്."

"ശരി. ഇഷ്ടമാണെപോലും !" ലൂക്കാഷ ചിരിച്ചുകൊണ്ടു പറഞ്ഞു. "ആ യുങ്കർക്ക് പെണ്ണുങ്ങളെ കൂട്ടിക്കൊടുക്കുകയാണ് നിങ്ങളുടെ ജോലി ! വല്ലാത്ത മനുഷ്യൻ ! "

"മാർക്കാ ! അതു നുണയാണ്! കല്ലുവെച്ച നുണ !" (വൃദ്ധൻ ഉറക്കെ ചിരിച്ചു.) "ആ ചെകുത്താൻ കോഴ തന്ന് എന്നെ പാട്ടിലാക്കാൻ ശ്രമിച്ചു. ' അവളെ എനിക്കു ഏർപ്പാടു ചെയ്തു തരു,' അവൻ പറഞ്ഞു. അവൻ എനിക്ക് ഒരു തോക്കു വെറുതേ തരാമെന്നു പറഞ്ഞു. ദൈവം അവനെ രക്ഷിക്കട്ടെ. ഞാൻ അതു ചെയ്തേനെ, പക്ഷേ എനിക്ക് നിന്നോട്ട് അനുകമ്പ തോന്നി ഇനി നീ എവിടെയായിരുന്നെന്നു പറയൂ." വൃദ്ധൻ ടാട്ടാർ ഭാഷയിൽ സംസാരിച്ചു തുടങ്ങി.

ലൂക്കാഷ സമർത്ഥമായി അതിനു മറുപടി പറഞ്ഞു.

ടാട്ടാർ ഭാഷ ശരിക്കു വശമില്ലായിരുന്ന യെർഗുഷൊവ് ഇടയ്ക്കിടെ റഷ്യനിൽ വല്ലതും ചോദിച്ചുകൊണ്ടിരുന്നു.

"നീ കുതിരകളെ മോഷ്ടിക്കയായിരുന്നു. എനിക്കുകാര്യം തീർച്ച യുണ്ട്," "യെർഗുഷൊവ് ശഠിച്ചു.

"ഗിരേയ്ക്കയും ഞാനും ഒരാക്രമണത്തിനു പോയി," ലൂക്കാഷ പറഞ്ഞു. ഗിരേയ് ഖാനുമായുള്ള അടുപ്പം കാണിക്കാൻ അവൻ അയാളുടെ ചുരുക്കു പേരാണ് ഉപയോഗിച്ചതു്. മേനി നടിക്കാൻ ഇഷ്ടപ്പെടുന്ന കൊസാക്കുകാർ അങ്ങനെ ചെയ്യുക പതിവായിരുന്നു. പുഴയ്ക്കക്കരെയുള്ള സ്റ്റെപ്പി മുഴുവൻ തനിക്ക് നന്നായിട്ടറിയാമെന്നും നേരെ അവിടേക്കു പോകാമെന്നും അയാൾ വീമ്പടിക്കാറുണ്ടായിരുന്നു. അങ്ങനെ ഞങ്ങൾ പോയി. നല്ല ഇരുട്ടുള്ള ഒരു രാത്രിയിലാണ് ഞങ്ങൾ പുറപ്പെട്ടതു്. എന്റെ ഗിരേയ്ക്കയ്ക്കു വഴി തെറ്റി. അയാൾ സൂക്ഷിച്ച് മുമ്പോട്ടു പൊയ്ക്കൊണ്ടിരുന്നു. പക്ഷേ ഫലമെന്താണ്? അടുത്തെങ്ങും ഒരു ഔളുപോലും ഉണ്ടായിരുന്നില്ല. അങ്ങനെ അതവസാനിച്ചു. ഞങ്ങൾ കുറേക്കൂടി വലത്തോട്ടു മാറിയായിരുന്നു പോകേണ്ടിയിരുന്നതു്. പാതിരാവരെ ഞങ്ങൾ അലഞ്ഞുനടന്നു. അപ്പോൾ പട്ടികളുടെ കുര കേട്ടുതുടങ്ങി."

"വിഡ്ഢികൾ !" യെറോഷ്ക പറഞ്ഞു. "ഞങ്ങൾക്ക് രാത്രിയിൽ സ്റ്റെപ്പിയിൽ വഴിതെറ്റിയിരുന്നതു് അങ്ങനെയാണ്. ഒരിക്കൽ ഞാൻ ഒരു ചെറിയ കുന്നിന്റെ അടുത്തേക്കു കുതിരയോടിച്ചു ചെന്ന് കുറേ കുറ്റിച്ചെടികളുടെ മറവിൽ ഇരുന്നു. എന്നിട്ട് ദാ, ഇങ്ങനെ ഒച്ചയിട്ടു"-അയാൾ കൈ വായിൽ കടത്തി ഒരു ചെന്നായ് പറ്റം ഓരിയിടുന്നതു പോലുള്ള ഒച്ച കേൾപ്പിച്ചു. "തൽക്ഷണം തന്നെ പട്ടികൾ അതിനു മറുപടിയായി കുരച്ചു. അതിരിക്കട്ടെ, നിന്റെ കഥ മുഴുവനാക്കു ! നിങ്ങൾ കണ്ടതെന്താണ്?"

"വളരെ രസമായിരുന്നു. നൊഗായ് പെണ്ണുങ്ങൾ നസാർക്കയെ പിടിച്ചുനിർത്താൻ ശ്രമിച്ചു !"

"ശരിയാണ്, "തെല്ലൊരു ലജ്ജയോടെ നസാർക്ക പറഞ്ഞു.

"ഞാൻ പിന്നെയും കുതിരയോടിച്ചു പോയി. ഗിറേയ്ക്കയ്ക്കു പിന്നെയും വഴി തെറ്റി. മണൽക്കുന്നുകൾക്കിടയിൽ വഴിയറിയാതെ ഞങ്ങൾ കറങ്ങി. ഞങ്ങൾ ടെറക്കിനടുത്ത് എവിടെയോ ആണെന്നായിരുന്നു അയാളുടെ വിചാരം. എന്നാൽ വാസ്തവത്തിൽ ഞങ്ങൾ നേരെ എതിർദിശയിലായിരുന്നു."

നക്ഷത്രങ്ങളെ നോക്കി വഴി കണ്ടുപിടിക്കണമായിരുന്നു. യെറോഷ്ക പറഞ്ഞു.

"എനിക്കും അങ്ങനെയാണ് തോന്നുന്നത്," യെർഗുഷൊവ് അതു ശരിവെച്ചു.

"പറയാനെളുപ്പമാണ്. പക്ഷേ ആകാശം നിറയെ മേഘങ്ങളായിരുന്നു. ഞാൻ അങ്ങനെ കറങ്ങിത്തിരിഞ്ഞുകൊണ്ടിരുന്നു. ഒരു പെൺകുതിരയെ ഞാൻ കുടുക്കുകയറിട്ട് പിടിച്ചു. എന്നിട്ട് എന്റെ കുതിരയെ ഞാൻ അവന്റെ ഇഷ്ടംപോലെ ഓടാൻ അനുവദിച്ചു. 'അവൻ നമ്മളെ ശരിയായ വഴിയിൽ എത്തിക്കും," ഞാൻ വിചാരിച്ചു. എന്നിട്ട് എന്താണ് ഉണ്ടായതെന്നോ? മൂക്കുനിലത്തു മുട്ടിച്ച് അവൻ പലതവണ ചീറ്റിക്കൊണ്ടിരുന്നു !... ഞാൻ നേരെ ഒരു ഗ്രാമത്തിലെത്തി. പിന്നീട് അവിടുന്നു പുറത്തു കടന്നു ! കഷ്ടകാലത്തിന് അപ്പോഴേക്കും നേരം ശരിക്കു വെളുത്തിരുന്നു. കുതിരകളെ കാട്ടിലേക്കോടിച്ച് അവിടെ ഒളിച്ചു വയ്ക്കാനേ ഞങ്ങൾക്കു സമയം കിട്ടിയുള്ളൂ. നഗീംപുഴയ്ക്കടുത്തുനിന്ന് അവിടെ വന്ന് അവയെ വാങ്ങി."

യെർഗുഷൊവ് തല കുലുക്കി. "മോശമില്ല ! ഒരുപാടു കിട്ടിയോ?"

"കിട്ടിയതു മുഴുവൻ ഇവിടെയുണ്ട്," തന്റെ പോക്കറ്റിൽ തട്ടിക്കൊണ്ട് ലുക്കാഷ മറുപടി പറഞ്ഞു.

ആ സമയത്ത് അവന്റെ അമ്മ അവിടെ കയറിവന്നു. ലുക്കാഷ സംസാരം നിർത്തി. "കുടിക്കൂ !" അവൻ പറഞ്ഞു.

"ഞാനും ഗീർചിക്കും ഒരിക്കൽ അതു തന്നെയാണ് ചെയ്തത്," യെറോഷ്ക കഥ പറയാനാരംഭിച്ചു.

"നിങ്ങളുടെ അവസാനമില്ലാത്ത കഥകൾ കേട്ടുനില്ക്കാൻ ഞങ്ങൾക്കു സമയമില്ല." ലുക്കാഷ പറഞ്ഞു. "ഞാൻ പോകുന്നു," കുടിച്ചുകൊണ്ടിരുന്ന പാത്രം കാലിയാക്കിയിട്ട് ബെൽറ്റു മുറുക്കി അവൻ വഴിയിലേക്കിറങ്ങി.

XXXVIII

ലുക്കാഷ തെരുവിലെത്തിയപ്പോൾ നേരം ഇരുട്ടിയിരുന്നു. കുളിരുള്ള ശാന്തമായ ഒരു ശരല്ക്കാല രാത്രിയായിരുന്നു അത്. മൈതാനത്തിന്റെ ഒരു വശത്ത് നിന്നിരുന്ന ഇരുണ്ട പോപ്ലാർ മരങ്ങളുടെ പിന്നിൽനിന്ന് സ്വർണ്ണനിറമുള്ള പൂർണ്ണചന്ദ്രൻ പുറത്തേക്ക് ഒഴുകിയെത്തി. പാൽപ്പുരകളുടെ പുകക്കുഴലുകളിൽനിന്നുയർന്ന പുക മൂടൽമഞ്ഞുമായി കൂടികലർന്ന് ഗ്രാമത്തിനു മുകളിൽ തങ്ങിനിന്നു. കത്തുന്ന ചാണകവരളികളുടേയും പുതുവീഞ്ഞിന്റേയും ഈർപ്പത്തിന്റേയും ഗന്ധങ്ങൾ പരസ്പരം ലയിച്ച് വായുവിൽ ഇഴുകിച്ചേർന്നിരുന്നു. ചിരിയുടേയും സംസാരത്തിന്റേയും പാട്ടിന്റേയും വിത്തു കടിച്ചുപൊട്ടിക്കുന്നതിന്റേയും ശബ്ദങ്ങൾ അതുപോലെതന്നെ ഒന്നുചേർന്ന് എന്നാൽ പകലത്തേക്കാൾ സ്പഷ്ടമായി കേൾക്കാമായിരുന്നു. വേലികൾക്കടുത്തും കെട്ടിടങ്ങൾക്കടുത്തും വെളുത്ത ഉുവാലുകളും ഉയർന്ന ആട്ടിൻതോൽ തൊപ്പികളും ഇടകലർന്നു നിന്നിരുന്നു.

മൈതാനത്തെ തുറന്നുവെച്ചിരുന്ന പ്രകാശമാനമായ കടകളുടെ മുമ്പിൽ കൊസാക്ക് യുവാക്കന്മാരും യുവതികളും തടിച്ചുകൂടി. ഉറക്കെയുള്ള പാട്ടും ചിരിയും സംസാരവും അവിടുന്നുയർന്നു. പെൺകിടാങ്ങൾ കൈ കോർത്തു പിടിച്ച് വട്ടമിട്ടുനിന്ന് പൊടിനിറഞ്ഞ മൈതാനത്ത് ചന്തത്തിൽ ചുവടുവെച്ച് നൃത്തം ചെയ്തു. ഒരു ചടച്ച യുവതി, കൂട്ടത്തിൽ ഏറ്റവും വിരൂപ അവളായിരുന്നു, പാടി:

കാട്ടിൽനിന്ന് കൊട്ടും കാട്ടിൽനിന്ന്
അയ്-ദ-ലിയുലി !
പച്ചനിറമാർന്ന മേട്ടിൽനിന്ന്
വന്നെത്തി, വന്നെത്തി, ധീരരാം രണ്ടുപേർ
പെണ്ണുകെട്ടാത്ത സുഭഗന്മാർ രണ്ടുപേർ
ശങ്കിച്ചു നിന്നവർ തർക്കിച്ചു നിന്നവർ.
മുന്നോട്ടു പോകാതെ നാണിച്ചു നിന്നവർ.
സുന്ദരിപ്പെണ്ണു കടന്നുപോയാ വഴി
കൗതുകത്തോടവൾ നോക്കി യുവാക്കളെ.
രണ്ടിലൊരാളെ ഞാൻ വേട്ടിടാം വന്നാലു
മെന്നു മൊഴിഞ്ഞിട്ടു കൊഞ്ചിക്കുഴഞ്ഞവൾ.
കണ്ണുകളാലേ കടാക്ഷിച്ചു സുന്ദരി
സ്വർണ്ണച്ചുരുൾമുടിയുള്ള യുവാവിനെ.
ആയൻ പെണ്ണിന്റെ കൈ പിടച്ചു, വലം കൈപിടിച്ചു.
ചുറ്റും വലംവെച്ചു കൂട്ടരോടോതിനാൻ
പെണ്ണത്ര സുന്ദരിയെന്നു കണ്ടോ !

പ്രായം ചെന്ന സ്ത്രീകൾ പാട്ടും നൃത്തവും ആസ്വദിച്ചുകൊണ്ട് ചുറ്റും നിന്നു. ചെറിയ ബാലികാബാലന്മാർ പരസ്പരം പിടിക്കാൻ ശ്രമിച്ചുകൊണ്ട് ഇരുട്ടത്ത് ഓടിക്കളിച്ചു. കൊസാക്കുകാർ വട്ടത്തിൽ നിന്ന് നൃത്തം ചെയ്യുന്ന പെൺകിടാങ്ങളുടെ നിതംബത്തിൽ സ്പർശിക്കുകയും ചിലപ്പോൾ അവരുടെ വലയം ഭേദിച്ച് ഉള്ളിൽ കടന്ന് നൃത്തത്തിൽ പങ്കെടുക്കുകയും ചെയ്തുകൊണ്ട് അവിടെ നിന്നിരുന്നു. വാതിലിന്റെ ഇരുട്ടുള്ള വശത്ത് ജിഗീത്തുകളുടെ വേഷം ധരിച്ച ബെലേത് സ്കിയും ഒലേനിനും അത്ര ഉറക്കെയെങ്കിലും പുറത്തു കേൾക്കത്തക്കവണ്ണം കൊസാക്കുകാരുടേതിൽനിന്ന് വിഭിന്നമായ ശൈലിയിൽ സംസാരിച്ചുകൊണ്ടു നിന്നിരുന്നു. തങ്ങൾ മറ്റുള്ളവരുടെ ശ്രദ്ധ ആകർഷിക്കുന്നുണ്ടെന്ന് അവർക്കു തോന്നി. ചുവന്ന ബെഷ്മെത്ത് ധരിച്ച തടിച്ചുകൊഴുത്ത ഊസ്ത്യേങ്കയും ഭംഗിയുള്ള പുതുവസ്ത്രങ്ങളണിഞ്ഞ പ്രൗഢയായ മര്യാനയും കൈകോർത്തു പിടിച്ച് നൃത്തം ചെയ്തു. നൃത്തം ചെയ്യുന്ന മറ്റു പെൺകിടാങ്ങളുടെയിടയിൽ നിന്ന് മര്യാനയേയും ഊസ്ത്യേങ്കയേയും അകറ്റിനിർത്താൻ എന്താണ് വഴിയെന്ന് ബെലേത് സ്കിയും ഒലേനിനും ആലോചിച്ചുകൊണ്ടിരുന്നു. വെറും നേരമ്പോക്കാണ് ഒലേനിനു വേണ്ടതെന്ന് ബെലേത് സ്കി വിചാരിച്ചു. എന്റെ തന്റെ വിധി എന്തെന്ന് അവളിൽ നിന്നറിയാനായിരുന്നു വാസ്തവത്തിൽ ഒലേനിനു ധൃതി. കഴിയുന്നതും വേഗം അവളെ ഒറ്റയ്ക്കു കാണണമെന്നും എല്ലാം അവളോടു പറയണമെന്നും തന്റെ ഭാര്യയായിരിക്കാൻ സമ്മതമാണോ എന്ന് അവളോടു ചോദിക്കണമെന്നുമുള്ള ഒറ്റ ജ്വരമായിരുന്നു അയാൾക്ക് വളരെ മുമ്പുതന്നെ ഉറപ്പുണ്ടായിരുന്നു. എങ്കിലും തന്റെ ഹൃദയം അവളുടെ മുമ്പിൽ തുറന്നു കാട്ടാൻ തനിക്കു കരുത്തുണ്ടാകുമെന്നും അവൾ തന്നെ മനസിലാക്കുമെന്നുമുള്ള പ്രതീക്ഷ അയാളെ വിട്ടുപിരിഞ്ഞിരുന്നില്ല.

"താങ്കൾ നേരത്തേ എന്നോടു പറയാതിരുന്നതെന്താണ്?" ബെലേത് സ്കി ചോദിച്ചു. "ഞാൻ ഊസ്ത്യേങ്ക മുഖേന എല്ലാം ശരിയാക്കാമായിരുന്നു. താങ്കൾ ഒരു വിചിത്ര മനുഷ്യനാണ്."

"എന്തു ചെയ്യാം? അധികം താമസിയാതെ ഒരിക്കൽ ഞാൻ താങ്കളോട് എല്ലാം പറയാം. ഇപ്പോൾ ചെയ്യേണ്ടതു് ഇതാണ്-എങ്ങനെയെങ്കിലും അവളെ ഊസ്ത്യേങ്കയുടെ വീട്ടിൽ വരുത്തുക. ദൈവത്തെയോർത്ത് എന്തെങ്കിലും ചെയ്യൂ !"

"ശരി. അതു പ്രയാസമില്ലാത്ത കാര്യമാണ്... അപ്പോൾ മര്യാന, നീ സ്വർണ്ണമുടിക്കാരനെയാണ് തിരഞ്ഞെടുത്തതു്, ലൂക്കാഷയെയല്ല!" എന്നു പറഞ്ഞു് മര്യാദയുടെ പേരിൽ ബെലേത് സ്കി ആദ്യം മര്യാനയെ അഭിസംബോധന ചെയ്തിട്ട് ഊസ്ത്യേങ്കയുടെയടുത്തു

ചെന്നുനിന്ന് മര്യാനയെ എങ്ങനെയെങ്കിലും വീട്ടിലേക്ക കൂട്ടിക്കൊണ്ടു പോകണമെന്ന് അപേക്ഷിച്ചു. അയാൾ പറഞ്ഞുതീരുന്നതിനു മുമ്പ് ചന്തമില്ലാത്ത പെണ്ണ് മറ്റൊരു പാട്ടു പാടി:

ഉദ്യാനത്തിൽ പിന്നിൽനിന്നും
വീരനവൻ വന്നെത്തി മാരൻ.
വീശി വലംകൈയാദ്യം പിന്നെ
രോമത്തൊപ്പിയുയർത്തി വണങ്ങി.
പാത മുറിച്ചുകടന്നവനെത്തി
കാതര മിഴിയോടീവിധമോതി,
"നിന്നെക്കാണാനെത്ര കൊതിച്ചു
എന്നോടൊപ്പമുലത്താൻ പെണ്ണേ
എന്തിനു നാണം പൊന്നിൻകുടമേ?
എന്നോടൊന്നും മിണ്ടുല്ലേ നീ?
നിന്നെമെരുക്കിയെടുത്തീടും ഞാൻ
തോഴീ നിന്നെ ചോദിക്കാനായ്
തോഴന്മാരെയയക്കുന്നുണ്ട്.
എൻ മണവാട്ടിപ്പെണ്ണേ നിന്നെ
കണ്ണീർ മുത്തു കളണിയിക്കും ഞാൻ"
ആയതിനുത്തരമറിയാമെന്നാ-
ലായവനോടതു ചൊല്ലിയതില്ല.
സമ്മതമൊന്നും മൂളിയതില്ല.
സംഭ്രമമോടെ നടന്നു ഞാൻ.
പച്ചക്കാടിൻ മറവിൽ ചെന്നെൻ
തോഴനു മുമ്പിൽ നിന്നു ഞാൻ.
"എൻ പ്രിയതോഴീയെൻ കയ്യിൽ നിന്നീ
പട്ടുറുമാല നീ പാണികളാലെന്റെ
സ്നേഹോപഹാരം നീ സ്വീകരിക്കു.
സ്നേഹിക്കയോമനേ എന്നെന്നുമെന്നെ നീ

ചൊല്ലാനെനിക്കില്ല മറ്റൊന്നു, മോർക്കുകിൽ.
എൻ പ്രിയക്കേകുമീ സമ്മാനത്തിൻ വില
ചുംബനമായി ഞാനേറ്റുവാങ്ങും.
ഒന്നുപോ, രൊന്നുപോ, രൊന്നു പോരാ
അഞ്ചിൽ കുറഞ്ഞു ഞാൻ വാങ്ങുകയില്ല !"

ലൂക്കാഷയും നസാർക്കയും വലയം ഭേദിച്ച് പെൺകുട്ടികളുടെ ഇടയിൽ കയറി അവരോടൊപ്പം വട്ടത്തിൽ നടന്നുതുടങ്ങി. ഇമ്പ മില്ലാത്ത പരുക്കൻ സ്വരത്തിൽ പാട്ടു പാടുകയും കൈ വീശുകയും ചെയ്തുകൊണ്ട് ലൂക്കാഷ പെൺകുട്ടികളുടെ വലയത്തിന്റെ നടുക്ക് ചെന്നുനിന്നു. "ആരെങ്കിലും ഒരാൾ നടുക്കലേക്കു വരൂ ! "അവൻ വിളിച്ചുപറഞ്ഞു. പെൺകുട്ടികൾ മര്യാനയെ മുമ്പോട്ടു തള്ളി. എന്നാൽ അവൾ പോകാൻ കൂട്ടാക്കിയില്ല. പൊട്ടിച്ചിരികളുടെ ശബ്ദവും അടി ക്കുന്ന ശബ്ദവും ചുംബിക്കുന്ന ശബ്ദവും അടക്കം പറയുന്ന ശബ്ദവും പാട്ടിനേക്കാൾ ഉപരി ഉയർന്നു കേട്ടു.

ഒലേനിനെ കടന്നുപോയപ്പോൾ ലൂക്കാഷ സ്നേഹപൂർവ്വം അയാളെ നോക്കി ചോദിച്ചു:

"ദ് മീത്രി അന്ദ്രേയിച്ച് ! നിങ്ങളും ഇതു കാണാൻ വന്നതാണോ?"

"അതെ," എന്ന് മനപ്പൂർവ്വം ഗൗരവം നടിച്ച് ഒലേനിൻ മറുപടി പറഞ്ഞു.

ബെലേത് സ്കി ഊതത് സ്റ്റെങ്കയുടെ ചെവിയിൽ എന്തോ മന്ത്രിച്ചു. എന്നാൽ അവൾക്കു മറുപടി പറയാൻ സമയം കിട്ടുന്നതിനുമുമ്പ് പെൺകുട്ടികളുടെ കറങ്ങിക്കൊണ്ടിരിക്കുന്ന വലയം അവളെ അയാളുടെ അടുത്തുനിന്നു മാറ്റിക്കഴിഞ്ഞു. എന്നാൽ കറങ്ങിക്കൊണ്ടി രുന്ന വലയം ഏതാനും നിമിഷം കഴിഞ്ഞു് വീണ്ടും അവളെ അതേ സ്ഥാനത്തെത്തിച്ചു. അപ്പോൾ അവൾ പറഞ്ഞു:

"ശരി, ഞങ്ങൾ വരാം !

"മര്യാനയും വരണം ! "

ഒലേനിൻ മര്യാനയുടെനേരെ കുനിഞ്ഞു.

"നീ വരുമോ? ദയവു ചെയ്ത് ഒരു നിമിഷനേരത്തേക്കെങ്കിലും വരൂ. എനിക്കു സംസാരിക്കാനുണ്ട്."

"മറ്റുള്ളവർ വരികയാണെങ്കിൽ ഞാനും വരാം. "

"മിനിഞ്ഞാന്ന് ഞാൻ ചോദിച്ചതിന് ഇന്ന് നീ മറുപടി പറയുമോ?" രണ്ടാം തവണ അവളുടെ നേരെ കുനിഞ്ഞു് അയാൾ ചോദിച്ചു. "ഇന്ന് നീ ഉല്ലാസവതിയാണല്ലോ."

ഇതിനകം അവൾ അവിടെനിന്നു മാറിക്കഴിഞ്ഞു. എന്നാൽ

അയാളും പിന്നാലെ ചെന്നു.

"പറയുമോ?"

"എന്ത്? "

"മിനിഞ്ഞാന്ന് ഞാൻ ചോദിച്ചതിന് ഉത്തരം," ഒലേനിൻ അവളുടെ ചെവിയിൽ മന്ത്രിച്ചു. "എന്റെ ഭാര്യയാകാൻ സമ്മതമാണോ എന്ന്. "

മര്യാന ഒരു നിമിഷം ശങ്കിച്ചുനിന്നു:

"പറയാം, ഇന്നു രാത്രി പറയാം, "അവൾ പറഞ്ഞു.

ആ ഇരുട്ടിൽ അവളുടെ കണ്ണുകൾ ആഹ്ലാദത്തോടെ, സ്നേഹപൂർവ്വം, അയാളെ നോക്കി.

അയാൾ അപ്പോഴും അവളെ പിൻതുടർന്നുകൊണ്ടിരുന്നു. അവളോട്ട് അടുത്തു നിൽക്കുന്നതുതന്നെ അയാൾക്ക് എന്തെന്നില്ലാത്ത സന്തോഷം അരുളി.

എന്നാൽ തുടർച്ചയായി കുടിച്ചിരുന്ന ലൂക്കാഷ ബലമായി കൈയിൽ പിടിച്ച് അവളെ വലയത്തിന്റെ മദ്ധ്യത്തിലേക്കു വലിച്ചു കൊണ്ടുപോയി. "ഊസ്തെങ്കെയുടെ വീട്ടിൽ വരണം, "എന്നുപറയാൻ ഒലേനിനു കഷ്ടിച്ചു സമയം കിട്ടി. അയാൾ ബെലേത് സ്കിയുടെയടുത്തേക്കു മടങ്ങി. പാട്ടു നിലച്ചു. ലൂക്കാഷ ചുണ്ടു തുടച്ചു. മര്യാനയും അങ്ങനെതന്നെ ചെയ്തു. അവർ പരസ്പരം ചുംബിച്ചു. "പോരാ, അഞ്ചുതവണ, "അവൻ പറഞ്ഞു. സംസാരവും കളിയും കലഹവും സമഞ്ജസമായ ചലനത്തോടും ശബ്ദത്തോടും ഇഴുകിച്ചേർന്നു. കുടിച്ച് ഉന്മത്തനായ ലൂക്കാഷ പെൺകുട്ടികൾക്ക് കൈനിറയെ മിഠായി വാരി കൊടുത്തു തുടങ്ങി.

"എല്ലാവർക്കും തരാം ആത്മസംതൃപ്തിയോടുകൂടി അവൻ പറഞ്ഞു. "പക്ഷേ പട്ടാളക്കാരുടെ കൂടെ നടക്കുന്നവർ വലയത്തിൽനിന്ന് പുറത്തു പോകണം," ഒലേനിനെ ക്രോധത്തോടെ നോക്കിക്കൊണ്ട് പൊടുന്നനെ അവൻ പറഞ്ഞു.

പെൺകുട്ടികൾ അവന്റെ കൈയിൽനിന്ന് മിഠായി തട്ടിയെടുക്കാൻ ശ്രമിച്ചു. ബെലേത് സ്കിയും ഒലേനിനും വശത്തേക്ക് മാറിനിന്നു.

തന്റെ ഔദാര്യത്തിൽ സ്വയം ലജ്ജതോന്നിയിട്ടെന്നവണ്ണം ലൂക്കാഷ തൊപ്പി മാറ്റി നെറ്റി തുടച്ചിട്ട് മര്യാനയുടേയും ഊസ്തെങ്കയുടേയും അടുത്തേക്കു ചെന്നു.

"എന്നോടൊന്നും മിണ്ടുന്നില്ലേ നീ? "അവൻ മര്യാനയെ നോക്കിക്കൊണ്ട് അപ്പോൾ പാടിക്കേട്ട പാട്ടിലെ വരി ഉദ്ധരിച്ചു.

"എന്നോടൊന്നും മിണ്ടൂല്ലേ നീ? "പിന്നീട് അർദ്ധഗർഭമായി അവൻ കുട്ടിച്ചേർത്തു "നിന്നെ മെരുക്കിയെടുക്കും ഞാൻ. എൻ മണവാട്ടിപ്പെണ്ണാം നിന്നെ കണ്ണീർ മുത്തുകളണിയിക്കും ഞാൻ, "അവൻ രണ്ടു പെൺകുട്ടികളേയും ഒരുമിച്ച് കെട്ടിപ്പിടിച്ചു.

ഊസ്തെങ്ക അവന്റെ കൈയ്യുള്ളിൽനിന്ന് കുതറിമാറി അവന്റെ മുതുകിൽ ഒരടി കൊടുത്തു. അതിന്റെ ശക്തികൊണ്ട് അവളുടെ കൈ വേദനിച്ചു.

"ഇനിയും നിങ്ങൾ നൃത്തം ചെയ്യാനുണ്ടോ ? "അവൻ ചോദിച്ചു.

"പെൺകുട്ടികൾക്ക് ഇഷ്ടമുണ്ടെങ്കിൽ അവർ നൃത്തം ചെയ്യും, "ഊസ്തെങ്ക പറഞ്ഞു. പക്ഷേ ഞാനും മര്യാനയും എന്റെ വീട്ടിലേക്കു പോവുകയാണ്."

ലൂക്കാഷ മര്യാനയെ കെട്ടിപ്പിടിച്ചുകൊണ്ടുതന്നെ ആൾക്കൂട്ടത്തിനു പുറത്തു കടന്ന് ആളൊഴിഞ്ഞ ഒരു ഇരുണ്ട മൂലയിലേക്ക് പോയി.

"മര്യാന, നീ പോകരുതേ," അവൻ പറഞ്ഞു." നമുക്ക് അവസാനമായി ഒരിക്കൽ സന്തോഷിക്കാം. നീ നിന്റെ വീട്ടിലേക്കു പോകൂ.

ഞാൻ അവിടെ വരാം. "

"ഞാൻ എന്തിനാണ് വീട്ടിൽ പോകുന്നത്? ഇന്ന് വിശേഷദിവസമാണ്. എനിക്ക് അതു ശരിക്കും ആഘോഷിക്കണം. ഞാൻ ഊസ്ത്യെങ്കയുടെ വീട്ടിലേക്കാണു പോകുന്നത്, "മര്യാന പറഞ്ഞു.

"ശരി. പക്ഷേ എന്തായാലും ഞാൻ നിന്നെ കല്യാണം കഴിക്കും.

"പോകണമെന്നു നിനക്കു നിർബന്ധമാണോ? "അവളെ ചേർത്തു പിടിച്ച് അവളുടെ കവിളിൽ ചുംബിച്ചുകൊണ്ട് അവൻ ചോദിച്ചു.

"എന്നെ വിടൂ! എന്നെ എന്തിനാണ് ഇങ്ങനെ ശല്യപ്പെടുത്തുന്നത്?"

മര്യാന അവന്റെ കൈ തട്ടിമാറ്റി ഓടിപ്പോയി.

"പെണ്ണേ, ഇതു നല്ലതിനല്ല ! "ലൂക്കാഷ ശകാരിക്കുന്ന മട്ടിൽ പറഞ്ഞു. തല കുലുക്കിക്കൊണ്ട് അവൻ തുടർന്നു: "കണ്ണീർ മുത്തുകളണിയിക്കും ഞാൻ. "പിന്നീട് അവൻ മറ്റു പെൺകുട്ടികളുടെ നേരെ തിരിഞ്ഞു് വിളിച്ചു പറഞ്ഞു: "ഒരു പാട്ടു പാടൂ. "

അവന്റെ വാക്കുകൾ മര്യാനയിൽ തെല്ലൊരു ഭയവും ഈർഷ്യയും ഉളവാക്കി.

"എന്താണ് നല്ലതിനല്ലെന്നു പറഞ്ഞത്? "

"നീ ചെയ്യുന്നത്. "

"എന്താണ് ഞാൻ ചെയ്യുന്നത് ? "

"പറയാം. ആ പട്ടാളക്കാരന്റെ കൂടെ നടക്കുകയും എന്നെ കണ്ടഭാവം നടിക്കുകയും ചെയ്യുന്നത് ! "

"ഞാൻ എനിക്കു തോന്നിയതു ചെയ്യും. നീ എന്റെ അച്ഛനല്ല. അമ്മയുമല്ല. നിനക്ക് എന്താണു വേണ്ടത് ? എനിക്ക് ഇഷ്ടമുള്ളവരെ ഞാൻ സ്നേഹിക്കും. "

"ശരി "ലൂക്കാഷ പറഞ്ഞു. "പക്ഷേ ഓർത്തിരുന്നോ. "അവൻ കടയ്ക്കുടുത്തേക്കു ചെന്നു. "പെണ്ണുങ്ങളേ, നിങ്ങൾ എന്താണു വെറുതെ നിൽക്കുന്നത്? "അവൻ ആക്രോശിച്ചു. "ഒരു നൃത്തം കൂടി ചെയ്യൂ. നസാർക്ക ! വേഗം കുറെ വീഞ്ഞു കൊണ്ടുവാ. "

"അവർ വരുമോ ? "ഒലേനിൻ ബെലേത് സ്കിയോടു ചോദിച്ചു.

"അവർ ഉടൻ വരും, "ബെലേത് സ്കി പറഞ്ഞു. "വരൂ. നമുക്ക് അവരെ സൽക്കരിക്കാനുള്ള ഒരുക്കങ്ങൾ ചെയ്യാം."

XXXIX

രാത്രി വളരെ അതിക്രമിച്ചശേഷമാണ് ഒലേനിൻ ബെലേത് സ്കിയുടെ വീട്ടിൽനിന്നിറങ്ങി ആ രണ്ടു പെൺകുട്ടികളെ പിൻതുടർന്നത്. മര്യാനയുടെ വെളുത്ത, തുവാല നിഴലുള്ള വഴിയിൽ തെളിഞ്ഞുകാണാമായിരുന്നു. സ്വർണ്ണനിറമുള്ള ചന്ദ്രബിംബം സ്റ്റെപ്പിയുടെ നേർക്കു താണു തുടങ്ങി. സർവ്വത്ര നിശ്ശബ്ദത വ്യാപിച്ചിരുന്നു. ജനാലകളിലൊന്നും വെളിച്ചമില്ല. ധൃതിയിൽ നടക്കുന്ന പെൺകുട്ടികളുടെ കാലൊച്ചയല്ലാതെ മറ്റൊരു ശബ്ദവും കേൾക്കാനില്ല. ഒലേനിന്റെ ഹൃദയം ശക്തിയായി മിടിച്ചു. അയാളുടെ ചൂടുപിടിച്ച മുഖത്തിന് തുഷാരബിന്ദുക്കളണിഞ്ഞ വായു കുളിർമ്മയും ഉന്മേഷവും പകർന്നു. അയാൾ ആകാശത്തിലേക്കു നോക്കി. ബെലേത് സ്കിയുടെ വീട്ടിലേക്കു നോക്കി. മെഴുകുതിരി അപ്പോൾ കെടുത്തപ്പെട്ടതേയുള്ളൂ. നിഴലുകൾപോലെ ധൃതിയിൽ നടന്നു പോകുന്ന ആ രണ്ടു പെൺകുട്ടികളിലേക്ക് അയാൾ വീണ്ടും ശ്രദ്ധ തിരിച്ചു. ഏകാന്തത അയാളെ നോവിച്ചു. അയാൾ സന്തുഷ്ടനായിരുന്നു. അയാൾ പടവുകൾ ചാടിയിറങ്ങി അവരെ പിൻതുടർന്നു.

“ഓ, ഇതു നിങ്ങളാണോ? ആരെങ്കിലും കാണും ! “ഊസ്റ്റെങ്ക പറഞ്ഞു.

“സാരമില്ല.”

ഒലേനിൻ മര്യാനയടുത്തു ചെന്ന് അവളുടെ ചുമലിൽ കൈ ചുറ്റി. അവൾ ചെറുത്തു നിന്നില്ല.

“ചുംബിച്ചതു മതി ! “ഊസ്റ്റെങ്ക പറഞ്ഞു. “ഇനി കല്യാണം കഴിഞ്ഞിട്ടു ബാക്കി. പക്ഷേ ഇപ്പോൾ അടങ്ങിയിരിക്കണം ! “

“മര്യാന, ശുഭ രാത്രി, നാളെ ഞാൻ നിന്റെ അച്ഛനെ കാണുന്നുണ്ട്. എല്ലാം ഞാൻ പറഞ്ഞോളാം. നീ ഒന്നും പറയേണ്ട.”

“ഞാനെന്തിനു പറയുന്നു ? “മര്യാന മറുപടി പറഞ്ഞു.

പെൺകുട്ടികൾ രണ്ടുപേരും ധൃതിയിൽ നടന്നുപോയി. ഒലേനിൻ ഒറ്റയ്ക്കു നടന്ന് സംഭവിച്ചതെല്ലാം അവലോകനം ചെയ്തു നോക്കി. അന്നു വൈകുന്നേരം മുഴുവൻ താൻ ഒരു മുറിയിൽ അവളോടൊപ്പം ഒറ്റയ്ക്കിരുന്നു. ബെലേത് സ്കിയോടും പെൺകുട്ടികളോടുമൊപ്പം ഉല്ലാസപൂർവ്വം സമയം ചെലവഴിച്ചുകൊണ്ടിരുന്ന ഊസ്റ്റെങ്ക ഒരിക്കൽപ്പോലും വീട്ടിൽനിന്ന് പുറത്തു പോയില്ല. മര്യാനയും ഒലേനിനും അടുപ്പിനടുത്തിരുന്ന് അടക്കിയ ശബ്ദത്തിൽ സംസാരിച്ചു.

“നീ എന്റെ ഭാര്യയാകാമോ ? “അയാൾ ചോദിച്ചു.

"നിങ്ങൾ വെറുതെ പറയുകയാണ്. നിങ്ങൾ എന്നെ കല്യാണം കഴിക്കയില്ല, "അവൾ ഉല്ലാസവതിയും അക്ഷോഭ്യയുമായി പറഞ്ഞു.

"നീ എന്നെ സ്നേഹിക്കുന്നുണ്ടോ ? പറയൂ. ദൈവത്തെ ഓർത്തു പറയൂ. "

"എന്തിനു സ്നേഹിക്കാതിരിക്കുന്നു ? നിങ്ങൾ വിരൂപനല്ല ! "അയാളുടെ കൈ തന്റെ പരുപരുത്ത കൈകൾകൊണ്ട് അമർത്തിയിട്ട് അവൾ ഒരു പുഞ്ചിരിയോടെ പറഞ്ഞു. "എത്ര വെളുത്ത കൈകൾ. പാൽക്കട്ടിയുടെ പതുപതുപ്പുണ്ട് "

"ഞാൻ കളി പറയുകയല്ല. പറയൂ, നിനക്കു സമ്മതമാണോ ?"

"അച്ഛൻ സമ്മതിച്ചാൽ ഞാൻ സമ്മതിക്കാതിരിക്കുന്നതെന്തിന്?"

"മര്യാന, നീ നുണപറയുകയാണെങ്കിൽ എനിക്കു ഭ്രാന്തു പിടിക്കും! നാളെ ഞാൻ നിന്റെ അച്ഛനമ്മമാരോട്ട് സംസാരിക്കാം. എല്ലാം വേണ്ടതുപോലെ ചെയ്യാം. "

പെട്ടെന്ന് മര്യാന ഉറക്കെ ചിരിച്ചുതുടങ്ങി.

"എന്താ കാര്യം ? "

"എനിക്ക് ചിരി വരുന്നു. "

"ഞാൻ ഒരു തോട്ടവും ഒരു വീടും വിലയ്ക്കുവാങ്ങാം. ഞാൻ കൊസാക്ക് സേനയിൽ ചേരാം... "

"ഒരു കാര്യം പറഞ്ഞേക്കാം. നിങ്ങൾ മറ്റു പെണ്ണുങ്ങളുടെ പിറകെ പോകരുത്. പോയാൽ ഞാൻ കോപിക്കും. "

ഒലേനിൻ ഇതെല്ലാം വീണ്ടും ഓർത്ത് രസിച്ചു. അതോർക്കുമ്പോൾ ഇടയ്ക്ക് അയാളുടെ ഉള്ളു നീറും. എങ്കിലും വീണ്ടും സന്തോഷം അയാളെ കീഴടക്കും. അവൾ തന്നോടു സംസാരിക്കുന്നത് തികച്ചും നിർവികാരയായിട്ടാണെന്ന വസ്തുതയാണ് അയാളെ വേദനിപ്പിച്ചത്. നിർവികാരയും ഉന്മേഷവതിയുമായിരുന്നു അവൾ. സംഗതികൾ ഇങ്ങനെ പുതിയ ഒരു പാതയിലേക്കു തിരിഞ്ഞത് തന്നെ ബാധിക്കുന്നേയില്ല എന്ന മട്ടായിരുന്നു അവൾക്ക്. അവൾ ചിന്തിച്ചിരുന്നുമില്ല. അവൾക്ക് തന്നോട്ട് താൽക്കാലികമായ ഒരുതരം സ്നേഹമല്ലാതെ മറ്റൊന്നുമില്ലെന്നും ഭാവിയെപ്പറ്റിയുള്ള അവളുടെ സങ്കല്പങ്ങളിൽ തനിക്കൊരു സ്ഥാനവുമില്ലെന്നും അയാൾക്കു തോന്നി. എങ്കിലും അവൾ പറയുന്നതെല്ലാം സത്യമാണെന്ന തോന്നലും തന്റെ ഭാര്യയാകാമെന്ന് അവൾ സമ്മതിച്ചു എന്ന വസ്തുതയും അയാളെ സന്തുഷ്ടനാക്കി.

"അതെ, അവൾ പൂർണ്ണമായും എന്റേതായിക്കഴിഞ്ഞാൽ മാത്രമേ ഞങ്ങൾക്കു പരസ്പരം മനസ്സിലാക്കാൻ കഴിയുകയുള്ളൂ. "അയാൾ

വിചാരിച്ചു. "അത്തരം സ്നേഹത്തിന് വാക്കുകൾ ആവശ്യമില്ല. ജീവിതമാണ് അതിനു വേണ്ടതു്-മുഴുവൻ ജീവിതവും. നാളെ എല്ലാം തീർച്ചപ്പെടുത്തണം. എനിക്ക് ഇങ്ങനെ തുടരാൻ സാദ്ധ്യമല്ല. നാളെ അവളുടെ അച്ഛനെ കണ്ടു് എല്ലാം പറയണം. ബെലേത് സ്കിയോട്ടും ഗ്രാമത്തിലുള്ള സകലരോടും പറയണം... "

രണ്ടു ദിവസത്തെ ഉറക്കിളപ്പിനുശേഷം ഒരു ദിവസം മുഴുവൻ പെരുന്നാൾ ആഘോഷിച്ച ലുക്കാഷ ജീവിതത്തിൽ ആദ്യമായി ലഹരിക്ക് അടിയറവു പറഞ്ഞു. അവൻ യാംകയുടെ വീട്ടിൽ കിടന്ന് ബോധം കെട്ടുറങ്ങി.

XL

പിറ്റേ ദിവസം പതിവിലും നേരത്തേ ഒലേനിൻ ഉറക്കമുണർന്നു. തന്റെ ഭാവിയെക്കുറിച്ചാണ് അയാൾ ആദ്യം ചിന്തിച്ചത്. അവളുടെ ചുംബനവും അവളുടെ പരുപരുത്ത കൈകളുടെ മർദ്ദവും ആഹ്ലാദപൂർവ്വം അയാൾ അനുസ്മരിച്ചു. "എത്ര വെളുത്ത കൈകൾ ! "എന്ന് അവൾ പറഞ്ഞതോർത്ത്. അയാൾ കോരിത്തരിച്ചു. ഉടൻ തന്നെ കോർണെറ്റിന്റെ വീട്ടിൽ ചെന്ന് മര്യാനയുടെ മാതാപിതാക്കളോട് വിവാഹാലോചന നടത്തണമെന്ന ഉദ്ദേശ്യത്തോടെ അയാൾ ചാടിയെണീറ്റു. സൂര്യൻ ഉദിച്ചിരുന്നില്ല. എങ്കിലും തെരുവിൽ പതിവില്ലാത്ത ബഹളം കണ്ട് അയാൾ അത്ഭുതപരതന്ത്രനായി. ആളുകൾ ഓടുന്നതിന്റേയും കുതിരപ്പുറത്തു സഞ്ചരിക്കുന്നതിന്റേയും വിളിച്ചുകൂവുന്നതിന്റേയും ശബ്ദം ഉയർന്നുകൊണ്ടിരുന്നു.അയാൾ ചെർക്കേസ്സ് ധരിച്ച് ഉമ്മറത്തേക്കിറങ്ങി.

കോർണെറ്റിന്റെ വീട്ടിൽ ആരും ഉണർന്നിട്ടില്ല. അഞ്ചു കൊസാക്കുകാർ ഉദ്വേഗഭരിതരായി സംസാരിച്ചുകൊണ്ട് തെരുവിലൂടെ അങ്ങോട്ടുമിങ്ങോട്ടും കുതിരപ്പുറത്തു പാഞ്ഞുനടന്നു. അവരുടെ മുമ്പിൽ തന്റെ കുറ്റൻ കർബർദാ കുതിരയുടെ പുറത്ത് ലുക്കാഷ സവാരി ചെയ്തു. കൊസാക്കുകാരെല്ലാവരും അത്യുച്ചത്തിൽ സംസാരിക്കുകയും അട്ടഹസിക്കുകയും ചെയ്തുകൊണ്ടിരുന്നു. കാര്യമെന്താണെന്നു മനസ്സിലാക്കാൻ സാദ്ധ്യമല്ലായിരുന്നു.

"മുകളിലത്തെ താവളത്തിലേക്കു പോകാം, "ഒരാൾ വിളിച്ചു പറഞ്ഞു.

"കുതിരയെ കോപ്പണിയിച്ച് വേഗം പുറപ്പെട്ടു ! "മറ്റൊരാൾ പറഞ്ഞു.

"ഈ കവാടത്തിൽനിന്ന് ഏറ്റവും അടുത്ത വഴി ഇതാണ്."

"ഈ വഴി വരൂ ! "ലുക്കാഷ വിളിച്ചു പറഞ്ഞു, "നമുക്ക് നടുക്കത്തെ കവാടത്തിൽനിന്ന് തുടങ്ങാം. "

പക്ഷേ ഈ വഴിയാണ് കൂടുതൽ എളുപ്പം, "വിയർപ്പിൽ കുളിച്ച ഒരു കുതിരയെ ഓടിച്ചുകൊണ്ടിരുന്ന പൊടിയിൽ മുങ്ങിയ ഒരു കൊസാക്കുകാരൻ പറഞ്ഞു.

ലുക്കാഷയുടെ മുഖം തലേദിവസത്തെ ലഹരിയുടെ ഫലമായി വീർത്തും ചുവന്നും ഇരുന്നിരുന്നു. അവൻ ആട്ടിൻതോൽ തൊപ്പി തലയുടെ പിന്നിലേക്കു വലിച്ചുവെച്ചിരുന്നു. താനാണ് കമാണ്ടർ എന്ന മട്ടിൽ അവൻ ആജ്ഞകൾ കൊടുത്തു.

കാര്യമെന്താണ്? എങ്ങോട്ടാണ് പോകുന്നത്? “വളരെ പ്രയാസപ്പെട്ട് കൊസാക്കുകാരുടെ ശ്രദ്ധ ആകർഷിച്ചുകൊണ്ട് ഒലേനിൻ ചോദിച്ചു.

“കുറെ അബ്റെക്കുകാരെ പിടിക്കാൻ. അവർ മണൽക്കുന്നകളുടെയിടയിൽ ഒളിച്ചിരിപ്പുണ്ട്. ഞങ്ങൾ അങ്ങോട്ടുപോവുകയാണ്. പക്ഷേ ഞങ്ങൾ കുറച്ചു പേരേ ഉള്ളൂ. “

കൊസാക്കുകാർ ഒച്ചയിട്ടുകൊണ്ട് തെരുവിലൂടെ പാഞ്ഞു. കൂടുതൽ സവാരിക്കാർ തെരുവിൽ പ്രത്യക്ഷപ്പെട്ടു.

താൻ വീട്ടിലിരിക്കുന്നതു ശരിയല്ലെന്ന് ഒലേനിനു തോന്നി. എങ്കിലും നേരത്തെ തിരിച്ചുവരണമെന്ന് അയാൾ തീരുമാനിച്ചു. അയാൾ വസ്ത്രം ധരിച്ച് തോക്കിൽ ഉണ്ടകൾ നിറച്ചിട്ട്, വന്യൂഷജീനി കെട്ടിച്ചു നിർത്തിയിരുന്ന കുതിരപ്പുറത്തേക്ക് ചാടിക്കയറി. കൊസാക്കുകാർ ഗ്രാമത്തിൽനിന്ന് പുറത്തു കടക്കുന്നതിനു മുമ്പ് അയാൾ അവരോടൊപ്പമെത്തി. വലിയ ധൃതിയിലായിരുന്നിട്ടും കൊസാക്കുകാർ കുതിരപ്പുറത്തുനിന്നിറങ്ങി വട്ടത്തിൽനിന്ന് ഒരു ചാറയിൽനിന്ന് മരപ്പാത്രത്തിലേക്കു ചുവന്ന വീഞ്ഞു പകർന്ന് കുടിക്കുകയായിരുന്നു. പാത്രം കൈ മാറിക്കൊണ്ട് തങ്ങളുടെ സംരംഭം വിജയകരമാകാൻ അവർ പ്രാർത്ഥിച്ചു.

അക്കൂട്ടത്തിൽ പച്ചപ്പരിഷ്കാരിയായ ഒരു ചെറുപ്പക്കാരൻ കോർണെറ്റ് ഉണ്ടായിരുന്നു. ആ സമയത്ത് യാദൃശ്ചികമായി ഗ്രാമത്തിൽ ഉണ്ടായിരുന്ന ആ യുവാവ് അവിടെ കൂടിയിരുന്ന ഒമ്പതു കൊസാക്കുകാരുടെ നേതൃത്വം സ്വയം ഏറ്റെടുത്തു. അവരെല്ലാവരും സാധാരണ ഭടന്മാരായിരുന്നു. കോർണെറ്റ് ഒരു കമാണ്ടറുടെ ഭാവം കൈക്കൊണ്ടെങ്കിലും അവർ ലൂക്കാഷയുടെ നിർദ്ദേശങ്ങളാണ് അനുസരിച്ചതു്. അവർ ഒലേനിനെ ശ്രദ്ധിച്ചതേയില്ല. എല്ലാവരും കുതിരപ്പുറത്തു കയറി യാത്ര തുടങ്ങിയപ്പോൾ ഒലേനിൻ യുവാവായ കോർണെറിനെ സമീപിച്ച് കാര്യം എന്താണെന്ന് ആരാഞ്ഞു. ഭാവി ഓഫീസറാകേണ്ട ആ കോർണെറ്റ് ഒലേനിന്റെ മുമ്പിൽ ഓച്ഛാനിച്ചു നിന്ന് തന്നെക്കാൾ മുതിർന്ന ഒരാളുടെ മുമ്പിൽ നിൽക്കാൻ ഒരവസരം കിട്ടിയതു് ഒരു ബഹുമതിയായി താൻ കണക്കാക്കുന്നുവെന്ന് അയാളെ മനസ്സിലാക്കാൻ ശ്രമിച്ചുകൊണ്ടിരുന്നു . കാര്യം എന്താണെന്ന് അയാളിൽനിന്ന് മനസ്സിലാക്കാൻ ഒലേനിൻ കുറെ പാടുപെടേണ്ടിവന്നു. അബ്റെക്കുകാരെ അന്വേഷിച്ചുപോയ കൊസാക്ക് നിരീക്ഷകർ ഗ്രാമത്തിൽനിന്ന് എട്ടു വേഴ്സ്റ്റ് അകലെ ഒരിടത്ത് ഒരു സംഘത്തെ കണ്ടുമുട്ടി. അവർ ഒരു കുഴിയിൽ ഒളിച്ചിരുന്ന് നിരീക്ഷകരുടെ നേരെ വെടിവെച്ചു. ജീവനോടെ തങ്ങൾ കീഴടങ്ങുകയില്ലെന്ന്

അവർ ഭീക്ഷണിപ്പെടുത്തി. ഉര്യാദ്നിക്കും മറ്റു രണ്ടുപേരുമടങ്ങിയതായിരുന്നു നിരീക്ഷകസംഘം. അവരെ ശ്രദ്ധിച്ചുകൊണ്ട് അവിടെത്തന്നെ നിന്നിട്ട് ഉര്യാദ്നിക്ക് ഗ്രാമത്തിൽനിന്നു കൊസാക്കുകാരെ കൂട്ടിക്കൊണ്ടുവരാൻ സംഘത്തിലെ ഒരാളെ പറഞ്ഞയച്ചു.

സൂര്യോദയം ആരംഭിച്ചു. ഗ്രാമത്തിൽനിന്ന് മൂന്നു വേഴ്സ്റ്റ് അകലെ എത്തിയപ്പോൾ അവർ തുറന്ന സ്റ്റെപ്പിയിലെത്തി. വിഷാദമൂകവും ഏകപ്രകാരവുമായ മണൽപ്പരപ്പല്ലാതെ മറ്റൊന്നും എങ്ങും കാണാനില്ല. കന്നുകാലികൾ നടന്നുണ്ടായ പാടുകളും ഉണങ്ങിയ പുല്ലും കുഴികളിൽ വളരുന്ന പൊക്കം കുറഞ്ഞ മുൾച്ചെടികളും അങ്ങു ദൂരെ ചക്രവാളത്തിനടുത്തു സ്ഥിതിചെയ്യുന്ന നൊഗായ് കുടിയിടകളിലേക്കു നയിക്കുന്ന, കഷ്ടിച്ചു മാത്രം കാണാവുന്ന പാതകളും മാത്രം അവയുടെ ഏകപ്രകാരതയെ ഭഞ്ജിച്ചിരുന്നു. തണലിന്റെ അഭാവം എല്ലായിടത്തും അനുഭവപ്പെട്ടു. അവിടം മുഴുവൻ ഉണങ്ങി വരണ്ട് തരിശായിക്കിടക്കുകയാണ്. സ്റ്റെപ്പിയിലെ ഉദയങ്ങൾക്കും അസ്തമനങ്ങൾക്കും കടുംചുവപ്പാണ്. മണലിന്റെ വൻ മലകളെ കാർന്നെടുത്തുകൊണ്ടാണ് അവിടെ കാറ്റടിക്കുന്നത്. കാറ്റില്ലാത്തപ്പോൾ, ഒരു ചലനമോ ശബ്ദമോ ഭഞ്ജിക്കാത്ത അവിടുത്തെ പരിപൂർണ്ണ നിശ്ശബ്ദത ഭയാനകമായിരുന്നു. സ്റ്റെപ്പിയിലെ അന്നത്തെ പ്രഭാതം ശാന്തമായിരുന്നു. സൂര്യൻ ഉദിച്ചിട്ടും അവിടുത്തെ നിശ്ശബ്ദതയും മൂടലും പിൻവാങ്ങിയില്ല. അസാധാരണമായ ഒരുതരം ശൂന്യതയും ഗ്ലാനിയും അവിടെ അനുഭവപ്പെട്ടു. വായു നിശ്ചലമായിരുന്നു. കുതിരകൾ മുക്രയിടുന്ന ശബ്ദവും അവയുടെ കാൽക്കീഴിൽ മണൽ ഞെരിയുന്ന ശബ്ദവുമല്ലാതെ മറ്റൊന്നും കേൾക്കാനില്ലായിരുന്നു. ആ ശബ്ദങ്ങൾക്കുപോലും പ്രതിദ്ധ്വനി ഉണ്ടായിരുന്നില്ല. അവ വളരെ വേഗം കെട്ടടങ്ങി.

കൊസാക്കുകാർ അധികസമയവും നിശ്ശബ്ദരായാണ് സവാരി ചെയ്തത്. ആയുധങ്ങൾ കൂട്ടിമുട്ടുകയോ കിലുങ്ങുകയോ ചെയ്യാത്ത രീതിയിലാണ് കൊസാക്കുകാർ അവ കൊണ്ടുനടക്കുന്നത്. തന്റെ ആയുധം കിലുങ്ങി ശബ്ദമുണ്ടാക്കുന്നത്, ഒരു കൊസാക്കുകാരനെ സംബന്ധിച്ചിടത്തോളം അങ്ങേയറ്റം അപമാനകരമാണു. രണ്ടോ മൂന്നോ വാക്കുകൾ കൈമാറിക്കൊണ്ട് ഗ്രാമത്തിലെ രണ്ടു കൊസാക്കുകാർ കുതിരപ്പുറത്തു കുതിച്ചുപാഞ്ഞു. ലുക്കാഷയുടെ കുതിരയുടെ കാൽ ഇടറുകയോ പുല്ലിൽ കുടുങ്ങുകയോ ചെയ്തു. അത് മറ്റു കുതിരകളുടെ മുമ്പിൽ കടന്ന് ഓടിത്തുടങ്ങി. കൊസാക്കുകാർ അതൊരു ചീത്ത ലക്ഷണമായാണ് കണക്കാക്കുന്നത്. ആ സന്ദർഭത്തിൽ പ്രത്യേകിച്ചും പ്രാധാന്യമർഹിക്കുന്ന ആ സംഭവം അവഗണിക്കാൻ ശ്രമിച്ചുകൊണ്ട് ചുറ്റും നോക്കിയിട്ട് കൊസാക്കുകാർ ധൃതിയിൽ മുമ്പോട്ടുപോയി.

ലുക്കാഷ കടിഞ്ഞാൺ വലിക്കുകയും നെറ്റി ചുളിക്കുകയും പല്ലുകടിക്കുകയും ചെയ്തുകൊണ്ട് ചാട്ട വീശി. അവന്റെ ഭംഗിയുള്ള കുതിര നാലു കാലുകളും പറിച്ചു ചാടി. ഏതു കാലുകുത്തിയാണ് ഓടേണ്ടതെന്ന് അതിനു നിശ്ചയമില്ലെന്നു തോന്നി. വായുവിലൂടെ പറക്കാൻ തനിക്കു ചിറകുണ്ടായിരുന്നെങ്കിൽ എന്ന് അതു് ആഗ്രഹിക്കുന്നുണ്ടെന്നും തോന്നി. എന്നാൽ ലുക്കാഷ അതിന്റെ തടിച്ച പള്ളയിൽ ഒരു തവണ അടിച്ചു. രണ്ടാമതും മൂന്നാമതും അടിച്ചു. കുതിര പല്ലിളിക്കുകയും വാൽ വീശുകയും മുക്രയിടുകയും ചെയ്തുകൊണ്ട് പിൻകാലുകൾ കുത്തി ഉയർന്നു നിന്നിട്ടു മുമ്പോട്ടു ചാടി മറ്റു കുതിരകളുടെ മുമ്പിൽ കയറി ഓടിത്തുടങ്ങി.

"ഒന്നാന്തരം കുതിര ? ! യുവാവായ കോർണെറ്റ് പറഞ്ഞു.

"സിംഹത്തിനെപ്പോലുള്ള ഒരു കുതിര ! "പ്രായംചെന്ന ഒരു കൊസാക്കുകാർ നിശ്ശബ്ദരായി ചിലപ്പോൾ കുതിരകളെ നടത്തിയും ചിലപ്പോൾ മെല്ലെ ഓടിച്ചും മുമ്പോട്ടു പോയി. അവരുടെ ചലനത്തിന്റെ ഗാംഭീര്യവും നിശ്ശബ്ദതയും നിമിഷനേരത്തേക്ക് ഭഞ്ജിച്ചതു് ഗതിയിലുള്ള ആ വ്യതിയാനങ്ങൾ മാത്രമാണ്.

ഏകദേശം എട്ടു വേഴ് സ്റ്റോളം സഞ്ചരിച്ചിട്ടും അവർ കണ്ടുമുട്ടിയതു് ഒരു നൊഗായ് നാടോടി കൂടാരമായിരുന്നു. രണ്ടു ചക്രമുള്ള ഒരു കാളവണ്ടിയുടെ മീതെയാണ് അതുണ്ടാക്കിയിരുന്നതു്. ഒരു വേഴ് സ്റ്റ് അകലെ അതു മെല്ലെ സ്റ്റെപ്പി മുറിച്ചുകടക്കുന്നതു് അവർ കണ്ടു. നൊഗായ്ക്കാരൻ ഒരു താവളത്തിൽനിന്ന് മറ്റൊരിടത്തേക്ക് തന്റെ കുടുംബത്തെ കൊണ്ടുപോവുകയായിരുന്നു ഒരു കുഴിയിൽ ഉയർന്ന കവിളെല്ലുകളുള്ള രണ്ട് നൊഗായ് പെണ്ണുങ്ങൾ കുട്ടയുമായി നടന്ന് ചാണകവരളികളുണ്ടാക്കാൻ ചാണകം ശേഖരിച്ചുകൊണ്ടിരുന്നു. കീറിയ വസ്ത്രങ്ങൾ ധരിച്ചിരുന്ന ആ സ്ത്രീകളിൽ നിന്ന് വല്ല വിവരവും കിട്ടുമോ എന്നറിയാൻ യുവകോണെറ്റ് ശ്രമിച്ചുനോക്കി-അയാൾക്ക് അവരുടെ ഭാഷ കുറേശ്ശെ അറിയാമായിരുന്നു. എന്നാൽ അയാൾ പറഞ്ഞതു് അവർക്കു മനസ്സിലായില്ല. അപകടശങ്കയോടെ ആ സ്ത്രീകൾ പരസ്പരം നോക്കി.

ലുക്കാഷ അവരുടെയടുത്തു ചെന്ന് കുതിരയെ നിർത്തി ഉന്മേഷഭരിതമായ ശബ്ദത്തിൽ അവരെ അവരുടെ ആചാരപ്രകാരം അഭിവാദ്യം ചെയ്തു. നൊഗായ് സ്ത്രീകൾ സന്തുഷ്ടരായി അവനോട്ട് സ്വന്തം സഹോദരനോടെന്നപോലെ സംസാരിച്ചുതുടങ്ങി.

"അയ്, അയ്, കോപ് അബറെക്ക് !" എന്ന് വിഷാദപൂർവ്വം പറഞ്ഞുകൊണ്ട് സ്ത്രീകൾ കൊസാക്കുകാർ വന്ന ദിക്കിലേക്കു ചൂണ്ടിക്കാട്ടി.

"ഒരുപാട്ട് അബ്റെക്കകാർ" എന്നാണ് അവർ പറഞ്ഞതെന്ന് ഒലേനിന്ന മനസ്സിലായി.

യെറോഷ്ക്ക അമ്മാവന്റെ കഥകളിൽനിന്ന് ഒലേനിന് അത്തരം ഏറ്റുമുട്ടലുകളെപ്പറ്റി ഒരു ഏകദേശരൂപം കിട്ടിയില്ലായിരുന്നു. കൊസാക്കുകാരോടൊപ്പം നിന്ന് അതു നേരിട്ടു കാണാൻ അയാൾ ആഗ്രഹിച്ചു. അയാൾക്ക് കൊസാക്കുകാരെപ്പറ്റി വലിയ മതിപ്പായിരുന്നു. അയാൾ കണ്ണും കാതും കൂർപ്പിച്ച് ചില നിരീക്ഷണങ്ങൾ നടത്തി. ഒലേനിൻ വാളും നിറച്ച തോക്കും എടുത്തിരുന്നെങ്കിലും കൊസാക്കുകാർ അയാളെ തങ്ങളുടെ കൂട്ടത്തിൽ കൂട്ടാൻ തയ്യാറില്ലായിരുന്നു. അത് ഒലേനിന് മനസ്സിലാവുകയും ചെയ്തു. അതിനാൽ സംഘട്ടനത്തിൽ താൻ പങ്കെടുക്കേണ്ടതില്ലെന്ന് അയാൾ തീരുമാനിച്ചു. അതിർത്തിയിലെ പോരാട്ടങ്ങളിൽവെച്ച് താൻ തന്റെ ധൈര്യം വേണ്ടത്ര വെളിപ്പെടുത്തിക്കഴിഞ്ഞെന്ന വിശ്വാസവും അങ്ങനെ ഒരു തീരുമാനമെടുക്കാൻ അയാളെ സഹായിച്ചു. എന്നാൽ താൻ അതീവ സന്തുഷ്ടനാണ് എന്നതായിരുന്നു അങ്ങനെ തീരുമാനിക്കാനുള്ള പ്രധാന കാരണം.

പെട്ടെന്ന് ദൂരെ ഒരു വെടി പൊട്ടുന്ന ശബ്ദം മുഴങ്ങി.

യുവകോർണെറ്റ് ഉദ്വേഗഭരിതനായി കല്പനകൾ പുറപ്പെടുവിച്ചു തുടങ്ങി. കൊസാക്കുകാർ എങ്ങനെ പല സംഘങ്ങളായി പിരിയണമെന്നും ഏതു ദിശകളിലൂടെ മുമ്പോട്ടു പോകണമെന്നും അയാൾ നിർദ്ദേശം കൊടുത്തു. എന്നാൽ അയാളുടെ നിർദ്ദേശങ്ങൾ അനുസരിക്കാൻ കൊസാക്കുകാർക്ക് യാതൊരു ഉദ്ദേശവുമില്ലായിരുന്നു. അവർ ലുക്കാഷ പറയുന്നതു മാത്രം അനുസരിച്ചു. നിർദ്ദേശം കിട്ടാൻ അവന്റെ നേരെ നോക്കി. ലുക്കാഷയുടെ മുഖവും ദേഹവും വെളിപ്പെടുത്തിയത് അക്ഷോഭ്യതയും ഗാംഭീര്യവുമാണ്. അവൻ തന്റെ കബാർക്കുതിരയുടെ പുറത്തിരുന്ന് മറ്റുള്ളവരെ നയിച്ചു. മറ്റു കുതിരകൾക്കു് ആ കുതിരയോടൊപ്പം ഓടാൻ കഴിവില്ലായിരുന്നു. കണ്ണുചിമ്മിക്കൊണ്ട് അവൻ മുമ്പിലേക്കു നോക്കി.

"അതാ ഒരാൾ കുതിരപ്പുറത്തു പോകുന്നു," കുതിരയെ കടിഞ്ഞാൺ പിടിച്ച് മറ്റുള്ളവയോടൊപ്പം നിർത്തിക്കൊണ്ട് അവൻ പറഞ്ഞു.

എത്ര സൂക്ഷിച്ചു നോക്കിയിട്ടും ഒലേനിന് ഒന്നും കാണാൻ കഴിഞ്ഞില്ല. കൊസാക്കുകാർ രണ്ടു സവാരിക്കാരെ കണ്ടു. അവർ നേരെ ആ സവാരിക്കാരുടെയടുത്തേക്ക് മെല്ലെ കുതിരകളെ ഓടിച്ചു.

"അബ് റെക്കുകളാണോ?" ഒലേനിൻ ചോദിച്ചു.

കൊസാക്കുകാർ അതിനു മറുപടി പറഞ്ഞില്ല. അവരുടെ

അഭിപ്രായത്തിൽ തികച്ചും പരിഹാസ്യമായിരുന്ന ആ ചോദ്യം. കുതിരപ്പുറത്ത് ഇക്കരെ വരാൻ അബ്റെക്കുകൾ വിഡ്ഢികളല്ലല്ലോ.

"അത് റോദ്ക്ക അമ്മാവനാണ്, "ആ രണ്ടു സവാരിക്കാരെ ചൂണ്ടിക്കാട്ടിക്കൊണ്ട് ലൂക്കാഷ പറഞ്ഞു. അവരെ ഇപ്പോൾ ശരിക്കു കാണാമായിരുന്നു. "അതാ, ഇങ്ങോട്ടു വരുന്നു."

ഏതാനും നിമിഷങ്ങൾക്കകം അത് കൊസാക്ക് നിരീക്ഷകസംഘമാണെന്ന് തെളിഞ്ഞു. ഉര്യാദ് നിക് ലൂക്കാഷയുടെയടുത്തെത്തി.

XLI

"അകലെയാണോ ?" എന്നു മാത്രം ലൂക്കാഷ ചോദിച്ചു.

ആ നിമിഷം ഏകദേശം മുപ്പതു ചുവടകലെ ഒരു വെടി പൊട്ടുന്ന ശബ്ദം കേട്ടു. ഉര്യാദ് നിക് പുഞ്ചിരിച്ചുകൊണ്ടു് പറഞ്ഞു :

"നമ്മുടെ ഗുർക്ക അവരെ വിരട്ടുകയാണ്."

ഏതാനും ചുവടുകൾ മുമ്പോട്ടു പോയപ്പോൾ ഒരു മണൽക്കുന്നിന്റെ പിന്നിൽ കുത്തിയിരുന്ന് തോക്കു നിറയ്ക്കുന്ന ഗുർക്കയെ അവർ കണ്ടു. അയാൾ വെറുതെയിരുന്ന മട്ടത്തുകൊണ്ടു മാത്രം മറ്റൊരു മണൽക്കുന്നിന്റെ പിന്നിൽ ഒളിച്ചിരുന്ന അബ്റെക്കുകളുടെ നേരെ വെടിവെച്ചതാണ്.

അബ്റെക്കുകളുടെ ഭാഗത്തുനിന്ന് ഒരു വെടിയുണ്ട അവരുടെ തലയ്ക്കു മീതെക്കൂടി പാഞ്ഞുപോയി. യുവകോർണെറ്റ് വിളറി. അയാളുടെ ആത്മധൈര്യം പമ്പകടന്നു. ലൂക്കാഷ കുതിരപ്പുറത്തുനിന്നിറങ്ങി കടിഞ്ഞാൺ മറ്റൊരു കൊസാക്കുകാരനെ ഏല്പിച്ചിട്ടു് ഗുർക്കയുടെയടുത്തേക്കു പോയി. ഒലേനിനും അവനെ അനുകരിച്ചു. അയാൾ താഴെയിറങ്ങി അവനോടൊപ്പം നടന്നു. അവർ കഷ്ടിച്ച് ഗുർക്ക ഒളിച്ചിരുന്നിരുന്ന മണൽക്കുന്നിനു പിന്നിലെത്തിയപ്പോഴേക്കും രണ്ടു് വെടിയുണ്ടകൾ അവരുടെ തലയ്ക്കു മീതെക്കൂടി പാഞ്ഞുപോയി. ലൂക്കാഷ ഒരു പുഞ്ചിരിയോടെ ഒലേനിനെ നോക്കിയിട്ടു് കുനിഞ്ഞു നിന്നു.

"അവർ ഇനിയും നിങ്ങളെ വെടിവെച്ചേക്കും, ദ് മിത്രി അന്ദ്രേയിച്ച്," അവൻ പറഞ്ഞു. "നിങ്ങൾ തിരിച്ചുപോകുന്നതാണു നല്ലതു്! ഇതു നിങ്ങൾക്കു പറ്റിയ സ്ഥലമല്ല."

എന്നിട്ടും ഒലേനിൻ അബ്റെക്കുകളെ കാണാൻ ആഗ്രഹിച്ചു. ഏകദേശം ഇരുനൂറു ചുവടകലെ ഒരു മണൽക്കുന്നയ്ക്കു പിന്നിൽ ഒരു തൊപ്പിയും കുറെ ആയുധങ്ങളും അയാൾ കണ്ടു. പെട്ടെന്ന് അവിടുന്ന് പുകയുതിർന്നു. ഒരു വെടിയുണ്ട അയാളുടെ അടുത്തുകൂടി ചീറിപ്പാഞ്ഞു. അബ്റെക്കുകൾ ആ മണൽക്കുന്നിന്റെ ചുവട്ടിലുള്ള ഒരു ചെളിക്കുണ്ടിൽ ഇരിക്കുകയായിരുന്നു. അവർ തെരഞ്ഞെടുത്ത സ്ഥലം ഒലേനിനെ അത്ഭുതപ്പെടുത്തി. അവിടം സ്റ്റെപ്പിയിലെ മറ്റെല്ലായിടവും പോലെതന്നെയായിരുന്നു. എന്നാൽ അബ്റെക്കുകൾ അവിടെ ഒളിച്ചിരിക്കുന്നുവെന്ന വസ്തുത അവിടത്തിന് ഒരു പ്രത്യേകത കൈവരുത്തി. അബ്റെക്കുകൾക്കു് പതുങ്ങിയിരുന്ന് ആക്രമിക്കാൻ ഏറ്റവും പറ്റിയ ഇടം അതാണെന്നുപോലും ഒലേനിനു തോന്നി.

“നമുക്ക് കച്ചിനിറച്ച ഒരു കാളവണ്ടി കണ്ടുപിടിക്കണം,” ല്യക്കാ പറഞ്ഞു. “അല്ലെങ്കിൽ നമ്മൾ കൊല്ലപ്പെട്ടും. കച്ചി കയറ്റിയ നൊഗായ്ക്കാരുടെ ഒരു വണ്ടി ആ കുന്നിനപ്പുറത്തുണ്ട്.“

യുവകോർണെറ്റ് ല്യക്കാഷ പറഞ്ഞതു ശ്രദ്ധിച്ചു കേട്ടു. ഉര്യാദ് നിക് അവന്റെ അഭിപ്രായത്തോടു യോജിച്ചു. കച്ചിവണ്ടി കൊണ്ടുവന്ന് അതിന്റെ മറപറ്റിനിന്ന് കൊസാക്കുകാർ അബ്റെക്കുകളുടെയടുത്തേക്ക് വണ്ടി തള്ളി നീക്കിക്കൊണ്ടിരുന്നു. അബ്റെക്കുകൾ ഒമ്പതുപേരുണ്ട്. വെടിവയ്ക്കാനുള്ള നിർണ്ണായക നിമിഷവും കാത്ത് അവർ കാൽമുട്ടുകൾ കൂട്ടിമുട്ടിച്ച് ഒരു വരിയായി ഇരിക്കുകയായിരുന്നു. പരിപൂർണ്ണ നിശ്ശബ്ദത വ്യാപിച്ചു. പെട്ടെന്ന് ചെച്ചെൻകാരുടെ ഭാഗത്തുനിന്ന് വിഷാദകലുഷമായ ഒരു പാട്ടിന്റെ അസാധാരണമായ രാഗം ഉയർന്നു. യെറോഷ്ക അമ്മാവന്റെ ‘അയ്, ദായ്-ദലലായ്’’എന്ന ഗാനംപോലിരുന്നു അത്. തങ്ങൾക്കു രക്ഷപ്പെടുന്നതിനെപ്പറ്റി ആലോചിക്കാൻ പോലും തങ്ങൾക്ക് അവസരം കിട്ടാതിരിക്കാൻ ഒരു ചരടുകൊണ്ട് അവർ ഒരാളുടെ കാൽമുട്ട് മറ്റൊരാളുടേതുമായി കൂട്ടിക്കെട്ടിയിരുന്നു. തോക്ക് വെടിവയ്ക്കാൻ സജ്ജമാക്കി വെച്ചുകൊണ്ട് അവർ തങ്ങളുടെ അന്ത്യഗാനം പാടി.

കച്ചിവണ്ടി തള്ളുന്ന കൊസാക്കുകാർ അവരോട് അടുത്തുകൊണ്ടിരുന്നു. ഏതു നിമിഷവും വെടിപൊട്ടിത്തുടങ്ങുമെന്ന് ഒലേനിൻ പ്രതീക്ഷിച്ചു. എന്നാൽ അബ്റെക്കുകളുടെ ശോകഗാനമല്ലാതെ മറ്റൊന്നും അവിടുത്തെ നിശ്ശബ്ദതയ്ക്കു ഭംഗം വരുത്തിയില്ല. പെട്ടെന്ന് ഗാനം നിലച്ചു. ഹ്രസ്വമായ ഒരു വെടിയൊച്ച മുഴങ്ങി. കച്ചിവണ്ടിയുടെ തണ്ടിൽ ഒരു വെണ്ടിയുണ്ട തുളച്ചുകയറി. ചെച്ചെൻകാരുടെ ശാപവചനങ്ങളും അട്ടഹാസങ്ങളും മുഴങ്ങി. തുരുതുരെ വെടിപൊട്ടിക്കൊണ്ടിരുന്നു. വെടിയുണ്ടകൾ വണ്ടിയിലെ വൈക്കോലിൽ വന്നു വീണുകൊണ്ടിരുന്നു. തങ്ങൾ ചെച്ചെൻകാരുടെ അഞ്ചു ചുവടുകലെ എത്തിക്കഴിഞ്ഞിട്ടും കൊസാക്കുകാർ വെടിവെച്ചില്ല.

ഒരു നിമിഷം കഴിഞ്ഞു് കൊസാക്കുകാർ വണ്ടിയുടെ ഇരുവശത്തുനിന്നും ചാടി പുറത്തു വന്നു. ല്യക്കാഷയായിരുന്നു മുമ്പിൽ. വെടിവയ്ക്കുന്ന ശബ്ദവും അലർച്ചകളും നിലവിളിയും കൂടിച്ചേർന്ന ഒരാരവം ഒലെനിൻ കേട്ടു. പുകയും രക്തവും കണ്ടതായി അയാൾക്കുതോന്നി. കുതിരപ്പുറത്തുനിന്നിറങ്ങി ഒലേനിൻ സ്വയം മറന്ന് കൊസാക്കുകാരുടെയടുത്തേക്ക് ഓടി. അയാളുടെ കണ്ണുകൾ ഭയചകിതങ്ങളായി. ഒന്നും അയാൾക്കു ശരിക്കു മനസ്സിലായില്ല. എങ്കിലും എല്ലാം അവസാനിച്ചെന്ന് സ്പഷ്ടമായിരുന്നു. വെള്ളക്കടലാസുപോലെ വെളുത്തു വിളറിയ ല്യക്കാഷ മുറിവേറ്റ ഒരു ചെച്ചെൻകാരന്റെ കൈകളിൽ പിടിച്ചുകൊണ്ട് വിളിച്ചുപറഞ്ഞു :

"ഇവനെ കൊല്ലരുത്. കൊല്ലരുത്. ഞാൻ ജീവനോടെ ഇവനെ പിടിക്കും !" ചുവന്ന മുടിയുള്ള അതേ ചെച്ചെൻകാരന്റെ സഹോദരൻ. അയാളാണ് മുമ്പ് ജഡം ഏറ്റുവാങ്ങാൻ വന്നിരുന്നത്. ലുക്കാഷ അയാളുടെ കൈ പിടിച്ചു തിരിച്ചു. പെട്ടെന്ന് അയാൾ കുതറി മാറി കൈത്തോക്കിൽനിന്ന് നിറയൊഴിച്ചു. ലുക്കാഷ നിലംപതിച്ചു. അവന്റെ വയറ്റിൽനിന്ന് രക്തം ചീറ്റി പുറത്തു വന്നു. അവൻ ചാടി യെണീറ്റു. എന്നാൽ തൽക്ഷണംതന്നെ വീണുപോയി. റഷ്യനിലും ടാട്ടാർ ഭാഷയിലും അവൻ ചീത്ത പറഞ്ഞു. അവന്റെ ദേഹത്തും അവൻ കിടന്നിരുന്ന മണ്ണിലും കൂടുതൽ കൂടുതൽ രക്തം പ്രത്യക്ഷപ്പെട്ടു. കൊസാക്കുകാർ അവനെ സഹായിക്കാനെത്തി. അവർ അവന്റെ അരപ്പട്ട മാറ്റാനാരംഭിച്ചു. നസാർക്ക അവനിലേക്കു ശ്രദ്ധതിരിക്കു ന്നതിനു മുമ്പ് തന്റെ വാൾ-അതിൽനിന്ന് രക്തം ഒലിക്കുന്നുണ്ടായി രുന്നു-ഉറയിലിടാൻ കുറച്ചു ബുദ്ധിമുട്ടി.

ചുവന്ന തലമുടിയും ചെറിയ മീശയുമുള്ള ചെച്ചെന്മാരുടെ വെട്ടി മുറിക്കപ്പെട്ട ശവശരീരങ്ങൾ അവിടെ ചിതറിക്കിടന്നു. അവരിൽ ഒരാൾക്കുമാത്രം ജീവനുണ്ടായിരുന്നു. ലുക്കാഷയെ വെടിവെച്ച അതേചെച്ചെൻകാരനായിരുന്നു അയാൾ. അയാൾക്ക് മാരകമായ മുറിവേറ്റിട്ടുണ്ട്. അയാളുടെ വലത്തെ കണ്ണിന്റെ താഴെനിന്ന് രക്തം ധാരധാരയായി ഒഴുകിക്കൊണ്ടിരുന്നു വിവർണ്ണനും നിരാശനുമായി പല്ലുകടിച്ചുകൊണ്ട് രോഷാകുലമായ കണ്ണുകൾ മിഴിച്ച്, ചിറകറ്റ ഒരു കഴുകനെപ്പോലെ ചുറ്റും നോക്കിയിട്ട് അവസാനശ്വാസം വരെ സ്വയം രക്ഷിക്കാൻ തയ്യാറായി അയാൾ നിലത്തു കുത്തിയിരുന്നു. കോർണെറ്റ് അയാളുടെയടുത്തുചെന്ന് അയാളെ ശ്രദ്ധിക്കാതെ കടന്നു പോകുന്നതായി ഭാവിച്ചിട്ട് പെട്ടെന്ന് തിരിഞ്ഞുനിന്ന് അയാളുടെ ചെവിയിലേക്കു വെടിവെച്ചു. ചെച്ചെൻകാരൻ മുമ്പോട്ടു ചാടാൻ വൃഥാ ശ്രമിച്ചു എന്നാൽ അയാൾ വീണു.

കൊസാക്കുകാർ കിതച്ചുകൊണ്ട് ശവശരീരങ്ങൾ വലിച്ചുനീക്കി അവയിൽനിന്ന് ആയുധങ്ങൾ എടുത്തു. ചുവന്ന മുടിയുള്ള ചെച്ചെ ന്മാരോരോരുത്തരും ഒരോ മനുഷ്യരായിരുന്നു. ഒരോരുത്തർക്കും തന്റേതായ പ്രത്യേകതയുണ്ടായിരുന്നു. കൊസാക്കുകാർ ലുക്കാഷയെ കച്ചിവണ്ടിയിൽ എടുത്തു കിടത്തി. അവൻ റഷ്യനിലും ടാട്ടാറിലും ശകാരിച്ചുകൊണ്ടിരുന്നു.

"നീ നുണ പറയുകയാണ് ! നീ എന്റെ കയ്യിൽനിന്ന് രക്ഷപ്പെ ടുകയില്ല. 'അന്ന സേനി' !"[45] അവൻ വിളിച്ചുപറഞ്ഞുകൊണ്ടിരുന്നു. എന്നാൽ അത്യന്തം അവശനായിരുന്ന അവൻ താമസിയാതെ മൂകനായി.

---

45 അന്ന സേനി-മലവാസികളുടെ ഒരു ശാപവചനം.

ഒലേനിൻ വീട്ടിലേക്കു പുറപ്പെട്ടു. ലൂക്കാഷ മരണശയ്യയിലാണെന്നും എന്നാൽ പുഴയ്ക്കക്കരെയുള്ള ഒരു ടാട്ടാറുകാരൻ ചില പച്ചമരുന്നുകൾകൊണ്ടു് അവനെ രക്ഷപ്പെടുത്താമെന്ന് ഏറ്റിട്ടുണ്ടെന്നും അന്നു വൈകിട്ട് അയാളറിഞ്ഞു.

മൃതദേഹങ്ങൾ ഗ്രാമത്തിൽ കൊണ്ടുചെന്നു വയ്ക്കപ്പെട്ടു. അതു കാണാനായി സ്ത്രീകളും കുട്ടികളും കൂട്ടംകൂട്ടമായി അങ്ങോട്ടു പുറപ്പെട്ടു.

ഒലേനിൻ സന്ധ്യയായപ്പോൾ മടങ്ങിയെത്തി. എന്നാൽ അന്നു താൻ കണ്ടതൊന്നും ശരിക്ക് ഓർക്കാൻ വളരെ നേരത്തേക്ക് അയാൾക്കു കഴിഞ്ഞില്ല. എങ്കിലും രാത്രിയായപ്പോൾ തലേ ദിവസത്തെപ്പറ്റിയുള്ള ഓർമ്മകൾ അയാളുടെ മനസ്സിലേക്ക് ഓടിയെത്തി. അയാൾ ജനലിലൂടെ പുറത്തേക്കു നോക്കി. മര്യാന വീട്ടിൽനിന്നിറങ്ങി തൊഴുത്തിലേക്കു പോവുകയായിരുന്നു . അവളുടെ അമ്മ മുന്തിരിത്തോപ്പിലേക്കു പോയിരിക്കയാണ്. അച്ഛൻ ഗ്രാമമന്ദിരത്തിലേക്കും അവൾ ജോലികൾ മുഴുവനാക്കുന്നതുവരെ കാത്തിരിക്കാതെ ഒലേനിൻ അവളുടെയടുത്തേക്കു ചെന്നു. അവൾ വീട്ടിനുള്ളിൽ അയാൾക്ക് പുറം തിരിഞ്ഞു നിൽക്കുകയായിരുന്നു. ലജ്ജയാണ് അതിനു കാരണമെന്ന് അയാൾവിചാരിച്ചു.

"മര്യാന !" അയാൾ വിളിച്ചു. "മര്യാന, ഞാൻ അകത്തു വന്നോട്ടേ?"

പെട്ടെന്ന് അവൾ തിരിഞ്ഞുനിന്നു. അവളുടെ കണ്ണുകൾ ഈറനായിരുന്നു. അവളുടെ മുഖത്തു് സുന്ദരമായ ഒരു വിഷാദഭാവം സ്ഥാനം പിടിച്ചിരുന്നു. അവൾ നിശ്ശബ്ദയായി അയാളെ നോക്കി.

"മര്യാന ! ഞാൻ വന്നതു്..."

"നിർത്തു !" അവൾ പറഞ്ഞു. അവളുടെ മുഖത്തു് ഭാവപ്പകർച്ചയൊന്നും ഉണ്ടായില്ല. പക്ഷേ കണ്ണുകൾ നിറഞ്ഞൊഴുകി.

"എന്തിനാണ് നീ... ? എന്തു പറ്റി ?"

"ചോദിക്കുന്നതെന്തിന് ... ? വിഷാദഭരിതമായ പതറിയ ശബ്ദത്തിൽ അവൾ ചോദിച്ചു. "കുറെ കൊസാക്കുകാർ കൊല്ലപ്പെട്ടു. അതാണു കാര്യം."

"ലൂക്കാഷയോ ?" ഒലേനിൻ ചോദിച്ചു.

"ഇവിടുന്ന് പോകൂ ! നിങ്ങൾ എന്തിനു വന്നു ?"

"മര്യാന !" അവളുടെയടുത്തേക്കു നടന്നുകൊണ്ടു് ഒലേനിൻ വിളിച്ചു.

"നിങ്ങളുമായി എനിക്കിനി ഒരു ബന്ധവുമില്ല !"

"മര്യാന, അങ്ങനെ പറയരുതേ !"

"പോകൂ ഇവിടുന്ന് ! നാണം കെട്ട മനുഷ്യൻ !" കാലു നിലത്തു്

ആഞ്ഞുചവിട്ടിക്കൊണ്ട് അവൾ പറഞ്ഞു. ഭീക്ഷണിപ്പെടുത്തും വണ്ണം അവൾ അയാളുടെ നേരെ കൈ ചൂണ്ടി. അവളുടെ മുഖത്തെ അവജ്ഞയും കോപവും കണ്ട ക്ഷണംതന്നെ തനിക്കിനി ആശിക്കാൻ വകയില്ലെന്ന് അയാൾക്ക ബോദ്ധ്യമായി. ഈ സ്ത്രീ തനിക്ക അപ്രാപ്യയാണെന്ന് മുമ്പ തനിക്ക തോന്നിയത് സത്യമാണെന്ന് അസന്ദിഗ്ധമായി തെളിയിക്കപ്പെട്ടുവെന്ന് അയാൾക്ക മനസ്സിലായി.

അയാൾ മറുപടിയൊന്നും പറയാതെ അവിടുന്ന് ഇറങ്ങിപ്പോയി.

XLII

മുറിയിൽ മടങ്ങിയെത്തി ഒലേനിൻ കട്ടിലിൽ കയറി നിശ്ചലനായി കിടന്നു. രണ്ടുമണിക്കൂർ അതേ കിടപ്പിൽ കിടന്നിട്ട് അയാൾ എഴുന്നേറ്റ് കമാണ്ടറെ കാണാൻ പോയി. തന്നെ ആസ്ഥാനത്തു ജോലി ചെയ്യാൻ അനുവദിക്കണമെന്ന് അയാൾ അപേക്ഷിച്ചു. ആരോടും യാത്ര പറയാതെ, വന്യൂഷ മുഖേന വീട്ടുടമസ്ഥന്റെ കണക്കു തീർത്ത് അയാൾ റജിമെന്റിന്റെ ആസ്ഥാനമായ ചൗക്കയിലേക്കു പുറപ്പെടാൻ ഒരുങ്ങി.

അയാളെ കാണാനെത്തിയത് യെറോഷ്ക അമ്മാവൻ മാത്രമാണ്. അവർ അകത്തു ചെന്ന് കുടിച്ചു. പിന്നെയും പിന്നെയും കുടിച്ചു. മോസ്കോയിൽനിന്ന് പിരിഞ്ഞ ദിവസത്തെപ്പോലെതന്നെ, ഒരു വാടക കുതിരവണ്ടി വാതില്ക്കൽ അയാളെ കാത്തു കിടന്നിരുന്നു. എന്നാൽ അന്നത്തെപ്പോലെ ഒലേനിൻ തന്റെ ഭൂതകാല ജീവിതത്തെ വിലയിരുത്താനോ താൻ വിചാരിച്ചിരുന്നതും ചെയ്തിരുന്നതും മുഴുവൻ തെറ്റായിരുന്നുവെന്ന് സ്വയം പറയാനോ ഇപ്പോൾ തുനിഞ്ഞില്ല. ഒരു പുതിയ ജീവിതത്തിന്റെ വാഗ്ദാനവും ഇപ്പോൾ അയാളുടെ മുമ്പിലില്ല. അയാൾ മര്യാനയെ മുമ്പെന്നത്തെക്കാളും കൂടുതൽ ഇപ്പോൾ സ്നേഹിക്കുന്നുണ്ട്. എന്നാൽ അവൾ ഒരിക്കലും തന്നെ സ്നേഹിക്കയില്ലെന്ന് അയാൾക്കറിയാം.

"ശരി, നമുക്കു പിരിയാം, പിതാവേ !" യെറോഷ്ക പറഞ്ഞു. "നീ യുദ്ധരംഗത്തേക്കാണ് പോകുന്നത്. ഈ വൃദ്ധന്റെ ഉപദേശം കേൾക്കാനുള്ള ബുദ്ധി കാട്ടു. നീ ഒരു ആക്രമണത്തിനു പോവുകയോ വെടിവയ്പു നടക്കുന്നിടത്തു പോകാനിടയാകുകയോ ചെയ്താൽ-ഞാൻ അതൊക്കെ ധാരാളം കണ്ടിട്ടുള്ളവനാണ്-ഒരുപാടാളുകൾ കൂടിനിൽക്കുന്നതിനടുത്തു ചെല്ലരുത്. എപ്പോഴും സംഭവിക്കുന്നതു അതാണ്-ഭയം തോന്നിയാലുടൻ എല്ലാവരും ഒരുമിച്ചുകൂടി നിൽക്കും. ആൾക്കൂട്ടത്തിനിടയിൽ കൂടുതൽ സുരക്ഷിതത്വമുണ്ടെന്നാണ് അവരുടെ വിചാരം. എന്നാൽ സംഗതി നേരെ മറിച്ചാണ്. ശത്രു എപ്പോഴും ആൾക്കൂട്ടത്തെയാണ് ഉന്നംവയ്ക്കുന്നത്. ഞാൻ എപ്പോഴും മറ്റുള്ളവരിൽനിന്ന് അകന്നു മാറി ഒറ്റയ്ക്കു നടക്കുകയായിരുന്നു പതിവ്. എനിക്ക് ഒരിക്കലും മുറിവേൽക്കാത്തതിന്റെ രഹസ്യം അതാണ്. എന്നാൽ എന്റെ ആയ കാലത്ത് ഞാൻ എന്തെല്ലാം കണ്ടിരിക്കുന്നു.!"

"ശരിയാണ്. പക്ഷേ പുറത്ത് ഒരു വെടിയുണ്ടയുമായാണല്ലോ നിങ്ങൾ നടക്കുന്നത്," സാമാനങ്ങൾ കെട്ടിവെച്ചുകൊണ്ട് അവിടെ നിന്നിരുന്ന വന്യൂഷ സൂചിപ്പിച്ചു.

"അതു കൊസാക്കുകാർ തന്നെ പറ്റിച്ച പണിയാണ്," യെറോഷ്ക പറഞ്ഞു.

"അതെങ്ങിനെ ?"

"അതുപറയാം. ഞങ്ങൾ കുടിക്കുകയായിരുന്നു. വാൻക സീത്കിൻ എന്നു പേരുള്ള ഒരു കൊസാക്കുകാരൻ കുടിച്ചു പൂസായി ഇരിക്കുകയായിരുന്നു. പെട്ടെന്ന് അയാൾ കൈത്തോക്കെടുത്ത് നേരെ എന്റെ മുതുകിലേക്കു വെടിവെച്ചു."

"വല്ലാതെ വേദനിച്ചോ?" ഒലേനിൻ ചോദിച്ചു. "വനൃുഷ പോകാറായോ?" പിന്നീട് അയാൾ ഭൃത്യനോട് ആരാഞ്ഞു.

"എന്താണിത്ര ധൃതി?" വൃദ്ധൻ ചോദിച്ചു. "ഞാൻ പറഞ്ഞു തീർക്കട്ടെ... ആ വെടിയുണ്ട എന്റെ എല്ലു തകർത്തില്ല. ഇപ്പോഴും അത് മുതുകിൽത്തന്നെ ഇരിക്കുന്നു. ഞാൻ അയാളോടു പറഞ്ഞു. 'സഹോദരാ, താൻ എന്നെ കൊന്നു. തനിക്കതറിയാമോ? ഇനി എന്തു ചെയ്യാനാണു ഭാവം? ഇല്ല സഹോദരാ, ഞാൻ വെറുതെ അങ്ങു പിരിയാനുദ്ദേശിക്കുന്നില്ല. ഒരു തൊട്ടി വീഞ്ഞു കൊണ്ടുവാ!'"

"അതിരിക്കട്ടെ, വേദനിച്ചോ?" വൃദ്ധന്റെ കഥ ശ്രദ്ധിക്കാതെ ഒലേനിൻ രണ്ടാമതും ചോദിച്ചു.

"പറയുന്നതു കേൾക്ക്. അയാൾ എനിക്ക് ഒരു തൊട്ടി വീഞ്ഞു തന്നു. ഞങ്ങൾ ഒരുമിച്ചിരുന്ന് കുടിച്ചുതുടങ്ങി. അപ്പോഴെല്ലാം രക്തം ഒഴുകിക്കൊണ്ടിരുന്നു. ആ മുറി മുഴുവൻ ഞാൻ ചോരയിൽ മുക്കി. നമ്മുടെ ബുർലാക്ക് അമ്മാവൻ അതു കണ്ടു് പറഞ്ഞു: "ഈ കൊച്ചന്റെ കാര്യം കഴിഞ്ഞു. അവന് ഒരു തൊട്ടി മധുരമുള്ള വീഞ്ഞു കൊടുക്ക്. അതു കഴിഞ്ഞു് നിന്റെ ശിക്ഷ എന്താണെന്ന് തീരുമാനിക്കാം." അതും കൊണ്ടുവന്നു. ഞങ്ങൾ കുടിച്ചുകൊണ്ടേയിരുന്നു..."

"അതിരിക്കട്ടെ, നിങ്ങൾക്കു വേദനിച്ചോ?" ലെനിൻ മൂന്നാമതും ചോദിച്ചു.

"അതാരു വകവയ്ക്കുന്നു ! നീ എന്നെ തടസ്സപ്പെടുത്തരുത്. അതെനിക്ക് തീരെ ഇഷ്ടമല്ല. ഞാൻ കഥ മുഴുവൻ പറയട്ടെ. ഞങ്ങൾ കുടിച്ചുകൊണ്ടേയിരുന്നു... നേരം വെളുക്കുന്നതുവരെ അതു തുടർന്നു. പിന്നെ അടുപ്പിൻതിണ്ണയിൽ കിടന്ന് ഞാൻ ബോധം കെട്ടു് ഉറങ്ങി. പിറ്റേ ദിവസം ദിവസം ഉണർന്നപ്പോൾ എനിക്ക് എണീക്കാൻ വയ്യ!'

"വേദനയുണ്ടായിരുന്നോ?" ഒലേനിൻ വാശിയോടെ ചോദ്യം ആവർത്തിച്ചു. ഇത്തവണ തനിക്ക് അതിനു മറുപടി കിട്ടുമെന്ന് അയാൾ പ്രതീക്ഷിച്ചു.

"വേദനിച്ചെന്ന് നിന്നോടു ഞാൻ പറഞ്ഞോ? ഇല്ല, വേദന

ഇല്ലായിരുന്നു. പക്ഷേ എനിക്ക് എണീക്കാനോ നടക്കാനോ കഴിഞ്ഞില്ല."

"എങ്കിലും നിങ്ങൾ ജീവിച്ചു, അല്ലേ?" ഒലേനിൻ പുഞ്ചിരിയുടെ ലേശംപോലും ഇല്ലാതെ പറഞ്ഞു. അയാളുടെ ഹൃദയം അപ്പോൾ അത്ര ഭാരിച്ചതായിരുന്നു.

"അതെ. ഞാൻ ജീവിച്ചു. പക്ഷേ ആ വെടിയുണ്ട ഇപ്പോഴും എന്റെ പുറത്തുണ്ട്. തൊട്ടു നോക്ക്," വൃദ്ധൻ ഷർട്ടു ഉയർത്തി തന്റെ ഉറച്ച പുറവും നട്ടെല്ലിനടുത്തായി വെടിയുണ്ട തുളച്ചുകയറിയ പാടും കാണിച്ചു. "അതു് എന്റെ പൃഷ്ഠത്തിനടുത്തേക്കു നീങ്ങുന്നതു കണ്ടോ."

"ലുക്കാഷ രക്ഷപ്പെടുമോ? എന്തു തോന്നുന്നു?" ഒലേനിൻ ചോദിച്ചു.

"ദൈവത്തിനറിയാം. 'ഡാക്കിട്ടർ' എത്തിയിട്ടില്ല. ആളയിച്ചിട്ടുണ്ട്."

"എവിടുന്നാണ് ഡോക്ടറെ കൊണ്ടുവരുന്നതു്? ഗ്രോസ്നിയിൽനിന്നോ?" ഒലേനിൻ ചോദിച്ചു.

"അല്ല, പിതാവേ ! ഞാൻ ചക്രവർത്തിയായിരുന്നെങ്കിൽ നിങ്ങളുടെ റഷ്യൻ 'ഡാക്കിട്ടർമാരെ' മുഴുവൻ തൂക്കിക്കൊന്നേനെ. അവർക്ക് മുറിച്ചുകളയാൻ മാത്രമേ അറിയൂ. അങ്ങനെയാണ് അവർ ഞങ്ങളുടെ ബക്ലശോവ് എന്ന കൊസാക്കുകാരനെ മനുഷ്യനല്ലാതാക്കിയതു്. അവർ അയാളുടെ കാൽ മുറിച്ചു കളഞ്ഞു. അവർ തനി വിഡ്ഢികളാണ്. ആ ബക്ലശോവിനെ ഇപ്പോൾ എന്തിന് കൊള്ളാം? പക്ഷേ മലമുകളിൽ നല്ല ഒന്നാന്തരം 'ഡാക്കിട്ടർമാരുണ്ട്.' എന്റെ സ്നേഹിതൻ ഗീർചിക്കിനെ ചികിത്സിച്ചതു് അവരാണ്. ഒരിക്കൽ പടയോട്ടത്തിനിടയിൽ അയാളുടെ നെഞ്ചിൽ മുറിവേറ്റു. നിങ്ങളുടെ 'ഡാക്കിട്ടർമാർ' കയ്യൊഴിഞ്ഞു. മലമുകളിലുള്ള സയീബ് വന്ന് അയാളെ സുഖപ്പെടുത്തി. പച്ചമരുന്നുകളാണ് വേണ്ടതു്, മനസ്സിലായോ?"

"അങ്ങനെ പറയുന്നതു് വിഡ്ഢിത്തമാണ്," ഒലേനിൻ പറഞ്ഞു. "ഞാൻ ആസ്ഥാനത്തുനിന്ന് ഒരു സർജനെ അയക്കാം."

"വിഡ്ഢിത്തമോ?" ഒലേനിന്റെ സ്വരം അനുകരിച്ചുകൊണ്ടു് വൃദ്ധൻ ആവർത്തിച്ചു. "വിഡ്ഢി !" അസംബന്ധം ! സർജനെ അയയ്ക്കാം പോലും! നിങ്ങളുടെ സർജന്മാർക്ക് സുഖപ്പെടുത്താൻ കഴിയുമായിരുന്നെങ്കിൽ കൊസാക്കുകാരും ചെച്ചെന്മാരും അവരുടെയടുത്തു ചെല്ലുമായിരുന്നു. പക്ഷേ അവർ പോകുന്നില്ല. നിങ്ങളുടെ ഓഫീസർമാരും കേണൽമാരും മലമുകളിൽനിന്ന് 'ഡാക്കിട്ടർമാരെ' വിളിക്കാറുമുണ്ട്. നിങ്ങളുടെ ശാസ്ത്രം വെറും തട്ടിപ്പാണ്. നിങ്ങളെ സംബന്ധിക്കുന്ന സകലതും തട്ടിപ്പാണ്."

അതിനു മറുപടി പറയാൻ ഒലേനിൻ മിനക്കെട്ടില്ല. സത്യത്തിൽ അതു് അയാളുടെ സ്വന്തം അഭിപ്രായംതന്നെയായിരുന്നല്ലോ.

രണ്ടു്. അവൻ ഒന്നാന്തരം ഒരു ജിഗിത്താണു്, എന്നെപ്പോലെ ഒരിക്കൽ ഞാനും ഇങ്ങനെ മരണത്തിന്റെ വക്കിൽ എത്തിയതാണു്. കിഴവിത്തള്ളമാർ എന്നെ കുഴിച്ചിടാൻ വട്ടംകൂട്ടുകപോലും ചെയ്തു. എന്തൊരു പനിയായിരുന്നു ! അവർ എന്നെ വിശുദ്ധരൂപത്തിനു മുമ്പിൽ കിടത്തി. ഞാൻ അവിടെ കിടക്കുമ്പോൾ എന്റെ തലയ്ക്കു കത്തു് ആളുകൾ ഇരുന്നു് ചെണ്ടകൊട്ടുകയാണെന്നു് എനിക്കു തോന്നി. ഞാൻ അവരുടെ നേരെ അലറി. പക്ഷേ അവർ കൂടുതൽ വേഗത്തിൽ, കൂടുതൽ ശക്തിയിൽ കൊട്ടിക്കൊണ്ടിരുന്നു. "(വൃദ്ധൻ ചിരിച്ചു.)" സ്ത്രീകൾ പുരോഹിതനെ കൊണ്ടുവന്നു. അവർ എന്നെ കുഴിച്ചിടാൻ വേണ്ട ഒരുക്കങ്ങൾ ചെയ്തു. അവർ പറഞ്ഞു, 'ഇയാൾ അവിശ്വാസികളായ അന്യന്മാരുമായി കൂട്ടുകൂടി. പെണ്ണുങ്ങളോടൊത്തു രസിച്ചു. നോമ്പു നോറ്റില്ല. ബലലായ്ക്ക വായിച്ചു. 'കുമ്പസാരിക്കു,' അവർ എന്നോടു പറഞ്ഞു. ഞാൻ കുമ്പാസാരിച്ചുതുടങ്ങി. 'ഞാൻ പാപം ചെയ്തു,' എന്നു ഞാൻ മറുപടി കൊടുത്തു. അച്ഛൻ എന്നോടു് ബലലായ്ക്കയെപ്പറ്റി ചോദിച്ചു: ആ നശിച്ച സാധനം എവിട ? 'അതു് എന്റെ കൺമുമ്പിൽ വെച്ചു് തകർക്കണം.' 'പക്ഷേ അതിപ്പോൾ എന്റെ കൈവശം ഇല്ല,' ഞാൻ പറഞ്ഞു. വാസ്തവത്തിൽ ഞാനതു് ഒരു വലയ്ക്കുള്ളിലാക്കി ഷെഡ്ഡിൽ ഒളിച്ചുവെച്ചിരുന്നു. അവർ അതൊരിക്കലും കണ്ടുപിടിക്കുകയില്ലെന്നു് എനിക്കറിയാമായിരുന്നു. അങ്ങനെ അവർ എന്നെ എന്റെ പാട്ടിനു വിട്ടിട്ടു പോയി. എന്നാൽ എന്റെ രോഗം ഭേദമായി. പിന്നീടു് ഞാൻ എന്റെ ബലലായ്ക്കയെടുത്തു് എത്ര നേരം വായിച്ചുകൊണ്ടിരുന്നെന്നോ !... അതുപോകട്ടെ, ഞാൻ പറയുന്നതു് കേൾക്കു. നീ മറ്റുള്ളവരിൽനിന്നു് അകന്നു നിന്നോളണം. അല്ലെങ്കിൽ ഒരു കാര്യവുമില്ലാതെ നീ കൊല്ലപ്പെടും. എനിക്കു നിന്നെപ്പറ്റി ഉൽക്കണ്ഠയുണ്ടു്, അതാണു സത്യം. നിനക്കു കുടിക്കാനറിയാം-എനിക്കു നിന്നെ ഇഷ്ടമാണു്. നിന്നെപ്പോലുള്ളവർക്കു് മണൽക്കുന്നുകളുടെ മുകളിലേക്കു കുതിരപ്പുറത്തു സവാരി ചെയ്യാൻ വലിയ താല്പര്യമാണെന്നു് എനിക്കറിയാം. ഇവിടെ താമസമാക്കിയ ഒരാൾ. അയാൾ എവിടെ മണൽക്കുന്നു കണ്ടാലും അങ്ങോട്ടു പോകുമായിരുന്നു. അയാൾ അവയെ 'ചെറുകുന്നെന്നോ' മറ്റോ ആണു് വിളിച്ചിരുന്നതു്. ഒരിക്കൽ അയാൾ കുതിരയോടിച്ചു് ഒരു ചെച്ചെൻകാരൻ അയാളെ വെടിവെച്ചു കൊന്നു! ചെച്ചെന്മാർ ഒന്നാന്തരം വെടിക്കാരാണു്. തോക്കു-താങ്ങിയുടെ മേൽ തോക്കുവെച്ചു് എത്ര കൃത്യമായി അവർ വെടിവയ്ക്കുമെന്നോ! എന്നേക്കാൾ നന്നായി വെടിവയ്ക്കും ഒരു കാര്യവുമില്ലാതെ ഒരു മനുഷ്യൻ അങ്ങനെ കൊല്ലപ്പെടുന്നതു് എനിക്കു് ഇഷ്ടമല്ല. ചിലപ്പോൾ

ഞാൻ നിങ്ങളുടെ പട്ടാളക്കാരെ നോക്കി അത്ഭുതപ്പെട്ടു. എന്തൊരു വിഡ്ഢിത്തമാണ് ! ആ പാവങ്ങൾ കൂട്ടംകൂടി നടക്കും. കോട്ടിന്റെ കഴുത്തിൽ ചുവന്ന കോളർപോലും വെച്ചുപിടിപ്പിക്കും. അവർക്ക് എങ്ങനെ വെടി കൊള്ളാതിരിക്കും! ഒരുത്തൻ കൊല്ലപ്പെടുമ്പോൾ അവനെ വലിച്ചു മാറ്റിയിട്ട് മറ്റൊരുത്തൻ ആ സ്ഥാനം ഏറ്റെടുക്കും . എന്തൊരു വിഡ്ഢിത്തം!" തല ആട്ടിക്കൊണ്ട് വൃദ്ധൻ ആവർത്തിച്ചു. "അവർ സംഘംചേർന്നു നടക്കാതെ ആരും വെടിവയ്ക്കുകയില്ല. നീ അങ്ങനെ ചെയ്താൽ മതി !"

"ശരി, നന്ദി. വിട തരൂ, അമ്മാവാ. ഭാഗ്യമുണ്ടെങ്കിൽ ഇനിയും എന്നെങ്കിലും തമ്മിൽ കാണാം," എണീറ്റ് ഇടനാഴിയിലേക്കു നടന്നു കൊണ്ട് ഒലേനിൻ പറഞ്ഞു.

നിലത്തു ചടഞ്ഞിരുന്നിരുന്ന വൃദ്ധൻ എണീറ്റില്ല.

"ഇങ്ങനെയാണോ നീ യാത്ര പറയുന്നത്? വിഡ്ഢി! വിഡ്ഢി! മനുഷ്യൻ എങ്ങനെയായിത്തീർന്നു! നമ്മൾ ഒരുവർഷം മുഴുവൻ സ്നേഹിതന്മാരായി കഴിഞ്ഞു. ഇപ്പോൾ 'വിട' എന്ന് ഒരു വാക്കു മാത്രം പറഞ്ഞു് സ്ഥലം വിടുന്നു ! എനിക്ക് നിന്നോട്ട് സ്നേഹമുണ്ട് ! നീ സദാ ഏകനാണ്. നിന്നോട്ട് ആർക്കും സ്നേഹമില്ലെന്നു തോന്നുന്നു. ചിലപ്പോൾ നിന്നെ ഓർത്ത് ഞാൻ ഉറങ്ങാതെ കിടക്കാറുണ്ട്. എനിക്ക് നിന്നെയോർത്ത് ദുഃഖമുണ്ട്. പാട്ടിൽ പറയുന്നതു പോലെ :

അന്യനാട്ടിൽ ചെന്നു വീണാൽ,
പൊന്നനുജാ, കഷ്ടമാണ്.

നിന്റെ കാര്യത്തിൽ അതു സത്യമാണ്."

"ശരി, വിട തരൂ," ഒലേനിൻ വീണ്ടും പറഞ്ഞു.

വൃദ്ധൻ എണീറ്റ് അയാളുടെ നേരെ കൈ നീട്ടി. ഒലേനിൻ അതിൽ അമർത്തിയിട്ട് തിരിഞ്ഞു നടക്കാൻ ഭാവിച്ചു.

"നിന്റെ മോന്ത കാണിക്കൂ!"

എന്നു പറഞ്ഞിട്ട് വൃദ്ധൻ രണ്ടു കൈകളുംകൊണ്ട് ഒലേനിന്റെ തല പിടിച്ച് നനഞ്ഞ മീശയും ചുണ്ടുകളും അയാളുടെ മുഖത്തു മുട്ടിച്ച് മൂന്നുതവണ ചുംബിച്ചു. വൃദ്ധൻ കരഞ്ഞുതുടങ്ങി.

"എനിക്ക് നിങ്ങളെ ഇഷ്ടമാണ്. വിട തരൂ!"

ഒലേനിൻ വണ്ടിയിൽ കയറി ഇരുന്നു.

"ഇങ്ങനെയാണോ വിട പറയുന്നത്? നിന്റെ ഓർമക്കായി എന്തെങ്കിലുമൊന്ന് തരണം. നിന്റെ തോക്ക് എനിക്ക് തരൂ! നിനക്ക് രണ്ടെണ്ണം എന്തിനാണ്?" ഉള്ളിൽത്തട്ടി കരഞ്ഞുകൊണ്ട് വൃദ്ധൻ

പറഞ്ഞു.

ഒലേനിൻ തന്റെ തോക്കുകളിലൊന്ന് വൃദ്ധനു കൊടുത്തു.

"ആ കിഴവന് ഇതൊക്കെ കൊടുക്കുന്നതെന്തിന്?" വന്യൂഷ യജമാനനെ കുറ്റപ്പെടുത്തി. "എന്തു കൊടുത്താലും അയാൾക്കു തൃപ്തിയാവില്ല. ഒരു അസ്സൽ തെണ്ടി. ഇവിടെയുള്ളവരെല്ലാം നെറിയും മുറയുമില്ലാത്ത ആളുകളാണ്." ഓവർക്കോട്ടു പുതച്ച് കുതിരവണ്ടിയുടെ മുമ്പിൽ കയറിയിരിക്കുന്നതിനിടയിൽ വന്യൂഷ പറഞ്ഞു.

"മിണ്ടാതിരിക്കെടാ, പന്നീ!" വൃദ്ധൻ ചിരിച്ചുകൊണ്ട് പറഞ്ഞു. "നീ ഒരു അറുപിശുക്കനാണ്!"

മര്യാന തൊഴുത്തിൽനിന്നിറങ്ങിവന്ന് കുതിരവണ്ടിയുടെനേർക്ക് ഉദാസീനമായി നോക്കി തലകുനിച്ചിട്ട് വീട്ടിനുള്ളിലേക്കു കയറിപ്പോയി.

"ലോ ഫീൽ[46]" എന്ന് കണ്ണു ചിമ്മിക്കൊണ്ട് പറഞ്ഞിട്ട് വന്യൂഷ തന്റെ വിഡ്ഢിച്ചിരി ചിരിച്ചു.

"പോകാം!" ഒലേനിൻ കോപത്തോടെ പറഞ്ഞു.

"വിട, പിതാവേ, വിട! നിന്നെ ഞാൻ ഒരിക്കലും മറക്കുകയില്ല!" വൃദ്ധൻ വിളിച്ചുപറഞ്ഞു.

ഒലേനിൻ തിരിഞ്ഞുനോക്കി. യെറോഷ്ക അമ്മാവൻ മര്യാനയോട് മറ്റെന്തിനെപ്പറ്റിയോ സംസാരിച്ചുകൊണ്ടു നില്ക്കുകയായിരുന്നു. വൃദ്ധനോ പെൺകുട്ടിയോ ഒലേനിന്റെ നേരെ നോക്കിയില്ല.

46 La fille-യുവതി (ഫ്രഞ്ച്).

www.ingramcontent.com/pod-product-compliance
Lightning Source LLC
LaVergne TN
LVHW040001051026
849558LV00001B/7
* 9 7 8 9 3 8 7 3 9 8 4 6 7 *